ਚਸ਼ਮਦੀਦ ਗਵਾਹ

(ਕਹਾਣੀਆਂ)

ਇਸੇ ਕਲਮ ਤੋਂ........

- ਬਿਰਹੜਾ ਲੋਕਗੀਤ (ਲੋਕ-ਸਾਹਿਤ)
- ਚੁੱਲ੍ਹੇ ਜੋਗੀ (ਕਹਾਣੀ ਸੰਗ੍ਰਹਿ)
- ਗੁੱਡੀਆਂ (ਕਹਾਣੀ ਸੰਗ੍ਰਹਿ)

(ਹਰਿਆਣਾ ਪੰਜਾਬੀ ਸਾਹਿਤ ਅਕੈਡਮੀ ਦੁਆਰਾ ਸਟੇਟ ਅਵਾਰਡ ਪ੍ਰਾਪਤ ਕਹਾਣੀ ਸੰਗ੍ਰਹਿ 2006-2007)

- ਲੇਬਰ-ਚੌਂਕ (ਕਹਾਣੀ ਸੰਗ੍ਰਹਿ)

(ਹਰਿਆਣਾ ਪੰਜਾਬੀ ਸਾਹਿਤ ਅਕੈਡਮੀ ਦੁਆਰਾ ਸਟੇਟ ਅਵਾਰਡ ਪ੍ਰਾਪਤ ਕਹਾਣੀ ਸੰਗ੍ਰਹਿ 2008-2009)

- ਜਿਉਣ ਜੋਗੀਆਂ (ਕਹਾਣੀ ਸੰਗ੍ਰਹਿ)
- ਬਾਤ ਪਾਵਾਂ ਬਤੋਲੀ ਪਾਵਾਂ (ਸੰਪਾਦਤ ਕਹਾਣੀ ਸੰਗ੍ਰਹਿ)
- ਸਿੱਠਣੀਆਂ: ਵਿਆਹ ਦੇ ਗੀਤ
- ਲੜੀਆਂ—ਭਗਤ ਆਸਾ ਰਾਮ ਬੈਦਬਾਣ ਕੀਆਂ-1 (ਸੰਪਾ.) ਲੋਕ ਸਾਹਿਤ
- ਲੜੀਆਂ—ਭਗਤ ਆਸਾ ਰਾਮ ਬੈਦਬਾਣ ਕੀਆਂ-2 (ਸੰਪਾ.) ਲੋਕ ਸਾਹਿਤ
- ਪੁਆਧ ਦੇ ਸੰਸਕਾਰ ਲੋਕ-ਗੀਤ
- ਪ੍ਰਸੰਗ: ਮਹਾਂਭਾਰਤ—ਭਗਤ ਆਸਾ ਰਾਮ ਬੈਦਬਾਣ (ਸੰਪਾ.) ਲੋਕ ਸਾਹਿਤ
- ਢੱਡ ਸਾਰੰਗੇ ਦੇ ਗੌਣ—ਜਥੇਦਾਰ ਗੁਰਦੇਵ ਸਿੰਘ ਕੁੰਭੜੇ ਦੀ ਜ਼ੁਬਾਨੀ (ਸੰਪਾ.)—ਲੋਕ ਸਾਹਿਤ
- ਲੜੀਆਂ—ਜੱਥੇਦਾਰ ਗੁਰਦੇਵ ਸਿੰਘ ਕੁੰਭੜਾ (ਸੰਪਾ.)—ਲੋਕ ਸਾਹਿਤ

ਚਸ਼ਮਦੀਦ ਗਵਾਹ

ਡਾ. ਚਰਨਜੀਤ

ਨਵਰੰਗ ਪਬਲੀਕੇਸ਼ਨਜ਼, ਸਮਾਣਾ

Chasamdeed Gwah
by
Dr. Charanjeet
House No. 1175
Extn 5, Sector 125, Sunny Enclave
Greater Mohali
Ph. 98767-32435

ISBN 978-93-85609-22-0

© 2015

Price: 150/-

Published by

Navrang Publications
Tehsil Road, Near Bus Stand,
Samana-147101
Ph. 99151-29747, 89685-10042
Email: navrang47samana@gmail.com

Printed at:
Shiv Shakti Printers, Delhi

ਸਮਰਪਣ

ਨਿੱਕੇ ਵੀਰ ਰਜਿੰਦਰ

ਤੇ

ਨਿੱਕੀ ਭਰਜਾਈ ਡੇਜ਼ੀ

ਨੂੰ!

ਆਪਣੇ ਵੱਲੋਂ

ਹਥਲੀ ਪੁਸਤਕ ਦੀਆਂ ਬਹੁਤੀਆਂ ਕਹਾਣੀਆਂ ਸੱਚੀਆਂ ਘਟਨਾਵਾਂ ਉਪਰ ਆਧਾਰਿਤ ਹਨ ਪਰ ਖੇਤਰੀ ਕਾਰਜ ਕਰਦਿਆਂ ਲੋਕਾਂ ਵੱਲੋਂ-ਖਾਸ ਕਰ ਔਰਤਾਂ ਵੱਲੋਂ ਆਪ ਬੀਤੀ ਦੱਸੇ ਜਾਣ ਬਾਅਦ ਮੈਂ ਕਈ ਕਈ ਦਿਨ ਬੇਚੈਨ ਰਹੀ ਹਾਂ। ਇਹੋ ਜਿਹੀਆਂ ਹਿਰਦੇ-ਵੇਧਕ ਹੱਡ ਬੀਤੀਆਂ ਸੁਣ ਕੇ ਕੋਈ ਵੀ ਸੰਵੇਦਨਸ਼ੀਲ ਵਿਅਕਤੀ ਧੁਰ ਅੰਦਰ ਤੱਕ ਦੁਖ ਹੋ ਸਕਦਾ ਹੈ।

ਕਹਾਣੀਆਂ ਦੇ ਕੁਛ ਪਾਤਰ ਜਦੋਂ ਅਸਲੀ ਨਾਵਾਂ ਥਾਵਾਂ ਸਹਿਤ ਮੇਰੀਆਂ ਅੱਖਾਂ ਸਾਹਮਣੇ ਆਉਂਦੇ ਨੇ ਤਾਂ ਲਗਦਾ ਹੈ ਕਿ ਏਨੇ ਮਾਡਰਨ ਯੁੱਗ ਵਿੱਚ, ਏਨੀਆਂ ਸੁੱਖ ਸੁਵਿਧਾਵਾਂ ਵਾਲੇ ਜ਼ਮਾਨੇ ਵਿੱਚ, ਏਨੀ ਭੱਜ-ਦੌੜ ਦੀ ਜ਼ਿੰਦਗੀ ਵਿੱਚ ਆਦਮੀ 'ਚੋਂ ਆਦਮੀ ਮਨਫ਼ੀ ਹੋ ਗਿਆ ਹੈ। ਮਾਨਵਤਾ, ਸੰਵੇਦਨਾ, ਹਮਦਰਦੀ ਵਰਗੀ ਸ਼ਬਦਾਵਲੀ ਕੇਵਲ ਡਿਕਸ਼ਨਰੀ ਵਿੱਚ ਹੀ ਦਫ਼ਨ ਹੋ ਕੇ ਰਹਿ ਗਈ ਹੈ।

ਕਦੇ ਕਦੇ ਲੱਗਦਾ ਹੈ ਕਿ ਹੱਡਬੀਤੀ ਤੇ ਹੰਢਾਉਂਦੇ ਪਾਤਰ ਪੁੱਛ ਰਹੇ ਹੋਣ ਕਿ ਸਾਡੀ ਕਹਾਣੀ ਲਿਖ ਕੇ ਭਲਾਂ ਦੀ ਸਾਨੂੰ ਕੀ ਲੱਭਣਾ ਹੈ? ਸਾਡਾ ਕੀ ਸੰਵਰ ਜਾਣਾ ਹੈ? ਕੀ ਸਾਨੂੰ ਇਨਸਾਫ਼ ਮਿਲ ਸਕਦੈ??

ਮੈਂ ਬੇਸ਼ੱਕ ਉਪਰੋਕਤ ਸਵਾਲਾਂ ਦਾ ਉਪਯੁਕਤ ਜਵਾਬ ਤਾਂ ਨਹੀਂ ਦੇ ਸਕਦੀ ਪਰ ਕੋਸ਼ਿਸ਼ ਕੀਤੀ ਹੈ ਇਹਨਾਂ ਪਾਤਰਾਂ ਦੀ ਗਾਥਾ ਪਾਠਕਾਂ ਤੱਕ ਕਹਾਣੀਆਂ ਰਾਹੀਂ ਪਹੁੰਚਦੀ ਹੋ ਜਾਵੇ।

ਪਾਠਕਾਂ ਦੇ ਹੁੰਗਾਰੇ ਦੀ ਉਡੀਕ ਵਿੱਚ.....

ਡਾ. ਚਰਨਜੀਤ

ਰਾਜ ਸੰਪਰਕ ਅਧਿਕਾਰੀ (ਐਨ. ਐਸ. ਐਸ.

ਹਰਿਆਣਾ-ਪੰਚਕੂਲਾ

98767-32435

ਤਰਤੀਬ

ਧੀਆਂ ਦਾ ਰਾਖਾ

ਲੋਕ ਰਾਤ ਦੇ ਸੁੱਖੇ ਤੇ ਦੀਪੀ ਨੂੰ ਲੱਭ-ਲੱਭ ਕੇ ਕਮਲੇ ਹੋ ਰਹੇ ਸਨ। ਉਹਨਾਂ ਨੂੰ ਧਰਤੀ ਨਿਗਲ ਗਈ ਜਾਂ ਆਸਮਾਨ ਖਾ ਗਿਆ?

ਕਿੱਥੇ ਚਲੇ ਗਏ?

ਉਹਨਾਂ ਦਾ ਕੋਈ ਸੁਰਾਗ ਵੀ ਮੁਹੱਲੇ ਵਾਲਿਆਂ ਨੂੰ ਨਹੀਂ ਸੀ ਮਿਲ ਰਿਹਾ। 44 ਡਿਗਰੀ ਤਾਪਮਾਨ ਤੇ ਅੱਗ ਵਰ੍ਹਾਉਂਦੀ ਜੂਨ ਮਹੀਨੇ ਦੀ ਤਪਦੀ ਦੁਪਹਿਰ ਵਿੱਚ ਸੁੱਖਾ ਤੇ ਦੀਪੀ ਛੱਤ ਉੱਤੇ ਬਣੇ ਓਟੇ 'ਚ ਮੁਰਦਿਆਂ ਵਾਂਗ ਬੈਠੇ ਸਨ। ਉਹਨਾਂ ਨੂੰ ਧੁੱਪ ਦਾ, ਗਰਮੀ ਦਾ ਤੇ ਤੇਜ਼ ਵਗਦੀ ਲੂੰ ਦਾ ਕੋਈ ਅਹਿਸਾਸ ਵੀ ਨਹੀਂ ਸੀ ਹੋ ਰਿਹਾ।

ਬੱਸ ਕਮਲਿਆਂ ਵਾਂਗ ਸੁੱਖਾ ਉਂਗਲ ਨਾਲ ਤਪਦੀ ਛੱਤ ਉਤੇ ਪਤਾ ਨੀਂ ਕੀ ਕੀਚ ਕਚੋਲੀਆਂ ਜਿਹੀਆਂ ਵਾਹ ਰਿਹਾ ਸੀ। ਉਹਦੀਆਂ ਸੱਜੇ ਹੱਥ ਦੀਆਂ ਉਂਗਲੀਆਂ ਦੇ ਪੋਟੇ ਸੜ ਗਏ ਤਾਂ ਉਹਨੇ ਖੱਬੇ ਹੱਥ ਦੀਆਂ ਉਂਗਲੀਆਂ ਨਾਲ ਲਕੀਰਾਂ ਵਾਹੁਣੀਆਂ ਸ਼ੁਰੂ ਕਰ ਦਿੱਤੀਆਂ।

ਸੁੱਖਾ ਕਦੇ ਕਦੇ ਬਹੁਤ ਮੁਰਦਲੀ ਜਿਹੀ ਆਵਾਜ਼ 'ਚ ਬੋਲਦਾ, "ਬੰਦਾ ਕਿਸੇ ਬਗਾਨੇ ਦਾ ਮਾਰਿਆ ਨੀਂ ਮਰਦਾ। ਉਹਨੂੰ ਤਾਂ ਬੱਸ ਉਹਦਾ ਢਿੱਡ ਮਾਰਦੈ।"

ਦੋਵੇਂ ਪਤੀ ਪਤਨੀ ਰਾਤ ਦੇ ਐਥੇ ਈ ਬੈਠੇ ਨੇ। ਕਦੇ ਕਮਲਿਆਂ ਵਾਂਗ ਇੱਕ ਦੂਜੇ ਦਾ ਹੱਥ ਫੜਦੇ। ਕਦੇ ਕਮਲਿਆਂ ਵਾਂਗ ਸਿਰ ਹਲਾਉਂਦੇ। ਕਦੇ ਹੌਲੀ-ਹੌਲੀ ਕੀਰਨੇ ਪਾਉਂਦੇ- ਕਦੇ ਹੌਲੀ-ਹੌਲੀ ਅਜੀਬ ਜਿਹੀ ਹਾਸੀ ਹੱਸਦੇ, ਤੇ ਫੇਰ ਆਪੇ ਹੀ ਇੱਕ ਜਣਾ ਦੂਜੇ ਨੂੰ ਕਹਿੰਦਾ—

"ਚੁੱਪ...ਸ਼ੀ...ਈ...ਈ....ਕੋਈ ਸੁਣ ਲੂਗਾ....ਥੱਲੇ ਲੋਕ 'ਕੱਠੇ ਹੋਏ ਵੇ ਨੇ।"

ਸੱਚੀਂ ਥੱਲੇ ਲੋਕਾਂ ਦਾ ਕੱਠ ਹੋਇਆ ਵਿਆ ਸੀ। ਲੋਕ ਤਰ੍ਹਾਂ ਤਰ੍ਹਾਂ ਦੀਆਂ ਗੱਲਾਂ ਕਰ ਰਹੇ ਸਨ।

ਮੱਛੀ ਖਾਣਿਆਂ ਕੇ ਚਸਕੇ ਲੈ ਰਹੇ ਸਨ—ਚੰਗਾ ਹੋਇਆ, ਬਣਿਆਂ ਫਿਰਦਾ ਸੀ ਚੌਧਰੀ....ਅਖੇ ਮੇਰੀ ਧੀ ਡੀ. ਐਸ. ਪੀ. ਲੱਗੂ.....ਬਣਾ ਲੈ ਡੀ. ਐਸ. ਪੀ.।

ਕਈ ਹਾਅ ਦਾ ਨਾਅਰਾ ਵੀ ਮਾਰ ਰਹੇ ਸਨ....ਅਖੇ ਕੁੜੀ ਨੇ ਮਾੜਾ ਕੀਤਾ....ਬਾਪ ਕੱਖੋਂ ਹੌਲਾ ਕਰ 'ਤਾ....ਭਟਿੱਟਰ ਜੀ ਨੂੰ ਜਮ੍ਹਾ ਸ਼ਰਮ ਨੀ ਆਈ....ਕੋਈ ਕੁਸ ਕੋਈ ਕੁਸ।

"ਲੋਕ ਕੀ ਕਹਿੰਦੇ ਹੋਣਗੇ?" ਦੀਪੋ ਹਾਉਕਾ ਲੈ ਕੇ ਬੋਲੀ।

"ਲੋਕ! ਕਿਹੜੇ ਲੋਕ?" ਸੁੱਖਾ ਜਿਵੇਂ ਸੁੱਤਾ ਹੋਇਆ ਜਾਗਿਆ।

ਫੇਰ ਮੂੰਹ ਆਸਮਾਨ ਵੱਲ ਕਰ ਕੇ ਸਿਰ ਓਟੇ ਦੀ ਕੰਧ ਨਾਲ ਟੇਕਦਿਆਂ ਬੋਲਿਆ, "ਦੀਪੀ ਲੋਕਾਂ ਨੇ ਤਾਂ ਕਈ ਕੁਸ ਕਹਿਣੈ....ਕਹਿੰਦੇ ਹੋਣਗੇ ਬਈ ਅਹੇ ਜੇ ਕਲਜੁਗੀ ਬਾਪ ਨੂੰ

ਚੁਰਾਹੇ 'ਚ ਖੜ੍ਹਾ ਕੇ ਫਾਂਸੀ ਦੇ ਦੇਣੀ ਚਾਹੀਦੀ ਐ.....ਹੋਰ ਭਲਾ ਕੀ?"

ਦੀਪੋ ਨੇ ਉਹਦੇ ਮੂੰਹ ਉਤੇ ਹੱਥ ਧਰਦਿਆਂ ਕਿਹਾ:

"ਆਇੰ ਨਾ ਕਹਿ.....ਤੂੰ ਰੱਬ ਤੇ ਭਰੋਸਾ ਰੱਖ....ਰੱਬ ਦੇ ਘਰੇ ਦੇਰ ਐ ਨ੍ਹੇਰ ਨੀਂ...ਨਾਲੇ ਨਾਲੇ....ਨਾਲੇ ਤੂੰ ਸੱਚਾ ਐਂ....।"

"ਦੀਪੀਏ ਕਿਹੜਾ ਰੱਬ? ਹੈਗਾ ਕਿਤੇ? ਮੈਂ ਤਾਂ ਰੱਬ 'ਚ ਅਥਾਹ ਭਰੋਸਾ ਰੱਖਿਐ....ਕਿਸੇ ਨਾਲ ਮੰਦਾ ਚੰਗਾ ਨੀ....ਕਿਸੇ ਨਾਲ ਹੇਰਾ ਫੇਰੀ ਨੀ....ਲਗਦੈ ਲੋਕ ਊਈਂ ਡਰਦੇ ਮਾਰੇ ਰੱਬ ਨੂੰ ਮੰਨੀ ਜਾਂਦੇ ਨੇ....ਕੁਦਰਤੀ ਕਿਸੇ ਨੂੰ ਸੁਖ ਮਿਲ ਗਿਆ ਤਾਂ ਆਪੇ ਬਣਾਏ ਰੱਬਾਂ ਨੂੰ ਧੰਨ ਧੰਨ ਕਰੀ ਜਾਣਗੇ....ਜੇ ਦੁਖ ਮਿਲ ਗਿਆ ਤਾਂ ਗਾਲ੍ਹਾਂ.....ਮੇਰਾ ਬੀ ਭਰੋਸਾ ਉੱਡ ਗਿਐ.....ਕੋਈ ਨੀਂ ਹੈਗਾ ਰੱਬ ਰੁੱਬ....।"

ਚਿੜੀਮਾਰਾਂ ਕਿਆਂ ਦੀ ਜੀਪ ਆ ਕੇ ਬੂਹੇ ਤੇ ਰੁਕੀ। ਸੁੱਖੇ ਦੇ ਕੰਨੀਂ ਆਵਾਜ਼ ਪਈ,

"ਨਾਅ ਬਈ ਜੁਆਨੋ...ਅਸੀਂ ਤਾਂ ਸਾਰੀ ਬਾਹ ਬੇਲਾ ਲਾ 'ਲੀ। ਸਾਰੀਆਂ ਨਹਿਰਾਂ, ਰਜਬਾਹੇ, ਝਾਲਾਂ, ਰੇਲ ਦੇ ਫਾਟਕ ਬਗੈਰੇ ਬਗੈਰੇ ਦੇਖ ਲਏ....ਹਸਪਤਾਲ 'ਚ...ਪੁਲਿਸ ਚੌਕੀ 'ਚ....ਮੁਰਦਾ ਘਰਾਂ 'ਚ....ਗੱਲ ਕੀ ਜਿਮੀ ਅਸਮਾਨ ਪਤਾਲ ਸਭ ਟਾਹ ਮਾਰੇ...ਪਰ ਇਹ ਰੱਬ ਦੇ ਜੀਅ ਕਿਤੇ ਨੀ ਮਿਲੇ....।"

ਦੀਪੋ ਨੇ ਸੁੱਖੇ ਦਾ ਹੱਥ ਹੋਰ ਵੀ ਘੁੱਟ ਕੇ ਫੜ ਲਿਆ। ਉਹ ਡਰ ਗਈ। ਲੋਕ ਹੇਠਾਂ ਤਰ੍ਹਾਂ-ਤਰ੍ਹਾਂ ਦੀਆਂ ਗਪੌੜੀਆਂ ਮਾਰ ਰਹੇ ਸਨ—ਆਪੋ ਆਪਣੇ ਕਿਆਸ ਲਾ ਰਹੇ ਸਨ। ਕੋਈ ਕਹਿ ਰਿਹਾ ਸੀ,

"ਬਈ ਮਾੜਾ ਹੋਇਆ। ਦਰਬੇਸ ਐਸ ਦੁਰਦਸ਼ਾ ਜੋਗਾ ਨੀ ਸੀ। ਕੀ ਪਤਾ ਨਮੋਸ਼ੀ ਦੇ ਮਾਰੇ ਦੋਏ ਜੀਅ ਕਿਸੇ ਖੂਹ ਖਾਤੇ ਪੈ ਗਏ ਹੋਣ...." ਕੋਈ ਦੂਸਰਾ ਚਿੰਤਾ ਕਰ ਰਿਹਾ ਸੀ,

"ਬਾਈ ਸਿਆਂ...ਦੁੱਧ ਅਰ ਬੁੱਧ....ਦੋਆਂ ਦੇ ਫਟਣ ਨੂੰ ਸਕਿੰਟ ਨੀ ਲਗਦਾ....।"

ਪਰ ਸੁੱਖੇ ਦੇ ਖਿਲਾਫ ਬੋਲਣ ਵਾਲਿਆਂ ਦੀ ਗਿਣਤੀ ਇੱਕਾ ਦੁੱਕਾ ਈ ਸੀ। ਬਹੁਤੇ ਲੋਕ ਉਹਦੇ ਉਤੇ ਰਹਿਮ ਕਰ ਰਹੇ ਸਨ ਤੇ ਉਹਨੂੰ ਖਰਾ ਬੰਦਾ ਮੰਨਦਿਆਂ ਹੋਇਆਂ ਉਹਦੀ ਫਿਕਰ ਵੀ ਕਰ ਰਹੇ ਸਨ।

ਕਿਉਂਕਿ ਸੁੱਖਾ ਤੇ ਦੀਪੋ ਪਿਛਲੇ ਅਠਾਰਾਂ ਸਾਲਾਂ ਤੋਂ ਇਸ ਘਰ 'ਚ ਰਹਿ ਰਹੇ ਸਨ। ਕਿਸੇ ਨਾਲ ਮਾੜਾ ਚੰਗਾ ਨੀ....ਸਭ ਦੇ ਕੰਮ ਆਉਣ ਵਾਲੇ ਦਰਵੇਸ਼ ਜੀਅ ਸਨ ਦੋਵੇਂ।

ਸੁੱਖਾ ਤੇ ਦੀਪੋ ਧੁੱਪ ਦੇ ਸੇਕ 'ਚ ਮੁਰਦਿਆਂ ਵਾਂਗ ਬੈਠੇ ਸਨ। ਨਾ ਭੁੱਖ ਨਾ ਤਿਹਾਅ। ਦੀਪੋ ਤਾਂ ਫੇਰ ਵੀ ਵਿੱਚ ਵਿੱਚ ਰੋ ਲੈਂਦੀ ਸੀ ਪਰ ਸੁੱਖੇ ਦੀਆਂ ਅੱਖਾਂ 'ਚੋਂ ਤਾਂ ਪਾਣੀ ਵੀ ਸੁੱਕ ਗਿਆ ਸੀ।

ਹੌਂਕਦਾ ਹੌਂਕਦਾ ਕਬੂਤਰਾਂ ਦਾ ਇੱਕ ਜੋੜਾ ਬਨੇਰੇ 'ਤੇ ਆ ਕੇ ਬਹਿ ਗਿਆ। ਉਹਨਾਂ ਨੇ ਇੱਧਰ ਉੱਧਰ ਦੇਖਿਆ ਫੇਰ ਆਪਣੀ ਚੁੰਜ 'ਚ ਇੱਕ ਇੱਕ ਡੱਕਾ ਚੱਕ ਕੇ ਉਡ ਗਏ। ਕਿੰਨੇ ਈ ਚੱਕਰ ਇਹਨਾਂ ਪੰਛੀਆਂ ਨੇ ਮਾਰੇ ਤੇ ਕਿੰਨੇ ਹੀ ਡੱਕੇ ਚੁੱਕ ਚੁੱਕ ਕੇ ਲਜਾਂਦੇ ਰਹੇ।

"ਇਹਨਾਂ ਨੇ ਆਲ੍ਹਣਾ ਪਾਉਣਾ ਹੋਣੈ.....ਆਪਣੇ ਬੱਚਿਆਂ ਖਾਤਰ.....।" ਦੀਪੋ ਨੇ ਡੱਕੇ ਲਿਜਾਂਦੇ ਕਬੂਤਰਾਂ ਨੂੰ ਦੇਖ ਕੇ ਕਿਹਾ।

ਪਹਿਲੀ ਦਫਾ ਸੁੱਖੇ ਦੀ ਭੁੱਬ ਨਿਕਲੀ।

ਉਹਨੇ ਮੂੰਹ ਗੋਡਿਆਂ 'ਚ ਦੇ ਲਿਆ। ਉਹ ਹੁਬਕੀਂ-ਹੁਬਕੀਂ ਰੋ ਰਿਹਾ ਸੀ। ਨਿੱਕੇ ਬੱਚੇ ਵਾਂਗ।

"ਦੀਪੋ ਉਹਦਾ ਸਿਰ ਆਪਣੇ ਮੋਢੇ ਨਾਲ ਲਾ ਕੇ ਉਹਨੂੰ ਵਰਾਉਣ ਲੱਗ ਪਈ।

ਅਸਲ 'ਚ ਸੋਲਾਂ ਸਾਲ ਪਹਿਲਾਂ ਵੀ ਉਹ ਐਮੇਂ ਸਸ਼ੋਪੰਜ 'ਚ ਪਿਆ ਆਪਣੇ ਜੱਦੀ ਘਰ ਦੀ ਛੱਤ 'ਤੇ ਬੈਠਿਆ ਹੋਇਆ ਸੀ। ਉਦੋਂ ਵੀ ਉਸ ਨੂੰ ਸਮਝ ਨਹੀਂ ਸੀ ਆ ਰਹੀ ਕਿ ਉਹ ਕੀ ਕਰੇ।

ਏਸੇ ਤਰ੍ਹਾਂ ਉਸ ਦਿਨ ਵੀ ਉਹਨੂੰ ਰੋਂਦੇ ਨੂੰ ਦੀਪੋ ਨੇ ਮੋਢੇ ਨਾਲ ਲਾ ਕੇ ਦਿਲਾਸਾ ਦਿੱਤਾ ਸੀ। ਅਚੇਤ ਹੀ ਉਹ ਵੀਹ ਸਾਲ ਪਿਛਾਂਹ ਪਰਤ ਗਿਆ। ਉਦੋਂ ਉਹ ਇੱਕ ਪ੍ਰਾਈਵੇਟ ਮੈਟਰਨਿਟੀ ਹਸਪਤਾਲ 'ਚ ਲੈਬ ਅਟੈਂਡੈਂਟ ਲੱਗਿਆ ਹੋਇਆ ਸੀ। ਹਸਪਤਾਲ ਦੀ ਮਾਲਕ ਡਾ. ਨਿਧੀ ਦੁਆਰਾ ਕੀਤੀ ਲਿੰਗ ਜਾਂਚ ਦੀ ਰਿਪੋਰਟ ਤਿਆਰ ਕੇ ਦਿੰਦਿਆਂ ਸੁੱਖਾ ਅੰਦਰ ਤੱਕ ਦੁਖ ਜਾਂਦਾ ਸੀ।

ਉਹ ਦੇਖਦਾ ਕਿ ਰਿਪੋਰਟ ਵਿੱਚ ਲੜਕਾ ਪਤਾ ਲੱਗਣ ਤੇ ਲੋਕ ਕਿਵੇਂ ਬਾਘੀਆਂ ਪਾਉਂਦੇ ਤੇ ਕੁੜੀ ਦਾ ਪਤਾ ਲੱਗਣ ਤੇ ਕਿਵੇਂ ਉਹਨਾਂ ਦੇ ਗੋਡੇ ਢੇਰੀ ਹੋ ਜਾਂਦੇ। ਕਈਆਂ ਨੂੰ ਉਹ ਸਹਾਰਾ ਦੇ ਕੇ ਪਾਣੀ ਧਾਣੀ ਪਲਾਉਂਦਾ ਤੇ ਉਹਨਾਂ ਨੂੰ ਹੌਸਲਾ ਦਿੰਦਾ।

ਤੇ ਜਦੋਂ ਉਹ ਅਣਜੰਮੀ ਧੀ ਦੇ ਭਰੂਣ ਨੂੰ ਟਰੇਅ 'ਚ ਪਿਆ ਦੇਖਦਾ ਤਾਂ ਉਸਦੇ ਕਾਲਜੇ ਨੂੰ ਹੌਲ ਪੈਂਦਾ....ਉਹਦਾ ਜੀ ਖਰਾਬ ਹੁੰਦਾ।

ਇਹ ਲੋਕ ਕੀ ਕਰਦੇ ਨੇ?

ਆਪਣੀ ਏ ਧੀ ਨੂੰ ਕਤਲ ਕਰਾ ਕੇ ਇਹਨਾਂ ਦਾ ਕਾਲਜਾ ਨੀ ਫਟਦਾ? ਕਿੰਨੇ ਜ਼ਾਲਮ-ਨਿਰਦਈ-ਕਾਤਲ ਨੇ ਇਹ ਲੋਕ...ਧੀ ਦੇ ਕਾਤਲ ਮਾਪਿਆਂ ਨੂੰ ਕੋਈ ਸਜ਼ਾ ਏ ਨੀ ਮਿਲਦੀ—

ਹੁਣ ਤਾਂ ਫੇਰ ਕਾਨੂੰਨ ਸਖਤ ਹੋ ਗਿਐ। ਲਿੰਗ ਟੈਸਟ ਤੇ ਗਰਭਪਾਤ ਕਰਨ ਤੋਂ ਡਾਕਟਰ ਵੀ ਡਰਦੇ ਨੇ ਅਤੇ ਮਾਪੇ ਵੀ। ਪਰ ਵੀਹ ਸਾਲ ਪਹਿਲਾਂ ਤਾਂ ਕਿਸੇ ਪ੍ਰਕਾਰ ਦਾ ਡਰ ਭੈਅ ਹੁੰਦਾ ਈ ਨਹੀਂ ਸੀ। ਜਣਾ ਖਣਾ ਪੰਜ ਸੱਤ ਸੌ ਰੁਪਏ ਦੇ ਕੇ ਟੈਸਟ ਕਰਾ ਲੈਂਦਾ ਤੇ ਹਜ਼ਾਰ ਪੰਦਰਾਂ ਸੌ ਰੁਪਏ ਦੇ ਕੇ ਕੰਨਿਆ ਭਰੂਣ ਹੱਤਿਆ ਕਰਵਾ ਦਿੰਦਾ। ਕਿੱਡੇ ਜਿਗਰੇ ਵਾਲੇ ਨੇ ਇਹ ਲੋਕ—

ਉਦੋਂ ਹਸਪਤਾਲ 'ਚ ਨੌਕਰੀ ਕਰਦਿਆਂ ਉਹਦਾ ਦਿਲ ਹਰ ਮਰੀ ਧੀ ਲਈ ਪਸੀਜਦਾ ਤੇ ਕੁਰਲਾਹਟ ਪਾਉਂਦਾ। ਪਰ ਉਹ ਕਰ ਕੁਝ ਨਹੀਂ ਸੀ ਸਕਦਾ।

ਫੇਰ ਉਹਨੇ ਲਿੰਗ ਟੈਸਟ ਕਰਾਉਣ ਆਏ ਲੋਕਾਂ ਨੂੰ ਸਮਝਾਉਣਾ ਸ਼ੁਰੂ ਕਰ ਦਿੱਤਾ ਕਿ ਉਹ ਧੀ ਨੂੰ ਨਾ ਮਾਰਨ। ਉਹ ਕਈਆਂ ਨੂੰ ਹੱਥ ਜੋੜ ਕੇ ਵਾਸਤੇ ਪਾਉਂਦਾ ਬਈ ਟੈਸਟ ਨਾ ਕਰਾਓ...ਧੀ ਨੂੰ ਨਾ ਮਾਰੋ।

ਤੇ ਪਹੁੰਚਦੀ ਪਹੁੰਚਦੀ ਗੱਲ ਡਾਕਟਰ ਨਿਧੀ ਤੱਕ ਪਹੁੰਚ ਗਈ। ਨਿਧੀ ਨੇ ਬਿਨਾਂ ਕਿਸੇ ਨੋਟਿਸ ਤੋਂ ਉਹਨੂੰ ਨੌਕਰੀ ਤੋਂ ਕੱਢ ਦਿੱਤਾ। ਡਾ. ਨਿਧੀ ਦੇ ਬੋਲ ਅੱਜ ਵੀ ਉਹਦੇ ਕੰਨਾਂ 'ਚ ਕੱਚ ਦੀਆਂ ਕੰਕਰਾਂ ਵਾਂਗ ਚੁਭਦੇ ਨੇ,

"ਤੈਨੂੰ ਧੰਦਾ ਚੌਪਟ ਕਰਨ ਲਈ ਰੱਖਿਐ ਨੌਕਰੀ 'ਤੇ? ਤੈਨੂੰ ਇਹ ਅਧਿਕਾਰ

ਕੀਹਨੇ ਦਿੱਤੈ.....ਬਈ ਤੂੰ ਲੋਕਾਂ ਨੂੰ ਵਰਗਲਾ ਕੇ ਮੇਰੇ ਬਿਜਨਸ ਤੇ ਅਸਰ ਪਾਵੇਂ...?"

ਫੇਰ ਕੋਈ ਸਾਲ ਕੁ ਬਾਅਦ ਜਦੋਂ ਉਹ ਮੌਕੇ ਤੇ ਗਰਭਪਾਤ ਕਰਦੀ ਫੜੀ ਗਈ ਤਾਂ ਉਹਨੂੰ ਦੋ ਸਾਲ ਦੀ ਜੇਲ੍ਹ ਹੋਈ—ਨਾਲੇ ਹਸਪਤਾਲ ਬੰਦ ਹੋ ਗਿਆ।

ਇੱਕ ਦਿਨ ਸੁੱਖਾ ਜੇਲ੍ਹ 'ਚ ਉਹਦੀ ਮੁਲਾਕਾਤ ਨੂੰ ਗਿਆ। ਉਹਨੂੰ ਦੇਖ ਕੇ ਨਿਧੀ ਨੇ ਸਿਰਫ ਐਨਾ ਈ ਕਿਹਾ,

"ਮਾਫ ਕਰੀਂ ਸੁੱਖਾ ਸਿਆਂ...ਮੈਂ...ਮੈਂ....।" ਅੱਗੇ ਪਤਾ ਨ੍ਹੀ ਉਹ ਕੀ ਕਹਿਣਾ ਚਾਹੁੰਦੀ ਸੀ। ਅੰਦਰ ਜਾਂਦਿਆਂ ਉਹਨੇ ਸਿਰਫ ਹੱਥ ਜੋੜੇ ਤੇ ਉਹਦੇ ਚਿਹਰੇ ਤੋਂ ਪਛਤਾਵੇ ਦੀ ਝਲਕ ਸਾਫ਼ ਨਜ਼ਰ ਆ ਰਹੀ ਸੀ।

ਫੇਰ ਜਦੋਂ ਸੁੱਖਾ ਲੋਕਾਂ ਨੂੰ ਧੀਆਂ ਨੂੰ ਨਾ ਮਾਰਨ ਲਈ ਪ੍ਰੇਰਦਾ ਤਾਂ ਉਹਦੇ ਮਾਂ ਬਾਪ ਨੱਕ ਬੁੱਲ੍ਹ ਵੱਟਦੇ। ਇੱਕ ਸਮਾਂ ਅਜਿਹਾ ਆਇਆ ਕਿ ਸੁੱਖਾ ਸਿੰਘ ਨੇ ਕੰਨਿਆ ਭਰੂਣ ਹੱਤਿਆ ਦੇ ਖ਼ਿਲਾਫ਼ ਇਕ ਲਹਿਰ ਛੇੜ ਦਿੱਤੀ। ਬਹੁਤ ਸਾਰੇ ਲੋਕਾਂ ਨੂੰ ਉਸ ਨੇ ਟੈਸਟ ਨਾ ਕਰਾਉਣ ਦੀ ਸਹੁੰ ਚੁਕਾਈ।

ਆਸੇ ਪਾਸੇ ਨਿੱਕੀਆਂ ਨਿੱਕੀਆਂ ਬੱਚੀਆਂ ਨੂੰ ਵੇਖ ਕੇ ਉਹ ਬਾਗੋ ਬਾਗ ਹੋ ਜਾਂਦਾ ਤੇ ਸੋਚਦਾ ਕਿ ਚਲੋ ਕੁਝ ਤਾਂ ਬਚੀਆਂ....ਕੁਝ ਧੀਆਂ ਤਾਂ ਪੈਦਾ ਹੋਈਆਂ। ਸੁੱਖਾ ਸਾਰੇ ਇਲਾਕੇ ਵਿੱਚ ਮਸ਼ਹੂਰ ਹੋ ਗਿਆ। ਲੋਕ ਉਹਨੂੰ 'ਧੀਆਂ ਦਾ ਰਾਖਾ' ਕਹਿ ਕੇ ਬੁਲਾਉਂਦੇ।

ਲੋਕ ਉਹਦੀ ਗੱਲ ਸੁਣਨ ਲੱਗ ਪਏ। ਹੁਣ ਲੋਕ ਉਹਦੀ ਇੱਜ਼ਤ ਵੀ ਕਰਦੇ। ਉਹਦੇ ਕੋਲ ਲੋਕਾਂ ਨੂੰ ਪ੍ਰਭਾਵਿਤ ਕਰਨ ਦੀ ਕਲਾ ਵੀ ਸੀ।

ਫੇਰ ਉਹਦਾ ਦੀਪੋ ਨਾਲ ਵਿਆਹ ਹੋ ਗਿਆ। ਜਦੋਂ ਉਹਦੇ ਕੋਲ ਪਹਿਲੀ ਬੇਟੀ ਹੋਈ ਤਾਂ ਮਾਂ ਬਾਪ ਸਮੇਤ ਸਾਰੇ ਟੱਬਰ ਨੇ ਉਹਨੂੰ ਦਬਵੀਂ ਆਵਾਜ਼ 'ਚ ਕੋਸਿਆ, ਅਖੇ,

"ਬਣਿਆ ਫਿਰਦੈ ਧੀਆਂ ਦਾ ਸਕਾ....ਆ ਗਈ ਤੇਰੇ ਬੀ ਧੀ....ਤੂੰ ਹਸਪਤਾਲ 'ਚ ਲੱਗਿਆ ਹੋਇਐਂ...ਚੁੱਪ ਕਰ ਕੇ ਟੈਸਟ ਕਰਾ ਲੈਂਦਾ....ਜੰਮ ਤਾ ਕੁੜਾਖਾਨਾ...ਪਹਿਲਾ ਮੁੰਡਾ ਹੋ ਜੇ ਤਾਂ ਬੰਦਾ ਨਿਸ਼ਚਿੰਤ ਹੋ ਜਾਂਦੈ....।" ਨਵੀਂ ਜੰਮੀਂ ਬੱਚੀ ਨੂੰ ਕਿਸੇ ਨੇ ਜੀ ਆਇਆਂ ਨਾ ਕਿਹਾ। ਕਿਸੇ ਨੇ ਉਹਦਾ ਸੁਆਗਤ ਨਾ ਕੀਤਾ।

ਪਰ ਸੁੱਖਾ ਤੇ ਦੀਪੋ ਨਵਨੀਤ ਨਾਲ ਬਹੁਤ ਮੋਹ ਕਰਦੇ। ਬਾਕੀ ਟੱਬਰ ਨੂੰ ਉਹਨਾਂ ਦਾ ਧੀ ਨਾਲ ਪਿਆਰ ਕਰਨਾ ਵੀ ਗਵਾਰਾ ਨਹੀਂ ਸੀ।

ਮਾਂ ਹਮੇਸ਼ਾ ਚਿੜਦੀ...ਅਖੇ ਧੀਆਂ ਨੂੰ ਬੀ ਕੋਈ ਆਇੰ ਲਾਡ ਲਡਾਉਂਦੈ? ਦਾਦੇ ਦਾਦੀ ਨੂੰ ਨਵਨੀਤ ਫੁੱਟੀ ਅੱਖ ਨਾ ਭਾਉਂਦੀ। ਸੁੱਖਾ ਹਮੇਸ਼ਾ ਉਹਨਾਂ ਨੂੰ ਸਮਝਾਉਂਦਾ ਕਿ ਮਾਂ ਤੂੰ ਵੀ ਤਾਂ ਕਿਸੇ ਦੀ ਧੀ ਐਂ....ਤੈਨੂੰ ਤਾਂ ਨਾਨਾ ਜੀ ਨੇ ਨਹੀਂ ਮਰਾਇਆ....ਫੇਰ ਤੂੰ??

"ਬੇ ਕਾਹਨੂੰ ਨੀ ਮਾਰਿਆ...ਉਦੋਂ ਕਿਹੜਾ ਟੈਸਟ ਕਰਨ ਆਲੀਆਂ ਮਸ਼ੀਨਾਂ ਹੁੰਦੀਆਂ 'ਤੀਆਂ...ਨਹੀਂ ਤਾਂ ਮੈਨੂੰ ਵੀ....।" ਅੱਗੇ ਬੇਬੇ ਚੁੱਪ ਈ ਹੋ ਗਈ। ਬੇਬੇ ਨੂੰ ਏਸ ਗੱਲ ਦਾ ਵੀ ਬੜਾ ਮਾਣ ਸੀ ਕਿ ਉਹਦੇ ਘਰ ਕੋਈ ਧੀ ਨੀ ਜੰਮੀ—ਸਿਰਫ ਮੁੰਡੇ ਈ ਨੇ।

ਖੈਰ ਕਰਦਿਆਂ ਕਰਾਉਂਦਿਆਂ ਨੂੰ ਤਿੰਨ ਸਾਲ ਬੀਤ ਗਏ। ਉਹ ਨਵਨੀਤ ਨਾਲ ਹੀ ਖੁਸ਼ ਸਨ। ਉਹਨਾਂ ਨੂੰ ਹੋਰ ਬੱਚੇ ਦੀ ਚਾਹਨਾ ਨਹੀਂ ਸੀ।

ਪਰ ਉਹਦੇ ਮਾਪਿਆਂ ਨੇ ਤੇ ਭਰਾ ਭਰਜਾਈਆਂ ਨੇ ਉਹਦੇ ਉਤੇ ਦਬਾਅ ਪਾਉਣਾ

ਸ਼ੁਰੂ ਕਰ ਦਿੱਤਾ ਕਿ ਸਾਨੂੰ ਜਾਇਦਾਦ ਦਾ ਵਾਰਸ ਦੇਵੇ। ਧੀ ਦਾ ਕੀ ਐ—ਬਗਾਨੇ ਘਰੇ ਤੁਰ ਜੂਗੀ। ਬੇਬੇ ਨਿੱਤ ਲੋਕਾਂ ਦੀਆਂ ਉਦਾਹਰਣਾਂ ਦਈ ਜਾਇਆ ਕਰੇ—ਅਖੇ ਫਲਾਨਾ ਤੇਰੇ ਹਾਣ ਦਾ ਐ—ਉਹਦੇ ਲਵੇ ਦੋ ਛਕਰੀਟ ਨੇ। ਫਲਾਨਾ ਤੇਰੇ ਨਾਲੋਂ ਛੋਟਾ ਐ—ਤੈਥੋਂ ਸਾਲ ਬਾਦ ਉਹਦਾ ਵਿਆਹ ਹੋਇਆ ਸੀ—ਉਹਦੇ ਕੋਲ ਤਿੰਨ ਮੁੰਡੇ ਨੇ—ਬਗੈਰਾ ਬਗੈਰਾ।

ਅਖੀਰ ਸੁੱਖੇ ਨੂੰ ਮਾਂ ਬਾਪ ਅੱਗੇ ਝੁਕਣਾ ਪਿਆ। ਉਹਨੂੰ ਦੂਜੇ ਬੱਚੇ ਵਾਸਤੇ ਸੋਚਣਾ ਪਿਆ।

ਹੁਣ ਘਰ 'ਚ ਇੱਕ ਹੋਰ ਡਰਾਮਾ ਸ਼ੁਰੂ ਹੋ ਗਿਆ। ਬੇਬੇ ਕਹੇ ਅਖੇ ਟੈਸਟ ਕਰਾਓ....ਸਾਨੂੰ ਹੋਰ ਧੀ ਨੀ ਚਾਹੀਦੀ। ਇੱਕੋ ਬਥੇਰੀ ਐ। ਪਰ ਸੁੱਖਾ ਤੇ ਦੀਪੋ ਏਸ ਗੱਲ ਲਈ ਤਿਆਰ ਨਾ ਹੋਏ। ਘਰ 'ਚ ਐਨਾ ਕਲੇਸ਼ ਪਿਆ ਕਿ ਦੀਪੋ ਬੁਰੀ ਤਰ੍ਹਾਂ ਬੀਮਾਰ ਪੈ ਗਈ। ਉਹ ਕਿਸੇ ਵੀ ਕੀਮਤ ਉਤੇ ਟੈਸਟ ਕਰਾਉਣ ਨੂੰ ਤਿਆਰ ਨਹੀਂ ਸਨ। ਸੁੱਖਾ ਇੱਕੋ ਗੱਲ ਮਾਂ ਨੂੰ ਆਖੀ ਜਾਵੇ ਕਿ ਜੇ ਟੈਸਟ ਵਿੱਚ ਕੁੜੀ ਆ ਗਈ ਤਾਂ ਫੇਰ?

"ਫੇਰ ਕੀ?? ਫੇਰ ਅਸੀਂ ਨੀਂ ਰੱਖਣੀ....ਤੇਰੇ ਦੋਏ ਭਾਈਆਂ ਕੋਲ ਦੋ ਦੋ ਮੁੰਡੇ ਨੇ...ਕਿਸੇ ਕੋਲ ਕੁੜੀ ਨੀ....ਤੇਰੇ ਇੱਕ ਹੋ ਗੀ....ਬਥੇਰੀ ਐ.....ਕੀ ਦੱਬਣੀਆਂ ਨੇ ਹੋਰ ਕੁੜੀਆਂ...ਬੱਸ...ਟੈਸਟ ਕਰਾ ਕੇ ਜੇ ਮੁੰਡਾ ਹੋਵੇ ਤਾਂ ਠੀਕ...ਨਹੀਂ ਫੇਰ....।"

"ਮਾਂ ਮਾਰ ਦੇਣੈ ਰੱਬ ਦਾ ਜੀਅ? ਤੂੰ ਕਿਵੇਂ ਐਨੀ ਜ਼ਾਲਮ ਹੋ ਜੇਂਗੀ? ਰੋਜ਼ ਤੂੰ ਪੂਜਾ ਪਾਠ ਕਰਦੀ ਐਂ....ਮੰਦਰ ਗੁਰਦੁਆਰੇ ਜਾ ਕੇ ਪਾਠ...ਫੇਰ ਤੈਨੂੰ ਇਹ ਪਾਪ ਕਰਦਿਆਂ ਡਰ ਨਾ ਲੱਗੂ?"

"ਡਰ ਕਾਹਦਾ...ਸਾਰੀ ਦੁਨੀਆਂ ਟੈਸਟ ਕਰਾਈ ਜਾਂਦੀ ਐ....ਇਹ ਕਿਹੜਾ ਪਾਪ ਐ....ਸਾਡੇ ਵੇਲਿਆਂ 'ਚ ਹੁੰਦਾ ਸੀ ਪਾਪ....ਜਦੋਂ ਜੰਮਦੀ ਧੀ ਨੂੰ ਦਾਈ ਜਾਂ ਘਰ ਦੀ ਕੋਈ ਬੱਡ ਬਡੇਰੀ ਗਲ ਗੂਠਾ ਦੇ ਕੇ ਮਾਰ ਦੇਂਦੀ ਸੀਗੀ....ਜਿਹੜਾ ਜੀ ਅਜੇ ਦੇਖਿਆ ਈ ਨੀ...ਨਾਲੇ ਐਨੀ ਛੋਟੀ ਕਿਹੜਾ ਜੀ 'ਚ ਜਾਨ ਪੈਂਦੀ ਐ....ਉਹਨੂੰ ਕੀ ਮਸੂਸ ਹੁੰਦੈ?" ਮਾਂ ਦੀ ਢੀਠਤਾਈ ਅੱਗੇ ਬੇਬਸ ਹੋਏ ਸੁੱਖੇ ਨੇ ਕਲੇਸ਼ ਮੁਕਾਉਣ ਲਈ ਇੱਕ ਸਕੀਮ ਬਣਾਈ।

ਉਹਨੇ ਦੀਪੋ ਨੂੰ ਕਿਹਾ ਕਿ ਆਪਾਂ ਘਰੋਂ ਟੈਸਟ ਕਰਾਉਣ ਚਲੇ ਜਾਨੇ ਆਂ....ਆ ਕੇ ਘਰੇ ਆਖ ਦਿਆਂਗੇ ਬਈ ਮੁੰਡਾ ਐ। ਕਲੇਸ਼ ਤੋਂ ਤਾਂ ਬਚਾਂਗੇ।

ਪਰ ਸ਼ਾਤਰ ਮਾਂ ਉਹਦੀ ਵੀ ਬੇਬੇ ਸੀ। ਆਖਣ ਲੱਗੀ ਕਿ, "ਮੈਂ ਬੀ ਨਾਲ ਚੱਲੂੰ...।"

ਸ਼ਾਇਦ ਉਹਨੂੰ ਨੂੰਹ ਪੁੱਤ ਤੇ ਭਰੋਸਾ ਨਹੀਂ ਸੀ।

ਫੇਰ ਸੁੱਖਾ ਜਾਣਦੈ ਜਾਂ ਉਹਦਾ ਰੱਬ ਬਈ ਉਹਨੇ ਚੁਸਤ ਚਲਾਕ ਬੇਬੇ ਦੀਆਂ ਅੱਖਾਂ 'ਚ ਕਿਵੇਂ ਘੱਟਾ ਪਾਇਆ।

ਜਦੋਂ ਪੈਸੇ ਜਮ੍ਹਾਂ ਕਰਾ ਕੇ ਉਹ ਦੀਪੋ ਨੂੰ ਟੈਸਟ ਕਰਾਉਣ ਅੰਦਰ ਲੈ ਕੇ ਗਿਆ ਤਾਂ ਮਾਂ ਬੀ ਮਗਰੇ ਹੋ ਲਈ। ਸੁੱਖਾ ਝੂਠੀ ਮੂਠੀ ਚੱਕਰ ਖਾ ਕੇ ਡਿੱਗ ਪਿਆ। ਮਾਂ ਉਹਨੂੰ ਸਾਂਭਣ ਲੱਗ ਪਈ ਤੇ ਅੰਦਰ ਦੀਪੋ ਨੇ ਤਿਆਰੀ ਕਰਦੀ ਡਾਕਟਰ ਨੂੰ ਸਾਰੀ ਗੱਲ ਦੱਸ ਦਿੱਤੀ। ਡਾਕਟਰ ਨੇ ਘੁੱਟ ਕੇ ਦੀਪੋ ਨੂੰ ਗਲ ਨਾਲ ਲਾਉਂਦਿਆਂ ਉਹਦਾ ਮੱਥਾ ਚੁੰਮਿਆ। ਸੋਚਿਆ ਕਿ ਕੋਈ ਤਾਂ ਸੰਵੇਦਨਸ਼ੀਲ ਮਾਂ ਹੈ ਦੁਨੀਆਂ 'ਤੇ—

ਬਾਹਰ ਨਿਕਲ ਕੇ ਦੀਪੋ ਨੇ ਬੇਬੇ ਦੇ ਕੰਨ 'ਚ ਵਧਾਈ ਦਿੰਦਿਆਂ ਸੁੱਖੇ ਨੂੰ ਵੀ

ਖੁਸ਼ਖਬਰੀ ਸੁਣਾਈ। ਸ਼ਾਇਦ ਮਾਂ ਨੇ ਪਹਿਲੀ ਵਾਰ ਦੀਪੋ ਨੂੰ ਘੁੱਟ ਕੇ ਛਾਤੀ ਨਾਲ ਲਾਇਆ— ਲੱਖਾਂ ਅਸੀਸਾਂ ਦਿੰਦੀ ਬੇਬੇ ਦੀਪੋ ਨੂੰ ਅਜੇ ਵੀ ਦੁਲਾਰੀ ਜਾ ਰਹੀ ਸੀ।

ਡਾਕਟਰ ਨੇ ਦੀਪੋ ਨੂੰ ਗਲ ਨਾਲ ਲਾਇਆ–ਕਿਸੇ ਹੋਰ ਕਾਰਣ ਸਦਕਾ। ਤੇ ਬੇਬੇ ਨੇ ਦੀਪੋ ਨੂੰ ਗਲ ਨਾਲ ਲਾਇਆ ਕਿਸੇ ਦੂਸਰੇ ਕਾਰਨ ਸਦਕਾ।

ਸ਼ਹਿਰੋਂ ਮਠਿਆਈ ਦਾ ਡੱਬਾ ਤੇ ਲੱਡੂ ਖਰੀਦ ਕੇ ਬੇਬੇ ਐਨੇ ਮਾਣ ਨਾਲ ਘਰੇ ਵੜੀ ਜਿਵੇਂ ਉਹਨੂੰ ਤਿੰਨ ਲੋਕ ਦਾ ਰਾਜ ਮਿਲ ਗਿਆ ਹੋਵੇ।

ਫੇਰ ਡਿਲੀਵਰੀ ਵੇਲੇ ਜਦੋਂ ਦੀਪੋ ਨੂੰ ਹਸਪਤਾਲ ਲੈ ਕੇ ਗਏ ਤਾਂ....ਤਾਂ ਸਾਰਾ ਟੱਬਰ ਖਿੜਿਆ ਪਿਆ ਸੀ। ਬੱਸ ਹੁਣੇ ਖਬਰ ਮਿਲੀ ਕਿ ਮਿਲੀ। ਬੱਸ ਜਾਇਦਾਦ ਦਾ ਵਾਰਸ ਆਇਆ ਕਿ ਆਇਆ—

ਪਰ ਆਹ ਕੀ?

ਸੁੱਖੇ ਦੇ ਘਰ ਦੂਸਰੀ ਬੇਟੀ ਆ ਗਈ ਸੀ। ਸੁਣ ਕੇ ਘਰ ਦਿਆਂ ਉਪਰ ਸੌ ਘੜਾ ਪਾਣੀ ਦਾ ਪੈ ਗਿਆ...ਉਇ ਹੋਇ....।

ਬੱਚੇ ਤੇ ਦੀਪੋ ਦੀ ਕਿਸੇ ਨੇ ਖਬਰਸਾਰ ਈ ਨਾ ਲਈ। ਬੇਬੇ ਅੱਡ ਕਲੇਸ਼ ਕਰ ਰਹੀ ਸੀ ਬਈ ਉਸ ਡਾਕਟਰਨੀ ਦੀ ਚੁੰਡੀ ਪੱਟੇ ਜੀਹਨੇ ਗਲਤ ਰਿਪੋਰਟ ਦਿੱਤੀ ਐ।

ਅਖੀਰ ਸੁੱਖੇ ਨੂੰ ਦੱਸਣਾ ਪਿਆ ਕਿ ਅਸੀਂ ਟੈਸਟ ਕਰਾਇਆ ਈ ਨਹੀਂ ਸੀ। ਇਹ ਸੁਣ ਕੇ ਬੇਬੇ ਹੋਰ ਵੀ ਅੱਗ ਬਬੂਲਾ ਹੋ ਗਈ। ਉਹਨੇ ਨਵ ਜੰਮੀ ਬੱਚੀ ਨੂੰ ਚੱਕ ਕੇ ਐਸਾ ਪਟਕਿਆ ਕਿ ਕੁੜੀ ਉੱਕਾ ਸੁੰਨ ਹੋ ਗਈ।

ਸੁੱਖੇ ਦੀ ਐਡੀ ਵੱਡੀ ਗਲਤੀ ਜਦੋਂ ਘਰ ਦੇ ਜੀਆਂ ਨੂੰ ਪਤਾ ਲੱਗੀ ਤਾਂ ਘਰ 'ਚ ਤੂਫਾਨ ਆ ਗਿਆ। ਸਾਰਿਆਂ ਨੇ ਦੰਦ ਪੀਸੇ। ਬਾਪੂ ਨੇ ਤਾਂ ਉੱਕਾ ਤੁਗਲਕੀ ਫੁਰਮਾਨ ਜਾਰੀ ਕਰ ਦਿੱਤਾ।

"ਏਹਨੂੰ ਨਪੈਦ ਨੂੰ ਬੇਦਖਲ ਕਰੋ ਸਾਰੀ ਜਾਇਦਾਦ ਤੋਂ....ਜਦੋਂ ਲੈ ਕੇ ਧੀਆਂ ਨੂੰ ਦਰ ਦਰ ਧੱਕੇ ਖਾਏ ਫੇਰ ਚੱਲੂ ਪਤਾ ਆਟੇ ਦਾਲ ਦਾ ਭਾਅ....।"

ਜਦੋਂ ਪਿੰਡ ਵਾਲਿਆਂ ਨੂੰ ਏਸ ਗੱਲ ਦਾ ਪਤਾ ਲੱਗਿਆ ਤਾਂ ਉਹਨਾਂ ਨੇ ਸੁੱਖੇ ਦੇ ਟੱਬਰ ਨੂੰ ਬਹੁਤ ਸਮਝਾਇਆ—ਪਰ ਉਹਨਾਂ ਨੇ ਕਿਸੇ ਦੀ ਨਾ ਸੁਣੀ। ਵਿੱਚ ਵਿੱਚ ਕਈ ਜਣੇ ਸੁੱਖੇ ਨੂੰ ਵੀ ਫਿਟਲਾਹਣਤੀ ਦੇ ਰਹੇ ਸਨ....ਬਈ ਜਦੋਂ ਮਾਂ ਬਾਪ ਦੇ ਅੜਬਪਣੇ ਦਾ ਪਤਾ ਸੀ ਤਾਂ ਮੰਨ ਲੈਂਦਾ ਉਹਨਾਂ ਦੀ ਗੱਲ। ਅਖੀਰ ਅਖਬਾਰ ਵਿੱਚ ਸੁੱਖੇ ਦੀ ਚੱਲ ਅਚੱਲ ਜਾਇਦਾਦ ਤੋਂ ਬੇਦਖਲੀ ਦੀ ਖਬਰ/ਇਸ਼ਤਿਹਾਰ ਪੜ੍ਹ ਕੇ ਲੋਕਾਂ ਨੂੰ ਵੀ ਬਹੁਤ ਅਫ਼ਸੋਸ ਹੋਇਆ।

ਤੇ ਫੇਰ ਪਿੰਡ ਦੇ ਇੱਕ ਭਲੇ ਪਰਿਵਾਰ ਨੇ ਉਹਨੂੰ ਟੋਭੇ ਦੇ ਨੇੜੇ ਭਰਤ ਪਾ ਕੇ ਦੱਬੀ ਜ਼ਮੀਨ 'ਚੋਂ ਚਾਰ ਖਣਾਂ ਜੋਗੀ ਥਾਂ ਦੇ ਦਿੱਤੀ। ਬਾਕੀ ਜੇ ਸੁੱਖਾ ਚਾਹੇ ਤਾਂ ਟੋਭੇ ਦੀ ਹੋਰ ਥਾਂ ਵੀ ਅੱਟ ਕੇ ਮਲੱਕ ਸਕਦਾ ਸੀ।

ਅਜੇ ਵੀ ਸੁੱਖੇ ਨੇ ਅਖਬਾਰ ਦੀ ਉਹ ਕਟਿੰਗ ਸਾਂਭ ਕੇ ਰੱਖੀ ਹੋਈ ਐ ਜਿਸ ਵਿੱਚ ਮਾਪਿਆਂ ਨੇ ਉਹਨੂੰ ਬੇਦਖਲ ਕਰ ਦਿੱਤਾ ਸੀ। ਕਦੇ ਕਦੇ ਉਹ ਨਵਨੀਤ ਤੇ ਪ੍ਰਵੀਨ ਨੂੰ ਇਹ ਕਟਿੰਗ ਦਖਾਉਂਦਾ ਹੁੰਦਾ ਸੀ।

ਹਸਪਤਾਲੋਂ ਸਿੱਧਾ ਸੁੱਖਾ ਦੀਪੋ ਤੇ ਬੱਚੀਆਂ ਨੂੰ ਉਹਨਾਂ ਦੇ ਨਾਨਕੇ ਛੱਡ ਆਇਆ

ਤਾਂ ਜੋ ਉਹ ਟੱਬਰ ਦੇ ਰਹਿਣ ਦਾ ਇੰਤਜ਼ਾਮ ਕਰ ਸਕੇ। ਦੀਪੋ ਦੇ ਮਾਪਿਆਂ ਨੇ ਵੀ ਨਵੀਂ ਜੰਮੀ ਬੱਚੀ ਨੂੰ ਜੀ ਆਇਆਂ ਨਾ ਕਿਹਾ। ਦੂਜੀ ਧੀ ਨੂੰ ਅਜੇ ਵੀ ਸਮਾਜ ਵਿੱਚ 'ਜੀ ਆਇਆਂ' ਨਹੀਂ ਕਿਹਾ ਜਾਂਦਾ।

ਫੇਰ ਸੁੱਖੇ ਨੇ ਟੋਭੇ ਕਿਨਾਰੇ ਚਾਰ ਖਣਾਂ ਦਾ ਕੱਚੀਆਂ ਇੱਟਾਂ ਦਾ ਛਤੜਾ ਛੱਤ ਕੇ ਜ਼ਰੂਰਤ ਦਾ ਸਮਾਨ ਰੱਖਿਆ। ਦੀਪੋ ਤੇ ਬੱਚੀਆਂ ਨੂੰ ਇਸ ਇੱਕ ਕਮਰੇ ਦੇ ਕੱਚੇ ਕੋਠੇ ਵਿੱਚ ਲਿਆ ਕੇ ਉਹਨੇ ਵਾਅਦਾ ਕੀਤਾ ਸੀ ਕਿ ਜਲਦੀ ਹੀ ਟੱਬਰ ਨੂੰ ਉਹ ਪੱਕਾ ਘਰ ਬਣਾ ਕੇ ਸਾਰੀਆਂ ਸੁੱਖ ਸੁਵਿਧਾਵਾਂ ਜੁਟਾ ਦੇਵੇਗਾ।

ਡਾ. ਨਿਧੀ ਦੇ ਹਸਪਤਾਲ 'ਚੋਂ ਕੱਢੇ ਜਾਣ ਬਾਅਦ ਉਹ ਕਿਸੇ ਹੋਰ ਹਸਪਤਾਲ 'ਚ ਲੈਬ ਅਟੈਂਡੈਂਟ ਲੱਗ ਗਿਆ। ਉਹਨੂੰ ਚੰਗੀ ਤਰ੍ਹਾਂ ਯਾਦ ਹੈ ਕਿ ਜਦੋਂ ਉਹਨੇ ਟੱਬਰ ਨੂੰ ਕੱਚੇ ਕੋਠੇ ਵਿੱਚ ਲਿਆਂਦਾ ਤਾਂ ਉਹ ਹਸਪਤਾਲ ਤੋਂ ਛੁੱਟੀ ਹੋਣ ਬਾਅਦ ਕਿਰਾਏ ਤੇ ਥਰੀ ਵ੍ਹੀਲਰ ਲੈ ਕੇ ਰਾਤ ਦੇ ਦਸ ਵਜੇ ਤੱਕ ਚਲਾਉਂਦਾ।

ਉਧਰ ਦੀਪੋ ਨੇ ਵੀ ਲੋਕਾਂ ਦੀਆਂ ਕਪਾਹਾਂ ਚੁਗਦਿਆਂ ਤੇ ਮਿਰਚਾਂ ਤੋੜਦਿਆਂ ਘਰ ਦਾ ਤੋਰੂਆ ਤੋਰ ਲਿਆ। ਪਹਿਲਾਂ ਵਾਲਾ ਟੌਹਰ ਬੇਸ਼ੱਕ ਨਹੀਂ ਸੀ ਪਰ ਗੁਜਰ ਬਸਰ ਹੋਣ ਲੱਗ ਪਈ।

ਕੁਝ ਸਾਲਾਂ ਬਾਦ ਉਹਨਾਂ ਨੇ ਕੱਚਾ ਕੋਠਾ ਢਾਹ ਕੇ ਦੋ ਕਮਰਿਆਂ ਦਾ ਪੱਕਾ ਘਰ ਬਣਾ ਲਿਆ। ਦੋਵੇਂ ਬੱਚੀਆਂ ਨਾਲ ਉਹ ਬਹੁਤ ਖੁਸ਼ ਸਨ।

ਫੇਰ ਜਦੋਂ ਉਹਨਾਂ ਨੇ ਨਵਨੀਤ ਨੂੰ ਸ਼ਹਿਰ ਦੇ ਇੱਕ ਪ੍ਰਾਈਵੇਟ ਸਕੂਲ 'ਚ ਦਾਖਲ ਕਰਾਇਆ ਤਾਂ ਪਿੰਡ 'ਚ ਬੜਾ ਅਚੰਭਾ ਹੋਇਆ। ਲੋਕ ਕਹਿਣ, ਅਖੇ ਕੋਈ ਕੁੜੀਆਂ ਨੂੰ ਵੀ ਐਨਾ ਖਰਚਾ ਕਰ ਕੇ ਸ਼ਹਿਰਾਂ 'ਚ ਪੜ੍ਹਨ ਭੇਜਦਾ ਹੈ?

ਪਰ ਸੁੱਖਾ ਲੋਕਾਂ ਦੀਆਂ ਗੱਲਾਂ ਸੁਣ ਕੇ ਮੁਸਕਰਾ ਮਾਤਰ ਛੱਡਦਾ। ਕਦੇ ਕਦੇ ਆਖਦਾ,

"ਇਹ ਤਾਂ ਮੇਰਾ ਛੇਰ ਪੁੱਤ ਐ....ਮੁੰਡੇ ਕੁੜੀ 'ਚ ਕੋਈ ਫਰਕ ਨੀ ਹੁੰਦਾ...ਦੇਖਣਾ ਨਵਨੀਤ ਬੜੀ ਅਫਸਰ ਬਣ ਕੇ ਪਿੰਡ ਦਾ ਈ ਨਹੀਂ ਬਲਕਿ ਸਾਰੇ ਦੇਸ਼ ਦਾ ਨਾਂ ਰੌਸ਼ਨ ਕਰੂ। ਕਲਪਨਾ ਚਾਵਲਾ ਵਾਂਗ ਤੇ ਸੁਨੀਤਾ ਵਿਲੀਅਮਜ਼ ਵਾਂਗ।"

ਨਵਨੀਤ ਦਸਵੀਂ 'ਚ ਹੋ ਗਈ ਤੇ ਨਿੱਕੀ ਪ੍ਰਵੀਨ ਸੱਤਵੀਂ 'ਚ। ਕੁੜੀਆਂ ਦੀ ਸੁੱਖ ਸੁਵਿਧਾ ਲਈ ਦੋਵੇਂ ਪਤੀ ਪਤਨੀ ਸਿਰਤੋੜ ਮਿਹਨਤ ਕਰਦੇ। ਕੁੜੀਆਂ ਨੂੰ ਉਹਨਾਂ ਨੇ ਲੈਪਟਾਪ ਲੈ ਕੇ ਦੇ ਦਿੱਤਾ ਤਾਂ ਜੋ ਉਹ ਜ਼ਮਾਨੇ ਦੀ ਦੌੜ 'ਚ ਪੱਛੜ ਨਾ ਜਾਣ। ਲੇਕਿਨ ਇੰਟਰਨੈਟ ਦੇ ਦੁਰਉਪਯੋਗ ਨੇ ਨਵਨੀਤ ਨੂੰ ਕੁਰਾਹੇ ਪਾ ਦਿੱਤਾ। ਫੇਸ ਬੁੱਕ ਦੇ ਜ਼ਰੀਏ ਉਹਨੇ ਇੱਕ ਪੈਂਤੀ ਚਾਲੀ ਸਾਲਾਂ ਦੇ ਅਜਿਹੇ ਆਦਮੀ ਨਾਲ ਦੋਸਤੀ ਕਰ ਲਈ ਜਿਹੜਾ ਸ਼ਕਲੋਂ ਨਿਰਾ ਬਦਮਾਸ਼ ਲੱਗਦਾ ਸੀ। ਇਹ ਬੰਦਾ ਕੁੜੀਆਂ ਨੂੰ ਵਰਗਲਾ ਕੇ ਦੇਹ ਵਪਾਰ ਦਾ ਧੰਦਾ ਕਰਾਉਂਦਾ। ਸੱਤੇ ਐਬਾਂ ਦਾ ਧਾਰਨੀ ਬੰਤਾ ਅਨਪੜ੍ਹ ਹੁੰਦਿਆਂ ਹੋਇਆਂ ਵੀ ਇੰਟਰਨੈਟ ਰਾਹੀਂ ਸਾਰੇ ਕਾਲੇ ਧੰਦੇ ਕਰਦਾ ਸੀ।

ਅਫੀਮ ਵੇਚਣੀ, ਔਰਤਾਂ ਦਾ ਧੰਦਾ, ਸੱਟਾ ਜੂਆ, ਹਰ ਤਰ੍ਹਾਂ ਦੀ ਸਮਗਲਿੰਗ ਕਰਨੀ ਉਹਦਾ ਬਿਜ਼ਨਸ ਸੀ। ਘੁਣਖੀ ਖਾਧੇ ਦੰਦ, ਖੋੜੀਆਂ ਪਾ ਕੇ ਮੁੰਨਿਆ ਸਿਰ, ਕੰਨਾਂ 'ਚ ਨੱਤੀਆਂ, ਹਮੇਸ਼ਾ ਜਰਦਾ ਚਬਾਉਂਦਾ ਤੇ ਥੁੱਕ ਦੀਆਂ ਪਿਚਕਾਰੀਆਂ ਮਾਰਦਾ ਬੰਤਾ—

ਨਵਨੀਤ ਮਾਂ ਬਾਪ ਦੀਆਂ ਸਭ ਕੁਰਬਾਨੀਆਂ ਭੁੱਲ ਕੇ ਬੰਤੇ ਨਾਲ ਰੰਗਰਲੀਆਂ ਮਨਾਉਣ ਲੱਗ ਪਈ। ਨਤੀਜੇ ਵਜੋਂ ਉਹ ਬੰਤੇ ਦੇ ਬੱਚੇ ਦੀ ਮਾਂ ਬਣ ਗਈ। ਕੋਈ ਚਾਰਾ ਨਾ ਚਲਦਾ ਦੇਖ ਕੇ ਨਵਨੀਤ ਨੇ ਬੰਤੇ ਨਾਲ ਵਿਆਹ ਕਰਾਉਣ ਦੀ ਜ਼ਿੱਦ ਫੜ ਲਈ। ਸੁੱਖੇ ਤੇ ਦੀਪੋ ਦੇ ਪੈਰਾਂ ਹੇਠੋਂ ਜ਼ਮੀਨ ਸਰਕੀ।

ਸੁੱਖੇ ਨੇ ਪੱਗ 'ਤਾਰ ਕੇ ਧੀ ਦੇ ਪੈਰੀਂ ਧਰੀ।

ਪਰ ਪੱਗ ਨੂੰ ਪੈਰ ਨਾਲ ਠੁੱਡ ਮਾਰਦਿਆਂ ਨਵਨੀਤ ਬੇਸ਼ਰਮ ਹੋਈ ਇੱਕੋ ਗੱਲ ਉਤੇ ਅੜੀ ਰਹੀ ਕਿ ਮੈਂ ਅੱਜ ਕੱਲ੍ਹ ਈ ਬੰਤੇ ਨਾਲ ਵਿਆਹ ਕਰਾਉਣੈ।

ਸੁੱਖੇ ਤੇ ਦੀਪੋ ਨੇ ਉਹਨੂੰ ਬਹੁਤ ਸਮਝਾਇਆ ਕਿ ਅਜੇ ਤੇਰੀ ਉਮਰ ਵਿਆਹ ਕਰਨ ਦੀ ਨਹੀਂ ਐ—ਨਾਲੇ ਇਹ ਬੰਤਾ ਤੇਰੇ ਕਾਬਲ ਨਹੀਂ ਹੈ....ਇਹ ਬਦਮਾਸ਼ ਐ। ਇਹ ਤੈਨੂੰ ਵਰਗਲਾ ਕੇ ਬਰਬਾਦ ਕਰ ਦੂਗਾ। ਤੂੰ ਅਜੇ ਬੱਚੀ ਐਂ।

ਲੇਕਿਨ ਨਵਨੀਤ ਨੇ ਇੱਕੋ ਰਟ ਲਾਈ ਰੱਖੀ ਕਿ ਬੰਤੇ ਨਾਲ ਵਿਆਹ ਕਰੋ....।

ਪੱਗ ਨੂੰ ਝਾੜ ਕੇ ਸਿਰ ਤੇ ਧਰਦਿਆਂ ਸੁੱਖੇ ਨੇ ਬੜੀ ਨਰਮਾਈ ਨਾਲ ਧੀ ਨੂੰ ਸਮਝਾਇਆ,

"ਅਸੀਂ ਤੈਨੂੰ ਤੇਰੀ ਪਸੰਦ ਦੇ ਵਿਆਹ ਤੋਂ ਨੀ ਰੋਕਦੇ ਪਰ ਤੇਰੀ ਪਸੰਦ, ਤੇਰੀ ਚੋਣ ਸਹੀ ਤਾਂ ਹੋਣੀ ਚਾਹੀਦੀ ਐ, ਇਹ ਬੰਤੂ ਬਦਮਾਸ਼ ਆਦਮੀ ਐ....ਤੇਰੇ ਨਾਲ ਧੋਖਾ ਕਰ ਰਿਹੈ, ਨਾਲੇ ਸ਼ਕਲ ਦੇਖ। ਤੇਰੇ ਬਾਪ ਦੀ ਉਮਰ ਦਾ ਐ....।"

ਜਦੋਂ ਧੀ ਬਹੁਤੀ ਏ ਬਾਗੀ ਹੋ ਗਈ ਤਾਂ ਦੀਪੋ ਨੇ ਕੜਾਕ ਕਰਦਾ ਥੱਪੜ ਉਹਦੇ ਮੂੰਹ 'ਤੇ ਮਾਰਿਆ। ਦੰਦ ਪੀਂਹਦੀ ਨਵਨੀਤ ਮਾਂ ਨੂੰ ਐਂਜ ਘੂਰ ਰਹੀ ਸੀ ਜਿਵੇਂ ਕਹਿ ਰਹੀ ਹੋਵੇ ਕਿ ਇਸ ਥੱਪੜ ਦਾ ਮੁੱਲ ਚੁਕਾਉਣਾ ਪੈਣਾ ਐ—

ਅਗਲੇ ਦਿਨ ਉਹ ਸਕੂਲ ਨਾ ਗਈ ਸਗੋਂ ਬੰਤੇ ਨੂੰ ਮਿਲਣ ਤੁਰ ਗਈ। ਉਹਨੇ ਇੱਕ ਦਿਨ ਪਹਿਲਾਂ ਹੋਇਆ ਸਾਰਾ ਕਿੱਸਾ ਬੰਤੇ ਨੂੰ ਦੱਸਿਆ। ਬੰਤਾ ਘਾਗ ਬੰਦਾ ਸੀ। ਉਹਨੇ ਛੱਤੀ ਘਾਟਾਂ ਦਾ ਪਾਣੀ ਪੀਤਾ ਹੋਇਆ ਸੀ। ਹਥੇਲੀ ਤੇ ਜਰਦਾ ਧਰ ਕੇ ਅੰਗੂਠੇ ਨਾਲ ਰਗੜਦਿਆਂ ਉਹਨੇ ਨਵਨੀਤ ਨੂੰ ਰਾਇ ਦਿੱਤੀ,

"ਤੂੰ ਚਿੰਤਾ ਨਾ ਕਰ ਨਵਨੀਤ....ਮੈਂ ਕੋਈ ਰਸਤਾ ਕੱਢਦਾ ਆਂ ਨਾਲੇ ਰੱਬ ਹਮੇਸ਼ਾ ਸੱਚੇ ਪ੍ਰੇਮੀਆਂ ਦੀ ਸੁਣਦੈ।"

"ਹਾਅ ਤੇਰਾ ਬੱਚਾ। ਆਪਾਂ ਹੋਰ ਲੇਟ ਨੀ ਹੋ ਸਕਦੇ...." ਡਰੀ ਡਰੀ ਨਵਨੀਤ ਬੋਲੀ। ਬੰਤੇ ਨੂੰ ਪਤਾ ਸੀ ਕਿ ਨਵਨੀਤ ਅਜੇ ਨਾਬਾਲਗ ਐ ਉਹ ਕੋਰਟ ਮੈਰਿਜ ਵੀ ਨਹੀਂ ਕਰ ਸਕਦੇ।

ਬੱਚੇ ਵਾਲੀ ਗੱਲ ਤੋਂ ਉਹ ਅੰਦਰੇ ਅੰਦਰ ਹੱਸਿਆ। ਅਖੇ ਅਹੇ ਜੇ ਤਾਂ ਉਹਦੇ ਪਤਾ ਨੀ ਕਿੰਨੇ ਈ ਬੱਚੇ ਰੁਲਦੇ ਹੋਣਗੇ। ਆਪਾਂ ਤਾਂ ਤੈਥੋਂ ਧੰਦਾ ਕਰਾ ਕੇ ਰੋਕੜ ਕਮਾਉਣੇ ਨੇ। ਵਿਆਹ ਤਾਂ ਆਪਾਂ ਅਹੇ ਜੇ ਸਾਲ 'ਚ ਦੋ ਚਾਰ ਕਰ ਈ ਲਈਦੇ ਨੇ।

ਫੇਰ ਉਹ ਥੁੱਕ ਦੀ ਪਿਚਕਾਰੀ ਮਾਰਦਿਆਂ ਬੋਲਿਆ,

"ਇਹ ਤੇਰਾ ਕਿਹਾ ਜਾ ਬਾਪ ਐ....ਜਿਹੜਾ ਤੇਰੀ ਖੁਸ਼ੀ ਵੀ ਬਰਦਾਸ਼ਤ ਨਹੀਂ ਕਰ ਸਕਦਾ....ਗੋਲੀ ਮਾਰਨੀ ਐ ਅਹੇ ਜੇ ਬਾਪ ਨੂੰ.....ਫੇਰ ਜੇ...ਏ...ਏ...ਏ....ਨਹੀਂ ਮੰਨਦਾ....ਤਾਂ....ਆਂ....ਆਂ...ਆਂ...।"

ਪਤਾ ਨੀ ਉਹਦੀ ਜੀਭ ਕਿਉਂ ਥਥਲਾ ਗਈ....ਨਵਨੀਤ ਦੇ ਮੋਢੇ 'ਤੇ ਹੱਥ ਧਰ ਕੇ ਜਿਵੇਂ ਉਸਦਾ ਸਹਾਰਾ ਲੈਂਦਿਆਂ ਹੋਇਆਂ ਉਹ ਰੁਕਿਆ। ਸ਼ਾਇਦ ਅਗਲੇਰੀ ਗੱਲ ਕਰਨ ਤੋਂ ਉਹਦੀ ਜ਼ੁਬਾਨ ਜਵਾਬ ਦੇ ਗਈ ਸੀ। ਫੇਰ ਉਹ ਜਿਸਮ ਦੀ ਸਾਰੀ ਤਾਕਤ 'ਕੱਠੀ ਕਰ ਕੇ ਕੰਬਦੀ ਆਵਾਜ਼ 'ਚ ਬੋਲਿਆ,

"ਕਹਿ ਦੇ ਸਭ ਦੇ ਸਾਹਮਣੇ ਕਿ ਮੇਰੇ ਢਿੱਡ 'ਚ ਬਾਪ ਦਾ ਪਾਪ...." ਸੁਣ ਕੇ ਕੇਰਾਂ ਤਾਂ ਨਵਨੀਤ ਨੂੰ ਝਟਕਾ ਲੱਗਿਆ। ਉਸ ਨੇ ਬੰਤੇ ਦਾ ਮੋਢੇ ਧਰਿਆ ਹੱਥ ਛਿਣਕਿਆ ਤੇ ਅੱਖਾਂ 'ਚ ਕਈ ਸਵਾਲ ਭਰ ਕੇ ਉਹਦੇ ਵੱਲ ਕੌੜ ਕੌੜ ਝਾਕੀ।

"ਫੇਰ ਹੋਰ ਕੀ ਕਰੀਏ? ਜੇ ਤੇਰੇ ਮਾਪਿਆਂ ਨੇ ਵਿਆਹ ਨਾ ਕੀਤਾ ਤਾਂ ਦੋ ਮਹੀਨੇ ਨੂੰ ਭੰਡੀ ਪਿਟ ਜਾਣੀ ਐ....ਨਾਲੇ ਗੱਲ੍ਹ ਤੇ ਥੱਪੜ ਦਾ ਨਿਸ਼ਾਨ ਦੇਖ....।"

ਬੰਤਾ ਏਸ ਕਰਕੇ ਵੀ ਕਾਹਲਾ ਸੀ ਕਿ ਜਿੰਨੀ ਜਲਦੀ ਵਿਆਹ ਹੋਵੇ, ਉਨੀ ਜਲਦੀ ਉਹ ਬੱਚੇ ਨੂੰ ਗਿਰਾ ਕੇ ਨਵਨੀਤ ਨੂੰ ਕਿਸੇ ਧੰਦੇ 'ਤੇ ਲਾਵੇ। ਸਹਿਜ ਭਾਅ ਈ ਨਵਨੀਤ ਦਾ ਹੱਥ ਗੱਲ੍ਹ ਤੇ ਚਲਾ ਗਿਆ। ਉਹ ਕਿਤੋਂ ਬੜੇ ਗਹਿਰਿਓਂ ਬੋਲੀ,

"ਠੀਕ ਐ...ਆਹੀ ਕਰਨਾ ਪਊ...ਤਾਂ ਈ ਮੰਨਣਗੇ....।"

ਉਹ ਘਰੇ ਆਈ ਤਾਂ ਘਰ ਦੇ ਬਾਹਰ ਨਿੰਮ ਦੀ ਛਾਵੇਂ ਕਾਫੀ ਲੋਕ ਬੈਠੇ ਸਨ। ਉਹਦੇ ਮੰਮੀ ਡੈਡੀ ਵੀ ਮੁਰਦਲੇ ਜਿਹੇ ਮੰਜੇ 'ਤੇ ਬੈਠੇ ਸਨ।

ਉੱਕਾ ਬੇਸ਼ਰਮ ਹੋ ਕੇ ਨਵਨੀਤ ਸਭ ਦੇ ਸਾਹਮਣੇ ਆਪਣੇ ਮਾਪਿਆਂ ਨੂੰ ਬੋਲੀ, "ਤੁਸੀਂ ਮੇਰੀ ਗੱਲ ਮੰਨਣੀ ਐਂ ਜਾਂ ਦੱਸਾਂ ਸਾਰਿਆਂ ਨੂੰ ਥੋਡੀ ਕਰਤੂਤ....।"

ਸੁੱਖਾ ਕੰਬਦਾ ਹੋਇਆ ਉਹਦੇ ਵੱਲ ਵਧਿਆ। ਉਹਨੇ ਨਵਨੀਤ ਦੇ ਮੂੰਹ ਉਤੇ ਹੱਥ ਧਰਿਆ। ਪੁੱਤ ਪੁੱਤ ਕਰਦਾ ਸੁੱਖਾ ਉਹਨੂੰ ਪੁਚਕਾਰ ਰਿਹਾ ਸੀ। ਲੋਕਾਂ ਨੇ ਕੰਨ ਖੜ੍ਹੇ ਕੀਤੇ।

"ਮੇਰਾ ਲਾਡਲਾ ਪੁੱਤ....ਐਨਾ ਗੁੱਸਾ? ਤੈਨੂੰ ਪਤੈ ਤੂੰ ਆਪਣੇ ਬਾਪ ਨਾਲ ਗੱਲ ਕਰ ਰਹੀ ਐਂ....।" ਸੁੱਖੇ ਦੀ ਜੀਭ ਤਾਲੂ ਨਾਲ ਲਗਦੀ ਜਾ ਰਹੀ ਸੀ।

"ਬਾਪ? ਕਿਹੜਾ ਬਾਪ?? ਧੀ ਨਾਲ ਕੁਕਰਮ ਕਰਨ ਵਾਲਾ ਬਾਪ ਹੁੰਦੈ? ਮੈਂ ਤੇਰੇ ਬੱਚੇ ਦੀ ਮਾਂ......

ਪਤਾ ਨੀਂ ਪ੍ਰੈਗਨੈਂਸੀ ਸਦਕਾ, ਪਤਾ ਨੀ ਪ੍ਰੇਸ਼ਾਨੀ ਸਦਕਾ ਤੇ ਪਤਾ ਨੀ ਦੇਵਤੇ ਵਰਗੇ ਪਿਉ ਉੱਤੇ ਕਲੰਕ ਲਾਉਣ ਸਦਕਾ ਉਹਨੂੰ ਚੱਕਰ ਆ ਗਿਆ। ਸਾਰੇ ਲੋਕ ਹੱਕੇ ਬੱਕੇ ਕਦੇ ਸੁੱਖੇ ਵੱਲ ਤੱਕਣ ਤੇ ਕਦੇ ਬੇਹੋਸ਼ ਪਈ ਨਵਨੀਤ ਵੱਲ।

ਸ਼ਾਮ ਦਾ ਘੁਸਮੁਸਾ ਜਿਹਾ ਸੀ ਜਦੋਂ ਲੋਕ ਨਵਨੀਤ ਨੂੰ ਘਰ ਦੇ ਅੰਦਰ ਲੈ ਕੇ ਗਏ। ਸੁੱਖਾ ਤੇ ਦੀਪੋ ਮੁਰਦਿਆਂ ਵਾਂਗ ਕੰਧ ਨਾਲ ਲੱਗੇ ਖੜ੍ਹੇ ਸਨ। ਘੰਟਾ ਭਰ ਜਦੋਂ ਕੁੜੀ ਨੂੰ ਹੋਸ਼ ਨਾ ਆਈ ਤਾਂ ਸਾਰਿਆਂ ਨੇ ਸਲਾਹ ਕੀਤੀ ਕਿ ਇਹਨੂੰ ਹਸਪਤਾਲ ਲੈ ਚੱਲੀਏ।

ਕੁਝ ਲੋਕ ਨਵਨੀਤ ਨੂੰ ਹਸਪਤਾਲ ਲੈ ਗਏ ਤੇ ਕੁਝ ਅੱਖਾਂ 'ਚ ਸੈਂਕੜੇ ਸਵਾਲ ਲੈ ਕੇ ਘਰ ਦੇ ਬਾਹਰ ਖੜ੍ਹੇ ਹੋ ਗਏ। ਇੰਨੇ ਨੂੰ ਇੱਕ ਓਪਰਾ ਬੰਦਾ ਪਾਨ ਦੀਆਂ ਪਚਕਾਰੀਆਂ ਮਾਰਦਾ ਭੀੜ 'ਚ ਸ਼ਾਮਲ ਹੁੰਦਿਆਂ ਬੋਲਿਆ,

"ਕੁੜੀ ਦਾ ਡੀ. ਐਨ. ਏ. ਕਰਾਓ....ਦੁੱਧ ਦਾ ਦੁੱਧ ਤੇ ਪਾਣੀ ਦਾ ਪਾਣੀ ਨਿੱਤਰ ਜੂ.....ਕੋਈ ਧੀ ਬਾਪ ਤੇ ਝੂਠਾ ਅਲਜ਼ਾਮ ਲਾ ਸਕਦੀ ਐ ਭਲਾ....?"

ਲੋਕਾਂ ਦਾ ਪ੍ਰਤੀਕਰਮ ਭਾਂਪਣ ਲਈ ਉਹ ਪਲ ਕੁ ਰੁਕਿਆ ਤੇ ਫੇਰ ਪਾਨ ਦੀ ਪਚਕਾਰੀ ਕੰਧ ਤੇ ਮਾਰਦਿਆਂ ਬੋਲਿਆ, ਅਕਲ ਨੂੰ ਹੱਥ ਮਾਰੋ....ਅਕਲ ਨੂੰ.....ਸੋਚੋ....ਇਹ ਜਿਹੜਾ ਧੀਆਂ ਦਾ ਰਾਖਾ ਬਣਿਆ ਫਿਰਦੈ....ਇਹ ਆਪਣੀ ਧੀ ਨਾਲ....।"

ਸੁੱਖਾ ਤੇ ਦੀਪੋ ਸਮਝ ਗਏ ਕਿ ਇਹ ਆਦਮੀ ਬੰਤਾ ਈ ਐ। ਪਰ ਉਹ ਅੰਦਰੇ ਦੜੇ ਰਹੇ।

ਉਸ ਓਪਰੇ ਬੰਦੇ ਦੀ ਗੱਲ ਲੋਕਾਂ ਨੂੰ ਭਾਈ ਤਾਂ ਨਹੀਂ ਪਰ ਲੋਕ ਸੋਚਣ ਲਈ ਮਜਬੂਰ ਵੀ ਹੋ ਗਏ ਕਿ ਜਦੋਂ ਧੀ ਆਪਣੇ ਮੂੰਹੋਂ ਕਹਿ ਰਹੀ ਐ ਤਾਂ ਕੀ ਪਤਾ???

ਕਲਜੁਗ ਐ ਪਾਪ ਦਾ ਘੜਾ ਨੱਕੋ ਨੱਕ ਭਰਿਆ ਪਿਐ....ਕਿਵੇਂ??? ਉਹ ਬੰਦਾ ਪਤਾ ਨੀਂ ਕਦੋਂ ਅੱਗ 'ਤੇ ਤੇਲ ਪਾ ਕੇ ਤੁਰਦਾ ਬਣਿਆ। ਲੋਕ ਵੀ ਆਪੋ ਆਪਣੇ ਘਰੀਂ ਤੁਰਨ ਲੱਗ ਪਏ।

ਮੌਕਾ ਦੇਖ ਕੇ ਦੋਵੇਂ ਜਣੇ ਕੰਧ ਦੇ ਕੋਨੇ 'ਤੇ ਬਣੇ ਦਾਹੜਿਆਂ ਨੂੰ ਫੜ ਕੇ ਛੱਤ ਤੇ ਚੜ੍ਹ ਗਏ ਤੇ ਛੱਤ 'ਤੇ ਬਣੇ ਓਟੇ ਦੇ ਅੰਦਰ ਲੁਕ ਕੇ ਬਹਿ ਗਏ। ਰਾਤ ਦੇ ਦਸ ਕੁ ਵਜੇ ਇੱਕ ਵਾਰੀ ਫੇਰ ਬੰਤੇ ਦੀ ਆਵਾਜ਼ ਉਹਨਾਂ ਦੇ ਕੰਨੀਂ ਪਈ,

"ਉਦੋਂ ਪਤਾ ਲੱਗੂ ਜਦੋਂ ਡੀ. ਐਨ. ਏ. ਟੈਸਟ ਦੀ ਰਿਪੋਟ ਆ ਗਈ....ਨਾਲੇ ਤਾਂ ਮੂੰਹ ਸਿਰ ਕਾਲਾ ਕਰ ਕੇ ਗਲ 'ਚ ਛਿੱਤਰਾਂ ਦੀ ਮਾਲਾ ਪਾ ਕੇ ਗਲੀ ਗਲੀ ਘੁੰਮਾਵਾਂਗੇ ਨਾਲੇ ਜੇਲ੍ਹ ਦੀ ਚੱਕੀ ਪਸਾਵਾਂਗੇ....ਧੀਆਂ ਦਾ ਰਾਖਾ?"

ਤੇ ਹੁਣ ਦਿਨ ਦੇ ਤਿੰਨ ਵੱਜ ਰਹੇ ਹਨ। ਲੋਕ ਉਹਨਾਂ ਨੂੰ ਲੱਭ ਲੱਭ ਕੇ ਪ੍ਰੇਸ਼ਾਨ ਹੋ ਰਹੇ ਹਨ। ਘਰ ਦੀ ਛੱਤ ਉਤੇ ਪੌੜੀ ਨਾ ਹੋਣ ਸਦਕਾ ਇਹ ਤਾਂ ਕਿਸੇ ਨੂੰ ਚਿੱਤ ਚੇਤਾ ਵੀ ਨਹੀਂ ਸੀ ਆ ਸਕਦਾ ਕਿ ਉਹ ਛੱਤ ਉਤੇ ਚੜ੍ਹ ਸਕਦੇ ਹਨ। ਕਿਸੇ ਹੋਰ ਘਰ ਦੀ ਛੱਤ ਉਨ੍ਹਾਂ ਦੇ ਨਾਲ ਨਹੀਂ ਸੀ ਲਗਦੀ ਜਿਸ ਦੀਆਂ ਪੌੜੀਆਂ ਰਾਹੀਂ ਉਹ ਛੱਤ 'ਤੇ ਚੜ੍ਹ ਸਕਦੇ ਹੋਣ।

ਸੋ ਛੱਤ 'ਤੇ ਚੜ੍ਹ ਕੇ ਦੇਖਣ ਦੀ ਕਿਸੇ ਨੇ ਕੋਸ਼ਿਸ਼ ਹੀ ਨਾ ਕੀਤੀ। "ਦੀਪੀਏ! ਜੇ ਬੰਤੇ ਘਾਗ ਨੇ ਕੁੜੀ ਨੂੰ ਵਰਗਲਾ ਕੇ ਟੈਸਟ ਕਰਾਉਣ ਲਈ ਮਨਾ ਏ ਲਿਆ ਤਾਂ ਫੇਰ....?" ਸਿੱਕੜੀ ਆਏ ਹੋਠਾਂ ਉੱਤੇ ਜੀਭ ਫੇਰਦਿਆਂ ਸੁੱਖਾ ਬੋਲਿਆ।

"ਚੰਗੈ ਸਮਾ ਦੀ....ਸੱਚ ਝੂਠ ਨਿੱਤਰ ਜੂ....ਕਲਮੂੰਹੀ ਦਾ ਝੂਠ ਜੱਗ ਜ਼ਾਹਰ ਹੋ ਜੂ....ਬਚਦਾ ਬੰਤਾ ਬੀ ਨੀ ਫੇਰ....ਕੁੜੀ ਨਾਬਾਲਗ ਐ....।" ਹੌਸਲੇ ਨਾਲ ਦੀਪੋ ਨੇ ਜਵਾਬ ਦਿੱਤਾ।

"ਦੀਪੋ, ਇਹ ਤਾਂ ਸੌ ਪ੍ਰਤੀਸ਼ਤ ਸੱਚ ਮੰਨ ਬਈ ਡੀ. ਐਨ. ਏ. ਦਾ ਰਿਜਲਟ ਬੰਤੇ ਦੇ ਨਾਲ ਈ ਮਿਲਦਾ ਹੋਊ....ਪਰ ਬੰਤੇ ਵਰਗਾ ਗੰਦਾ ਬੰਦਾ ਡਾਕਟਰਾਂ ਨੂੰ ਵੀ ਖਰੀਦ ਸਕਦੈ..ਜੇ ਉਹਨਾਂ ਨੇ ਮੈਨੂੰ ਈ ਦੋਸ਼ੀ ਕਰਾਰ ਦੇ 'ਤਾ....ਫੇਰ.....???" ਸੁੱਖਾ ਜਿਵੇਂ ਕਿਸੇ ਖੂਹ 'ਚੋਂ ਬੋਲਿਆ ਹੋਵੇ।

"ਨਹੀਂ ਨਹੀਂ ਆਇੰ ਕਿਵੇਂ ਹੋ ਜੂ.....ਪ੍ਰਮਾਤਮਾ 'ਤੇ ਭਰੋਸਾ ਰੱਖ....ਐਂ ਕਿਤੇ ਹਨ੍ਹੇਰ ਗਰਦੀ ਐ ਬਈ ਡਾਕਟਰ ਗਲਤ ਰਿਪੋਰਟ ਦੇ ਦੇਣਗੇ..ਆਪਾਂ ਦੁਬਾਰਾ ਟੈਸਟ ਕਰਾਮਾਂਗੇ...।" ਉਂਜ ਬਦਨਾਮੀ ਦੇ ਡਰੋ ਦੀਪੀ ਵੀ ਅੰਦਰੋਂ ਡਰ ਰਹੀ ਸੀ ਪਰ ਉਪਰੋਂ ਸੁੱਖੇ ਦਾ ਹੌਸਲਾ ਵਧਾਉਣ ਲਈ ਉਹਨੇ ਹਿੰਮਤ ਨਾਲ ਜਵਾਬ ਦਿੱਤਾ।

"ਪਰ ਧੀ ਤਾਂ ਆਪਣੀ ਏ ਬਦਨਾਮ ਹੁੰਦੀ ਐ। ਦੀਪੋ ਜੇ ਇਹ ਮਾਮਲਾ ਆਪਣੀ ਔਲਾਦ ਦਾ ਨਾ ਹੁੰਦਾ ਫੇਰ ਮੈਂ ਸਚ ਝੂਠ ਦਾ ਨਤਾਰਾ ਕਰਦਾ ਪਰ ਹੁਣ—।"

ਸੁੱਖੇ ਨੇ ਸਿਰ ਓਟੇ ਦੀ ਕੰਧ ਨਾਲ ਲਾ ਲਿਆ। ਫੇਰ ਅੱਖਾਂ ਖੋਲ੍ਹਦਾ ਹੋਇਆ ਬੋਲਿਆ,

"ਦੀਪੋ ਤੈਨੂੰ ਅੱਜ ਐਂ ਨੀ ਲੱਗਦਾ ਬਈ ਮੈਂ ਗਲਤ ਸੀਗ੍ਹਾ....ਜੇ ਮੈਂ ਘਰਦਿਆਂ ਦੀ ਗੱਲ ਮੰਨ ਕੇ ਟੈਸਟ ਕਰਾਇਆ ਹੁੰਦਾ ਤੇ ਨਵਨੀਤ ਨੂੰ ਜੰਮਣੋਂ ਪਹਿਲਾਂ ਈ ਮਰਵਾ ਦਿੰਦਾ ਤਾਂ ਅੱਜ ਆਹ ਕਲੰਕ ਨਾ ਲੱਗਦਾ...ਮੇਰੇ ਵਰਗਾ ਕਲੰਕ ਕਿਸੇ ਨੂੰ ਲੱਗਿਆ ਹੋਣਾ ਭਲਾ?? ਨਾਅ....ਬਿਲਕੁਲ ਨਹੀਂ....ਦੀਪੋ ਕੀ ਪਤਾ ਲੋਕ ਕੁੜੀਆਂ ਦੀਆਂ ਇਹਨਾਂ ਕਰਤੂਤਾਂ ਸਦਕਾ ਈ ਧੀਆਂ ਨੂੰ ਜੰਮਣੋਂ ਪਹਿਲਾਂ ਮਰਵਾ....।"

"ਪਰ ਆਪਾਂ ਤਾਂ ਇਨਸਾਨੀਅਤ ਦਖਾਈ....ਕੋਈ ਪਾਪ ਨੀ ਕੀਤਾ....ਜੇ ਕੋਈ ਪ੍ਰਮਾਤਮਾ ਹੋਇਆ ਤਾਂ ਸਾਨੂੰ ਨਿਰਦੋਸ਼ਾਂ ਨੂੰ ਇਨਸਾਫ ਦੁਆਊਗਾ....ਤੂੰ ਹੌਸਲਾ ਰੱਖ.....।" ਦੀਪੋ ਸੁੱਖੇ ਦੀ ਗੱਲ ਕੱਟਦਿਆਂ ਬੋਲੀ।

"ਕਿਹੜਾ ਇਨਸਾਫ ਦੀਪੋ? ਕੁੜੀ ਕਲੱਛਣੀ ਨਿਕਲ ਗੀ....ਬਦਨਾਮ ਹੋ ਗੀ....ਕਿਸੇ ਨੇ ਸਾਕ ਨੀ ਲੈਣਾ....ਲੋਕ ਸੱਚ ਕਹਿੰਦੇ ਸੀਗ੍ਹੇ ਬਈ ਧੀਆਂ ਨੂੰ ਐਨੀ ਖੁੱਲ੍ਹ ਨੀ ਦੇਣੀ ਚਾਹੀਦੀ.....ਪਰ ਮੈਂ ਈ ਪਾਗਲ ਰਿਹਾ....ਸੋਚਿਆ ਬਈ ਚਲੋ ਕੁੜੀਆਂ ਪੜ੍ਹ ਲਿਖ ਕੇ ਨਾਂ ਰੌਸ਼ਨ ਕਰਨਗੀਆਂ....ਮੈਂ ਘਰ ਵਾਲਿਆਂ ਨੂੰ ਤੇ ਪਿੰਡ ਵਾਲਿਆਂ ਨੂੰ ਦਿਖਾਉਣਾ ਚਾਹੁੰਦਾ ਸੀ ਬਈ ਦੇਖੋ ਮੇਰੀਆਂ ਧੀਆਂ ਨੇ ਮੁੰਡਿਆਂ ਨਾਲੋਂ ਵੱਧ ਮੇਰਾ ਨਾਂ ਰੌਸ਼ਨ ਕੀਤੈ....ਮੈਂ ਲੋਕਾਂ ਦੀ ਕੁੜੀਆਂ ਪ੍ਰਤੀ ਸੋਚ ਬਦਲਣੀ ਚਾਹੁੰਦਾ ਸੀ....ਪਰ ਨਹੀਂ......ਪਿੰਡ ਵਾਲੇ ਠੀਕ ਸੀਗ੍ਹੇ ਤੇ ਮੈਂ ਗਲਤ?"

ਦੀਪੋ ਸੁਣਦੀ ਰਹੀ ਪਰ ਬੋਲੀ ਕੁਝ ਨਹੀਂ। ਸ਼ਾਇਦ ਸੁੱਖਾ ਠੀਕ ਹੀ ਕਹਿ ਰਿਹਾ ਸੀ। ਬੜੀ ਦੇਰ ਬਾਅਦ ਉਦਾਸ ਜਿਹੀ ਬੋਲੀ,

"ਤੁਸੀਂ ਆਪਣੇ ਆਪ ਨੂੰ ਦੋਸ਼ ਨਾ ਦਿਓ...ਆਪਾਂ ਤਾਂ ਠੀਕ ਈ ਕੀਤਾ ਸੀ ਸਭ ਕੁਝ......ਹੁਣ ਜੇ ਬੱਚੀ ਮਾਂ ਬਾਪ ਦੀ ਕੁਰਬਾਨੀ ਦਾ ਮੁੱਲ ਨਾ ਪਾਵੇ ਤਾਂ ਇਹਦੇ 'ਚ ਮਾਪਿਆਂ ਦਾ ਕੀ ਦੋਸ਼? ਜਿਹੜੀ ਕੁਰਬਾਨੀ ਆਪਾਂ ਧੀਆਂ ਲਈ ਕੀਤੀ ਐ, ਉਹ ਹਰ ਕੋਈ ਨੀ ਕਰ ਸਕਦਾ....ਬੱਸ....।"

ਪਤਾ ਨ੍ਹੀਂ ਕਦੋਂ ਉਹਨਾਂ ਨੂੰ ਨੀਂਦ ਆ ਗਈ। ਉਹ ਓਟੇ ਨਾਲ ਢਾਸਣਾ ਲਾ ਕੇ ਸੌਂ ਗਏ। ਰਾਤ ਦੇ ਕੋਈ ਗਿਆਰਾਂ ਵਜੇ ਚੀਕ ਚਿਹਾੜੇ ਨਾਲ ਉਹਨਾਂ ਦੀ ਅੱਖ ਖੁੱਲ੍ਹੀ। ਹੇਠਾਂ ਨਵਨੀਤ ਵਿਰਲਾਪ ਕਰ ਰਹੀ ਸੀ।

ਅਖੇ...ਮੇਰਾ ਦੇਵਤਿਆਂ ਵਰਗਾ ਬਾਪ....ਮੇਰੀ ਮਾਂ....ਮੈਂ ਆਪਣੇ ਮਾਪਿਆਂ ਦੀ ਕੁਰਬਾਨੀ ਦਾ ਮੁੱਲ ਨੀ ਜਾਣਿਆ.....ਮੈਂ ਕੁਲੱਛਣੀ ਧੀ.....ਮੈਂ ਬੰਤੇ ਦੇ ਚੱਕਰ 'ਚ ਫਸ ਗਈ...ਮੈਨੂੰ ਇਸ ਨੇ ਗੁੰਮਰਾਹ ਕੀਤਾ....ਨੀ ਕੁੜੀਓ.....ਮੇਰੇ ਸ਼ਹਿਰ ਗਿਰਾਂ ਦੀਓ....ਮੇਰੇ ਵਰਗਾ ਕਾਰਨਾਮਾ ਨੀ ਕਰਨਾ.....ਮੈਨੂੰ ਰੱਬ ਨੇ ਕਿਧਰੇ ਢੋਈ ਨੀ ਦੇਣੀ....ਕਿੱਥੇ ਨੇ ਮੇਰੇ ਮਾਂ ਬਾਪ....ਮੈਨੂੰ ਕਿਸੇ ਨੇ ਮਾਫ ਨੀ ਕਰਨਾ....ਨੀ ਕੁੜੀਓ....ਜੇ ਇੰਟਰਨੈਟ ਤੇ ਗਲਤ ਬੰਦਿਆਂ ਨਾਲ ਜੁੜੀਆਂ ਤਾਂ ਮੇਰੇ ਵਾਲਾ ਹਸ਼ਰ ਹੋਊ.....ਮੈਂ ਕੁਲੱਛਣੀ ਨੇ ਕੀ ਕੀਤਾ.....।"

ਨਵਨੀਤ ਦਾ ਵਿਰਲਾਪ ਸੁਣ ਕੇ ਦੋਵੇਂ ਬੇਧਿਆਨੇ ਈ ਉੱਠ ਕੇ ਪਹਿਲਾਂ ਤਾਂ ਬਨੇਰੇ ਕੋਲ ਜਾ ਕੇ ਹੇਠਾਂ ਭੀੜ ਨੂੰ ਦੇਖਦੇ ਰਹੇ ਫੇਰ ਪੋਲੇ ਪੋਲੇ ਉਸੇ ਦਾਹੜੇ ਗਾਹੀਂ ਹੇਠਾਂ ਉੱਤਰ ਕੇ ਨਵਨੀਤ ਕੋਲ ਜਾ ਖੜ੍ਹੇ ਹੋਏ।

ਮਾਂ ਬਾਪ ਨੂੰ ਦੇਖ ਕੇ ਨਵਨੀਤ ਉਹਨਾਂ ਦੇ ਪੈਰਾਂ 'ਚ ਡਿੱਗ ਪਈ। "ਮੈਨੂੰ ਮਾਫ....।"

ਪੱਥਰ ਬਣੇ ਸੁੱਖੇ ਤੇ ਦੀਪੋ ਨੂੰ ਲੋਕ ਤਰਸ, ਹੈਰਾਨੀ ਤੇ ਦਇਆ ਨਾਲ ਤੱਕ ਰਹੇ ਸਨ। ਇੱਕ ਜਣਾ, ਸ਼ਾਇਦ ਜੀਹਨੇ ਉਹਨਾਂ ਨੂੰ ਘਰ ਜੋਗੀ ਥਾਂ ਦਿੱਤੀ ਸੀ, ਬੋਲਿਆ,

"ਸੁੱਖਿਆ....ਮਾਫ ਕਰ ਦੇ....ਕੋਈ ਨਾ ਕੁੜੀ ਪਛਤਾਵਾ ਕਰ ਰਹੀ ਐ....ਔਲਾਦ ਕੁਲਾਦ ਹੋ ਸਕਦੀ ਐ ਪਰ ਮਾਪੇ ਕੁਮਾਪੇ ਨੀ ਹੋ ਸਕਦੇ....ਹੌਸਲਾ ਰੱਖ.....ਹਿੰਮਤ.....।"

ਪਰ ਸੁੱਖਾ ਤੇ ਦੀਪੋ ਦੂਰ ਖਲਾ 'ਚ ਤੱਕ ਰਹੇ ਸਨ–ਸ਼ਾਇਦ ਸੋਚ ਰਹੇ ਸਨ ਕਿ ਕੀ ਧੀ ਦਾ ਇਹ ਗੁਨਾਹ ਮਾਫੀ ਦੇ ਕਾਬਲ ਹੈ??

ਕਾਲਾ ਲਿ.ਫ਼ਾ.ਫ਼ਾ

ਮੁਰਾਰੀ ਨੇ ਦਸਾਂ ਸਾਲਾਂ ਦੀਆਂ ਜੁੜਵਾ ਕੁੜੀਆਂ ਅੱਕੀ ਤੇ ਮਰੋ ਨੂੰ ਉਂਗਲ ਲਾਇਆ ਤੇ ਤਿੰਨ ਸਾਲ ਦੀ ਮੁੱਕ ਨੂੰ ਢਾਕ ਤੇ ਟੰਗ ਕੇ ਨਰਸਿੰਗ ਹੋਮ ਦੀ ਹਵਾੜ ਮਾਰਦੀ ਗੈਲਰੀ 'ਚੋਂ ਨਿਕਲ ਕੇ ਸਾਹਮਣੇ ਚਾਹ ਦੇ ਖੋਖੇ ਤੇ ਬੈਠੇ ਅਮਲੀ ਬਾਪ ਨੂੰ ਹਾਕ ਮਾਰੀ,

"ਬਾਪੂ? ਉਇ ਬਾਪੂ....ਕਿੱਤਰਾਂ ਬੈਠਿਐਂ ਮਰਿਆਂ ਮੰਗਣਾਂ? ਤੈਨੂੰ ਚਾਹ ਲੈਣ ਭੇਜਿਆ ਸੀ ਤੇ ਤੂੰ ਉਰੇ ਈ ਸਮਾਧੀ 'ਚ ਲੀਨ ਹੋ ਕੇ ਬਹਿ ਗਿਆ....।"

ਬਾਪੂ ਕਹਿਣਾ ਚਾਹੁੰਦਾ ਸੀ ਕਿ ਮੀਂਹ ਦੀ ਸਿਪੜ ਸਿਪੜ 'ਚ ਉਹਦਾ ਉੱਠਣ ਨੂੰ ਜੀਅ ਏ ਨੀ ਕੀਤਾ ਤੇ ਨਾ ਹੀ ਉਹਦੀ ਹਿੰਮਤ ਹੋਈ—ਪਰ ਉਹ ਊਂਘਦਾ ਜਿਹਾ ਸਿਰ ਗੋਡਿਆਂ 'ਚ ਦਈ ਬੈਠਿਆ ਈ ਰਿਹਾ।

ਖੋਖੇ ਦੀ ਤਰਪਾਲ ਵਾਲੀ ਛੱਤ ਵੀ ਟਪਕ ਰਹੀ ਸੀ। ਜਿਹੜੀ ਮੁੱਕ ਮੁਰਾਰੀ ਨੇ ਢਾਕ ਤੇ ਟੰਗੀ ਹੋਈ ਸੀ ਉਹ ਸਿਰਫ ਹੱਡੀਆਂ ਦਾ ਪਿੰਜਰ ਮਾਤਰ ਈ ਸੀ। ਕੁੜੀ ਐਨੀ ਕਮਜ਼ੋਰ ਸੀ ਕਿ ਉਹਦੇ ਕੋਲੋਂ ਹੁਣ ਰੋ ਵੀ ਨਹੀਂ ਸੀ ਹੁੰਦਾ। ਉਹਦੇ ਸਿਰਫ ਦੰਦ ਈ ਨਜ਼ਰ ਆਉਂਦੇ ਸਨ। ਐਨੀ ਡਰਾਉਣੀ ਸ਼ਕਲ....ਤੋਬਾ ਤੋਬਾ। ਪਰ ਚੀਹੜੀ ਐ...ਮਰਦੀ ਨੀਂ।

"ਹਾਅ ਤੇਘੜਾ ਕਾਹਨੂੰ ਖਿੱਚਿਐ ਨਾਲ"...ਬਾਪੂ ਨੇ ਮੁਰਾਰੀ ਨੂੰ ਘੂਰਿਆ।

"ਕੀ ਕਰਦਾ....? ਬੇਬੇ ਤਾਂ ਖੰਘ ਨਾਲ ਅਨਢਾਲ ਹੋਈ ਪਈ ਐ....ਤੂੰ ਫੀਮ ਦਾ ਡੋਰਾ ਲਾ ਕੇ ਉਰੇ ਈ ਗਰਕ ਹੋ ਗਿਆ....ਮੈਂ ਇਹਨਾਂ ਨੂੰ ਕੀਹਦੇ ਲਵੇ ਛੱਡਦਾ?" ਮੁਰਾਰੀ ਨੇ ਔਖਾ ਹੋ ਕੇ ਕਿਹਾ।

"ਪਾ ਦਿੰਦਾ ਕਿਸੇ ਖੂਹ ਖਾਤੇ....ਚਾਟੀ 'ਚ ਪਾ ਕੇ ਦੱਬ ਦਿੰਦਾ....ਉਤੇ ਧਰ ਦਿੰਦਾ ਪੱਥਰ....ਹੇੜ ਦੀ ਹੇੜ ਤੁਰੀ ਆਉਂਦੀ ਐ....ਨਾਲੇ ਇਹਨੂੰ ਸੁੱਕੀ ਸੜੀ ਜੀ ਨੂੰ ਲਾਹ ਦੇ ਢਾਕ ਤੋਂ....ਕਿਮੇਂ ਚਮੇੜੀ ਐ ਬਾਂਦਰੀ ਜੀ...."

ਬਾਪੂ ਨੇ ਜ਼ਹਿਰ ਉਗਲਦੀਆਂ ਨਜ਼ਰਾਂ ਕੁੜੀ ਦੇ ਮੂੰਹ ਤੇ ਗੱਡ ਹੀ ਦਿੱਤੀਆਂ। ਕੁੜੀ ਹੋਰ ਵੀ ਤ੍ਰਹਿ ਗਈ। ਉਹਨੇ ਸਿਰ ਮੁਰਾਰੀ ਦੇ ਮੋਢੇ ਤੇ ਸਿੱਟ ਦਿੱਤਾ।

"ਆਇੰ ਕਰ ਮੁਰਾਰੀਆ....ਆਪਣੀ ਬੇਬੇ ਨੂੰ ਸੂਆ ਲਬਾ ਦੇ....ਐਤਕੀਂ ਨੀਂ ਲਗਦੀ ਉਹ ਸਿਆਲ ਕੱਢਦੀ....ਦਮੇ ਨੇ ਖਾ ਲੀ...ਊਂ ਮੁਰਾਰੀਆ ਦਮੇ ਨੂੰ ਨੀ 'ਤੀ ਉਹ ਕੁਸ ਸਮਝਦੀ....ਉਹ ਤਾਂ ਧੀਆਂ ਦੀ ਧਾੜ ਨੇ ਖਤਮ ਕਰ 'ਤੀ....ਸਾਡੇ ਬਖ਼ਤਾਂ 'ਚ ਹਾਅ ਟੈਸਟ ਟੁਸਟ ਕਿੱਥੇ ਹੁੰਦੇ ਸੀਗੇ.....ਤੈਥੋਂ ਬੜੀਆਂ ਤੇਰੀਆਂ ਅੱਠ ਭੈਣਾਂ ਜੰਮੀਆਂ...ਅੱਠਾਂ 'ਚੋਂ ਚਾਰ ਕੈਮ ਦੈਮ ਨੇ...ਬੱਸ ਚਾਰ ਏ ਮਰੀਆਂ ਨੇ......।"

ਉਹ ਗੱਲ ਕਰਦਾ ਕਰਦਾ ਰੁਕ ਗਿਆ। ਉਹਦੇ ਮੂੰਹੋਂ ਸਚਾਈ ਨਿਕਲਦੀ ਨਿਕਲਦੀ

ਮਸਾਂ ਬਚੀ। ਉਹ ਕਹਿਣ ਲੱਗਿਆ ਸੀ ਕਿ ਕੋਸ਼ਿਸ਼ ਤਾਂ ਸਾਰੀਆਂ ਨੂੰ ਮਾਰਨ ਦੀ ਬਹੁਤ ਕੀਤੀ ਪਰ....।

ਫੇਰ ਉਹ ਸੰਭਲ ਕੇ ਬੋਲਿਆ,

"ਫੇਰ ਅੱਗੇ ਡੰਡੀ ਏ ਤੁਰ ਪੀ....ਦੇਖ ਤੇਰੇ ਤੇਘੜਾ ਤੁਰਿਆ ਫਿਰਦੈ....ਤਿੰਨੇ ਦੀਆਂ ਤਿੰਨੇ ਬੱਕਰਿਆਂ ਵਰਗੀਆਂ ਤੁਰੀਆਂ ਫਿਰਦੀਆਂ ਨੇ...ਇਕ ਨੀ ਮਰੀ....ਐਤਕੀਂ ਦੇਖੋ ਰੱਬ ਕੀ ਕਰਦੈ....ਕਦ ਤੱਕਣ ਆ ਜੂ ਡਾਕਟਰਨੀ?"

ਇੱਕ ਆਸ ਜਿਹੀ ਨਾਲ ਮੁਰਾਰੀ ਵੱਲ ਤੱਕਦਿਆਂ ਬਾਪੂ ਨੇ ਗਜ਼ ਲੰਬਾ ਹਾਉਕਾ ਭਰਿਆ। ਮੁਰਾਰੀ ਨੂੰ ਪਤਾ ਈ ਨੀ ਲੱਗਿਆ ਕਿ ਢਾਕ ਤੇ ਟੰਗੀ ਕੁੜੀ ਦੀ ਗਰਦਨ ਉੱਕਾ ਲੁੜ੍ਹਕ ਗਈ ਐ। ਉਹਨੂੰ ਤਾਂ ਬੱਸ ਡਾਕਟਰਨੀ ਸਾਹਿਬਾਂ ਦੇ ਟੈਸਟ ਤੋਂ ਬਾਦ ਮੁੰਡਾ ਹੋਣ ਦੀ ਸੂਚਨਾ ਸੁਣਨ ਦੀ ਪਈ ਹੋਈ ਸੀ।

ਮੁਰਾਰੀ ਦੂਰ ਖਲਾਅ 'ਚ ਤੱਕ ਰਿਹਾ ਸੀ। ਸ਼ਾਇਦ ਸੋਚ ਰਿਹਾ ਸੀ ਕਿ ਐਨੀ ਗਰੀਬੀ ਤੇ ਬੀਮਾਰੀ ਦੀ ਹਾਲਤ 'ਚ ਉਹਨਾਂ ਨੂੰ ਕਿਹੜੀ ਜਾਇਦਾਦ ਦਾ ਵਾਰਸ ਚਾਹੀਦੈ। ਘਰ 'ਚ ਕਦੇ ਰੱਜਵੀਂ ਰੋਟੀ ਨੀ ਪੱਕੀ ਹੋਣੀ। ਕਿਹੜੇ ਮੁਰੱਬੇ ਪਏ ਨੇ ਜਿਹਨਾਂ ਦੇ ਵਾਰਸ ਲਈ ਐਨਾ ਜੱਫਰ ਜਾਲਿਆ ਜਾ ਰਿਹੈ....ਐਨਾ ਢਕਵੰਜ ਕੀਤਾ ਜਾ ਰਿਹੈ....ਮਾਂ ਮਰਨ ਕਿਨਾਰੇ ਪਈ ਐ। ਘਰ ਵਾਲੀ ਬੰਤੀ ਚਾਰ ਧੀਆਂ ਜੰਮ ਕੇ ਤੇ ਦੋ ਕੁੜੀਆਂ ਢਿੱਡ 'ਚ ਮਰਵਾ ਕੇ ਖੋਖਲੀ ਹੋਈ ਪਈ ਐ....ਫੇਰ ਐਤਕੀਂ ਕਿਹੜਾ ਪੱਕਾ ਐ ਬਈ.....ਪਰ ਐਤਕੀਂ ਸੂ ਬਦਲਣ ਦੀ ਦੁਆਈ ਖਾ ਰੱਖੀ ਐ....ਸੰਤਾਂ ਨੇ ਗਰੰਟੀ ਦੇ ਰੱਖੀ ਐ।

ਬਾਪੂ ਨੇ ਚਾਹ ਦਾ ਸੜ੍ਹਾਕਾ ਮਾਰਿਆ ਤਾਂ ਉਹਦਾ ਧਿਆਨ ਟੁੱਟਿਆ। ਵੱਡੀਆਂ ਦੋਵੇਂ ਕੁੜੀਆਂ ਠੰਢ ਨਾਲ ਕੁੰਗੜੀਆਂ ਪਈਆਂ ਸਨ। ਢਾਕ ਤੇ ਟੰਗੀ ਮੁੱਕ ਤਾਂ ਸ਼ਾਇਦ ਲੁੜ੍ਹਕ ਹੀ ਗਈ ਸੀ।

ਐਨੇ ਨੂੰ ਛਤਰੀ ਤਾਣ ਕੇ ਗੱਡੀ 'ਚੋਂ ਉਤਰਦੀ ਡਾਕਟਰਨੀ ਕਾਹਲੀ ਕਾਹਲੀ ਨਰਸਿੰਗ ਹੋਮ 'ਚ ਦਾਖਲ ਹੋਈ। ਮੁਰਾਰੀ ਕਮਲਿਆਂ ਵਾਂਗ ਨਰਸਿੰਗ ਹੋਮ ਵੱਲ ਨੂੰ ਭੱਜਿਆ। ਅੱਗੇ ਮਾਂ ਨੂੰ ਹੱਥੂ ਚੜ੍ਹਿਆ ਪਿਆ ਸੀ। ਉਹ ਖਾਂਸੀ ਨਾਲ ਹਾਲੋਂ ਬੇਹਾਲ ਹੋਈ ਪਈ ਸੀ। ਕੁੜੀਆਂ ਨੂੰ ਬੈਂਚ ਤੇ ਬਿਠਾ ਕੇ ਮੁਰਾਰੀ ਨੇ ਮਾਂ ਨੂੰ ਸਹਾਰਾ ਦਿੱਤਾ। ਮਾਂ ਦੀ ਪਿੱਠ ਮਸਲੀ ਪਰ ਮਾਂ ਦਾ ਸਾਹ ਤਾਂ ਉਖੜ ਰਿਹਾ ਸੀ। ਕਾਬੂ ਨਹੀਂ ਸੀ ਆ ਰਿਹਾ। ਮੁਰਾਰੀ ਭੱਜ ਕੇ ਇੱਕ ਨਰਸ ਕੋਲ ਗਿਆ,

"ਭੈਣ ਜੀ....ਮੇਰੀ ਮਾਂ ਨੂੰ ਕੋਈ ਗੋਲੀ ਦੇ ਦਿਓ....ਉਹ ਦਮੇ ਦੀ ਮਰੀਜ ਐ....ਉਹਦਾ ਸਾਹ ਉੱਖੜ ਰਿਹੈ...ਜੀ ਮੈਂ....।"

"ਮਾਂ ਕੋ ਦਾਖਲ ਕਰਾਈਏਗਾ ਨਾਂ...ਐਸੇ ਬਾਹਰ ਕੌਣ ਦੇਗਾ ਦਵਾਈ ਉਸੇ?" ਨਰਸ ਨੇ ਬੇ ਰੁਖੀ ਨਾਲ ਜਵਾਬ ਦਿੱਤਾ।

"ਭੈਣ ਜੀ ਗੱਲ ਆਇੰ ਐ....ਬਈ ਮੇਰੀ ਘਰ ਵਾਲੀ ਬਮਾਰ ਐ...ਅਸੀਂ ਤਾਂ ਡਾਕਟਰਨੀ ਸੈਹਬ ਦੀ ਬਾਟ ਦੇਖਦੇ ਸੀਘੇ....ਹੁਣ ਆਈ ਐ....ਤਾਂ ਚੈੱਕ ਕਰੂ....ਪਰ ਮੇਰੀ ਮਾਂ ਦੀ ਹਾਲਤ ਬਹੁਤੀ ਬਿਗੜ ਗੀ....ਹੁਣ ਮੈਂ ਬੇਬੇ ਨੂੰ ਸਾਂਭਾਂ ਜਾਂ ਬੰਤੀ ਨੂੰ....।"

ਪਰ ਉਹਦੀ ਗੱਲ ਦਾ ਨਰਸ ਉਤੇ ਭੋਰਾ ਅਸਰ ਨਾ ਹੋਇਆ...ਉਧਰ ਮਾਂ ਨੇ ਹਾਲ

ਪਾਹਰਿਆ ਪਾ ਰੱਖੀ ਸੀ...ਉਹ ਦੁਹਾਈਆਂ ਦੇ ਰਹੀ ਸੀ...."ਕੋਈ ਬਚਾਓ....ਕੋਈ ਬਚਾਓ....।"

"ਕਿਆ ਤਕਲੀਫ ਐ ਤੁਮਾਰੀ ਘਰ ਵਾਲੀ ਕੋ"....ਪੈਨ ਘੁਮਾਂਦਿਆਂ ਨਰਸ ਨੇ ਬੇਰੁਖੀ ਨਾਲ ਪੁੱਛਿਆ।

"ਮੇਰੀ ਘਰ ਆਲੀ ਨੂੰ....ਮੇਰੀ ਘਰ ਆਲੀ ਨੂੰ....ਉਹਨੂੰ ਤਾਂ....ਹਲੇ ਤਾਂ ਕੁਸ ਨੀ ਹੋਇਆ....ਹਲੇ ਤਾਂ ਡਾਕਟਰਨੀ ਆਈ ਐ....ਉਹ ਮੇਰੀ ਘਰ ਆਲੀ ਨੂੰ...ਉ....ਉ....।"

ਮੁਰਾਰੀ ਬੌਂਦਲ ਗਿਆ। ਉਹਨੂੰ ਕੁਝ ਨਾ ਸੁੱਝਿਆ ਕਿ ਉਹਦੀ ਘਰ ਆਲੀ ਨੂੰ ਕੀ ਤਕਲੀਫ਼ ਐ....ਫੇਰ ਉਹਨੂੰ ਇਸ ਮੁਟੱਲੀ ਨਰਸ ਉਤੇ ਗੁੱਸਾ ਵੀ ਆਇਆ—ਬਈ ਤੂੰ ਕੌਣ ਹੁੰਨੀ ਐਂ ਏਹਾ ਜਾ ਉਲਟਾ ਟੇਢਾ ਸੁਆਲ ਕਰਨ ਆਲੀ.....ਮਾਂ ਨੂੰ ਇੱਕ ਬੱਟੀ ਤੱਕ ਤਾਂ ਦਿੱਤੀ ਨੀ.....ਹੋਰੇ ਲੱਗ ਗੀ ਸੀਐਡੀ (ਸੀ. ਆਈ. ਡੀ.) ਕਰਨ।

ਨਰਸ ਨੇ ਮੁਰਾਰੀ ਵੱਲ ਕਨੱਖੀਆਂ ਝਾਕਿਆ ਜਿਵੇਂ ਕਹਿ ਰਹੀ ਹੋਵੇ ਕਿ ਮੈਨੂੰ ਸਭ ਪਤੈ....

ਮੁਰਾਰੀ ਨਰਸ ਦੀ ਬੇਰੁਖੀ ਦੇਖ ਕੇ ਕਮਰੇ ਤੋਂ ਬਾਹਰ ਗੈਲਰੀ 'ਚ ਆ ਗਿਆ। ਮਾਂ ਦੀ ਆਵਾਜ਼ ਨਹੀਂ ਸੀ ਆ ਰਹੀ। ਉਹ ਕਿਧਰੇ ਨਜ਼ਰ ਵੀ ਨਹੀਂ ਸੀ ਆ ਰਹੀ। ਉਹਨੇ ਕੁੜੀਆਂ ਨੂੰ ਪੁੱਛਿਆ,

"ਬੇਬੇ ਕਿੱਥੇ ਗਈ ਐ ਨੀ ਕੁੜੀਓ....।"

ਕੁੜੀਆਂ ਨੇ ਇੱਕ ਕਮਰੇ ਵੱਲ ਹੱਥ ਦਾ ਇਸ਼ਾਰਾ ਕੀਤਾ। ਮੁਰਾਰੀ ਭੱਜ ਕੇ ਕਮਰੇ 'ਚ ਗਿਆ।

ਮਾਂ ਨੂੰ ਸਟਰੈਚਰ ਤੇ ਲਿਟਾ ਕੇ ਕਈ ਮਸ਼ੀਨਾਂ ਲਾ ਰੱਖੀਆਂ ਸਨ। ਡਾ. ਕਾਹਲੀ ਕਾਹਲੀ ਨਰਸਾਂ ਨੂੰ ਕੁਝ ਸਮਝਾ ਰਹੀ ਸੀ। ਮੁਰਾਰੀ ਨੇ ਡਾਕਟਰ ਦੇ ਮੂੰਹ ਵੱਲ ਆਇੰ ਦੇਖਿਆ ਜਿਵੇਂ ਪੁੱਛ ਰਿਹਾ ਹੋਵੇ ਕਿ ਕੀ ਹੋ ਗਿਆ ਮੇਰੀ ਮਾਂ ਨੂੰ?

ਪਰ ਕੋਈ ਜਵਾਬ ਦੇਣ ਤੋਂ ਪਹਿਲਾਂ ਈ ਡਾਕਟਰ ਨੇ ਇਕ ਪਰਚੀ ਉਸ ਦੇ ਹੱਥ 'ਚ ਥਮ੍ਹਾ ਦਿੱਤੀ ਤੇ ਚੁਟਕੀ ਮਾਰਦਿਆਂ ਬੋਲੀ,

"ਜਾਹ ਜਲਦੀ ਜਾ ਕੇ ਦਵਾਈਆਂ ਲਿਆ...ਤੁਹਾਡੀ ਮਾਤਾ ਦੀ ਹਾਲਤ ਬਹੁਤ ਨਾਜ਼ਕ ਹੈ...ਭੱਜ ਕੇ ਜਾਓ...।"

ਭਮੱਤਰਿਆ ਹੋਇਆ ਮੁਰਾਰੀ ਦਵਾਈਆਂ ਦੀ ਦੁਕਾਨ ਤੇ ਜਾ ਕੇ ਕੈਮਿਸਟ ਨੂੰ ਪਰਚੀ ਦਿੰਦਿਆਂ ਬੋਲਿਆ,

"ਛੇਤੀ....ਮੇਰੀ ਬੇਬੇ ਬਹੁਤ ਬਮਾਰ....ਛੇਤੀ...।"

ਕੈਮਿਸਟ ਨੇ ਦਵਾਈਆਂ ਦਾ ਲਫਾਫਾ ਮੁਰਾਰੀ ਦੇ ਹੱਥ 'ਚ ਫੜਾਇਆ ਤੇ ਬਿਲ ਵੀ ਉਹਦੇ ਵੱਲ ਸਰਕਾ ਦਿੱਤਾ।

"ਕਿੰਨੇ ਪੈਸੇ ਜੀ?"

"ਨੌਂ ਸੌ ਅੱਸੀ।"

"ਨੌਂ ਸੌ ਅੱਸੀ??" ਮੁਰਾਰੀ ਜਿਵੇਂ ਚੀਕਿਆ। ਨੌਂ ਸੌ ਅੱਸੀ ਸ਼ਬਦ ਹਥੌੜੇ ਵਾਂਗ

ਉਹਦੇ ਸਿਰ 'ਚ ਵੱਜੇ। ਗੀਝੇ ਵਿੱਚ ਪੈਸੇ ਤਾਂ ਕਿਸੇ ਹੋਰ ਕੰਮ ਲਈ ਸਾਂਭੇ ਹੋਏ ਸਨ। ਮੁਰਾਰੀ ਥਥਲਾ ਕੇ ਬੋਲਿਆ,

"ਸਾਹਿਬ ਜੀ...ਮੈਂ ਤਾਂ ਗਰੀਬ ਆਦਮੀ ਆਂ...ਮੇਰੀ ਮਾਂ...ਅਸੀਂ ਤਾਂ ਜੀ ਬਹੁਤ ਗਰੀਬ ਐਂ....ਦਿਹਾੜੀ ਦੱਪਾ ਕਰਨ ਵਾਲੇ.....ਮੈਂ ਤਾਂ ਜੀ ਪੈਸੇ ਕਿਸੇ ਹੋਰ ਕੰਮ ਬਾਸਤੇ ਲਿਆਇਆ ਸੀਗ੍ਹਾ....ਮੇਰੀ ਘਰ ਵਾਲੀ ਦਾਖਲ ਐ....ਪਰ ਆਹ ਬੇਬੇ ਨੇ ਤਾਂ ਹੋਰ ਏ ਬਿਆਹ 'ਚ ਬੀਜ ਦਾ ਲੇਖਾ ਪਾ 'ਤਾ...ਮੇਰੇ ਕੋਲ ਪੈਸੇ ਤਾਂ ਨਹੀਂ ਪਰ ਬੀ. ਪੀ. ਐਲ ਕਾਰਡ ਹੈਗਾ ਜੀ...।"

"ਫੇਰ ਆਪਣੀ ਮਾਤਾ ਜੀ ਨੂੰ ਸਰਕਾਰੀ ਹਸਪਤਾਲ 'ਚ ਲੈ ਕੇ ਜਾਓ....ਇਹ ਕਾਰਡ ਏਥੇ ਨੀ ਚੱਲਣਾ...ਇਹ ਪ੍ਰਾਈਵੇਟ ਹਸਪਤਾਲ ਐ...।" ਦਵਾਈਆਂ ਦਾ ਲਿਫਾਫਾ ਵਾਪਸ ਫੜਦਿਆਂ ਕੈਮਿਸਟ ਟੀ. ਵੀ. ਤੇ ਆਉਂਦਾ ਕ੍ਰਿਕਟ ਦਾ ਮੈਚ ਦੇਖਣ ਲੱਗ ਪਿਆ।

ਮੁਰਾਰੀ ਬਾਹਰ ਬਾਪੂ ਵੱਲ ਭੱਜਿਆ ਤੇ ਜਾ ਕੇ ਮਾਂ ਦੀ ਸਾਰੀ ਹਾਲਤ ਦੱਸੀ।

"ਬਾਪੂ ਤੂੰ ਬੇਬੇ ਨੂੰ ਰਿਸਕੇ 'ਚ ਲੱਦ ਕੇ ਸਰਕਾਰੀ ਹਸਪਤਾਲ ਲੈ ਜਾ....ਤੇ ਮੈਂ ਉਰੇ ਬੰਤੀ ਕੋਲ ਰੁਕਦਾਂ...।"

ਦੋਵੇਂ ਪਿਓ ਪੁੱਤਰ ਮਾਂ ਨੂੰ ਝੁਰਮਟ ਪਾਈ ਖੜ੍ਹੀਆਂ ਨਰਸਾਂ ਕੋਲ ਜਾ ਕੇ ਡੱਡਰਿਆਂ ਵਾਂਗ ਖੜ੍ਹੇ ਗਏ। ਹਫਿਆ ਹਫਿਆ ਬਾਪੂ ਬੋਲਿਆ,

"ਸਾਡੇ ਕੋਲੇ ਬਹੁਤੇ ਪੈਸੇ ਨੀ ਹੈਗੇ ਜੀ...ਅਸੀਂ ਪ੍ਰਾਈਵੇਟ ਹਸਪਤਾਲ ਦਾ ਖਰਚਾ ਨੀ ਓਟ ਸਕਦੇ....ਇਹਨੂੰ ਮੈਂ ਸਰਕਾਰੀ ਹਸਪਤਾਲ ਲੈ ਜਾਨਾਂ...ਸਾਡੇ ਲਵੇ ਗਰੀਬੀ ਰੇਖਾ ਤੋਂ ਹੇਠਾਂ ਵਾਲਾ ਕਾਟ ਐ ਜੀ....ਉਥੇ ਇਹਦਾ ਫਰੀ 'ਲਾਜ ਹੋ ਜੂ....।" ਫੇਰ ਦੋਵੇਂ ਹੱਥ ਜੋੜਦਿਆਂ ਕਹਿਣ ਲੱਗਾ,

"ਬੱਸ ਡਾਕਟਰ ਜੀ....ਇਹਨੂੰ ਹਸਪਤਾਲ ਤੱਕ ਪਹੁੰਚਣ ਜੋਕਰੀ ਕਰ ਦਿਓ।" ਡਾਕਟਰ ਨੇ ਕਨੱਖੀਆਂ ਝਾਕਦਿਆਂ ਨਰਸ ਨੂੰ ਕੁਝ ਦਵਾਈਆਂ ਦੇ ਕੇ ਬੁੱਢੀ ਨੂੰ ਲੈ ਜਾਣ ਲਈ ਕਿਹਾ।

ਹੁਣ ਬੁੱਢੀ ਦਾ ਸਾਹ ਥੋੜ੍ਹਾ ਟਿਕ ਗਿਆ ਸੀ। ਬਾਪੂ ਉਹਨੂੰ ਰਿਕਸ਼ਾ 'ਚ ਬਿਠਾ ਕੇ ਸਰਕਾਰੀ ਹਸਪਤਾਲ ਲੈ ਗਿਆ। ਮੁਰਾਰੀ ਡਾਕਟਰ ਦੀ ਕੈਬਿਨ 'ਚ ਜਾ ਕੇ ਹੱਥ ਜੋੜ ਕੇ ਬੋਲਿਆ,

"ਜੀ ਮੇਰੀ ਘਰ ਆਲੀ ਦਾਖਲ ਐ....।"

"ਕੀ ਹੋਇਆ ਉਹਨੂੰ?" ਮੁਰਾਰੀ ਦੀ ਗੱਲ ਕੱਟਦਿਆਂ ਡਾਕਟਰ ਨੇ ਪੁੱਛਿਆ।

"ਉਹਦੇ ਲਈ ਵੀ ਬੀ. ਪੀ. ਐਲ. ਕਾਰਡ ਨੀ ਚੱਲਣਾ...ਉਹਨੂੰ ਵੀ ਸਰਕਾਰੀ ਹਸਪਤਾਲ ਲੈ ਜਾ...।"

"ਨਹੀਂ ਜੀ...ਉਹਦਾ ਟੈਸਟ ਸਰਕਾਰੀ ਹਸਪਤਾਲ 'ਚ ਨੀ ਹੋ ਸਕਦਾ....ਜੀ ਉਹ ਤਾਂ...ਉਹ ਤਾਂ....।"

"ਕੀ ਉਹ ਤਾਂ...ਉਹ ਤਾਂ ਲਾਈ ਐ....ਜਲਦੀ ਬੋਲ ਕੀ ਗੱਲ ਐ?"

"ਜੀ ਅਸੀਂ ਮੁੰਡੇ ਆਲਾ ਟੈਸਟ ਕਰਾਉਣੈ....ਸਾਡੇ ਕੋਲ ਤਿੰਨ ਕੁੜੀਆਂ ਨੇ...." ਕੁਝ ਦੇਰ ਰੁਕ ਕੇ ਮੁਰਾਰੀ ਨੇ ਫੇਰ ਜੱਭਲੀ ਮਾਰੀ,

"ਪਹਿਲਾਂ ਮੇਰੀਆਂ ਅੱਠ ਭੈਣਾਂ ਹੋਈਆਂ...ਹੁਣ ਮੇਰੇ ਕੋਲ ਤਿੰਨ ਕੁੜੀਆਂ ਨੇ ਜੀ....ਹੁਣ ਮੇਰੀ ਬੀ ਇੱਛੈ....ਬਾਪੂ ਤੇ ਬੇਬੇ ਦੀ ਬੀ ਨਾਲੇ ਬੰਤੀ ਤੇ ਕੁੜੀਆਂ ਦੀ....ਸਭ ਦੀ ਇੱਛੈ....ਬਈ ਸਾਡੇ ਬੀ ਇੱਕ ਜੁਆਕ ਹੋ ਜੇ....ਮਤਲਬ ਮੁੰਡਾ...।"

"ਮਾਂ ਦੇ ਇਲਾਜ ਲਈ ਪੈਸੇ ਹੈ ਨੀ...ਉਹ ਦਮੇ ਦੀ ਖਾਧੀ ਪਈ ਐ....ਜਾਇਦਾਦ ਦਾ ਵਾਰਸ ਚਾਹੀਦੈ....ਕਿੰਨੀ ਜਾਇਦਾਦ ਐ ਤੁਹਾਡੇ ਕੋਲ...ਜਿਸ ਦੀ ਰਖਵਾਲੀ ਲਈ ਵਾਰਸ ਚਾਹੀਦੈ....?" ਡਾ. ਨੇ ਖਰੀ ਖਰੀ ਸੁਣਾਈ।

ਮੁਰਾਰੀ ਨੀਵੀਂ ਪਾਈ ਪੈਰ ਦੇ ਅੰਗੂਠੇ ਨਾਲ ਇੱਕ ਮਕੌੜੇ ਨੂੰ ਪਰ੍ਹਾਂ ਪਰ੍ਹਾਂ ਕਰੀ ਜਾ ਰਿਹਾ ਸੀ ਪਰ ਢੀਠ ਮਕੌੜਾ ਮੁੜ ਮੁੜ ਉਹਦੇ ਪੈਰ ਤੇ ਚੜ੍ਹਨ ਦੀ ਕੋਸ਼ਿਸ਼ ਕਰ ਰਿਹਾ ਸੀ। ਅਖੀਰ ਉਹਨੇ ਮਕੌੜੇ ਉੱਤੇ ਪੈਰ ਧਰ ਲਿਆ।

"ਜੀ ਸਾਡੇ ਗਰੀਬਾਂ ਲਵੇ ਕਿਹੜੀ ਜਾਇਦਾਦ ਹੋਣੀ ਐ...ਇੱਕ ਕੋਠੜੀ ਐ ਜੀ ਟੁੱਟੀ ਫੁੱਟੀ ਰਹਿਣ ਲਈ....।"

"ਫੇਰ ਮੁੰਡਾ ਕੀ ਕਰਨਾ ਐ....ਕੁੜੀਆਂ ਦੀ ਚੰਗੀ ਪਰਵਰਿਸ਼ ਕਰੋ ...ਉਹਨਾਂ ਨੂੰ ਪੜ੍ਹਾਓ ਲਿਖਾਓ.....ਤੇ ਕਾਬਲ ਬਣਾਓ....।"

ਪਰ ਪੱਥਰ ਬਣੇ ਖੜ੍ਹੇ ਮੁਰਾਰੀ ਨੂੰ ਦੇਖ ਕੇ ਡਾਕਟਰ ਨੇ ਸੋਚਿਆ ਕਿ ਜੇ ਮੈਂ ਨਾ ਟੈਸਟ ਕੀਤਾ ਤਾਂ ਇਹ ਕਿਸੇ ਹੋਰ ਕੋਲੋਂ ਕਰਾਉਣਗੇ....ਮੰਨਣਾ ਥੋੜ੍ਹਾ ਈ ਐ।

"ਚਲੋ ਲਿਆਓ ਉਹਨੂੰ ਕਮਰਾ ਨੰਬਰ ਦੋ 'ਚ....।"

ਡਾਕਟਰ ਦੇ ਪਹੁੰਚਣ ਤੋਂ ਪਹਿਲਾਂ ਹੀ ਇੱਕ ਉੱਕਾ ਹੱਡੀਆਂ ਦੀ ਮੁੱਠ ਔਰਤ ਸਟਰੈਚਰ ਤੇ ਲੇਟੀ ਪਈ ਸੀ। ਨਿੱਕੀ ਮੁੱਕ ਵਾਂਗ ਮਾਂ ਵੀ ਝੋਲੇ ਖਾਂਦੀ ਸੀ। ਐਂ ਲਗਦਾ ਸੀ ਜਿਵੇਂ ਉਹਨੇ ਮਹੀਨਿਆਂ ਤੋਂ ਰੱਜ ਕੇ ਰੋਟੀ ਨਾ ਖਾਧੀ ਹੋਵੇ। ਖੜ ਖੜ ਸਾਹ ਵੱਜਦਾ ਹੋਇਆ...ਉੱਕਾ ਡਰਾਉਣੀ ਸ਼ਕਲ। ਪਿੰਡੇ ਤੇ ਚੂੰਢੀ ਭਰਨ ਜੋਗਾ ਵੀ ਮਾਸ ਨਹੀਂ ਸੀ।

ਸਟਰੈਚਰ ਕੋਲ ਜਾ ਕੇ ਡਾਕਟਰ ਨੇ ਨਿਗਾਹਾਂ ਨਾਲ ਮਰੀਜ਼ ਦੇ ਜਿਸਮ ਦਾ ਮੁਆਇਨਾ ਕਰਦਿਆਂ ਪੁੱਛਿਆ,

"ਤੁਸੀਂ ਈ ਓ ਜਿਸ ਨੇ ਟੈਸਟ ਕਰਾਉਣੈ...?"

ਮਰੀਜ਼ ਨੇ ਸਿਰ ਹਿਲਾ ਕੇ ਹਾਂਭੀ ਭਰੀ। ਡਾਕਟਰ ਨੇ ਉਹਦੀਆਂ ਅੱਖਾਂ ਖੋਲ੍ਹ ਕੇ ਦੇਖੀਆਂ ਜੀਭ ਚੈਕ ਕੀਤੀ—ਨਹੁੰ ਚੈੱਕ ਕੀਤੇ। ਖ਼ੂਨ ਦੀ ਇੱਕ ਬੂੰਦ ਨਹੀਂ ਸੀ ਜਿਸਮ 'ਚ। ਡਾ. ਨੇ ਉਹਦੀ ਨਬਜ਼ ਦੇਖਦਿਆਂ ਪੁੱਛਿਆ।

"ਪਹਿਲਾਂ ਕਿੰਨੇ ਬੱਚੇ ਨੇ?"

"ਬੱਚਾ ਤਾਂ ਕੋਈ ਨੀ ਜੀ...ਤਿੰਨ ਕੁੜੀਆਂ ਈ ਨੇ....।" ਮਰੀਜ਼ ਨੇ ਜਿਸਮ ਦਾ ਸਾਰਾ ਜ਼ੋਰ ਇਕੱਠਾ ਕਰ ਕੇ ਦੱਸਿਆ।

"ਕੁੜੀਆਂ ਬੱਚੇ ਨੀ ਹੁੰਦੇ?" ਡਾ. ਨੇ ਹੱਸ ਕੇ ਪੁੱਛਿਆ ਪਰ ਅੱਗਿਉਂ ਕੋਈ ਉੱਤਰ ਨਾ ਮਿਲਿਆ। ਡਾਕਟਰ ਨੇ ਨਰਸ ਨੂੰ ਭੇਜ ਕੇ ਮੁਰਾਰੀ ਨੂੰ ਅੰਦਰ ਬੁਲਾਇਆ।

"ਦੇਖੋ ਟੈਸਟ ਦੀ ਫੀਸ ਚਾਰ ਹਜ਼ਾਰ ਜਮ੍ਹਾਂ ਕਰਾਓ....ਤੇ ਦੂਜੀ ਗੱਲ ਧਿਆਨ ਨਾਲ ਸੁਣੋ...ਜੇ ਲੜਕੀ ਹੋਈ ਤਾਂ ਸਫਾਈ ਦੇ ਦਸ ਹਜ਼ਾਰ ਲੱਗਣਗੇ....ਸੋਚ ਕੇ ਦੱਸ ਦਿਓ.... ਬਹੁਤ ਰਿਸਕ ਐ....ਕਾਨੂੰਨ ਬਹੁਤ ਸਖਤ ਹੋ ਗਿਐ....ਡਾਕਟਰਾਂ ਉਪਰ ਕਾਨੂੰਨ ਅਤੇ

ਮੀਡੀਆ ਦੀ ਪੂਰੀ ਅੱਖ ਰਹਿੰਦੀ ਐ....ਨਾਲੇ ਅਸੀਂ ਭਰੂਣ ਨੀ ਸਾਂਭਣਾ....ਆਪਣੇ ਨੂੰ ਟਿਕਾਣੇ ਲਾਉਣ ਦਾ ਖੁਦ ਇੰਤਜ਼ਾਮ ਕਰਨਾ ਪੈਣਾ ਐ। ਐਂ ਕਰਨਾ....ਚੱਲ ਕੁਸ ਨੀ....ਪਹਿਲਾਂ ਟੈਸਟ ਕਰਨ ਦਿਓ...ਫ਼ੀਸ ਜਮ੍ਹਾਂ ਕਰਾਓ....।" ਡਾ. ਕੁਝ ਮੰਗਵਾਉਣਾ ਚਾਹੁੰਦੀ ਸੀ ਪਰ ਫੇਰ ਇਹ ਸੋਚ ਕੇ ਚੁੱਪ ਈ ਕਰ ਗਈ ਕਿ ਸ਼ਾਇਦ ਲੜਕਾ ਈ ਹੋਵੇ....।

"ਸੁਭ ਸੁਭ ਬੋਲੋ ਡਾਕਟਰ ਸਾਹਬ....ਦਸ ਹਜ਼ਾਰ ਖਰਾਬ ਕਰਨ ਦੀ ਤਾਂ ਨੌਬਤ ਈ ਨੀ ਆਉਣੀ....ਐਨੇ ਕਿਹੜਾ ਅਸੀਂ ਰੱਬ ਦੇ ਮਾਂਹ ਮਾਰੇ ਨੇ....ਬਈ ਹੁਣ ਸੱਤਵੀਂ ਵਾਰ ਵੀ....ਝਿੜੀ ਆਲੇ ਸਾਧ ਕੋਲੋਂ ਸੂ ਬਦਲਣ ਦੀ ਦੁਆਈ ਵੀ ਖਾ ਰੱਖੀ ਐ.....ਮੁੰਡਾ ਈ ਹੋਊ ਪੱਕਾ....।"

ਫੇਰ ਮੁਰਾਰੀ ਸੰਭਲਿਆ। ਗੀਝੇ 'ਚ ਹੱਥ ਮਾਰਦਿਆਂ ਉਤਸ਼ਾਹ ਨਾਲ ਬੋਲਿਆ, "ਪੈਸਿਆਂ ਦਾ ਇੰਤਜ਼ਾਮ ਕਰ ਰੱਖਿਐ ਜੀ....ਰੱਬ ਦਾ ਨੌਂ ਲੈ ਕੇ ਹਥਿਆਰ ਚੱਕਿਓ....।"

ਉਹਦੀ ਗੱਲ ਸੁਣ ਕੇ ਡਾਕਟਰ ਹੱਸ ਪਈ,

"ਜੇ ਮੇਰੇ ਰੱਬ ਦਾ ਨੌਂ ਲੈਣ ਨਾਲ ਟੈਸਟ ਵਿੱਚ ਮੁੰਡੇ ਆਉਣ ਲੱਗਣ ਤਾਂ ਮੈਂ ਚੌਬੀ ਘੰਟੇ ਰੱਬ ਦਾ ਈ ਨਾਂ ਲੈਂਦੀ ਰਿਹਾ ਕਰਾਂ....।"

ਮੁਰਾਰੀ ਕਮਰੇ ਦੇ ਬਾਹਰ ਜਾ ਕੇ ਕੰਧ ਦਾ ਸਹਾਰਾ ਲੈ ਕੇ ਖੜ੍ਹਾ ਹੋ ਗਿਆ। ਉਹ ਡਾਕਟਰ ਦੇ ਫੈਸਲੇ ਦਾ ਇੰਤਜ਼ਾਰ ਕਰ ਰਿਹਾ ਸੀ। ਉਹਦਾ ਰੋਮ ਰੋਮ ਪ੍ਰਾਰਥਨਾ ਕਰ ਰਿਹਾ ਸੀ। ਅੱਖਾਂ ਬੰਦ ਕਰੀਂ ਉਹ ਦੇਵੀ ਦੇਵਤੇ ਧਿਆ ਰਿਹਾ ਸੀ।

ਦੋਵੇਂ ਵੱਡੀਆਂ ਕੁੜੀਆਂ ਸਾਹਮਣੇ ਗੈਲਰੀ ਵਿੱਚ ਬੈਂਚ ਉਤੇ ਮੂਕ ਬੈਠੀਆਂ ਸਨ। ਤੀਜੀ ਮੁੱਕ ਲੇਟੀ ਪਈ ਸੀ-ਅਡੋਲ-ਅਹਿੱਲ-ਮੱਖੀਆਂ ਉਹਦੇ ਮੂੰਹ ਵਿੱਚ ਵੜ ਰਹੀਆਂ ਸਨ। ਮੁੱਕ ਸ਼ਾਂਤ ਲੇਟੀ ਪਈ ਸੀ-ਉਹਦੀ ਇੱਕ ਬਾਂਹ ਬੈਂਚ ਤੋਂ ਹੇਠਾਂ ਲਮਕ ਰਹੀ ਸੀ।

ਇਸ ਘੜੀ ਮੁਰਾਰੀ ਨੂੰ ਕੁੜੀਆਂ ਦਾ ਧਿਆਨ ਈ ਨਹੀਂ ਸੀ। ਉਹ ਤਾਂ ਦੇਵੀ ਦੇਵਤੇ ਧਿਆ ਰਿਹਾ ਸੀ। ਰੱਬ ਕੋਲੋਂ ਜਾਇਦਾਦ ਦਾ ਵਾਰਸ ਮੰਗ ਰਿਹਾ ਸੀ। ਮੂਕ-ਪੱਥਰ ਦੀ ਮੂਰਤ ਬਣਿਆ ਹੋਇਆ-ਸਾਹ ਦੀ ਆਵਾਜ਼ ਵੀ ਨਹੀਂ ਸੀ ਆ ਰਹੀ। ਬੱਸ ਉਹਦਾ ਦਿਲ ਬੜੀ ਜ਼ੋਰ ਦੀ ਧੜਕ ਰਿਹਾ ਸੀ ਤੇ ਦਿਲ ਦੀ ਧੜਕਣ ਦੀ ਆਵਾਜ਼ ਉਹਦੇ ਸਿਰ ਵਿੱਚ ਪੱਥਰਾਂ ਵਾਂਗ ਵੱਜ ਰਹੀ ਸੀ-ਠੱਕ-ਠੱਕ-ਠੱਕ।

ਨਰਸ ਨੇ ਆ ਕੇ ਇਸ ਠੱਕ ਠੱਕ ਨੂੰ ਭੰਗ ਕਰਦਿਆਂ ਇੱਕ ਹੋਰ ਹਥੌੜਾ ਉਹਦੇ ਸਿਰ 'ਚ ਠਾਅ ਕਰ ਕੇ ਮਾਰਿਆ,

"ਲੜਕੀ ਐ...ਜੇ ਨਹੀਂ ਰੱਖਣੀ ਤਾਂ ਦਸ ਹਜ਼ਾਰ ਰੁਪਏ ਜਮ੍ਹਾਂ ਕਰਾਓ....ਹੁਣੇ.... ਡਾਕਟਰ ਸਾਹਿਬ ਨੇ ਜਾਣੈ ਫੇਰ...."

ਮੁਰਾਰੀ ਉਥੇ ਕੰਧ ਨਾਲ ਢੋਅ ਲਾ ਕੇ ਬਹਿ ਗਿਆ....ਉਹਨੂੰ ਘਮੇਰਨੀ ਆ ਗਈ....ਉਹ ਦੋਹਾਂ ਹੱਥਾਂ ਨਾਲ ਸਿਰ ਫੜ ਕੇ ਬੈਠਾ ਹੋਇਆ ਸੀ—ਅੱਖਾਂ ਮੂਹਰੇ ਹਨੇਰਾ।

ਸਾਰੇ ਦੇਵੀ-ਦੇਵਤੇ ਸਾਰੇ ਪੀਰ-ਫਕੀਰ ਧਿਆਏ ਬੇਕਾਰ ਚਲੇ ਗਏ। ਜੇ ਕਿਤੇ ਐਸ ਘੜੀ ਰੱਬ ਉਹਦੇ ਸਾਹਮਣੇ ਹੁੰਦਾ ਤਾਂ.....।

ਮਰਿਆ ਮਰਿਆ ਮੁਰਾਰੀ ਗੋਡਿਆਂ ਨੂੰ ਧੂਹ ਕੇ ਉਠਿਆ ਤੇ ਨਰਸ ਦੇ ਮਗਰ ਮਗਰ ਕਾਊਂਟਰ ਤੇ ਚਲਿਆ ਗਿਆ।

"ਡਾਕਟਰ ਸਾਹਬ ਨੇ ਟੈਸਟ ਠੀਕ ਕੀਤਾ ਹੋਣਾ ਮੈਡਮ ਜੀ?....ਐਤਕੀਂ ਤਾਂ ਕੁੜੀ ਨੀ ਹੋਣੀ ਚਾਹੀਦੀ ਸੀ....ਪੰਦਰਾਂ ਸੌ ਰੁਪਈਏ ਦੀ ਸੂ ਬਦਲਣ ਦੀ ਦੁਆਈ ਬੀ ਖਾ ਰੱਖੀ ਐ ਸਾਧ ਕੋਲੋਂ....ਉਹਨੇ ਤਾਂ ਗਰੰਟੀ ਦੇ ਰੱਖੀ ਐ....।" ਨਰਸ ਨੇ ਮੁਰਾਰੀ ਵੱਲ ਟੇਢਾ ਟੇਢਾ ਤੱਕਦਿਆਂ ਹੱਥ ਵਧਾ ਕੇ ਕਿਹਾ,

"ਜੇ ਐਨੀ ਗਰੰਟੀ ਸੀ ਤਾਂ ਟੈਸਟ ਕਰਾਉਣ ਦੀ ਕੀ ਲੋੜ ਸੀ?"

ਗੀਝੇ 'ਚੋਂ ਪੈਸਿਆਂ ਦੀ ਥਹੀ ਕੱਢ ਕੇ ਮੁਰਾਰੀ ਨੇ ਨਰਸ ਮੂਹਰੇ ਧਰ ਦਿੱਤੀ।

ਐਨੇ ਗੰਦੇ ਸਿੱਲੇ ਤੇ ਪਾਟੇ ਪੁਰਾਣੇ ਨੋਟ ਦੇਖ ਕੇ ਨਰਸ ਨੂੰ ਕਚਹਿਣ ਆ ਗਈ। ਐਨੇ ਗੰਦੇ ਨੋਟ....ਇਕ ਇਕ...ਦੋ...ਪੰਜਾਂ ਪੰਜਾਂ....ਦਸਾਂ ਦਸਾਂ ਤੇ ਵੀਹਾਂ ਦੇ ਘਿਸੇ ਪਿਟੇ ਨੋਟ। ਨਰਸ ਨੇ ਹੱਥ ਦੇ ਇਸ਼ਾਰੇ ਨਾਲ ਹੋਰ ਪੈਸੇ ਮੰਗੇ ਪਰ ਮੁਰਾਰੀ ਨੇ ਤਾਂ ਸਾਰੀ ਥਹੀ ਉਹਦੇ ਹਵਾਲੇ ਕਰ ਦਿੱਤੀ ਸੀ। ਉਹ ਲਾਚਾਰ ਜਿਹਾ ਹੋ ਕੇ ਬੋਲਿਆ,

"ਭੈਣ ਜੀ ਮੈਨੂੰ ਤਾਂ ਐਤਕੀਂ ਪੂਰੀ ਉਮੀਦ ਸੀ ਬਈ ਮੁੰਡਾ ਈ ਹੋਣੈ...ਏਸ ਕਰਕੇ...ਏਸ ਕਰਕੇ...।"

"ਪਰ ਇਹ ਤਾਂ ਕੁੱਲ ਪੰਜ ਹਜ਼ਾਰ ਨੇ....ਦਸ ਭਰਨੇ ਪੈਣੇ ਐਂ.....ਨਰਸ ਨੇ ਹਵਾ 'ਚ ਹੱਥ ਹਿਲਾਇਆ।

"ਮੇਰੇ ਲਵੇ ਤਾਂ ਭੈਣ ਜੀ ਐਨੇ ਈ ਨੇ...ਮੈਂ ਬਾਕੀ ਦੇ ਪੈਸੇ ਬੀ ਹੌਲੀ ਹੌਲੀ ਦੇ ਦੂੰ...." ਮੁਰਾਰੀ ਰੋਣਹਾਕਾ ਹੋ ਗਿਆ।

ਨਰਸ ਕਈ ਕੁਝ ਕਹਿਣਾ ਚਾਹੁੰਦੀ ਸੀ। ਮੁਰਾਰੀ ਨੂੰ ਚੰਗੀ ਤਰ੍ਹਾਂ ਤਾੜਨਾ ਚਾਹੁੰਦੀ ਸੀ ਪਰ ਪਤਾ ਨੀ ਕੀ ਸੋਚ ਕੇ ਡਾਕਟਰ ਕੋਲ ਜਾਂਦੀ ਹੋਈ ਬੋਲੀ,

"ਐਨੇ ਗੰਦੇ ਨੋਟ ਕਿੱਥੋਂ ਕੱਠੇ ਕੀਤੇ ਨੇ?"

ਨਰਸ ਨੇ ਡਾਕਟਰ ਨੂੰ ਸਾਰੀ ਗੱਲ ਦੱਸੀ। ਡਾਕਟਰ ਨੇ ਇੱਕ ਵਾਰੀ ਪੈਸਿਆਂ ਵੱਲ ਤੱਕਿਆ ਫੇਰ ਬੰਤੀ ਵੱਲ ਤੇ ਫੇਰ ਲਾਵਾਰਸਾਂ ਵਾਂਗ ਬੈਠੀਆਂ ਕੁੜੀਆਂ ਵੱਲ ਝਾਤੀ ਮਾਰੀ। ਉਹਨੂੰ ਹੋਣ ਵਾਲੀ ਬੱਚੀ ਉਤੇ ਤਰਸ ਆ ਗਿਆ। ਮੁਰਾਰੀ ਵੱਲ ਤੱਕਦਿਆਂ ਡਾਕਟਰ ਬੇਰੁਖੀ ਨਾਲ ਬੋਲੀ,

"ਇਹਨਾਂ ਲੋਕਾਂ ਨੂੰ ਤਾਂ ਮੁਰੱਬਿਆਂ ਦਾ ਵਾਰਸ ਚਾਹੀਦੈ....ਘਰ ਖਾਣ ਨੂੰ ਰੋਟੀ ਨੀ ਤੇ ਚਾਹੀਦੇ ਨੇ ਰਾਜ ਕੁਮਾਰ....ਕੁੜੀਆਂ ਵਿਚਾਰੀਆਂ ਰੋਲ ਕੇ ਮਾਰਨ ਆਲੀਆਂ ਕੀਤੀਆਂ ਪਈਆਂ ਨੇ....ਤੇ ਜਿਹੜੀ ਹੋਰ ਆਊ....ਉਹਨੇ ਵੀ ਰੁਲਨਾ ਈ ਐਂ ਤਾਂ ਫੇਰ ਪੈਦਾ ਈ ਕਿਉਂ ਹੋਵੇ....ਜਾਓ ਬਾਹਰ....ਨਾਲੇ ਭਰੂਣ ਲਿਜਾਣ ਖਾਤਰ ਕਾਲਾ ਲਿਫਾਫਾ ਲੈ ਕੇ ਆਓ...ਜਿਸ ਦੇ ਵਿੱਚੋਂ ਕੁਝ ਨਜ਼ਰ ਨਾ ਆਵੇ...ਕਿਤੇ ਟਰਾਂਸਪੇਰੈਂਟ ਲਫਾਫਾ ਨਾਂ ਚੱਕ ਲਿਆਈਂ....ਸਾਨੂੰ ਵੀ ਮਰਾਵੇਂਗਾ....।"

ਪੈਰਾਂ ਨੂੰ ਧੂੰਹਦਾ ਹੋਇਆ ਮੁਰਾਰੀ ਬਾਹਰ ਨਿਕਲਿਆ। ਸਾਹਮਣੇ ਬਾਜ਼ਾਰ 'ਚ ਜਾ ਕੇ ਇੱਕ ਦੁਕਾਨਦਾਰ ਨੂੰ ਬੋਲਿਆ,

"ਭਾਈ ਸੈਹਬ ਇਕ ਕਾਲਾ ਪੋਲੀਥੀਨ ਦੇ ਦਿਉਗੇ?"

"ਕਾਲਾ ਪੋਲੀਥੀਨ?? ਉਹ ਤਾਂ ਝਟਕੇ ਦੀ ਦੁਕਾਨ ਤੋਂ ਮਿਲੂ...ਕਸਾਈ ਦੀ ਦੁਕਾਨ ਤੋਂ...ਸਾਡੇ ਕੋਲ ਤਾਂ ਸਾਫ ਸੁਥਰੇ ਲਫਾਫੇ ਨੇ....ਜਿਹਨਾਂ 'ਚੋਂ ਸਾਰ ਪਾਰ ਦੀਂਹਦਾ ਹੋਵੇ....ਸਰਕਾਰ

ਨੇ ਕਾਲੇ ਜਾਂ ਰੰਗਦਾਰ ਲਫ਼ਾਫ਼ਿਆਂ ਤੇ ਬੈਨ ਕਰ ਰੱਖਿਆ ਐ। ਕਾਲੇ ਲਫ਼ਾਫ਼ੇ ਤਾਂ ਹੁਣ ਮੀਟ ਦੀਆਂ ਹੱਟਾਂ ਤੇ ਈ ਮਿਲਦੇ ਨੇ....ਮੀਟ ਪਾਉਣ ਲਈ....ਜਾਂ ਅਣਜੰਮੀਆਂ ਕੁੜੀਆਂ ਦੇ ਭਰੂਣ ਪਾਣ ਲਈ....ਭਰੂਣ ਹੱਤਿਆ ਤੇ ਬੀ ਸਰਕਾਰਾਂ ਨੇ ਬੰਦਸ ਲਾ ਰੱਖੀ ਐ....ਪਰ ਲੋਕ ਹਟਦੇ ਤਾਂ ਨੀ....।"

ਦੁਕਾਨਦਾਰ ਨੇ ਤਾਂ ਸ਼ਾਇਦ ਸਹਿਜ ਭਾਅ ਈ ਕਿਹਾ ਸੀ ਪਰ ਮੁਰਾਰੀ ਤ੍ਰਭਕਿਆ। ਇਹਨੂੰ ਭੜੂਏ ਨੂੰ ਕਿਮੇਂ ਪਤਾ ਚੱਲ ਗਿਆ ਕਿ ਮੈਂ ਕਾਲੇ ਲਫ਼ਾਫ਼ੇ 'ਚ ਮਰੀ ਹੋਈ ਕੁੜੀ ਦਾ ਭਰੂਣ ਪਾਉਣੈ...ਮੁਰਾਰੀ ਕਾਹਲੇ ਕਦਮੀਂ ਬਰਸਾਤ 'ਚ ਠੱਪ ਠੱਪ ਕਰਦੀਆਂ ਜੁੱਤੀਆਂ ਨਾਲ ਅਗਾਂਹ ਤੁਰ ਗਿਆ। ਜੁੱਤੀਆਂ ਨਾਲ ਚਿੱਕੜ ਦੇ ਛਿੱਟੇ ਉਹਦੀ ਪਿੱਠ ਤੇ ਪੈ ਰਹੇ ਸਨ ਪਰ ਉਹ ਮੀਟ ਦੀ ਦੁਕਾਨ ਵੱਲ ਤੁਰਿਆ ਜਾ ਰਿਹਾ ਸੀ।

ਅਖੀਰ ਤ੍ਰਿਬੈਣੀ ਚੌਂਕ ਪਾਰ ਕਰ ਕੇ ਉਹਨੂੰ ਮੱਛੀ ਮਾਰਕੀਟ ਨਜ਼ਰ ਆਈ। ਬਰਸਾਤ ਅਤੇ ਮੱਛੀਆਂ ਦੀ ਬਦਬੋਅ ਉਹਦੇ ਦਿਮਾਗ ਨੂੰ ਚੜ੍ਹ ਗਈ।

ਚੋਰ ਦੀ ਦਾਹੜੀ 'ਚ ਤਿਣਕਾ ਵਾਲੀ ਕਹਾਵਤ ਅਨੁਸਾਰ ਉਹ ਹਰ ਦੁਕਾਨ ਤੇ ਜਾਣ ਤੋਂ ਝਿਜਕ ਰਿਹਾ ਸੀ। ਗੱਲ ਵੀ ਸ਼ੱਕ ਵਾਲੀ ਸੀ। ਬਈ ਸਪੈਸ਼ਲ ਕਾਲਾ ਲਿਫ਼ਾਫ਼ਾ ਈ ਕਿਉਂ ਚਾਹੀਦੈ ਪਰ ਫੇਰ ਉਹ ਨੂੰ ਗੱਲ ਸੁੱਝ ਗਈ,

"ਬਾਈ ਜੀ ਇੱਕ ਪਲਾਸਟਕ ਦਾ ਕਾਲਾ ਲਫ਼ਾਫ਼ਾ ਦੇ ਦਿਉਂਗੇ...ਮੈਂ ਮੀਟ ਖਰੀਦਿਆ ਸੀ....ਲਫ਼ਾਫ਼ਾ ਪਾਟ ਗਿਐ...." ਸਰੋਸਰੀ ਦਾ ਝੂਠ ਸੁੱਝਣ ਤੇ ਮੁਰਾਰੀ ਨੂੰ ਤਸੱਲੀ ਹੋਈ।

ਉਹਦੇ ਖਾਲੀ ਹੱਥ ਦੇਖ ਕੇ ਦੁਕਾਨਦਾਰ ਨੂੰ ਸ਼ੱਕ ਹੋਇਆ। ਉਹ ਮੁਰਾਰੀ ਵੱਲ ਬਾਂਹ ਲਮਿਆਰ ਕੇ ਬੋਲਿਆ,

"ਮੀਟ ਕਿੱਥੇ ਐ ਬੀਰਿਆ...ਤੇਰੇ ਹੱਥ ਤਾਂ ਖਾਲੀ ਨੇ....।"

"ਉਹ ਜੀ....ਉਹ ਜੀ...ਉਹ ਤਾਂ ਜੀ ਮੈਂ ਓਥੇ ਤ੍ਰਿਬੈਣੀ ਆਲੀ ਥੜ੍ਹੀ ਤੇ ਧਰ ਕੇ...ਉਥੇ....।" ਮੁਰਾਰੀ ਕੋਲੋਂ ਵਾਕ ਵੀ ਪੂਰਾ ਨਾ ਹੋਇਆ।

"ਓਇ ਹੋਇ...ਭਲਿਆ ਮਾਣਸਾ ਉਥੇ ਮੀਟ ਰੱਖ ਆਇਆ? ਉਥੇ ਤਾਂ ਕੁੱਤੇ ਖਾ ਲੈਣਗੇ....ਜਾਂ ਪੁਜਾਰੀ ਚੱਕ ਲਊ....ਹੁਣ ਤੈਨੂੰ ਕਾਲੇ ਲਫ਼ਾਫ਼ੇ ਦੀ ਲੋੜ ਈ ਨੀ ਪੈਣੀ....।"

ਮੁਰਾਰੀ ਚੁੱਪ....ਬੱਢ ਕੰਨ ਜੇ ਖੂਨ ਆਵੇ। ਪਹਿਲਾਂ ਤਾਂ ਰੱਬ ਤਵੱਕਲੀ ਉਹਨੂੰ ਝੂਠ ਔੜ ਗਿਆ ਸੀ ਪਰ ਉਹ ਐਨੇ ਜੋਕਰਾ ਨਹੀਂ ਸੀ ਕਿ ਦੁਕਾਨਦਾਰ ਦੀ ਹਰ ਗੱਲ ਸਾਂਭ ਲੈਂਦਾ। ਉਹ ਡੌਨਬਾਟਾ ਬਣ ਕੇ ਖੜ੍ਹਿਆ ਰਿਹਾ।

"ਨਹੀਂ ਕੁੱਤੇ ਨੀ ਖਾਂਦੇ....ਜੇ ਬਚਿਆ ਮਿਲ ਗਿਆ....ਤਾਂ ਪਾ ਲਊਂ....ਤੁਸੀਂ ਮੈਨੂੰ ਕਾਲਾ ਲਫ਼ਾਫ਼ਾ ਦੇ ਦਿਓ....।"

"ਉਇ ਕੁੱਤੇ ਤਾਂ ਦੁਕਾਨ ਦੇ ਅੰਦਰ ਬੜ ਕੇ ਮੀਟ ਖਾ ਜਾਂਦੇ ਨੇ.....ਉਥੇ ਥੜ੍ਹੀ ਤੇ ਤੇਰੇ ਲਗਦਿਆਂ ਨੇ ਛੱਡਿਆ ਹੋਣਾ? ਪਰ ਤੂੰ ਸੱਚ ਦੱਸ...ਕਾਲਾ ਲਫ਼ਾਫ਼ਾ ਕਰਨਾ ਕੀ ਐ....? ਕੈ ਕੁੜੀਆਂ ਨੇ ਤੇਰੇ ਕੋਲ...? ਤੂੰ ਸਾਹਮਣੇ ਹਸਪਤਾਲ 'ਚੋਂ ਆਇਐਂ ਨਾ....? ਕੁੜੀਮਾਰਾ....ਕੁੜੀ ਦਾ ਭਰੂਣ ਪਾਉਣੈ ਕਾਲੇ ਲਫ਼ਾਫ਼ੇ 'ਚ....?"

ਮੁਰਾਰੀ ਥਾਏਂ ਬਹਿ ਗਿਆ। ਦੁਕਾਨਦਾਰ ਅਜੇ ਵੀ ਬੋਲੀ ਜਾ ਰਿਹਾ ਸੀ, "ਉਇ

ਅਸੀਂ ਤਾਂ ਨਾਂ ਦੇ ਈ ਕਸਾਈ ਆਂ....ਲੋਕਾਂ ਦੀ ਜੀਭ ਦਾ ਸੁਆਦ ਪੂਰਾ ਕਰਨ ਖਾਤਰ ਜਾਨਵਰ ਵੱਢਦੇ ਆਂ...ਪਰ ਅਸਲੀ ਕਸਾਈ ਤਾਂ....ਤੂੰ ਪਹਿਲਾ ਬੰਦਾ ਨੀ ਆਇਆ ਕਾਲਾ ਲਫਾਫਾ ਮੰਗਣ....ਉਰੇ ਤੇਰੇ ਬਰਗੇ ਕਈ ਕਸਾਈ ਆਉਂਦੇ ਨੇ।" ਲਫਾਫਾ ਮੁਰਾਰੀ ਵੱਲ ਵਗ੍ਹਾਉਂਦਿਆਂ ਉਹ ਅੱਗੇ ਬੋਲਿਆ,

"ਲੈ ਚੱਕ ਫੜ ਲਫਾਫਾ...ਨਾਲੇ ਆਇੰ ਕਰੀਂ....ਹੁਣ ਮਰੀ ਧੀ ਨੂੰ ਰੂੜੀਆਂ ਤੇ ਨਾ ਸਿੱਟੀਂ...ਕੁੱਤੇ ਬਿੱਲੇ ਖਿੱਚਦੇ ਫਿਰਨਗੇ...ਉਹਨੂੰ ਬਚਾਰੀ ਨੂੰ ਡੂੰਘਾ ਟੋਆ ਪੱਟ ਕੇ ਦੱਬ 'ਦੀਂ....ਬਚਾਰੀ ਦੀ ਮਿੱਟੀ ਖਰਾਬ ਹੋਊ...ਨਾਲੇ ਹੋਰ ਸੁਣ....ਸੱਤ ਜਰਮਾਂ ਤੱਕ ਪਾਪ ਨੀ ਲੱਥਣਾ...ਧੀ ਮਾਰੀ ਦਾ....।"

ਮੁਰਾਰੀ ਨੇ ਲਫਾਫਾ ਚੱਕਿਆ ਤੇ ਡਗਮਗਾਉਂਦੇ ਕਦਮਾਂ ਨਾਲ ਹਸਪਤਾਲ ਵੱਲ ਨੂੰ ਭੱਜਿਆ। ਜਦੋਂ ਉਹ ਕਮਰਾ ਨੰਬਰ ਦੋ 'ਚ ਪਹੁੰਚਿਆ ਤਾਂ ਡਾਕਟਰ ਤੇ ਨਰਸਾਂ ਨੂੰ ਭਾਜੜਾਂ ਪਈਆਂ ਹੋਈਆਂ ਸਨ।

ਉਹ ਹੈਰਾਨ। ਬੰਤੀ ਕਮਜ਼ੋਰ ਹੋਣ ਸਦਕਾ ਅਬਾਰਸ਼ਨ ਦਾ ਦਰਦ ਨਾ ਸਹਿੰਦੀ ਹੋਈ ਪੂਰੀ ਹੋ ਗਈ ਸੀ। ਕਾਲੇ ਲਫਾਫੇ ਨੂੰ ਹੱਥ 'ਚ ਘੁੱਟ ਕੇ ਫੜਦਿਆਂ ਉਹ ਬੰਤੀ ਨੂੰ ਇੱਕ ਟੱਕ ਦੇਖੀ ਜਾ ਰਿਹਾ ਸੀ। ਇਹ ਕੀ ਹੋ ਗਿਆ। ਫੇਰ ਉਹਦੀ ਭੁੱਬ ਨਿਕਲ ਗਈ।

ਵੱਡੀਆਂ ਦੋਵੇਂ ਕੁੜੀਆਂ ਡਰੀਆਂ ਸਹਿਮੀਆਂ ਰੋਂਦੇ ਮੁਰਾਰੀ ਦੀਆਂ ਲੱਤਾਂ ਨੂੰ ਚਿੰਬੜ ਗਈਆਂ। ਦੋਵੇਂ ਕੁੜੀਆਂ ਨੂੰ ਉਂਗਲ ਲਾ ਕੇ ਰੋਂਦਾ ਕੁਰਲਾਉਂਦਾ ਮੁਰਾਰੀ ਨਿੱਕੀ ਮੁੱਕ ਨੂੰ ਲੈਣ ਬਾਹਰ ਨਿਕਲਿਆ ਪਰ ਮੁੱਕ ਤਾਂ ਮੁੱਕ ਚੁੱਕੀ ਸੀ। ਲੁੜ੍ਹਕੀ ਪਈ ਸੀ। ਸ਼ਾਇਦ ਸ਼ਾਮੀਂ ਜਦੋਂ ਮੁਰਾਰੀ ਨੇ ਉਹਨੂੰ ਬੈਂਚ ਤੇ ਲਿਟਾਇਆ ਸੀ ਉਹ ਉਦੋਂ ਈ ਮਰ ਗਈ ਸੀ।

ਮਰੀ ਹੋਈ ਧੀ ਨੂੰ ਦੇਖ ਕੇ ਮੁਰਾਰੀ ਦੀਆਂ ਹੋਰ ਵੀ ਚੀਕਾਂ ਨਿਕਲ ਗਈਆਂ। ਬਾਪੂ ਨੇ ਆ ਕੇ ਰੋਂਦੇ ਮੁਰਾਰੀ ਦੇ ਮੋਢੇ ਤੇ ਹੱਥ ਧਰਿਆ....

"ਕੋਈ ਨਾ ਪੁੱਤ....ਤੇਰੀ ਮਾਂ ਦੀ ਤਾਂ ਉਮਰ ਹੋਈ ਪਈ 'ਤੀ....ਨਾਲੇ ਨਿੱਤ ਬਮਾਰ ਰਹਿੰਦੀ ਸੀ....ਤੂੰ ਮੈਨੂੰ ਬੰਤੀ ਦਾ ਹਾਲ ਦੇਹ....।"

ਬਾਪੂ ਨੇ ਸੋਚਿਆ ਕਿ ਸ਼ਾਇਦ ਮੁਰਾਰੀ ਨੂੰ ਮਾਂ ਦੇ ਮਰਨ ਦੀ ਖਬਰ ਪਤਾ ਲੱਗ ਗਈ ਐ ਉਹ ਇਸ ਕਰਕੇ ਰੋ ਰਿਹਾ ਹੈ।

"ਮਾਂ? ਕੀ ਹੋਇਆ ਬੇਬੇ ਨੂੰ? ਬਾਪੂ ਮੇਰੀ ਮਾਂ ਠੀਕ ਤਾਂ ਹੈ? ਬਾਪੂ ਬੰਤੀ ਤੇ ਮੁੱਕ ਮਰ ਗਈਆਂ ਨੇ....ਬਾਪੂ ਮੁੱਕ ਦਾ ਨਾਂ ਏਸੇ ਕਰਕੇ ਮੁੱਕ ਧਰਿਆ ਸੀ ਕਿ ਉਹ ਛੇਤੀ ਮੁੱਕ ਜੇ....ਬਚਾਰੀ ਮੁੱਕ....।"

ਕਰੰਟ ਲੱਗਣ ਵਾਂਗ ਬਾਪੂ ਨੇ ਮੁਰਾਰੀ ਦੇ ਮੋਢੇ ਤੋਂ ਹੱਥ ਚੱਕਿਆ..."ਕੀ ਭੌਂਕ ਰਿਹੈਂ...ਕੁਸ ਨੀ ਹੋਇਆ ਬੰਤੀ ਤੇ ਮੁੱਕ ਨੂੰ....ਕੋਈ ਚੱਜ ਦੀ ਗੱਲ ਬੀ ਕਰ ਲਿਆ ਕਰ ਕਦੇ....ਨਾਲੇ ਚਲ ਤੇਰੀ ਮਾਂ ਨੂੰ ਸਮੇਟੀਏ....।"

"ਬਾਪੂ ਬੰਤੀ ਤੇ ਮੁੱਕ ਸੱਚੀਂ ਮਰ 'ਗੀਆਂ...ਚਾਹੇ ਪੁੱਛ ਲੈ ਡਾਕਟਰ ਕੋਲੋਂ....।" ਫੇਰ ਪਾਗਲਾਂ ਵਾਂਗ ਝੱਲ ਖਲਾਰਦਾ ਮੁਰਾਰੀ ਹੱਸਿਆ ਤੇ ਕਾਲਾ ਲਫਾਫਾ ਹਵਾ 'ਚ ਲਹਿਰਾਉਂਦਿਆਂ ਬੋਲਿਆ,

"ਬਾਬੂ ਏਸ ਕਾਲੇ ਲਫਾਫੇ 'ਚ ਹੁਣ ਕੀਹਨੂੰ ਕੀਹਨੂੰ ਪਾਈਏ....ਕੀਹਨੂੰ ਕੀਹਨੂੰ...?"

ਸੁਸਾਈਡ ਨੋਟ

ਨਰਿੰਦਰ ਦੇ ਪੇਕਿਆਂ ਨੇ ਪਹਿਲਾਂ ਤਾਂ ਉਹਦੀ ਮ੍ਰਿਤਕ ਦੇਹ ਪੁਲਿਸ ਚੌਕੀ ਦੇ ਮੂਹਰੇ ਧਰ ਕੇ ਪਿੱਟ ਸਿਆਪਾ ਕੀਤਾ-ਪਰ ਥਾਣੇਦਾਰ ਨੇ ਜਦੋਂ ਨਰਿੰਦਰ ਦੇ ਸੱਸ ਸਹੁਰੇ ਅਤੇ ਪਤੀ ਨੂੰ ਹਵਾਲਾਤ 'ਚ ਬੰਦ ਕੀਤੇ ਦਖਾਇਆ ਤਾਂ ਉਹ ਲਾਸ਼ ਨੂੰ ਮੁੱਖ ਮੰਤਰੀ ਨਿਵਾਸ ਮੂਹਰੇ ਲੈ ਕੇ ਹਾਇ ਹਾਇ ਕਰਨ ਲੱਗ ਪਏ।

ਹੁਣ ਉਹਨਾਂ ਦੀ ਪੁਰਜ਼ੋਰ ਮੰਗ ਸੀ ਕਿ ਨਰਿੰਦਰ ਦੇ ਕਾਤਲ ਸਹੁਰਿਆਂ ਨੂੰ ਭਰੇ ਬਾਜ਼ਾਰ ਫਾਂਸੀ ਦਿੱਤੀ ਜਾਵੇ ਤਾਂ ਜੋ ਅੱਗੋਂ ਲੋਕਾਂ ਨੂੰ ਕੰਨ ਹੋ ਜਾਣ। ਮੁੱਖ ਮੰਤਰੀ ਨੇ ਜਦੋਂ ਖੁਦ ਆ ਕੇ ਨਰਿੰਦਰ ਦੇ ਪੇਕਿਆਂ ਨੂੰ ਭਰੋਸਾ ਦੁਆਇਆ ਕਿ ਦੋਸ਼ੀਆਂ ਨੂੰ ਕਰੜੀ ਤੋਂ ਕਰੜੀ ਸਜ਼ਾ ਦਿੱਤੀ ਜਾਵੇਗੀ ਤਾਂ ਉਹ ਹੋਰ ਵੀ ਭੂਤਰ ਗਏ। ਭੜਕੇ ਹੋਏ ਮਾਪਿਆਂ ਨੂੰ ਐਸਾ ਰੋਹ ਚੜ੍ਹਿਆ ਕਿ ਉਹ ਆਪਣੀ ਮੰਗ ਪੂਰੀ ਹੋਈ ਚਾਹੁੰਦੇ ਸਨ।

ਭਰੇ ਬਾਜ਼ਾਰ ਦੋਸ਼ੀਆਂ ਨੂੰ ਫਾਂਸੀ ਤੋਂ ਉਰ੍ਹਾਂ ਉਹਨਾਂ ਨੂੰ ਕੋਈ ਸ਼ਰਤ ਮਨਜ਼ੂਰ ਨਹੀਂ ਸੀ। ਮੁੱਖ ਮੰਤਰੀ ਨੇ, ਐਸ. ਪੀ. ਨੇ ਅਤੇ ਥਾਣੇ ਦੇ ਬਾਕੀ ਅਧਿਕਾਰੀਆਂ-ਕਰਮਚਾਰੀਆਂ ਨੇ ਬਥੇਰਾ ਸਮਝਾਇਆ ਕਿ ਕਾਨੂੰਨ ਵਿੱਚ ਐਸੀ ਕੋਈ ਵਿਵਸਥਾ ਨਹੀਂ ਹੈ ਜਿਸ ਦੇ ਆਧਾਰ 'ਤੇ ਦੋਸ਼ੀਆਂ ਨੂੰ ਭਰੇ ਬਾਜ਼ਾਰ ਫ਼ਾਂਸੀ ਤੇ ਲਟਕਾਇਆ ਜਾ ਸਕੇ ਪਰ ਨਰਿੰਦਰ ਦੇ ਮਾਪੇ ਉਹਨਾਂ ਦੀ ਕੋਈ ਗੱਲ ਸੁਣਨ ਨੂੰ ਵੀ ਤਿਆਰ ਨਹੀਂ ਸਨ।

ਉਹਨਾਂ ਦੀ ਚੌਵੀ ਸਾਲਾਂ ਦੀ ਧੀ-ਅਜੇ ਦੋ ਮਹੀਨੇ ਵਿਆਹ ਨੂੰ ਹੋਏ ਨੇ ਤੇ ਸਹੁਰਿਆਂ ਨੇ ਦਾਜ ਦੀ ਬਲੀ ਚਾੜ੍ਹ ਦਿੱਤੀ। ਕਾਤਲ ਸਹੁਰੇ....ਕਿਵੇਂ ਬਖਸ਼ਣ ਉਹ ਦੋਸ਼ੀਆਂ ਨੂੰ।

ਅਖੇ ਜੇ ਕਨੂੰਨ 'ਚ ਕੋਈ ਕਮੀ ਐ ਤਾਂ ਸੁਧਾਰ ਵੀ ਤਾਂ ਕੀਤਾ ਜਾ ਸਕਦੈ। ਕਾਨੂੰਨ ਬਦਲੇ ਵੀ ਜਾ ਸਕਦੇ ਨੇ। ਜੇ ਕਾਨੂੰਨ ਵਿੱਚ ਕਮੀ ਸਦਕਾ ਸਮਾਜ ਨੂੰ ਨੁਕਸਾਨ ਹੁੰਦਾ ਹੋਵੇ ਤਾਂ ਇਹਨੂੰ ਬਦਲੋ-ਸੁਧਾਰ ਕਰੋ।

ਉਹਨਾਂ ਦੀ ਇੱਕੋ ਰਟ ਕਿ ਦੋਸ਼ੀਆਂ ਨੂੰ ਭਰੇ ਬਾਜ਼ਾਰ ਫਾਂਸੀ ਤੇ ਟੰਗੋ, ਉਸ ਤੋਂ ਬਾਅਦ ਹੀ ਉਹ ਲਾਸ਼ ਦਾ ਸੰਸਕਾਰ ਕਰਨਗੇ।

ਫੇਰ ਉਹਨਾਂ ਨੇ ਲਾਸ਼ ਜੀ. ਟੀ. ਰੋਡ ਤੇ ਰੱਖ ਕੇ ਜਾਮ ਲਾ ਦਿੱਤਾ। ਪਿੰਡ ਦੇ ਪਤਵੰਤੇ ਲੋਕ ਬਥੇਰਾ ਸਮਝਾ ਹਟੇ ਕਿ ਕੁੜੀ ਦੀ ਮਿੱਟੀ ਸਮੇਟੋ-ਅਸੀਂ ਥੋਡੇ ਨਾਲ ਹਾਂ। ਸਾਰਾ ਪਿੰਡ ਹੀ ਨਹੀਂ ਸਾਰਾ ਇਲਾਕਾ ਥੋਡੇ ਨਾਲ ਐ ਪਰ ਕੁੜੀ ਦੇ ਮਾਪੇ ਕੁਝ ਵੀ ਸੁਣਨ ਨੂੰ ਤਿਆਰ ਨਹੀਂ ਸਨ। ਪਿੰਡ ਦੇ ਸਰਪੰਚ ਨੇ ਹੱਥ ਜੋੜ ਕੇ ਬੇਨਤੀ ਕੀਤੀ, "ਦੇਖੋ ਲੜਕੀ ਦੀ ਮੌਤ ਦਾ ਸਾਨੂੰ ਪੁੱਜ ਕੇ ਦੁੱਖ ਐ...ਇਸ ਤਰ੍ਹਾਂ ਤਾਂ ਸਾਡੀਆਂ ਧੀਆਂ ਭੈਣਾਂ ਨਾਲ ਵੀ ਆਹੀ ਦੁਖਾਂਤ ਵਾਪਰ ਸਕਦੈ....ਪਰ ਤੁਸੀਂ ਮੇਰੀ ਅਰਜ਼ ਸੁਣੋ....ਬੇਟੀ ਦੀ ਮਿੱਟੀ ਖਰਾਬ ਨਾ ਕਰੋ...ਗਰਮੀ ਦਾ

ਮਹੀਨਾ ਐ....ਲਾਸ਼ ਸੜ ਜਾਣੀ ਐ....ਅਸੀਂ ਥੋਨੂੰ ਭਰੋਸਾ ਦੁਆਉਨੇ ਆਂ....ਬਈ ਦੋਸ਼ੀਆਂ ਨੂੰ ਸਜ਼ਾ ਦੁਆ ਕੇ ਸਾਹ ਲਵਾਂਗੇ....।"

"ਪਰ ਕਦੋਂ....? ਜਦੋਂ ਗੱਲ ਠੰਢੀ ਪੈ ਗਈ? ਫੇਰ ਕੋਈ ਸਜ਼ਾ ਨੀ ਮਿਲਦੀ ਕਿਸੇ ਨੂੰ....ਤੱਤੇ ਘਾਓ ਜੋ ਫੈਸਲਾ ਹੋ ਜੇ ਸੋ ਹੋ ਜੇ...ਬਾਦ 'ਚ ਤਾਂ ਗੱਲ ਠੰਢੀ ਪੈ ਜਾਂਦੀ ਐ....ਮੁੰਡਾ ਸਾਡੇ ਹਵਾਲੇ ਕਰੋ...ਅਸੀਂ ਬਦਲਾ ਲਵਾਂਗੇ...ਬੱਸ....।"

ਹੋਰ ਲੋਕ ਵੀ ਪਸੀਨੋ ਪਸੀਨਾ ਹੋਏ ਕੁੜੀ ਧਿਰ ਵਾਲਿਆਂ ਨੂੰ ਠੰਢਾ ਕਰਨ ਦੀ ਕੋਸ਼ਿਸ਼ ਕਰ ਰਹੇ ਸਨ।

ਤੇ ਤਕਰੀਬਨ ਹਰ ਬੰਦਾ ਇਹ ਵੀ ਕਹਿ ਰਿਹਾ ਸੀ ਕਿ ਧਰਮੇ ਕਾ ਲਾਣਾ ਤਾਂ ਸਵੇਰੇ ਉਠ ਕੇ ਨਾਉਂ ਲੈਣ ਜੋਕਰਾ ਐ। ਉਹ ਲੋਕ ਨੂੰਹ ਨੂੰ ਨਹੀਂ ਮਾਰ ਸਕਦੇ।

ਆਂਢ-ਗੁਆਂਢ ਵੀ ਹਾਮੀ ਭਰ ਰਿਹਾ ਸੀ ਕਿ ਉਹਨਾਂ ਨੇ ਕਦੇ ਧਰਮੇ ਕੇ ਟੱਬਰ ਨੂੰ ਨਰਿੰਦਰ ਨੂੰ ਤੰਗ ਕਰਦੇ ਨਹੀਂ ਦੇਖਿਆ। ਉਹਨਾਂ ਨੇ ਤਾਂ ਨੂੰਹਾਂ ਫੁੱਲਾਂ ਵਾਂਗ ਰੱਖੀਆਂ ਹੋਈਆਂ ਨੇ।

ਕਦੇ ਬਿੱਲੀ ਕੰਨ ਤੱਤਾ ਹੁੰਦਾ ਨੀ ਦੇਖਿਆ ਉਹਨਾਂ ਘਰੇ। ਨਾ ਕਦੇ ਨਿੰਦੀ ਨੇ ਈ ਕਿਸੇ ਨੂੰ ਕੁਸ ਦੱਸਿਆ।

ਭਲੇ ਘਰ ਦੇ ਧਰਮੇ ਨੇ ਤਿੰਨ ਮੁੰਡੇ ਬਿਨਾਂ ਦਾਜ ਦੇ ਵਿਆਹੇ ਨੇ। ਭਾਵੇਂ ਕੁੜੀ ਵਾਲੇ ਕਿੰਨੀ ਮਰਜ਼ੀ ਜ਼ਿੱਦ ਕਰਦੇ ਰਹੇ ਹੋਣ-ਆਪਣੀ ਨੱਕ ਨਮੂਜ ਦਾ ਵਾਸਤਾ ਪਾਉਂਦੇ ਰਹੇ ਹੋਣ ਪਰ ਧਰਮੇ ਨੇ ਦਾਜ ਦੇ ਨਾਂ ਤੇ ਇੱਕ ਸੌ ਇੱਕ ਰੁਪਏ ਤੋਂ ਵੱਧ ਕੁਸ ਨਹੀਂ ਸੀ ਲਿਆ।

ਉਹ ਕੁੜਮਾਂ ਨੂੰ ਇਕੋ ਗੱਲ ਕਹਿੰਦਾ ਹੁੰਦਾ ਸੀ ਕਿ ਥੋਡੀ ਧੀ ਨੂੰ ਮੇਰੇ ਘਰ 'ਚ ਜਿਸ ਚੀਜ਼ ਦੀ ਕਮੀ ਲੱਗੂ, ਤੁਸੀਂ ਉਹੀ ਚੀਜ਼ ਦੇ ਦਿਓ।

ਬੇਸ਼ੱਕ ਧਰਮਾ ਨਿਮਨ ਮੱਧ ਵਰਗੀ ਪਰਿਵਾਰ 'ਚੋਂ ਸੀ ਪਰ ਹਮੇਸ਼ਾ ਕਹਿੰਦਾ ਹੁੰਦਾ ਸੀ ਕਿ ਬੰਦਾ ਰੱਬ ਕੋਲੋਂ ਮੰਗੇ ਜਿਸ ਨੇ ਦੇ ਕੇ ਅਹਿਸਾਨ ਨਹੀਂ ਕਰਨਾ।

ਉਹਨੇ ਤਿੰਨੇ ਮੁੰਡਿਆਂ ਨੂੰ ਪੜ੍ਹਾ ਲਿਖਾ ਕੇ ਚੰਗੇ ਸੰਸਕਾਰ ਦਿੱਤੇ। ਵੱਡੇ ਦੋਵੇਂ ਬਿਜਲੀ ਵਿਭਾਗ 'ਚ ਨੌਕਰੀ ਕਰਦੇ ਸਨ ਤੇ ਤੀਜਾ ਦਵਿੰਦਰ ਮਕੈਨੀਕਲ ਇੰਜੀਨੀਅਰ ਸੀ।

ਇਹ ਨਰਿੰਦਰ ਇਸੇ ਦਵਿੰਦਰ ਦੀ ਪਤਨੀ ਸੀ। ਅਜੇ ਦੋ ਮਹੀਨੇ ਉਨ੍ਹਾਂ ਦੇ ਵਿਆਹ ਨੂੰ ਹੋਏ ਨੇ ਤੇ ਰਾਤੀਂ ਨਰਿੰਦਰ ਪੱਖੇ ਨਾਲ ਲਟਕ ਗਈ। ਜਦੋਂ ਦਵਿੰਦਰ ਨੇ ਪੱਖੇ ਨਾਲ ਝੂਲਦੀ ਨਰਿੰਦਰ ਨੂੰ ਦੇਖਿਆ ਤਾਂ ਉਹ ਘਮੇਰਨੀ ਖਾ ਗਿਆ। ਉਹਦੇ ਸੰਘੋਂ ਆਵਾਜ਼ ਵੀ ਨਹੀਂ ਸੀ ਨਿਕਲੀ।

ਉਹ ਡੱਡਰਿਆ ਹੋਇਆ ਬਾਹਰ ਗਿਆ ਤੇ ਮਾਂ ਨੂੰ ਬਾਹੋਂ ਫੜ ਕੇ ਅੰਦਰ ਪੱਖੇ ਨਾਲ ਲਟਕੀ ਨਰਿੰਦਰ ਵੱਲ ਇਸ਼ਾਰਾ ਕਰ ਕੇ ਗਸ਼ੀ ਖਾ ਕੇ ਡਿੱਗ ਪਿਆ। ਮਾਂ ਨੇ ਚੀਕਾਂ ਮਾਰ-ਮਾਰ ਕੇ ਟੱਬਰ 'ਕੱਠਾ ਕਰ ਲਿਆ।

ਹਾਓ ਕਲਾਪ ਸੁਣ ਕੇ ਆਂਢੀ-ਗੁਆਂਢੀ ਵੀ ਕੱਠੇ ਹੋ ਗਏ। ਕਿਸੇ ਨੂੰ ਕੁਸ਼ ਸਮਝ ਨਹੀਂ ਸੀ ਲੱਗ ਰਹੀ ਸੀ। ਗੁਆਂਢੀਆਂ ਨੇ ਲਾਸ਼ ਨੂੰ ਲਾਹਿਆ। ਸਾਰਾ ਟੱਬਰ ਰੋ ਰੋ ਕਮਲਾ ਹੋ ਰਿਹਾ ਸੀ।

ਦੋ ਮਹੀਨਿਆਂ 'ਚ ਕਦੇ ਕਿਸੇ ਨੇ ਨਰਿੰਦਰ ਨੂੰ ਸੁੱਤੀ ਨਹੀਂ ਸੀ ਜਗਾਇਆ।

ਦਵਿੰਦਰ ਉਹਨੂੰ ਜਾਨ ਤੋਂ ਵੱਧ ਮੋਹ ਕਰਦਾ। ਉਹਦੀ ਗੱਲ ਭੁੰਜੇ ਨਾ ਗਿਰਨ ਦਿੰਦਾ।

ਫੇਰ ਆਖਰ ਹੋਇਆ ਕੀ?

ਕਿਹੜੀ ਗੱਲ ਤੋਂ ਨਰਿੰਦਰ ਨੇ ਆਤਮ ਹੱਤਿਆ ਕੀਤੀ? ਧਰਮੇ ਨੇ ਸਭ ਤੋਂ ਪਹਿਲਾਂ ਨਰਿੰਦਰ ਦੇ ਡੈਡੀ ਨੂੰ ਫ਼ੋਨ ਤੇ ਖਬਰ ਦਿੱਤੀ। ਘੰਟੇ 'ਚ ਈ ਨਰਿੰਦਰ ਦੇ ਪੇਕੇ ਰਿਸ਼ਤੇਦਾਰ ਲੈ ਕੇ ਦਨਦਨਾਉਂਦੇ ਹੋਏ ਪਹੁੰਚ ਗਏ।

ਪਿੱਟ ਸਿਆਪਾ ਕਰਦੇ ਮਾਪੇ ਇਕੋ ਰਟ ਲਾਈ ਜਾਣ ਕਿ ਸਾਡੀ ਕੁੜੀ ਦਹੇਜ ਪਿੱਛੇ ਮਾਰੀ ਐ। ਇਹਨਾਂ ਨੇ ਸਮਾਜ 'ਚ ਠੁੱਕ ਬਣਾਉਣ ਲਈ ਸਾਡੇ ਕੋਲੋਂ ਦਾਜ ਨਹੀਂ ਮੰਗਿਆ ਪਰ ਬਾਦ 'ਚ ਇਹਨਾਂ ਨੇ ਸਾਡੀ ਧੀ ਨੂੰ ਦਾਜ ਲਿਆਉਣ ਲਈ ਤੰਗ ਕਰਨਾ ਸ਼ੁਰੂ ਕਰ ਦਿੱਤਾ।

ਇਹ ਵੀਹ ਲੱਖ ਦੀ ਕਾਰ ਮੰਗਦੇ ਸਨ। ਵੀਹ ਲੱਖ ਕੈਸ਼ ਤੇ ਹੋਰ ਕਈ ਕੁਸ। ਸੁਣ ਸੁਣ ਕੇ ਧਰਮੇ ਕਾ ਟੱਬਰ ਹੱਕਾ ਬੱਕਾ। ਧਰਮੇ ਦੀਆਂ ਵੱਡੀਆਂ ਨੂੰਹਾਂ ਬਥੇਰੇ ਵਾਸਤੇ ਪਾਉਣ ਕਿ ਸਾਡੇ ਸੱਸ ਸਹੁਰੇ ਤਾਂ ਦੇਵਤੇ ਨੇ। ਇਹਨਾਂ ਨੇ ਤਾਂ ਸਾਨੂੰ ਧੀਆਂ ਨਾਲੋਂ ਵੀ ਵੱਧ ਲਾਡਲੀਆਂ ਰੱਖਿਆ ਹੋਇਐ। ਸਾਨੂੰ ਕਦੇ ਦਾਜ ਲਈ ਮਜਬੂਰ ਨੀ ਕੀਤਾ।

ਵੱਡੀਆਂ ਨੂੰਹਾਂ ਦੇ ਪਿਉਕਿਆਂ ਨੇ ਵੀ ਹੱਥ ਜੋੜ ਕੇ ਸਹਿਤੀ ਦਿੱਤੀ ਕਿ ਧਰਮ ਸੂੰ ਤਾਂ ਫਰਿਸ਼ਤਾ ਐ। ਇਹਨਾਂ ਵਰਗਾ ਤਾਂ ਕਲਜੁਗ 'ਚ ਕੋਈ ਹੋਣਾ ਈ ਮੁਸ਼ਕਲ ਐ।

ਪਰ ਨਰਿੰਦਰ ਦੇ ਪੇਕੇ ਕਹਿਣ ਕਿ ਇਹ ਸਾਰੇ ਧਰਮੇ ਨੇ ਖਰੀਦ ਲਏ ਨੇ। ਇਹ ਝੂਠ ਬੋਲਦੇ ਨੇ। ਧਰਮੇ ਦਾ ਟੱਬਰ ਚੁੱਪ। ਜਿਵੇਂ ਉਹਨਾਂ ਦੀ ਜ਼ੁਬਾਨ ਈ ਠਾਕੀ ਗਈ।

ਭੜਕੇ ਹੋਏ ਨਰਿੰਦਰ ਦੇ ਪੇਕਿਆਂ ਨੇ ਘਰ ਦਾ ਕਿੰਨਾ ਈ ਸਾਮਾਨ ਤੋੜ ਦਿੱਤਾ। ਅਖੀਰ ਲੋਕਾਂ ਨੇ ਵਿੱਚ ਪੈ ਕੇ ਉਹਨਾਂ ਨੂੰ ਇਸ ਵਹਿਸ਼ੀਪੁਣੇ ਤੋਂ ਰੋਕਿਆ।

ਫੇਰ ਉਹ ਨਿੰਦੀ ਦੀ ਲਾਸ਼ ਲੈ ਕੇ ਪੁਲਸ ਚੌਕੀ ਪਹੁੰਚੇ। ਪਰ ਪੁਲਸ ਉਹਨਾਂ ਤੋਂ ਪਹਿਲਾਂ ਈ ਧਰਮੇ, ਉਹਦੀ ਪਤਨੀ ਅਤੇ ਦਵਿੰਦਰ ਨੂੰ ਹਥਕੜੀ ਲਾ ਕੇ ਹਵਾਲਾਤ 'ਚ ਬੰਦ ਕਰਨ ਲਈ ਲੈ ਗਈ। ਹਥਕੜੀ ਲੱਗੇ ਹੱਥਾਂ ਨੂੰ ਤਿੰਨੋਂ ਅਵਾਕ ਦੇਖ ਰਹੇ ਸਨ। ਪੁਲਸ ਕਰਮਚਾਰੀਆਂ ਵੱਲੋਂ ਨੰਗੀਆਂ ਗਾਲਾਂ ਸੁਣ ਕੇ ਉਹ ਝਕ ਜਾਂਦੇ।

ਬਾਹਰ ਪੁਲਿਸ ਪਤਾ ਨੀ ਉਹਨਾਂ ਦੇ ਖਿਲਾਫ਼ ਕੀ ਕਾਰਵਾਈ ਕਰ ਰਹੀ ਸੀ। ਇੱਕ ਸਿਪਾਹੀ ਉਹਨਾਂ ਕੋਲੋਂ ਦਸਖ਼ਤ ਕਰਾਉਣ ਆਇਆ ਤਾਂ ਉਹਨਾਂ ਨੇ ਬਿਨਾਂ ਪੜ੍ਹਿਆਂ ਹਸਤਾਖ਼ਰ ਕਰ ਦਿੱਤੇ। ਜਦੋਂ ਚੁੱਪ ਚੁਪੀਤੇ ਉਹਨਾਂ ਨੇ ਦਸਖ਼ਤ ਕਰ ਦਿੱਤੇ ਤਾਂ ਸਿਪਾਹੀ ਬੋਲਿਆ, "ਬਾਪੂ ਸਿਆਂ....ਤੁਸੀਂ ਦਰਬੇਸ ਫਸ ਗੇ...ਪਰ ਕੋਈ ਇੱਕ ਜਣਾ ਵੀ ਥੋਡੇ ਕਾਤਲ ਹੋਣ ਦੀ ਗਵਾਹੀ ਨੀ ਭਰ ਰਿਹਾ। ਤੁਸੀਂ ਨਿਰਦੋਸ਼ ਹੋ। ਜੇ ਪ੍ਰਮਾਤਮਾ ਨੇ ਚਾਹਿਆ ਤਾਂ ਤੁਸੀਂ ਬਚ ਜਾਉਂਗੇ।"

ਪਰ ਸਿਪਾਹੀ ਦੀ ਕੋਈ ਵੀ ਗੱਲ ਉਹਨਾਂ ਦੇ ਪੱਲੇ ਨਾ ਪਈ। ਧਰਮਾ ਜਾਂਦੇ ਸਿਪਾਹੀ ਨੂੰ ਦੇਖ ਰਿਹਾ ਸੀ। ਜਿਵੇਂ ਸੁਪਨੇ 'ਚੋਂ ਜਾਗਦਿਆਂ ਬੋਲਿਆ, "ਆਪਾਂ ਭਲਾ ਦੀ ਦਵਿੰਦਰ ਕਦੇ ਬਹੂ ਨੂੰ ਤੰਗ ਕੀਤੈ? ਕਦੇ ਤੈਂ ਉਹਦੇ ਨਾਲ ਬਦਸਲੂਕੀ....ਕੋਈ ਦਾਜ ਮੰਗਿਆ ਹੋਵੇ....ਕੋਈ ਹੋਰ ਪ੍ਰੇਸ਼ਾਨੀ ਦਿੱਤੀ ਹੋਵੇ....।"

"ਬਾਪੂ....ਜੋ ਸੰਸਕਾਰ ਤੁਸੀਂ ਮੈਨੂੰ ਦਿੱਤੇ ਨੇ....ਕੀ ਮੈਂ ਇਸ ਤਰ੍ਹਾਂ ਕਰ ਸਕਦਾਂ....ਮੈਂ ਕਿਉਂ ਤੰਗ ਕਰਦਾ ਨਰਿੰਦਰ ਨੂੰ? ਮੈਂ ਤਾਂ ਸਗੋਂ ਉਹਨੂੰ ਬਹੁਤ ਪਿਆਰ ਕਰਦਾ ਆਂ....।"

ਦਵਿੰਦਰ ਨੇ ਜ਼ਹਿਨ 'ਤੇ ਜ਼ੋਰ ਪਾ ਕੇ ਸੋਚਿਆ ਕਿ ਕੀ ਕਦੇ ਉਸ ਨੇ ਨਰਿੰਦਰ ਨੂੰ ਕਿਸੇ ਪ੍ਰਕਾਰ ਦੀ ਪ੍ਰੇਸ਼ਾਨੀ ਦਿੱਤੀ ਐ? ਪਰ ਕੋਈ ਵੀ ਐਸਾ ਮੌਕਾ ਉਸ ਨੂੰ ਯਾਦ ਨਾ ਆਇਆ। ਫੇਰ ਉਹ ਹਾਉਕਾ ਭਰ ਕੇ ਬੋਲਿਆ, "ਮੈਨੂੰ ਤਾਂ ਜਿੱਥੇ ਮਰਜ਼ੀ ਸਹੁੰ ਚੁਕਾ ਲਓ....ਮੈਂ ਨੀ ਕਦੇ...।" ਉਹਦੀ ਗੱਲ ਕੱਟਦਿਆਂ ਧਰਮਾ ਬੋਲਿਆ, "ਫੇਰ ਹੋਰ ਕਿਸ ਨੇ ਨਰਿੰਦਰ ਤੋਂ ਦਾਜ ਮੰਗਿਐ....ਮੇਰੀ ਧੀ ਨੂੰ ਕੀਹਨੇ ਮਰਨ ਤੇ ਮਜਬੂਰ ਕੀਤਾ।"

ਉਹਦੀ ਭੁੱਬ ਨਿਕਲ ਗਈ। ਸਿਰ ਪਟਕਦਿਆਂ ਉਹ ਆਪਣੀ ਘਰ ਵਾਲੀ ਨੂੰ ਮੁਖ਼ਾਤਬ ਹੋਇਆ, "ਦੇਬੋ ਕਿਤੇ ਤੈਂ ਤਾਂ....ਤੈਂ ਤਾਂ ਨੀ ਬਹੂ ਨੂੰ ਕੁਸ ਕਿਹਾ?"

"ਭਲਿਆ ਮਾਣਸਾ! ਜੇ ਮੈਂ ਅਹੀ ਜੀ ਹੁੰਦੀ ਤਾਂ ਦੋਏ ਬੜੀਆਂ ਕੋਲੋਂ ਬੀ ਤਾਂ ਦਾਜ ਮੰਗਦੀ....ਮੈਂ ਦੂਜੀਆਂ ਬਹੂਆਂ ਨੂੰ ਵੀ ਤੰਗ ਕਰਦੀ.....ਮੈਂ ਕਿਉਂ ਦਾਜ ਮੰਗਦੀ....ਆਪਣੇ ਘਰੇ ਰੱਬ ਦਾ ਦਿੱਤਾ ਸਭ ਕੁਸ਼ ਐ....।" ਹਾਉਕਾ ਲੈ ਕੇ ਦੇਬੋ ਨੇ ਸਫਾਈ ਦਿੱਤੀ।

ਇੰਨੇ ਨੂੰ ਉਹੀ ਸਿਪਾਹੀ ਫੇਰ ਕੁਝ ਕਾਗਜ਼ਾਂ ਤੇ ਦਸਖ਼ਤ ਕਰਾਉਣ ਆਇਆ। ਅੱਖਾਂ ਪੂੰਝਦਿਆਂ ਧਰਮੇ ਨੇ ਦਸਖ਼ਤ ਕਰ ਕੇ ਕਿਹਾ, "ਸਹੁਰੀ ਗੁੱਡੀ ਜਹੀ ਨਜ਼ਰਾਂ ਤੋਂ ਦੂਰ ਏ ਨੀ ਹੁੰਦੀ....ਕਿਵੇਂ ਸਾਰਾ ਦਿਨ ਘਰ 'ਚ ਛਮਕ ਛਮਕ ਕਰਦੀ ਤੁਰੀ ਫਿਰਦੀ ਸੀ। ਬਾਪੂ ਜੀ....ਬਾਪੂ ਜੀ ਕਰਦੀ ਦਾ ਮੂੰਹ ਨੀ ਸੀ ਸੁੱਕਦਾ ਹੁੰਦਾ ਪਰ....ਪਰ.....ਪਰ....।"

ਨਰਿੰਦਰ ਦੀ ਇਸ ਤਰ੍ਹਾਂ ਦੀ ਮੌਤ ਨੂੰ ਲੈ ਕੇ ਕਿੰਨੇ ਈ ਸਵਾਲ ਉਹਦੇ ਜ਼ਹਿਨ 'ਚ ਉਭਰੇ.....।

ਉਹਨੂੰ ਪਤਾ ਨੀ ਕੀ ਸੁੱਝੀ....ਹਵਾਲਾਤ ਦੇ ਬਾਹਰ ਉਸੇ ਸਿਪਾਹੀ ਨੂੰ ਵਾਜ ਮਾਰ ਕੇ ਬੋਲਿਆ, "ਸਾਹਬ ਜੀ ਮੇਰੀ ਇੱਕ ਬੇਨਤੀ ਸੁਣੋ....ਜੇ ਬਹੂ ਦੇ ਪਿਉਕਿਆਂ ਦੀ ਸਾਨੂੰ ਫ਼ਾਂਸੀ ਟੰਗਾਅ ਕੇ ਈ ਤਸੱਲੀ ਹੁੰਦੀ ਐ....ਤਾਂ ਸਾਨੂੰ ਕੋਈ ਤਰਾਜ ਨੀ...ਪਰ ਮੇਰੀ ਧੀ ਦੀ ਮਿੱਟੀ ਸਮੇਟੋ....ਮੈਂ ਤਾਂ ਉਹਨੂੰ ਕਦੇ.....ਕਦੇ।"

ਸਿਪਾਹੀ ਭਲਾ ਵਿਅਕਤੀ ਸੀ, ਬੋਲਿਆ, "ਬਾਪੂ ਥੋਨੂੰ ਜਲਦੀ ਇਨਸਾਫ਼ ਮਿਲੂ....ਥੋਡੇ ਕੁੜਮਾਂ ਤੋਂ ਬਿਨਾਂ ਕੋਈ ਵੀ ਥੋਡੇ ਖਿਲਾਫ਼ ਨਹੀਂ ਬੋਲ ਰਿਹਾ....ਬਲਕਿ ਉਹਨਾਂ 'ਚੋਂ ਵੀ ਕਈ ਜਣੇ ਆਖੀ ਜਾਂਦੇ ਨੇ ਕਿ ਨਰਿੰਦਰ ਸਹੁਰਿਆਂ ਨੇ ਨੀ ਮਾਰੀ...ਹੌਂਸਲਾ ਰੱਖੋ ਤੇ ਵਾਹਿਗੁਰੂ ਤੇ ਭਰੋਸਾ....ਸੱਚੇ ਆਦਮੀ ਦਾ ਪ੍ਰਮਾਤਮਾ ਵੀ ਸਾਥ ਦਿੰਦਾ ਐ।"

ਉਧਰ ਨਰਿੰਦਰ ਦੇ ਪੇਕੇ ਦੋਸ਼ੀਆਂ ਨੂੰ ਹੁਣੇ ਫਾਂਸੀ ਦੇਣ ਦੀ ਜ਼ਿੱਦ ਤੇ ਅੜੇ ਹੋਏ ਸਨ। ਅਖੀਰ ਪੁਲਿਸ ਨੇ ਅਤੇ ਕੁਝ ਅਸਰ ਰਸੂਖ ਵਾਲੇ ਬੰਦਿਆਂ ਨੇ ਵਿੱਚ ਪੈ ਕੇ ਨਰਿੰਦਰ ਦੇ ਪੇਕਿਆਂ ਨੂੰ ਉਹਦੀ ਮਿੱਟੀ ਸਮੇਟਣ ਲਈ ਮਨਾ ਲਿਆ।

ਪੋਸਟ ਮਾਰਟਮ ਵਾਸਤੇ ਲਿਜਾਂਦੀ ਪੁਲਸ ਨੂੰ ਨਰਿੰਦਰ ਦੀ ਮਾਂ ਬਹੁਤ ਅਵਾ ਤਵਾ ਬੋਲ ਰਹੀ ਸੀ ਪਰ ਮੌਕੇ ਦੀ ਨਜ਼ਾਕਤ ਨੂੰ ਦੇਖਦਿਆਂ ਪੁਲਸ ਵਾਲੇ ਲਾਸ਼ ਨੂੰ ਲੈ ਕੇ ਚੁੱਪ ਚਾਪ ਮੋਰਚਰੀ ਵੱਲ ਨੂੰ ਲੈ ਗਏ।

ਸਾਰੀ ਭੀੜ ਵੀ ਹਸਪਤਾਲ ਦੀ ਮੋਰਚਰੀ ਵੱਲ ਹੋ ਤੁਰੀ।

ਉਥੇ ਵੀ ਨਰਿੰਦਰ ਦੇ ਪੇਕਿਆਂ ਨੇ ਉਹਦੇ ਸਹੁਰਿਆਂ ਨੂੰ, ਪ੍ਰਸ਼ਾਸਨ ਨੂੰ, ਪੁਲਿਸ ਨੂੰ ਅਤੇ ਕਮੀਆਂ ਭਰੀ ਕਾਨੂੰਨ ਵਿਵਸਥਾ ਨੂੰ ਬਹੁਤ ਬੁਰਾ ਭਲਾ ਕਿਹਾ।

ਕਾਵਾਂ ਰੌਲੀ ਪਈ ਹੋਈ ਸੀ। ਲੋਕ ਬੜੀ ਬੇਸਬਰੀ ਨਾਲ ਪੋਸਟ ਮਾਰਮ ਹੋਣ ਬਾਦ

ਲਾਸ਼ ਮਿਲਣ ਦਾ ਇੰਤਜ਼ਾਰ ਕਰ ਰਹੇ ਸਨ ਤਾਂ ਜੋ ਸੰਸਕਾਰ ਕਰ ਕੇ ਘਰਾਂ ਨੂੰ ਪਰਤਣ। ਗਰਮੀ ਨੇ ਹਾਲ ਬੇਹਾਲ ਕਰ ਰੱਖਿਆ ਸੀ।

ਕੋਈ ਘੰਟੇ ਬਾਦ ਇੱਕ ਡਾਕਟਰ ਤੇ ਦੋ ਸਿਪਾਹੀ ਮੌਰਚਰੀ 'ਚੋਂ ਬਾਹਰ ਆਏ। ਡਾਕਟਰ ਨੇ ਸਾਰਿਆਂ ਨੂੰ ਹੱਥ ਦੇ ਇਸ਼ਾਰੇ ਨਾਲ ਚੁੱਪ ਕਰਾਉਣ ਦਾ ਯਤਨ ਕਰਦਿਆਂ ਇੱਕ ਕਾਗਜ਼ ਖੋਲ੍ਹਿਆ ਤੇ ਸਾਰਿਆਂ ਨੂੰ ਸੰਬੋਧਨ ਹੋਇਆ, "ਦੇਖੀਏ! ਆਪ ਲੋਗ ਖਾਹਮਖਾਹ ਪ੍ਰਸ਼ਾਸਨ ਪਰ, ਪੁਲੀਸ ਪਰ ਔਰ ਲੜਕੀ ਕੇ ਸੁਸਰਾਲ ਵਾਲੋਂ ਪਰ ਦੋਸ਼ ਲਗਾ ਰਹੇ ਹੋ...ਬਿਟੀਆ ਸੇ ਕਿਸੀ ਨੇ ਦਾਜ ਨਹੀਂ ਮਾਂਗਾ....ਕਿਸੀ ਨੇ ਉਸੇ ਪ੍ਰੇਸ਼ਾਨ ਨਹੀਂ ਕੀਆ....ਔਰ ਨਾ ਹੀ ਉਸ ਕੇ ਸੁਸਰਾਲ ਵਾਲੇ ਉਸ ਕੀ ਮੌਤ ਕਾ ਕਾਰਨ ਹੈਂ....ਬੇਟੀ ਕੀ ਜੇਬ ਸੇ ਯੇ ਸੁਸਾਈਡ ਨੋਟ ਮਿਲਾ ਹੈ.....ਲੜਕੀ ਕੇ ਮਾਤਾ ਪਿਤਾ ਪਹਿਲੇ ਤੋ ਯਹ ਬਤਾਏਂ ਕਿ ਕਿਆ ਯੇ ਹੈਂਡਰਾਈਟਿੰਗ ਉਨ ਕੀ ਬੇਟੀ ਕੀ ਹੈ....ਦੇਖੋ ਕੇਸ ਕੀ ਸੰਜੀਦਗੀ ਕੋ ਦੇਖਤੇ ਹੁਏ ਯੇਹ ਜ਼ਰੂਰੀ ਹੈ ਕਿ ਇਸ ਸੁਸਾਈਡ ਨੋਟ ਪਰ ਗੌਰ ਫਰਮਾਈ ਜਾਏ....।"

ਹੱਕੇ ਬੱਕੇ ਨਰਿੰਦਰ ਦੇ ਮਾਂ-ਬਾਪ ਉਠੇ ਤੇ ਡਾਕਟਰ ਕੋਲ ਜਾ ਕੇ ਸੁਸਾਈਡ ਨੋਟ ਦੇਖਿਆ। ਦੋਵੇਂ ਇੱਕ ਦੂਜੇ ਦੇ ਮੂੰਹ ਵੱਲ ਹੈਰਾਨੀ ਨਾਲ ਦੇਖ ਰਹੇ ਸਨ।

ਜਿਹੜੇ ਮਾਂ ਬਾਪ ਸਵੇਰ ਦੇ ਹੜਕੰਪ ਮਚਾ ਰਹੇ ਸਨ ਤੇ ਬੇਟੀ ਦੇ ਸਹੁਰਿਆਂ ਨੂੰ ਫਾਂਸੀ ਟੰਗਣ ਦੀ ਮੰਗ ਤੇ ਅੜੇ ਹੋਏ ਸਨ, ਇਸ ਸੁਸਾਈਡ ਨੋਟ ਨੂੰ ਦੇਖ ਕੇ ਡਰ ਗਏ।

ਘਬਰਾਹਟ 'ਚ ਨਰਿੰਦਰ ਦੇ ਬਾਪ ਨੇ ਸੁਸਾਈਡ ਨੋਟ ਦੇ ਟੁਕੜੇ ਟੁਕੜੇ ਕਰ ਕੇ ਮੂੰਹ 'ਚ ਪਾ ਕੇ ਚੱਬ ਲਏ। ਉਹ ਜਾਣਦਾ ਸੀ ਕਿ ਇਸ ਸੁਸਾਈਡ ਨੋਟ ਨੇ ਉਹਨਾਂ ਲਈ ਪਤਾ ਨੀ ਕੀ ਕੀ ਮੁਸੀਬਤਾਂ ਖੜ੍ਹੀਆਂ ਕਰ ਦੇਣੀਆਂ ਹਨ। ਇਹ ਲਿਖਾਈ ਨਰਿੰਦਰ ਦੀ ਹੀ ਸੀ ਤੇ ਇਸ 'ਚ ਲਿਖਿਆ ਇੱਕ ਇੱਕ ਵਾਕ ਸੱਚ ਸੀ।

ਭੀੜ ਉਹਦੀ ਇਸ ਹਰਕਤ ਤੋਂ ਹੈਰਾਨ ਹੋ ਗਈ। ਡਾਕਟਰ ਮੂੰਹ ਬਣਾਉਂਦਿਆਂ ਬੋਲਿਆ, "ਆਪ ਕੋ ਸਿਰਫ ਸੁਸਾਈਡ ਨੋਟ ਕੀ ਹੈਂਡਰਾਈਟਿੰਗ ਪਹਿਚਾਨਨੇ ਕੋ ਕਹਾ ਗਯਾ ਥਾ ਨਾ ਕਿ ਫਾੜ ਕਰ ਖਾ ਜਾਨੇ ਕੋ....।"

ਲੋਕ ਡਾਕਟਰ ਨੂੰ ਟੁੱਟ ਕੇ ਪੈ ਗਏ ਕਿ ਉਸ ਨੇ ਇਹ ਕਾਗਜ਼ ਕੁੜੀ ਦੇ ਮਾਂ ਬਾਪ ਨੂੰ ਕਿਉਂ ਫੜਾਇਆ। ਹੁਣ ਸਾਰੇ ਸਬੂਤ ਨਸ਼ਟ ਹੋ ਗਏ ਨੇ। ਡਾਕਟਰ ਨੇ ਸਾਰਿਆਂ ਨੂੰ ਸ਼ਾਂਤ ਕਰਦਿਆਂ ਕਿਹਾ, "ਆਪ ਲੋਕ ਚਿੰਤਾ ਨਾ ਕਰੋ....ਇਹ ਸੁਸਾਈਡ ਨੋਟ ਕੀ ਕਾਰਬਨ ਕਾਪੀ ਥੀ....ਹਮੇਂ ਮਾਲੂਮ ਥਾ ਕਿ ਯਹੀ ਹੋਗਾ....ਇਸ ਲਿਏ ਹਮ ਨੇ ਸੁਸਾਈਡ ਨੋਟ ਕੀ ਅਸਲੀ ਕਾਪੀ ਪੁਲਿਸ ਕਸਟਡੀ ਮੇਂ ਰੱਖ ਦੀ ਹੈ....ਔਰ ਉਸ ਕੀ ਪਾਂਚ ਛਹ ਕਾਰਬਨ ਕਾਪੀਆਂ ਅਪਨੇ ਪਾਸ ਰੱਖੀ ਹੈਂ....ਬੱਸ ਲੜਕੀ ਕੇ ਮਾਤਾ ਪਿਤਾ ਯੇ ਬਤਾਏਂ ਕਿਆ ਇਹ ਹੈਂਡਰਾਈਟਿੰਗ ਉਨ ਕੀ ਬਿਟੀਆ ਕੀ ਹੈ?"

ਨਰਿੰਦਰ ਦੇ ਪਿਓ ਨੇ ਆਪਾ ਖੋਂਦਿਆਂ ਹੋਇਆਂ ਤੇ ਆਪੇ ਤੋਂ ਬਾਹਰ ਹੁੰਦਿਆਂ ਆਪਣੀ ਪਤਨੀ ਨੂੰ ਝੰਜੋੜਿਆ ਤੇ ਨਜ਼ਰਾਂ ਹੀ ਨਜ਼ਰਾਂ ਰਾਹੀਂ ਉਸ ਨੂੰ ਅਹਿਸਾਸ ਕਰਾਇਆ ਕਿ ਇਹ ਸਭ ਤੇਰੀ ਜ਼ਿੱਦ ਦਾ ਨਤੀਜਾ ਹੈ। ਜੇ ਤੂੰ ਮੰਨ ਜਾਂਦੀ ਤਾਂ ਆਹ ਦਿਨ ਨਾ ਦੇਖਣਾ ਪੈਂਦਾ।

ਸਰਪੰਚ ਸਾਰਾ ਡਰਾਮਾ ਦੇਖ ਰਿਹਾ ਸੀ। ਡਾਕਟਰ ਕੋਲ ਆ ਕੇ ਬੋਲਿਆ, "ਡਾਕਟਰ

ਸਾਹਿਬ ਕੀ ਲਿਖਿਆ ਹੋਇਐ ਸੁਸਾਈਡ ਨੋਟ 'ਚ?" ਡਾਕਟਰ ਨੇ ਸਿਪਾਹੀ ਕੋਲੋਂ ਸੁਸਾਈਡ ਨੋਟ ਦੀ ਦੂਜੀ ਕਾਪੀ ਲੈ ਕੇ ਸਰਪੰਚ ਨੂੰ ਫੜਾਉਂਦਿਆਂ ਕਿਹਾ, "ਯੇਹ ਗੁਰਮੁਖੀ ਮੇਂ ਲਿਖਾ ਹੂਆ ਹੈ....ਆਪ ਇਸੇ ਬੇਹਤਰ ਪੜ੍ਹ ਸਕੇਂਗੇ...ਸੁਨਾਈਏ ਸਭ ਕੋ....ਸੱਚ ਪਤਾ ਲਗੇ ਸਭ ਕੋ...।"

ਸਰਪੰਚ ਨੇ ਡਾਕਟਰ ਕੋਲੋਂ ਕਾਗਜ਼ ਫੜਿਆ। ਭੀੜ ਸਾਹ ਰੋਕ ਕੇ ਬਹਿ ਗਈ। ਸਭਨਾਂ ਦੀ ਉਤਸੁਕਤਾ ਵਧਦੀ ਜਾ ਰਹੀ ਸੀ। ਨਰਿੰਦਰ ਦੇ ਪਿਉਕੇ ਵੀ ਅਚੰਭੇ 'ਚ...ਕੀ ਗੱਲ ਬਣੀ....?

ਸਰਪੰਚ ਨੇ ਮੂੰਹ ਤੋਂ ਪਸੀਨਾ ਛੰਡਕਦਿਆਂ ਪੜ੍ਹਨਾ ਸ਼ੁਰੂ ਕੀਤਾ, "ਮੈਂ ਇਹ ਸੁਸਾਈਡ ਨੋਟ ਆਪਣੇ ਪੂਰੇ ਹੋਸ਼ੋ ਹਵਾਸ 'ਚ ਲਿਖ ਰਹੀ ਹਾਂ। ਮੇਰੀ ਮੌਤ ਲਈ ਮੇਰੇ ਸਹੁਰੇ ਪਰਿਵਾਰ ਦਾ ਕੋਈ ਵੀ ਜੀਅ ਜ਼ਿੰਮੇਵਾਰ ਨਹੀਂ ਹੈ...ਮੈਨੂੰ ਤਾਂ ਸੱਚਾ ਪਿਆਰ ਹੀ ਸਹੁਰੇ ਪਰਿਵਾਰ ਵੱਲੋਂ ਮਿਲਿਆ ਹੈ ਮੇਰੀ ਮੌਤ ਦੇ ਜ਼ਿੰਮੇਵਾਰ ਮੇਰੇ ਮਾਪੇ ਖਾਸ ਕਰ ਮੇਰੀ ਮਾਂ ਹੈ....ਮੈਂ ਜਿਸ ਲੜਕੇ ਨਾਲ ਵਿਆਹ ਕਰਨਾ ਚਾਹੁੰਦੀ ਸਾਂ ਉਹ ਦੂਜੀ ਜਾਤ ਦਾ ਸੀ। ਮੇਰੀ ਮਾਂ ਨੇ ਸਿਰਫ਼ ਇਸੇ ਕਰਕੇ ਮੇਰਾ ਵਿਆਹ ਉਸ ਨਾਲ ਨਹੀਂ ਕੀਤਾ। ਮੈਂ ਆਪਣੇ ਪਤੀ ਅਤੇ ਸਮੁੱਚੇ ਪਰਿਵਾਰ ਦੇ ਪਿਆਰ ਨੂੰ ਦੇਖ ਕੇ ਜ਼ਿੰਦਗੀ ਜੀਣ ਦੀ ਬਹੁਤ ਕੋਸ਼ਿਸ਼ ਕੀਤੀ....ਪਰ ਉਸ ਲੜਕੇ ਦੇ ਬੱਚੇ ਨੂੰ ਮੈਂ ਆਪਣੇ ਦੇਵਤੇ ਵਰਗੇ ਪਤੀ ਸਿਰ ਨਹੀਂ ਸਾਂ ਮੜ੍ਹਨਾ ਚਾਹੁੰਦੀ...ਇਸ ਕਰਕੇ ਮੇਰੇ ਸਹੁਰੇ ਪਰਿਵਾਰ ਨੂੰ ਕਿਸੇ ਕਿਸਮ ਦੀ ਸਜ਼ਾ ਨਹੀਂ ਹੋਣੀ ਚਾਹੀਦੀ-ਨਰਿੰਦਰ।"

ਲੋਕ ਇੱਕ ਦੂਜੇ ਦਾ ਮੂੰਹ ਤੱਕ ਰਹੇ ਸਨ ਤੇ ਉਹੀ ਸਿਪਾਹੀ ਵਾਹੋਦਾਹੀ ਹਵਾਲਾਤ 'ਚ ਬੰਦ ਧਰਮੇ ਦੇ ਟੱਬਰ ਨੂੰ ਇਹ ਖਬਰ ਦੱਸਣ ਲਈ ਭੱਜ ਲਿਆ।

ਜਦੋਂ ਜਾ ਕੇ ਉਹਨੇ ਧਰਮੇ ਨੂੰ ਸਾਰੀ ਗੱਲ ਦੱਸੀ ਤਾਂ ਧਰਮੇ ਦੇ ਮੂੰਹੋਂ ਨਿਕਲਿਆ, "ਸਹੁਰੀਏ! ਤੂੰ ਮੈਨੂੰ ਦੱਸਦੀ ਤਾਂ ਸਹੀ ਮੈਂ ਤੈਨੂੰ ਬਾਪ ਬਣ ਕੇ ਡੋਲੀ 'ਚ ਬਿਠਾ ਕੇ....ਤੂੰ ਬਾਪ ਨੂੰ ਅਜ਼ਮਾ ਕੇ ਤਾਂ ਦੇਖਦੀ....।"

ਪਾਂਸਕ

ਪਤਾ ਕੀ ਅੱਕੀ ਨੂੰ ਕੀ ਹੋ ਗਿਆ ਸੀ ਕਿ ਉਹ ਛੇਤੀ-ਛੇਤੀ ਬੁੱਢੀ ਹੋ ਕੇ ਧੰਨੇ ਦੇ ਬਰੋਬਰ ਹੋਣਾ ਚਾਹੁੰਦੀ ਸੀ।

ਉਹ ਕਈ ਕਈ ਦਿਨ ਕੰਘੀ ਨਾ ਕਰਦੀ-ਫਿੱਕੇ ਫਿੱਕੇ ਕੱਪੜੇ ਪਾਈ ਰੱਖਦੀ ਤੇ ਬੁੱਢੀਆਂ ਵਾਂਗ ਸੂਤੀ ਚੁੰਨੀ ਦੀ ਬੁੱਕਲ ਮਾਰੀ ਰੱਖਦੀ।

ਉਹਨੂੰ ਲਗਦਾ ਕਿ ਧੰਨਾ ਤਾਂ ਜੁਆਨ ਹੋ ਨੀ ਸਕਦਾ, ਘੱਟੋ ਘੱਟ ਉਹ ਤਾਂ ਘਸਮੈਲੀ ਹੋ ਹੀ ਸਕਦੀ ਐ। ਬੁੱਢੀ ਲੱਗਣਾ, ਬੁੱਢੀ ਦਿਖਣਾ ਤਾਂ ਆਪਣੇ ਹੱਥ 'ਚ ਐ।

ਉਹਨੂੰ ਹਰ ਵਕਤ ਲਗਦਾ ਰਹਿੰਦਾ ਜਿਵੇਂ ਤੱਕੜੀ ਦੇ ਇੱਕ ਪੱਲੜੇ 'ਚ ਉਹ ਬੈਠੀ ਐ ਤੇ ਦੂਜੇ 'ਚ ਉਹਦਾ ਘਰ ਆਲਾ ਧੰਨਾ!

ਹਮੇਸ਼ਾ ਉਹਦੇ ਘਰ ਵਾਲੇ ਦਾ ਪੱਲੜਾ ਝੁਕਿਆ ਰਹਿੰਦਾ। ਐਂ ਹਮੇਸ਼ਾ ਉਡਦੇ ਪੱਲੜੇ 'ਚ ਬੈਠੀ ਝੂਲਦੀ ਹੋਈ ਅੱਕੀ ਉਕਤਾ ਗਈ ਸੀ। ਨਾ ਪੈਰ ਧਰਤੀ ਤੇ ਨਾ ਸਿਰ ਅਸਮਾਨ ਨੂੰ।

ਏਸ ਹਲਕੇ ਉਡਦੇ ਪੱਲੜੇ 'ਚ ਝੂਲਦੀ ਦਾ ਉਹਦਾ ਮਨ ਵੀ ਹਲਕਾ ਹੋ ਗਿਆ ਸੀ। ਸ਼ਾਇਦ ਏਸ ਕਰਕੇ ਹੁਣ ਉਹ ਘਸਮੈਲੀ ਜਿਹੀ-ਬੁੱਢੀ ਜਿਹੀ ਹੋ ਕੇ ਆਪਣੇ ਪੱਲੜੇ ਨੂੰ ਆਪਣੇ ਘਰ ਵਾਲੇ ਦੇ ਪੱਲੜੇ ਦੇ ਬਰੋਬਰ ਕਰਨਾ ਚਾਹੁੰਦੀ ਸੀ—ਉਹ ਇਸ ਪਾਂਸਕ ਨੂੰ ਕੱਢਣਾ ਚਾਹੁੰਦੀ ਸੀ।

ਪਰ ਉਹਦੇ ਲੱਖ ਕੋਸ਼ਿਸ਼ ਕਰਨ ਦੇ ਬਾਵਜੂਦ ਇਹ ਪਾਂਸਕ ਉਵੇਂ ਦੀ ਉਵੇਂ ਬਰਕਰਾਰ ਸੀ। ਸਗੋਂ ਵਧਦੀ ਜਾ ਰਹੀ ਸੀ। ਧੰਨਾ ਦਿਨੋ ਦਿਨ ਬੁੱਢਾ, ਬੇਢਬਾ ਤੇ ਕਮਜ਼ੋਰ ਹੁੰਦਾ ਜਾ ਰਿਹਾ ਸੀ। ਕਦੇ ਕਦੇ ਉਹਦੇ ਮੂੰਹ ਦੀਆਂ ਝੁਰੜੀਆਂ ਅਤੇ ਅੰਦਰ ਨੂੰ ਧਸਦੀਆਂ ਜਾਂਦੀਆਂ ਅੱਖਾਂ ਉਸ ਨੂੰ ਹੋਰ ਵੀ ਡਰਾਉਣਾ ਬਣਾ ਦਿੰਦੀਆਂ।

ਨਾਲੇ ਹੁਣ ਉਹ ਅੱਖਾਂ ਉਤੇ ਹੱਥ ਦੀ ਛੱਤਰੀ ਜਿਹੀ ਬਣਾ ਕੇ ਠੇਡੇ ਖਾ ਖਾ ਤੁਰਦਾ ਉਹਨੂੰ ਹੋਰ ਵੀ ਭੈੜਾ ਲੱਗਦਾ। ਉਹਨੂੰ ਲਗਦਾ ਪਤੀ ਵਾਲਾ ਪੱਲੜਾ ਹੋਰ ਵੀ ਝੁਕਦਾ ਹੋ ਗਿਆ ਹੈ।

ਜਦੋਂ ਕਦੇ ਅੱਕੀ ਪਿਛਲੇ ਅੰਦਰ ਪਏ ਆਪਣੀ ਸੌਂਕਣ ਦੇ ਮੋਰਨੀਆਂ ਵਾਲੇ ਸੰਦੂਕ ਨੂੰ ਖੋਲ੍ਹਦੀ ਤਾਂ ਇਹਦੇ ਵਿੱਚ ਪਏ ਵਰੀ ਦੇ ਭੜਕੀਲੇ ਤੇ ਗੋਟੇ ਕਨਾਰੀਆਂ ਲੱਗੇ ਸੂਟ, ਕਤੂਨ ਵਾਲੇ ਸ਼ਾਟਣ ਦੇ ਘੱਗਰੇ ਅਤੇ ਡੱਬਿਆਂ ਵਿੱਚ ਪਏ ਗਹਿਣਿਆਂ ਨੂੰ ਦੇਖ ਕੇ ਸੋਚਣ ਲੱਗ ਜਾਂਦੀ ਕਿ ਕੀ ਪਤਾ ਉਹਦੀ ਸੌਂਕਣ ਦੀ ਸੁਰਤੀ ਇਹਨਾਂ 'ਚ ਈ ਰਹਿੰਦੀ ਹੋਵੇ।

ਇਹ ਸਾਰੇ ਗਹਿਣੇ ਕੱਪੜੇ ਉਹਦੀ ਸੌਂਕਣ ਨੂੰ ਈ ਢੋਏ ਗਏ ਸਨ ਪਰ ਉਹ ਝੜਾਂ

ਵਾਲੇ ਫੋੜੇ ਦੀ ਮਰੀਜ਼ ਹੋਣ ਸਦਕਾ ਬੀਮਾਰ ਈ ਰਹਿੰਦੀ ਸੀ। ਧੰਨਾ ਦੱਸਦਾ ਹੁੰਦੈ ਕਿ ਉਹਨੇ ਕਦੇ ਇਹ ਗਹਿਣੇ ਕੱਪੜੇ ਪਾ ਹੰਢਾਅ ਕੇ ਹੀ ਨਹੀਂ ਦੇਖੇ। ਪੱਚੀ ਸਾਲ ਬਿਮਾਰ ਰਹਿ ਕੇ ਉਹ ਰਿੜ੍ਹਕ ਰਿੜ੍ਹਕ ਕੇ ਮਰੀ ਸੀ। ਊਂ ਕੀ ਪਤਾ ਉਹਨੂੰ ਕਿਹੜੇ ਗਮਾਂ ਸਦਕਾ ਇਹ ਬੀਮਾਰੀ ਹੋਈ ਸੀ।

ਊਂ ਧੰਨਾ ਕਦੇ ਕਦੇ ਸੰਦੂਕ ਫਰੋਲਦੀ ਅੱਕੀ ਨੂੰ ਆਖਦਾ ਹੁੰਦਾ ਸੀ ਬਈ ਹਾਅ ਗਹਿਣੇ ਕੱਪੜੇ ਤੂੰ ਪਾ ਲਿਆ ਕਰ--ਇਹਨਾਂ ਦੀ ਤਾਂ ਬੰਤੀ ਨੇ ਕਦੇ ਤਹਿ ਵੀ ਨੀ ਖੋਹਲੀ ਹੋਣੀ। ਉਸ ਭਾਗਵਾਨ ਨੇ ਤਾਂ ਸਰੀਰ ਨੂੰ ਹਾਵਾ ਏ ਲਾ ਲਿਆ। ਕਿੱਥੇ ਬੰਤੀ ਕਿੱਥੇ ਮੈਂ। ਉਹ ਤਾਂ ਆਉਂਦੀ ਓ ਗੁੰਮ ਹੋ ਗਈ।

ਪਰ ਅੱਕੀ ਨੇ ਕਦੇ ਧੰਨੇ ਦੀ ਇਸ ਗੱਲ ਦਾ ਜਵਾਬ ਈ ਨਹੀਂ ਦਿੱਤਾ। ਊਂ ਉਹ ਆਖਣਾ ਚਾਹੁੰਦੀ ਸੀ ਕਿ ਧੰਨਿਆ ਸੇਠਾ ਹਾਅ ਗਹਿਣੇ ਕੱਪੜੇ ਕੀਹਦੇ ਲਈ ਪਾਉਣੇ ਨੇ? ਕੀਹਨੂੰ ਦਖਾਉਣੇ ਨੇ?

ਇੱਕ ਵਾਰੀ ਧੰਨੇ ਨੇ ਹੱਸਦਿਆਂ-ਹੱਸਦਿਆਂ ਉਹਨੂੰ ਦੱਸਿਆ ਸੀ ਕਿ ਉਹਦਾ ਅਸਲੀ ਨਾਉਂ ਤਾਂ ਬਸਾਖਾ ਸੂੰਅ ਐ ਪਰ ਧਨਵਾਨ ਹੋਣ ਸਦਕਾ ਲੋਕਾਂ ਨੇ ਉਸ ਨੂੰ ਧੰਨਾ ਸੇਠ ਕਹਿਣਾ ਸ਼ੁਰੂ ਕਰ ਦਿੱਤਾ ਪਰ ਫੇਰ ਮੇਰੇ ਸਾਲੇ ਦਿਆਂ ਨੇ ਮੇਰੀ ਅੱਲ ਪਾ 'ਤੀ-ਟੁੰਡਾ ਧੰਨਾ।

ਉਸ ਘੜੀ ਅੱਕੀ ਧੰਨੇ ਦੀ ਕਟੀ ਹੋਈ ਬਾਂਹ ਵਾਲੇ ਬਦਸ਼ਕਲ ਸਰੀਰ ਨੂੰ ਦੇਖਦੀ ਓ ਰਹਿ ਗਈ ਸੀ। ਉਹਦਾ ਜੀਅ ਕੀਤਾ ਕਿ ਉਹ ਧੰਨੇ ਨੂੰ ਪੁੱਛੇ ਬਈ ਧੰਨਿਆ ਸੇਠਾ ਤੇਰੀ ਸੋਨੇ ਦੇ ਪੱਤਰੇ ਵਾਲੀ ਬਾਂਹ ਵੀ ਲੋਕਾਂ ਨੂੰ ਟੁੰਡੀ ਨਜ਼ਰ ਆਈ?

ਹੁਣ ਧੰਨੇ ਨੂੰ ਲੋਕ ਪਿੱਠ ਪਿੱਛੇ ਟੁੰਡਾ ਧੰਨਾ ਕਹਿ ਕੇ ਈ ਪੁਕਾਰਦੇ ਸਨ। ਕਹਿੰਦੇ ਧੰਨੇ ਦੀ ਨਕਲੀ ਬਾਂਹ ਨੂੰ ਅੱਧਾ ਕਿਲੋ ਸੋਨਾ ਲੱਗਿਆ ਹੋਇਐ।

ਊਂ ਅੱਕੀ ਨੂੰ ਧੰਨੇ ਨਾਲ ਕੋਈ ਗਿਲਾ ਸ਼ਿਕਵਾ ਨਹੀਂ ਸੀ। ਕਿਉਂਕਿ ਧੰਨਾ ਕਿਹੜਾ ਉਹਨੂੰ ਧੱਕੇ ਨਾਲ ਚੱਕ ਕੇ ਲਿਆਇਆ ਸੀ। ਗਲਤੀ ਤਾਂ ਉਹਦੇ ਬਾਪ ਦੀ ਸੀ ਜਿਸ ਨੇ ਧੰਨੇ ਕੋਲੋਂ ਪੈਸੇ ਲੈ ਕੇ ਬਾਰਾਂ ਸਾਲਾਂ ਦੀ ਧੀ ਪੰਤਾਲੀ ਟੱਪ ਚੁੱਕੇ ਧੰਨੇ ਨਾਲ ਤੋਰ ਦਿੱਤੀ ਸੀ।

ਜਦੋਂ ਅੱਕੀ ਦੀ ਮਾਂ ਨੇ ਵਿਰੋਧ ਕਰਦਿਆਂ ਦੁਨੀਆਂ ਦੀ ਚਰਚਾ ਦਾ ਅਤੇ ਸੋਹਲ ਜਿਹੀ ਅੱਕੀ ਦੇ ਭਵਿੱਖ ਦਾ ਵਾਸਤਾ ਪਾਇਆ ਤਾਂ ਬਾਪੂ ਨੇ ਦੋ ਟੁੱਕ ਜਵਾਬ ਦਿੰਦਿਆਂ ਮਾਂ ਨੂੰ ਕਿਹਾ ਸੀ,

"ਦੁਨੀਆਂ ਦੀ ਪਰਵਾਹ ਤਾਂ ਉਹ ਕਰੇ ਜਿਹਨੂੰ ਦੁਨੀਆਂ ਥਾਲ ਪਰੋਸ ਪਰੋਸ ਕੇ ਦਿੰਦੀ ਹੋਵੇ....ਦੋ ਦਿਨ ਕਚ੍ਹੀਰਾ ਕਰ ਕੇ ਲੋਕ ਆਵਦੇ ਆਵਦੇ ਘਰੀਂ ਜਾ ਵੜਨਗੇ....ਨਾਲੇ ਤੇਰੀ ਅੱਕੀ ਉਥੇ ਰਾਜ ਕਰੂ....ਰਾਜ....।"

ਬਾਪੂ ਦਾ ਕਿਹਾ ਆਖਰੀ ਵਾਕ ਅੱਜ ਵੀ ਅੱਕੀ ਨੂੰ ਆਪਣੇ ਕੰਨਾਂ ਵਿੱਚ ਉਵੇਂ ਦਾ ਉਵੇਂ ਗੂੰਜਦਾ ਸੁਣਾਈ ਦਿੰਦਾ। ਊਂ ਜਦੋਂ ਮਾਂ ਨੇ ਉਹਦੇ ਵਿਆਹ ਤੋਂ ਛੇ ਕੁ ਮਹੀਨੇ ਬਾਦ ਕਿਸੇ ਹੱਥ ਸੁਨੇਹਾ ਭੇਜਿਆ ਸੀ ਬਈ ਤੇਰੇ ਬਾਪੂ ਨੂੰ ਅਧਰੰਗ ਹੋ ਗਿਐ ਤੇ ਤੇਰੇ ਬਦਲੇ ਧੰਨੇ ਤੋਂ ਲਏ ਸਾਰੇ ਪੈਸੇ ਉਹਦੀ ਬੀਮਾਰੀ ਤੇ ਲੱਗ ਗਏ ਨੇ ਤਾਂ ਇੱਕ ਵਾਰੀ ਉਹਦਾ ਜੀਅ ਕੀਤਾ ਕਿ ਉਹ ਬਾਪੂ ਨੂੰ ਜਾ ਕੇ ਕੱਚਿਆਂ ਕਰੇ ਬਈ ਸਰਦਾਰ ਜੀ ਹਾਅ ਕੀ ਬਣਿਆ?

ਪਰ ਉਹ ਗਈਓ ਨੀ ਪੇਕੇ-ਮੁੜ ਕਦੇ ਵੀ ਨਹੀਂ।

ਤੇ ਅੱਜ ਆਪਣੇ ਪੁੱਤ ਗੁਰਤੇਜ ਦੇ ਅਠਾਰ੍ਹਵੇਂ ਜਨਮ ਦਿਨ ਤੇ ਉਹਨੂੰ ਮੁੰਡਾ ਗੱਭਰੂ ਜੁਆਨ ਲੱਗਿਆ। ਉਹਨੇ ਨਜ਼ਰ ਲੱਗਣ ਦੇ ਡਰੋਂ ਦੋ ਤਿੰਨ ਵਾਰ ਥੁੱਕਿਆ। ਫੇਰ ਆਪਣੇ ਈ ਪੈਰਾਂ ਦੀ ਮਿੱਟੀ ਚੁੱਕ ਕੇ ਮੁੰਡੇ ਤੋਂ ਸੱਤ ਵਾਰੀ ਵਾਰ ਕੇ ਚੁੱਲ੍ਹੇ 'ਚ ਸਿੱਟ ਦਿੱਤੀ—ਅਖੇ ਮਾਂ ਦੀ ਨਜ਼ਰ ਨਿਆਣੇ ਨੂੰ ਸਭ ਤੋਂ ਵੱਧ ਲੱਗਦੀ ਐ। ਮਿੱਟੀ ਆਲਾ ਹੱਥ ਧੋ ਕੇ ਉਹਦੇ ਪੈਰ ਉਹਨੂੰ ਸੰਦੂਕ ਵੱਲ ਖਿੱਚ ਲਿਆਏ।

ਸੰਧੂਕ 'ਚ ਧਰੇ ਕੱਪੜੇ ਗਹਿਣੇ ਅੱਜ ਅੱਕੀ ਨੇ ਪਹਿਲੀ ਵਾਰੀ ਜੀ ਭਰ ਕੇ ਤੱਕੇ- ਸੋਚਦੀ ਰਹੀ ਬਈ ਹਾਅ ਗਹਿਣੇ ਕੱਪੜੇ ਉਹ ਆਪਣੀ ਨੂੰਹ ਨੂੰ ਦੇਊਗੀ। ਬੱਸ ਉਹ ਛੇਤੀ ਮੁੰਡੇ ਨੂੰ ਵਿਆਹ ਲਊਗੀ। ਘਰੇ ਬਹੂ ਆਊਗੀ ਤਾਂ ਘਰ ਭਰਿਆ ਭਰਿਆ ਲੱਗੂ।

ਉਂ ਉਹਨਾਂ ਦਾ ਥੰਮ੍ਹਾਂ ਵੱਡਾ ਨਹੀਂ ਸੀ ਪਰ ਧੰਨਾ ਵਡੇਰੀ ਉਮਰ ਦਾ ਹੋਣ ਕਰਕੇ ਬਹੁਤਿਆਂ ਦਾ ਤਾਇਆ ਜਾਂ ਬਾਬਾ ਲਗਦਾ ਸੀ।

ਤੇ ਜਦੋਂ ਕੋਈ ਜਣਾ ਆ ਕੇ ਦੋ ਚਿੱਤੀ ਜਿਹੀ 'ਚ ਪਿਆ ਗੱਲ ਕਰਨ ਤੋਂ ਪਹਿਲਾਂ ਉਹਨੂੰ ਸੰਬੋਧਨ ਕਰਨ ਲਈ ਢੁਕਵਾਂ ਰਿਸ਼ਤਾ ਦੱਸਦਾ ਹੋਇਆ ਸ਼ਬਦ ਲੱਭਦਾ ਤਾਂ ਅੱਕੀ ਅਗਲੇ ਜਣੇ ਨੂੰ ਧਰਮ ਸੰਕਟ 'ਚ ਪਿਆ ਦੇਖ ਕੇ ਹੱਸ ਪੈਂਦੀ—ਅਗਲਾ ਜਣਾ ਪੁੱਛਦਾ।

"ਭਾਬੀ ਮੇਰਾ ਬਾਬਾ ਕਿੱਥੇ ਐ...।"

ਤਾਂ ਅੱਗੋਂ ਅੱਕੀ ਖਿੜ ਖਿੜਾ ਕੇ ਹੱਸਦੀ ਹੋਈ ਆਖਦੀ,

"ਬੇ ਰੁੜ੍ਹ ਜਾਣਿਆ...ਭਲਾਂ ਦੀ ਹਾਅ ਕੀ ਰਿਸ਼ਤਾ ਹੋਇਆ....ਬਾਬੇ ਦੀ ਘਰ ਆਲੀ ਦਾਦੀ ਹੁੰਦੀ ਐ 'ਕ ਭਾਬੀ? ਮੈਨੂੰ ਦਾਦੀ ਕਹਿੰਦਿਆਂ ਤੇਰੀ ਜੀਭ ਨੂੰ ਬਲ ਪੈਂਦੈ....?"

ਪਰ ਉਹਦੀ ਉਮਰ ਦੇਖ ਕੇ ਅਗਲੇ ਜਣੇ ਦੀ ਜੀਭ ਨੂੰ ਦਾਦੀ ਕਹਿਣ ਲੱਗਿਆਂ ਸੱਚੀਂ ਸੱਤ ਵਲ ਪੈ ਜਾਂਦੇ।

ਹੁਣ ਲੋਕਾਂ ਦਾ ਝਾਕਾ ਖੁੱਲ੍ਹ ਗਿਆ ਸੀ—ਹੁਣ ਉਹ ਬੱਤੀਵੇਂ ਸਾਲ 'ਚ ਸੀ। ਹੁਣ ਲੋਕਾਂ ਨੂੰ ਉਹਨੂੰ ਦਾਦੀ ਕਹਿ ਕੇ ਬੁਲਾਉਣ ਲੱਗਿਆਂ ਪਹਿਲਾਂ ਜਿੰਨੀ ਔਖ ਨਹੀਂ ਸੀ ਹੁੰਦੀ।

ਪਰ ਅੱਕੀ ਨੂੰ ਹੁਣ ਇਕ ਹੋਰ ਆਦਤ ਪੈ ਗਈ ਸੀ। ਉਹ ਬੈਠੀ ਬੈਠੀ ਕਮਲਿਆਂ ਵਾਂਗ ਜ਼ਮੀਨ ਤੋਂ ਉਂਜਲੇ ਭਰ ਭਰ ਕੇ ਕਲਪਨਾ ਦੀ ਤੱਕੜੀ ਦੇ ਆਪਣੇ ਵਾਲੇ ਪੱਲੜੇ 'ਚ ਪਾਉਂਦੀ ਜਾਂਦੀ। ਕਦੇ ਕਦੇ ਧੰਨਾ ਉਹਨੂੰ ਧਰਤੀ ਤੋਂ ਖਾਲੀ ਉਂਜਲੇ ਚੱਕ ਕੇ ਉਪਰ ਲਿਜਾਂਦਿਆਂ ਦੇਖ ਕੇ ਟੋਕਦਾ,

"ਅੱਕੀਏ ਕੀ ਸਾਰਾ ਦਿਨ ਟੂਣਾ ਜਾ ਕਰਦੀ ਰਹਿਨੀ ਐਂ....ਪਤਾ ਨੀ ਕੀ ਉਂਜਲੇ ਭਰ ਭਰ ਕੇ ਉਪਰ ਥੱਲੇ ਕਰਦੀ ਰਹਿੰਦੀ ਐਂ....।"

ਤੇ ਅੱਕੀ ਚੋਰੀ ਫੜੇ ਜਾਣ ਤੇ ਬੜੀਓ ਕੱਚੀ ਹੁੰਦੀ—ਪਰ ਉਹ ਬੋਲਦੀ ਦੱਸਦੀ ਕੁਸ਼ ਨਹੀਂ ਸੀ। ਅੱਜ ਵੀ ਅੱਕੀ ਐਈਂ ਉਂਜਲੇ ਭਰ ਭਰ ਕੇ ਤੱਕੜੀ 'ਚ ਪਾਉਣ ਦੀ ਕੋਸ਼ਿਸ਼ ਕਰ ਰਹੀ ਸੀ ਤਾਂ ਉਹਦੀ ਨਜ਼ਰ ਗੁਰਤੇਜ ਨਾਲ ਆਉਂਦੀ ਕੋਈ ਪੰਤਾਲੀ ਛਿਆਲੀ ਸਾਲਾਂ ਦੀ ਅਧਖੜ ਮੋਟੀ ਠੁਲ੍ਹੀ ਬੇਢਬੀ ਅਤੇ ਉੱਕਾ ਬਦਸ਼ਕਲ ਜਿਹੀ ਔਰਤ ਉਤੇ ਪਈ।

ਅੱਕੀ ਸੁਚੇਤ ਹੋ ਗਈ। ਉਹ ਕੁੜਤੀ ਦੇ ਪੱਲੇ ਨਾਲ ਹੱਥ ਪੂੰਝਦੀ ਹੋਈ ਉਸ ਔਰਤ ਨੂੰ ਨਿਹਾਰਨ ਲੱਗ ਪਈ। ਉਹਨੇ ਸੋਚਿਆ ਕਿ ਇਹ ਗੁਰਤੇਜ ਦੀ ਅਧਿਆਪਿਕਾ ਹੋਊਗੀ। ਅੱਕੀ ਉਹਦੇ ਕਾਲੇ ਕੀਤੇ ਵਾਲਾਂ ਵਿੱਚੋਂ ਚਮਕਦੀ ਚਿੱਟ ਅਤੇ ਬੇਢਬੇ ਜਿਸਮ ਨੂੰ ਦੇਖ ਕੇ

ਸੋਚਣ ਲੱਗ ਪਈ ਕਿ ਇਹ ਮਾਸਟਰਨੀ ਭਲਾਂ ਦੀ ਕੀ ਕਰਨ ਆਈ ਹੋਊ?

ਖ਼ੈਰ! ਅੱਕੀ ਉਹਨਾਂ ਦੋਆਂ ਨੂੰ ਬਠਾ ਕੇ ਪਾਣੀ ਲੈਣ ਚਲੀ ਗਈ। ਵਾਪਸ ਆਈ ਨੇ ਪਲੇਟ 'ਚ ਧਰੇ ਪਾਣੀ ਦੇ ਗਿਲਾਸ ਪਹਿਲਾਂ ਉਸ ਔਰਤ ਵੱਲ ਵਧਾਏ। ਪਾਣੀ ਦਾ ਗਲਾਸ ਚੁੱਕਦੀ ਔਰਤ ਬੋਲੀ,

"ਮਾਤਾ ਜੀ ਮੈਨੇ ਥੁਹਾਡੇ ਸਾਥ ਇੱਕ ਬਾਤ ਕਰਨੀ ਐ....ਵੈਸੇ ਤੋ ਤੁਸਾਨੂੰ ਤੁਸਾਡੇ ਬੇਟੇ ਨੇ ਬਤਲਾ ਈ ਦਿੱਤਾ ਹੋਣਾ।"

ਉਸ ਔਰਤ ਨੇ ਅੱਖਾਂ 'ਚ ਇੱਕ ਸੁਆਲ ਭਰ ਕੇ ਅੱਕੀ ਵੱਲ ਆਇੰ ਦੇਖਿਆ ਕਿ ਅੱਕੀ ਦੇ ਹੱਥ 'ਚ ਫੜੀ ਟਰੇਅ ਡਿੱਗਦੀ ਡਿੱਗਦੀ ਮਸਾਂ ਬਚੀ। ਉਹਦੇ ਦਿਮਾਗ਼ 'ਚ ਕਈ ਸੁਆਲ ਘੁੰਮ ਗਏ...ਮੁੰਡੇ ਨੇ ਭਲਾ ਦੀ ਕੀ ਖਨਾਮੀ ਕਰ 'ਤੀ ਹੋਣੀ।

"ਨਾਂਅ ਮੈਡਮ ਜੀ...ਮੁੰਡੇ ਨੇ ਤਾਂ ਨੀ ਬਤਲਾਇਆ ਕੁਸ।" ਅੱਕੀ ਨੇ ਮੈਡਮ ਵੱਲ ਨਹੀਂ ਸਗੋਂ ਆਪਣੇ ਬੇਟੇ ਵੱਲ ਝਾਕਦਿਆਂ ਉੱਤਰ ਦਿੱਤਾ। ਊਂ ਅੱਕੀ ਇਸ ਅਧਖੜ ਔਰਤ ਦੇ ਮੂੰਹੋਂ ਆਪਣੇ ਆਪ ਨੂੰ ਮਾਤਾ ਜੀ ਕਹਿ ਕੇ ਬੁਲਾਉਣ ਕਾਰਨ ਝਕ ਜਿਹੀ ਗਈ ਸੀ।

"ਬਤਲਾ ਬਈ ਗੁਰੂਤੇਜ...ਯਾ ਮੈਂ ਈ ਬਤਲਾਊਂ....?" ਮੈਡਮ ਨੇ ਸ਼ਰਾਰਤੀ ਨਜ਼ਰਾਂ ਨਾਲ ਮੁੰਡੇ ਵੱਲ ਤੱਕਦਿਆਂ ਕਿਹਾ।

"ਮੈਂ ਕੀ ਬਤਾਮਾਂ...ਮੈਨੂੰ ਅਜੈਂਟ ਨੇ ਫਸਾਇਐ...ਸਾਨੂੰ ਸਾਰੇ ਮੁੰਡਿਆਂ ਨੂੰ ਨੌਕਰੀ ਦਾ ਝਾਂਸਾ ਦਿੱਤਾ...ਮੈਂ ਤੈਨੂੰ ਕਿਹਾ ਤਾਂ ਹੈ ਬਈ ਤੂੰ ਪੈਸੇ ਲੈ ਕੇ ਥੋੜੇ ਬਹੁਤ....ਗੱਲ ਰਫਾ ਦਫਾ ਕਰ.....।" ਮੁੰਡੇ ਨੇ ਨੀਵੀਂ ਪਾ ਕੇ ਕਿਹਾ।

"ਰਫਾ ਦਫਾ....ਆ....ਆ? ਮੈਂ ਤੇਰੀ ਜੈਦਾਤ ਦਾ ਵਾਰਸ ਪੈਦਾ ਕਰੂੰਗੀ....ਬੱਚੇ! ਪਹਿਲੇ ਸੋਚਣਾ ਥਾ ਕਿ ਇਸ ਮੌਜ ਮਸਤੀ ਦਾ ਅੰਜਾਮ ਕਿਆ ਹੋਗਾ?" ਉਹ ਔਰਤ ਫੁੰਕਾਰਦੀ ਹੋਈ ਹੋਰ ਵੀ ਉੱਚੀ ਆਵਾਜ਼ ਵਿੱਚ ਬੋਲੀ। ਦੋ ਕੁ ਪਲ ਚੁੱਪ ਰਹਿ ਕੇ ਉਹ ਫੇਰ ਚੀਕੀ,

"ਰਫਾ ਦਫਾ ਕਰ ਦੂੰ....ਬਹੁਤ ਅਸਾਨ ਹੈ ਮਰਦੋਂ ਕੇ ਲਿਏ ਯੇਹ ਕਹਿਣਾ...ਪਤਾ ਹੈ ਮਾਂ ਕੀ ਮਮਤਾ ਕਾ...?"

ਉਸ ਔਰਤ ਦੀ ਗੱਲ ਸੁਣ ਕੇ ਅੱਕੀ ਕੁਰਸੀ ਤੇ ਬੈਠੀ ਨਹੀਂ ਬਲਕਿ ਡਿੱਗ ਪਈ। ਉਹਨੂੰ ਤਰੇਲੀ ਆ ਗਈ। ਚੁੰਨੀ ਦੇ ਲੜ ਨਾਲ ਮੂੰਹ ਤੋਂ ਪਸੀਨਾ ਪੂੰਝਦੀ ਹੋਈ ਅੱਕੀ ਨੇ ਸੰਭਲ ਕੇ ਬੈਠਣ ਦੀ ਕੋਸ਼ਿਸ਼ ਕੀਤੀ।

ਅੱਗੇ ਉਸ ਔਰਤ ਨੇ ਗੁਰਤੇਜ ਨੂੰ ਜੋ ਜੋ ਅਸ਼ਲੀਲ ਗੱਲਾਂ ਬੋਲੀਆਂ ਤੇ ਗੁਰਤੇਜ ਦੇ ਪਰਦੇ ਫੋਲ ਕੇ ਉਸ ਨੂੰ ਨੰਗਾ ਕੀਤਾ, ਉਹ ਸਭ ਕੱਚ ਦੀਆਂ ਕੰਕਰਾਂ ਵਾਂਗ ਅੱਕੀ ਦੇ ਕੰਨਾਂ ਵਿੱਚ ਵੱਜੀਆਂ।

ਇਹ ਔਰਤ ਗੁਰਤੇਜ ਨੂੰ ਬੁਰੀ ਤਰ੍ਹਾਂ ਲਤਾੜ ਰਹੀ ਸੀ। ਅੱਕੀ ਨੇ ਸਿਰੋਂ ਚੁੰਨੀ ਤਾਰ ਕੇ ਉਸ ਔਰਤ ਦੇ ਪੈਰਾਂ ਉਤੇ ਧਰ ਦਿੱਤੀ ਪਰ ਉਹ ਔਰਤ ਚੁੰਨੀ ਅੱਕੀ ਦੇ ਸਿਰ ਤੇ ਦਿੰਦੀ ਹੋਈ ਪਿਆਰ ਨਾਲ ਬੋਲੀ, "ਅਰੇ ਅਰੇ....ਇਹ ਕਿਆ ਕਰ ਰਹੀ ਹੈਂ ਆਪ...ਆਪ ਤੋ ਹਮਾਰੀ ਹੋਣੇ ਵਾਲੀ ਸਾਸੂ ਮਾਂ ਹੈਂ....ਪਾਊਂ ਮੁਝੇ ਆਪ ਕੇ ਛੂਨੇ ਚਾਹੀਏ....ਨਾ ਕਿ ਆਪ ਕੋ ਮੇਰੇ....।"

ਅੱਕੀ ਨੀਵੀਂ ਪਾਈ ਖੜ੍ਹੇ ਗੁਰਤੇਜ ਵੱਲ ਐਂ ਝਾਤ ਰਹੀ ਸੀ ਜਿਵੇਂ ਪੁੱਛ ਰਹੀ ਹੋਵੇ ਕਿ ਇਹ ਸਭ ਕੀ ਐ....? ਪਰ ਗੁਰਤੇਜ ਤਾਂ ਮਿੱਟੀ ਬਣਿਆ ਖੜ੍ਹਾ ਸੀ। ਉਸ ਔਰਤ ਨੇ ਅੱਕੀ

ਨੂੰ ਪਿਆਰ ਨਾਲ ਕਿਹਾ, "ਦੇਖੋ ਮਾਤਾ ਸ੍ਰੀ...ਜਬ ਏਸਾ ਬਹਾਦਰ ਸਪੂਤ ਪੈਦਾ ਕਰੋਗੀ ਤੋ ਉਸ ਕੇ ਕਾਰਨਾਮੋਂ ਕਾ ਇਵਜਾਨਾ ਬੀ ਤੋ ਭੁਗਤਣਾ ਪਰੇਗਾ ਨਾ....।"

ਅੱਕੀ ਡੱਡਰਿਆਂ ਵਾਂਗ ਉਸ ਔਰਤ ਦੇ ਮੂੰਹ ਵੱਲ ਤੱਕ ਰਹੀ ਸੀ ਜਿਹੜੀ ਉਮਰ ਵਿੱਚ ਉਹਦੇ ਨਾਲੋਂ ਵਡੇਰੀ ਸੀ ਤੇ ਉਹਦੀ ਨੂੰਹ ਬਣਨ ਦੇ ਸੁਪਨੇ ਲੈ ਰਹੀ ਸੀ। ਅੱਕੀ ਨੇ ਕੰਬਦੇ ਹੋਠਾਂ ਨਾਲ ਪੁੱਛਿਆ, "ਮੈਡਮ ਜੀ...ਫੇਰ ਥੋਡੇ ਬਾਲ ਬੱਚੇ ਤੇ ਘਰ ਆਲਾ...ਹੋਰ ਆਰ ਪਰਬਾਰ....।"

ਇਹ ਭਲਾ ਅੱਕੀ ਕੀ ਪੁੱਛ ਬੈਠੀ ਸੀ। ਇਹ ਬੇਤੁਕੀ ਗੱਲ ਤਾਂ ਅੱਕੀ ਪੁੱਛਣਾ ਹੀ ਨਹੀਂ ਸੀ ਚਾਹੁੰਦੀ ਪਰ ਪਤਾ ਨੀ ਉਹਦੇ ਅਚੇਤ 'ਚੋਂ ਉਠ ਕੇ ਇਹ ਸਵਾਲ ਕਿਵੇਂ ਉਹਦੀ ਜ਼ਬਾਨ ਤੋਂ ਨਿਕਲ ਗਿਆ।

"ਆਰੇ ਆਰੇ ਆਰੇ....ਹੋਨੇ ਵਾਲੀ ਸਾਸੂ ਮਾਂ....ਆਪ ਕੋ ਸੱਚ ਬਤਾਏ ਰਹੇ ਐਂ....ਕਿ ਹਮ ਏ ....ਅਕ.....ਦਮ ਕੰਮਾਰੀ ਹੈਂ....ਔਰ ਜਬ ਹਮ ਏਕ ਦਮ ਕੁੰਵਾਰੀ ਹੈਂ ਤਾਂ ਬਾਲ ਬੱਚੇ ਔਰ ਘਰ ਵਾਲੇ ਕਾ ਤੋ ਸਵਾਲ ਈ ਨੀ ਉਠਤਾ.....ਆਪ ਨਿਸਚਿੰਤ ਹੋ ਜਾਈਏ....ਆਪ ਕੋ ਏਕ ਦਮ ਖਰਾ ਮਾਲ ਮਿਲੂਗਾ....ਏਕ ਦਮ ਪਿਓਰ...।"

ਅੰਗੂਠੇ ਅਤੇ ਅੰਗੂਠੇ ਨਾਲ ਲਗਦੀ ਉਂਗਲ ਨਾਲ ਗੋਲ ਚੱਕਰ ਬਣਾ ਕੇ ਅੱਖਾਂ ਮਟਕਾਉਂਦੀ ਹੋਈ ਉਹ ਔਰਤ ਬੋਲੀ।

ਅੱਕੀ ਨੇ ਬਹੁਤ ਵਾਸਤੇ ਪਾਏ ਕਿ ਇਹ ਔਰਤ ਪੈਸੈ ਲੈ ਕੇ ਉਹਦੇ ਮੁੰਡੇ ਦਾ ਖਹਿੜਾ ਛੱਡ ਦੇਵੇ। ਇਹ ਔਰਤ ਤਾਂ ਬੁੱਢੀ ਸੀ ਨਾਲੇ ਸ਼ਕਲੋਂ ਦਲਾਲ ਲਗਦੀ ਸੀ।

ਅੱਕੀ ਨੂੰ ਯਕੀਨ ਨਹੀਂ ਸੀ ਆ ਰਿਹਾ ਕਿ ਉਹਦਾ ਸਿੱਧਾ ਸਾਦਾ, ਦਰਵੇਸ਼ ਅਤੇ ਸੰਸਕਾਰਾਂ ਵਾਲਾ ਬੇਟਾ ਇਹ ਕੁਝ ਵੀ ਕਰ ਸਕਦਾ ਹੈ।

ਅਸਲ 'ਚ ਹੋਇਆ ਇਹ ਬਈ ਗੁਰਤੇਜ ਅਤੇ ਉਹਦੇ ਪੰਜ ਛੇ ਹੋਰ ਜਮਾਤੀ ਬਾਰ੍ਹਵੀਂ ਦੇ ਪਰਚੇ ਦੇ ਕੇ ਸ਼ਹਿਰ ਦੇ ਕਈ ਕੋਚਿੰਗ ਸੈਂਟਰਾਂ ਤੇ ਇਹ ਪੁੱਛ ਪੜਤਾਲ ਕਰਦਿਆਂ ਘੁੰਮਦੇ ਰਹੇ ਕਿ ਅੱਗੇ ਕੀ ਕਰਨਾ ਹੈ। ਬਦਕਿਸਮਤੀ ਨੂੰ ਉਹ ਇੱਕ ਐਸੇ ਏਜੰਟ ਦੇ ਧੱਕੇ ਚੜ੍ਹ ਗਏ ਜਿਸ ਨੇ ਜਾਬ ਪਰੋਵਾਈਡਰ ਸੈਂਟਰ ਚਲਾ ਰੱਖਿਆ ਸੀ।

ਇਹੋ ਜਿਹੇ ਸੈਂਟਰ ਵੱਡੇ ਸ਼ਹਿਰਾਂ ਵਿਚ ਆਮ ਖੁੱਲ੍ਹੇ ਹੋਏ ਮਿਲ ਜਾਂਦੇ ਹਨ ਜਿਹੜੇ ਡਿਗਰੀ ਦੇਖ ਕੇ ਨੌਕਰੀ ਨਹੀਂ ਦਿੰਦੇ ਸਗੋਂ ਸ਼ਕਲ ਸੈਨ, ਉਮਰ, ਤੇਵਰ, ਬਾਡੀ ਲੈਂਗੁਏਜ ਅਤੇ ਸੁਭਾਅ ਦੇਖ ਕੇ ਨੌਕਰੀ ਦਿੰਦੇ ਹਨ। ਕਈ ਸੈਂਟਰ ਨੌਜੁਆਨਾਂ ਨੂੰ ਨੌਕਰੀ ਦੇਣ ਦੀ ਆੜ ਵਿੱਚ ਗੈਰ ਕਾਨੂੰਨੀ ਅਤੇ ਘਿਨਾਉਣੇ ਧੰਦੇ ਵੀ ਕਰਦੇ ਹਨ।

ਗੁਰਤੇਜ ਹੁਰਾਂ ਨੂੰ ਇਸ ਏਜੰਟ ਨੇ ਦੱਸਿਆ ਕਿ ਜਦ ਤੱਕ ਬਾਰ੍ਹਵੀਂ ਦਾ ਨਤੀਜਾ ਨਹੀਂ ਨਿਕਲਦਾ ਉਦੋਂ ਤੱਕ ਉਹ ਨੌਕਰੀ ਕਰ ਲੈਣ ਤੇ ਨਾਲੇ ਕੋਚਿੰਗ ਵੀ ਫਰੀ ਲੈਂਦੇ ਰਹਿਣ।

ਗੁਰਤੇਜ ਅਤੇ ਉਹਦੇ ਦੋਸਤ ਭੋਲੇ ਭਾਲੇ ਬੱਚੇ ਸਨ। ਸੋ ਇਸ ਏਜੰਟ ਦੀਆਂ ਗੱਲਾਂ 'ਚ ਆ ਗਏ। ਇੱਕ ਦਿਨ ਇਸ ਏਜੰਟ ਨੇ ਗੁਰਤੇਜ ਨੂੰ ਇੱਕ ਅਖਬਾਰ ਵਿੱਚ ਛਪਿਆ ਇਸ਼ਤਿਹਾਰ ਦਿਖਾਇਆ ਜਿਹੜਾ ਕੁਝ ਇਸ ਤਰ੍ਹਾਂ ਸੀ, "ਮਾਡਰਨ ਮਸਾਜ ਕਲੱਬ ਰਜਿਸਟਰਡ—ਹਾਈ ਪ੍ਰੋਫਾਈਲ, ਅਮੀਰ ਐਨ. ਆਰ. ਆਈ. ਖੂਬਸੂਰਤ ਔਰਤੋਂ ਕੀ ਫੁੱਲ ਬਾਡੀ ਮਸਾਜ ਔਰ ਡੇਟਿੰਗ ਕੇ ਲਿਏ ਟਰੇਂਡ ਅਨਟਰੇਂਡ ਲੜਕੇ ਚਾਹੀਏਂ। ਫਰੀ

ਟਰੇਨਿੰਗ....ਕੈਬ...ਹੋਟਲ। ਰੋਜ਼ਾਨਾ ਦਸ ਹਜ਼ਾਰ ਸੇ ਪੰਦਰਾਂ ਹਜ਼ਾਰ ਕਮਾਏਂ ਔਰ ਐਂਟਰਟੇਨਮੈਂਟ ਭੀ ਕਰੇਂ।"

ਝਕਦਿਆਂ-ਝਕਦਿਆਂ ਮੁੰਡਿਆਂ ਨੇ ਇਹ ਇਸ਼ਤਿਹਾਰ ਪੜ੍ਹ ਕੇ ਇੱਕ ਦੂਜੇ ਨੂੰ ਜਿਵੇਂ ਪੁੱਛਿਆ ਹੋਵੇ ਕਿ ਮਸਾਜ ਤਾਂ ਠੀਕ ਹੈ ਪਰ ਇਹ ਡੇਟਿੰਗ ਕੀ ਬਲਾ ਹੈ?

ਇਸ਼ਤਿਹਾਰ ਪੜ੍ਹ ਕੇ ਇਹਨਾਂ ਬੱਚਿਆਂ ਨੇ ਇਹ ਵੀ ਸੋਚਿਆ ਕਿ ਭਲਾ ਬੀਮਾਰ ਜਾਂ ਬੁੱਢੀਆਂ ਔਰਤਾਂ ਨੂੰ ਤਾਂ ਮਾਲਸ਼ ਦੀ ਜ਼ਰੂਰਤ ਹੋ ਸਕਦੀ ਹੈ ਪਰ ਇਨ੍ਹਾਂ ਹਾਈ ਪ੍ਰੋਫਾਈਲ ਅਮੀਰ ਘਰ ਦੀਆਂ ਜੁਆਨ ਔਰਤਾਂ ਨੂੰ ਫੁੱਲ ਬਾਡੀ ਮਸਾਜ ਦੀ ਭਲਾ ਕੀ ਲੋੜ ਐ? ਨਾਲੇ ਇਹਨਾਂ ਦੀ ਮਾਲਸ਼ ਲਈ ਸਿਰਫ ਮੁੰਡੇ ਹੀ ਕਿਉਂ ਚਾਹੀਦੇ ਹਨ—ਖੈਰ।

ਗੁਰਤੇਜ ਅਤੇ ਉਹਦੇ ਦੋਸਤਾਂ ਦੀ ਪੂਰੀ ਸਹਿਮਤੀ ਤੋਂ ਬਿਨਾਂ ਇੱਕ ਦਿਨ ਇਹ ਏਜੰਟ ਉਨ੍ਹਾਂ ਨੂੰ ਸੈਂਟਰ ਵਿੱਚ ਛੱਡ ਆਇਆ। ਉਥੇ ਇਹਨਾਂ ਮੁੰਡਿਆਂ ਨੇ ਜੋ ਜੋ ਗੰਦ ਵੇਖਿਆ ਉਹ ਸ਼ੁਰੂ ਸ਼ੁਰੂ 'ਚ ਉਹਨਾਂ ਨੂੰ ਬਹੁਤ ਘਿਨਾਉਣਾ ਲੱਗਿਆ ਪਰ ਇੱਕ ਇੱਕ ਮਾਲਸ਼ ਦੇ ਪੰਜ ਸੌ ਰੁਪਈਏ ਦੇ ਲਾਲਚ ਨੇ ਅਤੇ ਨਿਆਣੀ ਅੱਲ੍ਹੜ ਉਮਰ ਨੇ ਇਹਨਾਂ ਬੱਚਿਆਂ ਨੂੰ ਇਸ ਜਾਲ ਵਿੱਚ ਫਸਾ ਹੀ ਦਿੱਤਾ।

ਸ਼ੁਰੂ ਸ਼ੁਰੂ ਵਿੱਚ ਇਹਨਾਂ ਮੁੰਡਿਆਂ ਨੂੰ ਬੁੱਢੀਆਂ ਔਰਤਾਂ ਦੀ ਮਾਲਸ਼ ਦਾ ਕੰਮ ਦਿੱਤਾ ਗਿਆ। ਉਹ ਇੱਕ ਗੱਲ ਨੋਟ ਕਰ ਰਹੇ ਸਨ ਕਿ ਇਹ ਬੁੱਢੀਆਂ ਵੀ ਕੋਈ ਸ਼ਰੀਫ ਔਰਤਾਂ ਨਹੀਂ ਸਨ। ਇਹ ਬੀਮਾਰ ਨਹੀਂ ਸਨ—ਇਹਨਾਂ ਨੂੰ ਮਾਲਸ਼ ਦੀ ਲੋੜ ਨਹੀਂ ਸੀ। ਬੱਸ ਸ਼ੌਕੀਆ ਮਾਲਸ਼ ਕਰਾਉਂਦੀਆਂ। ਹਰ ਸਮੇਂ ਦੋਹਰੇ ਅਰਥਾਂ ਵਾਲੀਆਂ ਲੱਚਰ ਗੱਲਾਂ ਕਰਦੀਆਂ—ਅੱਖ ਦੱਬ ਕੇ ਅਸ਼ਲੀਲ ਭਾਸ਼ਾ ਬੋਲਦੀਆਂ।

ਇਹ ਮੁੰਡੇ ਹਮੇਸ਼ਾ ਇਹਨਾਂ ਔਰਤਾਂ ਦੇ ਕਾਰਨਾਮਿਆਂ ਤੋਂ ਹੈਰਾਨ ਹੁੰਦੇ। ਰੋਜ਼ ਸੋਚਦੇ ਕਿ ਇਹ ਧੰਦਾ ਛੱਡ ਦਿਉ। ਬੱਸ ਅੱਜ ਕੱਲ੍ਹ ਕਰਦਿਆਂ ਪੰਦਰਾਂ ਦਿਨ ਨਿਕਲ ਗਏ। ਉਹਨਾਂ ਨੂੰ ਇਹ ਵੀ ਪਤਾ ਚੱਲ ਗਿਆ ਕਿ ਇਹ ਸੈਂਟਰ ਉਸੇ ਏਜੰਟ ਦਾ ਹੈ।

ਤੇ ਫੇਰ ਇੱਕ ਉੱਕਾ ਬੇ-ਢਬੀ, ਕਾਲੀ ਕਲੂਟੀ, ਫੂਹੜ ਤੇ ਖੁਲ ਖੁਲ ਕਰਦੀ ਪੱਕੀ ਪੋਹੜੀ ਉਮਰ ਦੀ ਸੁੰਦਰੀ ਨਾਂ ਦੀ ਔਰਤ ਨੇ ਇਹਨਾਂ ਮੁੰਡਿਆਂ ਨੂੰ ਆਪਣੇ ਜਾਲ ਵਿੱਚ ਐਸਾ ਫਸਾਇਆ ਕਿ ਅੱਲ੍ਹੜ ਉਮਰ ਦੇ ਬੱਚੇ ਹੱਕੇ-ਬੱਕੇ।

ਨਤੀਜੇ ਵਜੋਂ ਮਾਲਸ਼ਾਂ ਕਰ ਕੇ ਕਮਾਏ ਸਾਰੇ ਪੈਸੇ ਇਹ ਔਰਤ ਹੜੱਪ ਕਰ ਗਈ। ਬੱਚੇ ਭੋਲੇ ਸਨ ਸੋ ਉਹਨਾਂ ਨੂੰ ਪਤਾ ਈ ਨਾ ਲੱਗਿਆ ਕਿ ਕਿਸ ਵੇਲੇ ਤੇ ਕਿਸ ਤਰ੍ਹਾਂ ਉਹਨਾਂ ਦੀਆਂ ਗੰਦੇ ਕੰਮ ਕਰਦਿਆਂ ਦਿਖਾਉਂਦੀਆਂ ਫਿਲਮਾਂ ਬਣਾ ਲਈਆਂ ਗਈਆਂ। ਇਹ ਕੰਮ ਤਾਂ ਉਹਨਾਂ ਨੇ ਕੀਤੇ ਹੀ ਨਹੀਂ ਸਨ।

ਤੇ ਇਹਨਾਂ ਫਿਲਮਾਂ ਕਰ ਕੇ ਬੱਚਿਆਂ ਨੂੰ ਬਲੈਕਮੇਲ ਕਰਦੀ ਹੋਈ ਇਹ ਸੁੰਦਰੀ ਉਹਨਾਂ ਨੂੰ ਇਸ ਦਲਦਲ ਵਿੱਚ ਧਕੇਲਣ ਵਿਚ ਸਫਲ ਹੋ ਹੀ ਗਈ। ਘਰੋਂ ਬਦਨਾਮੀ ਅਤੇ ਜੁੱਤੀਆਂ ਦੇ ਡਰੋਂ ਬੱਚੇ ਸੁੰਦਰੀ ਦੇ ਜਾਲ ਵਿਚ ਬੁਰੀ ਤਰ੍ਹਾਂ ਫਸ ਗਏ।

ਸ਼ਾਇਦ ਇਹ ਇਸ ਸੈਂਟਰ ਦੀ ਚਾਲ ਸੀ ਕਿ ਪਹਿਲਾਂ ਇਹਨਾਂ ਕੱਚੀ ਉਮਰ ਦੇ ਮੁੰਡਿਆਂ ਨੂੰ ਮੋਟੀ ਰਕਮ ਦੇ ਕੇ ਮਾਲਸ਼ ਵਰਗੇ ਧੰਦੇ 'ਚ ਫਸਾ ਲਿਆ ਜਾਵੇ। ਜਦੋਂ ਇਹ ਮੁੰਡੇ ਇਸ ਧੰਦੇ ਦੀ ਦਲਦਲ ਵਿੱਚ ਸਿਰ ਤੱਕ ਖੁਭ ਜਾਣ ਤਾਂ ਉਹਨਾਂ ਦੀਆਂ ਫੇਕ ਐਮ. ਐਮ.

ਐਸ. ਤਕਨੀਕ ਦੁਆਰਾ ਬਣਾਈਆਂ ਆਪੱਤੀਜਨਕ ਸੀਡੀਜ਼ ਬਣਾ ਕੇ ਬਲੈਕਮੇਲ ਕੀਤਾ ਜਾਵੇ।

ਗੁਰਤੇਜ ਵਰਗੇ ਕਿੰਨੇ ਈ ਮੁੰਡੇ ਇਸ ਧੰਦੇ ਦੀ ਦਲਦਲ ਵਿੱਚ ਫਸ ਚੁਕੇ ਸਨ।

ਅੱਕੀ ਦੇ ਜਿਸਮ ਦਾ ਸਾਹ ਸਤ ਮੁੱਕ ਗਿਆ....ਤੇ ਉਹਦੇ ਹੱਥ ਆਪ ਮੁਹਾਰੇ ਈ ਝੂਠ ਮੂਠ ਦੀ ਮਿੱਟੀ ਚੱਕ ਚੱਕ ਕੇ ਉਹਦੀ ਕਲਪਨਾ ਦੀ ਤੱਕੜੀ 'ਚ ਪਾਉਣ ਲੱਗ ਪਏ। ਅਗਲੇ ਈ ਪਲ ਉਹ ਸੁਚੇਤ ਹੋ ਗਈ–ਬਈ ਸਭ ਜਣੇ ਉਹਨੂੰ ਐਂ ਕਰਦਿਆਂ ਦੇਖ ਕੇ ਕੀ ਸੋਚਣਗੇ।

ਐਨੇ ਨੂੰ ਬਾਹਰਲੇ ਦਰਵਾਜ਼ੇ 'ਚੋਂ ਗੁਰਤੇਜ ਦਾ ਜਮਾਤੀ ਸੱਤਪਾਲ ਆਉਂਦਾ ਦਿਖਾਈ ਦਿੱਤਾ। ਉਹ ਉਸ ਔਰਤ ਨੂੰ ਦੇਖਦਿਆਂ ਸਾਰ ਭੜਕ ਗਿਆ।

"ਕੁੱਤੀਏ....ਅੱਜ ਤੂੰ ਉਰੇ!....ਤੂੰ ਕੀਹਦੇ ਕੀਹਦੇ ਜੁਆਕ ਦੀ ਮਾਂ ਬਣੇਂਗੀ....ਕੱਲ੍ਹ, ਤੈਂ ਸਾਡੇ ਘਰੇ ਕਲੇਸ਼ ਪੁਆਇਆ....ਤੇਰੇ ਬੁੱਢੀ ਖੂਸਟ ਦੇ ਨਿਆਣੇ ਜੰਮਣੇ ਨੇ....? ਸਾਡਾ ਤੇਰੇ ਨਾਲ ਕੋਈ ਸੰਬੰਧ ਏ ਨੀ ਹੋਇਆ ਕਦੇ.....ਤੁਸੀਂ ਸਾਡੀਆਂ ਝੂਠ ਮੂਠ ਦੀਆਂ ਗੰਦੀਆਂ ਸੀਡੀਆਂ ਬਣਾ ਕੇ ਸਾਨੂੰ ਫਸਾਣ ਦੀ ਸਕੀਮ ਬਣਾ ਰਹੇ ਓਂ....ਤੂੰ ਸਾਡੀਆਂ ਮਾਵਾਂ ਤੋਂ ਵੀ ਵੱਡੀ....ਬੁੱਢੜੀ....।"

ਬੋਲਦਿਆਂ-ਬੋਲਦਿਆਂ ਸੱਤਪਾਲ ਨੇ ਖੁਰਲੀ ਨਾਲ ਟਕਾ ਕੇ ਧਰੇ ਫੌਹੜੇ ਨੂੰ ਹੱਥ ਪਾਇਆ। ਅੱਕੀ ਨੇ ਕਲੇਸ਼ ਟਾਲਣ ਦੀ ਮਾਰੀ ਨੇ ਸੱਤਪਾਲ ਦੀ ਬਾਂਹ ਫੜ ਲਈ ਤੇ ਉਹਨੂੰ ਰੋਕਣ ਲਈ ਜੱਫੀ ਭਰ ਲਈ।

ਇਹ ਰੌਲਾ ਰੱਪਾ ਦੇਖ ਕੇ ਪਤਾ ਨੀ ਸੁੰਦਰੀ ਕਿਹੜੇ ਵੇਲੇ ਉਥੋਂ ਸਰਕ ਗਈ।

ਜਿਹੜੀ ਅੱਕੀ ਅੱਧਾ ਘੰਟਾ ਪਹਿਲਾਂ ਸੋਚ ਰਹੀ ਸੀ ਕਿ ਪਹਿਲਾਂ ਤਾਂ ਆਪਣੀ ਉਮਰ ਨਾਲੋਂ ਤੇਤੀ ਚੌਂਤੀ ਸਾਲ ਵੱਡੇ ਆਦਮੀ ਨਾਲ ਟਾਈਮ ਕੱਢਿਆ ਤੇ ਹੁਣ ਪੁੱਤ ਦੀ ਉਮਰ ਨਾਲੋਂ ਢਾਈ ਗੁਣਾਂ ਵੱਡੀ ਉਮਰ ਦੀ ਨੂੰਹ ਨਾਲ ਵਾਸਤਾ ਪੈ ਜਾਣਾ ਹੈ....ਉਹ ਉਸ ਔਰਤ ਦੇ ਜਾਣ ਬਾਦ ਸੁਖ ਦਾ ਸਾਹ ਲੈਂਦਿਆਂ ਉੱਚੀ ਆਵਾਜ਼ 'ਚ ਬੋਲੀ,

"ਚੱਲ ਕਿਸਮਤੇ! ਚੰਗਾ ਹੋਇਆ...ਮੇਰੇ ਕਰਮਾਂ ਦੀ ਤੱਕੜੀ 'ਚ ਹੋਰ ਪਾਂਸਕ ਪੈਣ ਤੋਂ ਬਚ ਗਈ...ਇਹ ਤੱਕੜੀ ਸਾਵੀਂ ਤਾਂ ਭਵਾਂ ਦੀ ਨਹੀਂ ਹੋ ਸਕਦੀ....ਪਰ ਹੋਰ ਪਾਂਸਕ ਤੋਂ....ਡੋਲੇ ਡੱਕੇ ਖਾਣ ਤੋਂ ਬਚ ਗਈ....।"

ਪਸੀਨਾ ਪੂੰਝਦੀ ਅੱਕੀ ਨੇ ਨੀਵੀਂ ਪਾਈ ਖੜ੍ਹੇ ਗੁਰਤੇਜ ਦੇ ਚਿਹਰੇ ਵੱਲ ਅਤੇ ਜਿੱਤ ਦੇ ਭਾਵ ਲਈ ਖੜ੍ਹੇ ਸੱਤਪਾਲ ਵੱਲ ਸੈਂਕੜੇ ਸਵਾਲ ਪੁੱਛਦੀ ਨਿਗਾਹ ਮਾਰੀ....।

ਦੋਵੇਂ ਮੁੰਡੇ ਧਾਅ ਕੇ ਅੱਕੀ ਨੂੰ ਚਿੰਬੜ ਗਏ....ਜਿਵੇਂ ਅਹਿਸਾਸ ਕਰਾਉਣਾ ਚਾਹੁੰਦੇ ਹੋਣ ਕਿ ਮਾਂ ਅਸੀਂ ਬੇਕਸੂਰ ਹਾਂ....ਭੋਲੇ ਭਾਲੇ....।

ਘੱਟਾ

ਨਿਧੀ ਤੰਗ ਆ ਗਈ ਸੀ ਰਮੇਸ਼ਵਰ ਦੇ ਏਸ ਐਬਨਾਰਮਲ ਰਵੱਈਏ ਤੋਂ—ਸਾਰਾ ਦਿਨ ਜੁਆਕਾਂ ਨੂੰ ਵੱਢੂੰ ਖਾਊਂ ਵੱਢੂੰ ਖਾਊਂ—

ਖਾਸ ਕਰ ਜੁਆਨ ਹੋ ਰਹੀ ਸ਼ੀਰੀਂ ਦੇ ਤਾਂ ਹੱਥ ਧੋ ਕੇ ਮਗਰ ਪਿਆ ਰਹਿੰਦੈ। ਬਈ ਬੰਦਾ ਜੁਆਨ ਹੋ ਰਹੇ ਧੀ ਪੁੱਤ ਨਾਲ ਨਰਮੀ ਨਾਲ ਪੇਸ਼ ਆਵੇ—ਜ਼ਮਾਨਾ ਕਿਹੜੇ ਉਤੋਂ। ਬੱਚੇ ਨਿੱਕੀ ਜਿਹੀ ਗੱਲ ਦਾ ਗੁੱਸਾ ਕਰ ਜਾਂਦੇ ਨੇ। ਫੇਰ ਬਾਦ 'ਚ ਪਛਤਾਇਆਂ ਕੀ ਬਣਦੈ—

ਪਰ ਇਹ ਰਮੇਸ਼ਵਰ—ਉਫ਼!

ਹਲੇ ਕੱਲ੍ਹ ਬੁੜਾ ਬੁੜ ਕਰ ਰਿਹਾ ਸੀ। ਅਖੇ ਭੂਤਨੀ ਜੀ ਸਾਰਾ ਦਿਨ ਝਾਟਾ ਏ ਸੰਵਾਰਦੀ ਰਹੂ। ਵਾਲਾਂ ਨੂੰ ਝਟਕੇ ਦੇ ਦੇ ਕੇ ਸੈੱਟ ਕਰਦੀ ਦੀ ਦਿਹਾੜੀ ਨਿਕਲ ਜਾਂਦੀ ਐ.....ਪਹਿਰ ਪਹਿਰ ਸ਼ੀਸ਼ੇ ਮੂਹਰੇ ਖੜ੍ਹੀ ਮਟਕਦੀ ਰਹਿੰਦੀ ਐ.....ਨਾ ਸ਼ਕਲ ਨਾ ਸੈਣ....ਜੇ ਕਿਤੇ ਸੋਹਣੀ ਹੁੰਦੀ ਤਾਂ ਪਤਾ ਨੀ ਕਿਹੜੇ ਆਸਮਾਨ ਨੂੰ ਟਾਕੀਆਂ ਲਾਉਂਦੀ। ਬਿੰਗੜ ਜਹੀ..... ਸਿੱਧਾ ਤੁਰਨਾ ਨੀ ਆਉਂਦਾ.....ਬੱਕਰੀ ਵਰਗੇ ਮੂੰਹ ਆਲੀ।

ਨਿਧੀ ਸੋਚਦੀ ਕਿ ਰਮੇਸ਼ਵਰ ਨੂੰ ਆਖਰ ਹੋ ਕੀ ਗਿਆ। ਕੋਈ ਆਪਣੀ ਧੀ ਨੂੰ ਵੀ ਅਹੇ ਜੇ ਸ਼ਬਦ ਕਹਿੰਦੈ ਭਲਾ? ਕਦੇ ਉਹਨੂੰ ਭੈਂਗੀ ਕਹੂ ਕਦੇ....ਖੁਸ਼ ਤਾਂ ਕੀ ਹੋਣਾ ਸੀ ਬਈ ਸਾਡੀ ਧੀ ਆਰਟਿਸਟ ਐ...... ਐਨਾ ਵਧੀਆ ਗਾਉਂਦੀ ਐ....... ਬਾਈ ਸਾਲ ਦੀ ਉਮਰੇ ਤੀਹ ਚਾਲੀ ਹਜ਼ਾਰ ਰੁਪਈਏ ਮਹੀਨੇ ਦੇ ਕਮਾ ਲਿਆਉਂਦੀ ਐ...... ਫਖਰ ਤਾਂ ਕੀ ਕਰਨਾ ਸੀ...... ਉਲਟਾ ਉਹਨੂੰ ਕੱਬਾ ਬੋਲੂ......ਆਖਰ ਤੇਰੀ ਆਪਣੀ ਧੀ....!!!

ਨਿਧੀ ਵਾਕ ਪੂਰਾ ਨਾ ਕਰ ਸਕੀ। ਉਹ ਪਤਾ ਨੀ ਕਿਹੜੇ ਵਹਿਣਾਂ 'ਚ ਵਹਿ ਗਈ। ਆਪਣੀ ਜ਼ਿੰਦਗੀ ਦੇ ਇਤਿਹਾਸ ਦੇ ਕਾਲੇ ਸਫੇਦ ਵਰਕੇ ਫੋਲਦੀ ਨੂੰ ਪਹਿਰ ਬੀਤ ਗਿਆ। ਕਈ ਵਾਰ ਉਹਨੂੰ ਕੱਚੀਆਂ ਤ੍ਰੇਲੀਆਂ ਆਈਆਂ। ਕਈ ਵਾਰ ਉਹਦੇ ਮੂੰਹ ਤੋਂ ਹਵਾਈਆਂ ਉਡੀਆਂ ਤੇ ਉਹਨੇ ਕਿੰਨੀਓ ਵਾਰ ਫੜਕ ਫੜਕ ਕਰਦੇ ਦਿਲ ਦੀ ਤੇਜ਼ ਧੜਕਣ ਨੂੰ ਮਹਿਸੂਸ ਕੀਤਾ। ਫੇਰ ਪਤਾ ਨੀ ਮੂੰਹ 'ਚ ਈ ਕੀ ਬੁੜਬੁੜ ਕਰਦੀ ਅੰਦਰ ਚਲੀ ਗਈ।

ਰਮੇਸ਼ਵਰ ਹਲੇ ਵੀ ਜੁੱਤਿਆਂ ਨੂੰ ਪਾਲਿਸ਼ ਕਰਦਾ ਹੋਇਆ ਕੁੜ੍ਹ ਰਿਹਾ ਸੀ। ਪਤਾ ਨੀ ਹੌਲੀ-ਹੌਲੀ ਕਿਸ ਨੂੰ ਕੋਸ ਰਿਹਾ ਸੀ।

"ਜੀ...ਈ...ਈ.....ਮੈਂ ਕਿਹਾ ਤੁਸੀਂ ਕਿਤੇ ਪਾਗਲ ਨਾ ਹੋ ਜਿਓ। ਸਾਰਾ ਦਿਨ ਮੂੰਹ 'ਚ ਬੁੜ-ਬੁੜ ਕਰਦੇ ਰਹਿੰਨੇ ਓਂ।"

"ਜੀ" ਸ਼ਬਦ ਨੂੰ ਲਮਿਆਰਦੀ ਨਿਧੀ ਚੀਕੀ।

ਪਰ ਰਮੇਸ਼ਵਰ ਨੇ ਬੇਧਿਆਨੇ ਈ ਬੁਰਸ਼ ਅਤੇ ਪਾਲਿਸ਼ ਰੈਕ 'ਚ ਰੱਖੇ ਤੇ ਬੂਟ ਪਾਉਣ

ਲਈ ਪੈਰ ਅਗਾਂਹ ਵਧਾਏ। ਪਰ ਹਾਅ ਕੀ??

ਉਹ ਮੱਥਾ ਫੜ ਕੇ ਉਥੇ ਈ ਬਹਿ ਗਿਆ। ਉਹਨੇ ਤਾਂ ਬੇਟੇ ਦੇ ਬੂਟ ਪਾਲਿਸ਼ ਕਰ ਦਿੱਤੇ ਸਨ। ਉਹ ਵੀ ਚਿੱਟੇ ਸਪੋਰਟਸ ਸ਼ੂਜ। ਕਾਲੀ ਪਾਲਿਸ਼ ਨਾਲ—ਸੱਤਿਆਨਾਸ਼।

"ਲੈ ਹੁਣ ਇਹ ਮੇਰੀ ਐਸੀ ਤੈਸੀ ਫੇਰੂ। ਰਮੇਸ਼ਵਰ ਬਾਬੂ! ਤੂੰ ਕਿਤੇ ਸੱਚੀਂ ਤਾਂ ਨੀ ਪਾਗਲ ਹੋ ਗਿਆ..... ਨਾ ਭਲਾ ਕੋਈ ਤੈਨੂੰ ਪੁੱਛੇ ਬਠਾਲ ਕੇ.....ਬਈ ਉੱਲੂ ਦਿਆ ਪੱਠਿਆ! ਤੈਨੂੰ ਆਵਦੇ ਛਿੱਤਰਾਂ ਦੀ ਪਛਾਣ ਨਹੀਂ ਸੀ? ਚੱਕ ਕੇ ਮੁੰਡੇ ਦੇ ਸਪੋਰਟਸ ਸ਼ੂਜ ਦਾ ਨਾਸ ਮਾਰ 'ਤਾ....ਹੁਣ ਦੇਖੀਂ ਤੇਰੇ ਨਾਲ ਕਿਹੜੀ ਕਪੱਤ ਹੋਊ...... ਨਾਲੇ ਤਾਂ ਪਤੰਦਰ ਆਪ ਤੇਰੀ ਕਲਾਸ ਲਊ ਨਾਲੇ ਮਾਂ ਨੂੰ ਜਾ ਕੇ ਅੱਡ ਚੱਕੂ। ਉਹ ਤਾਂ ਪਹਿਲਾਂ ਈ ਘੋੜੇ ਏ ਸੁਆਰ ਰਹਿੰਦੀ ਐ। ਮੌਕਾ ਭਾਲਦੀ ਐ ਤੈਨੂੰ ਪਾਗਲ ਕਰਾਰ ਦੇਣ ਦਾ।" ਉਹ ਆਪਣੇ ਆਪ ਨੂੰ ਬੋਲਿਆ।

"ਡੈਡ! ਕਿੰਨੀ ਦੇਰ ਲਾਓਗੇ ਪਾਲਿਸ਼ ਕਰਨ ਨੂੰ। ਨਾਲੇ ਆਪਣਾ ਹੈਲੀਕਾਪਟਰ ਬਾਹਰ ਕਰੋ ਤਾਂ ਮੈਂ ਕਾਰ ਕੱਢਾਂ। ਵੀਹ ਵਾਰੀ ਕਿਹੈ ਬਈ ਆਪਣਾ ਇਹ ਅਠਾਰਾਂ ਸੌ ਸਤਵੰਜਾ ਮਾਡਲ ਫਟੀਚਰ ਸਕੂਟਰ ਮੇਰੀ ਕਾਰ ਮੂਹਰੇ ਨਾ ਸਜਾਇਆ ਕਰੋ। ਪਰ ਬਾਪੂ ਜੀ ਆਪ ਜੀ ਦੇ ਕੰਨਾਂ ਤੇ ਜੂੰ ਨੀ ਸਰਕਦੀ। ਚਲੋ ਤਾਜ਼ੀ ਤਾਜ਼ੀ ਪਾਲਸ਼ ਕੀਤੇ ਬੂਟ ਪਹਿਨ ਕੇ ਬਾਹਰ ਆਓ। ਨਾਲੇ ਪਿਤਾ ਸ੍ਰੀ....ਇਹ ਬੂਟ ਵੀ ਬਦਲ ਲਓ। ਬਚਾਰੇ ਸੋਚਦੇ ਹੋਣਗੇ ਬਈ ਕੀਹਦੇ ਪੇਸ਼ ਪੈ ਗਏ। ਵੀਹ ਸਾਲ ਤਾਂ ਮੈਨੂੰ ਦੇਖਦੇ ਨੂੰ ਹੋ ਗਏ ਇੱਕੋ ਬੂਟਾਂ ਦੇ ਜੋੜੇ ਨੂੰ....।" ਬੰਟੀ ਕਾਰ ਸਾਫ ਕਰਦਿਆਂ ਬੋਲਿਆ।

"ਓਇ ਬੰਟੀਆ! ਜਾਰ ਅੱਜ ਤਾਂ ਇੱਕ ਗਲਤੀ ਹੋ ਗਈ। ਪਤਾ ਨੀ ਤੂੰ ਬੀ ਕੀ ਸੋਚੇਂਗਾ। ਕਦੇ ਕਦੇ ਤਾਂ ਪਤਾ ਨੀ ਅਲਾਦ ਬੰਦੇ ਦੀ ਮੱਤ ਮਾਰ ਦੰਦੀ ਐ....।" ਰਮੇਸ਼ਵਰ ਬੌਖਲਾਇਆ ਹੋਇਆ ਬੋਲਿਆ।

"ਔਲਾਦ ਬੰਦੇ ਦੀ ਮੱਤ ਨੀ ਮਾਰ ਦਿੰਦੀ ਬਾਪੂ ਜੀ ਸਗੋਂ ਬੰਦਾ ਔਲਾਦ ਦੀ ਮੱਤ ਮਾਰ ਦਿੰਦੈ, ਥੋਡੀ ਤਰ੍ਹਾਂ....।" ਬੰਟੀ ਕੋਲ ਆ ਕੇ ਸ਼ਰਾਰਤੀ ਰੌਂਅ 'ਚ ਬੋਲਿਆ। ਥੋੜ੍ਹੀ ਦੇਰ ਅੱਖਾਂ ਮਟਕਾਉਂਦਾ ਰਿਹਾ ਫੇਰ ਡੈਡੀ ਦੇ ਮੋਢਿਆਂ ਤੇ ਲਾਡ ਨਾਲ ਹੱਥ ਧਰ ਕੇ ਪੁੱਛਿਆ,

"ਅੱਛਾ ਦੱਸੋ ਕੀ ਗਲਤੀ ਹੋ ਗਈ?"

ਰਮੇਸ਼ਵਰ ਦੇ ਪੈਰਾਂ 'ਚ ਬਿਨਾਂ ਪਾਲਿਸ਼ ਕੀਤੇ ਬੂਟ ਵੇਖ ਕੇ ਬੰਟੀ ਨੂੰ ਹੈਰਾਨੀ ਹੋਈ। ਉਹਨੇ ਪੋਲਾ ਜਿਹਾ ਮੂੰਹ ਬਣਾ ਕੇ ਡੈਡੀ ਨੂੰ ਇਸ਼ਾਰੇ ਨਾਲ ਈ ਕਈ ਸੁਆਲ ਪੁੱਛੇ।

"ਤੂੰ ਪਹਿਲਾਂ ਵਾਇਦਾ ਕਰ ਬਈ ਗੁੱਸਾ ਨੀ ਕਰੇਂਗਾ। ਤੇ ਮੇਰੇ ਤੇ ਚਿਲਾਏਂਗਾ ਬੀ ਨੀ.....ਫੇਰ ਦੱਸੂੰ।" ਫੱਕ ਹੋਏ ਮੂੰਹ ਨਾਲ ਰਮੇਸ਼ਵਰ ਨੇ ਬੰਟੀ ਨੂੰ ਜਿਵੇਂ ਤਰਲਾ ਲਿਆ। ਉਹ ਵਾਰ ਵਾਰ ਬੁੱਲ੍ਹਾਂ 'ਤੇ ਜੀਭ ਫੇਰ ਰਿਹਾ ਸੀ।

ਡੈਡੀ ਨੂੰ ਐਂਜ ਡੌਰ ਭੌਰ ਹੋਇਆ ਦੇਖ ਕੇ ਬੰਟੀ ਨੇ ਸਟਾਈਲ ਮਾਰਦਿਆਂ ਦੱਬੇ ਪੈਰੀਂ ਬੱਲਬ ਜਗਾਇਆ। ਡੈਡੀ ਦੀ ਗਲਤੀ ਲੱਭਣ ਲਈ ਜੁੱਤਿਆਂ ਵਾਲੇ ਰੈਕ ਨੂੰ ਨਿਗ੍ਹਾ ਟਿਕਾ ਕੇ ਗੌਰ ਨਾਲ ਦੇਖਿਆ। ਆਪਣੇ ਚਿੱਟੇ ਜੁੱਤਿਆਂ ਦਾ ਸੱਤਿਆਨਾਸ ਹੋਇਆ ਦੇਖ ਕੇ ਪੈਰ ਪਟਕਦਾ ਹੋਇਆ ਬੰਟੀ ਚੀਕਿਆ,

"ਓਇ ਹੋਇ ਬਾਪੂ ਜੀ.....ਪਿਤਾ ਜੀ.....ਡੈਡੀ ਜੀ.....ਆਹ ਕੀ ਕੀਤਾ ਜੇ? ਮੇਰੇ ਦਸ ਹਜ਼ਾਰ ਦੇ ਫਲੀਟਾਂ ਉਤੇ ਕਾਲੀ ਪਾਲਿਸ਼ ਮਾਰ ਛੱਡੀ। ਹੁਣ ਤੁਹਾਨੂੰ ਕੀ ਆਖਾਂ....ਮੈਨੂੰ

ਸ਼ੀਰੀਂ ਨੇ ਮੇਰੇ ਬਰਥ ਡੇਅ ਤੇ ਲਿਆ ਕੇ ਦਿੱਤੇ ਸੀਗ੍ਹੇ।"

"ਜਾਰ ਤੈਨੂੰ ਕਿਹਾ ਤਾਂ ਸੀਗ੍ਹਾ ਬਈ ਤੂੰ ਪਹਿਲਾਂ ਵਾਇਦਾ ਕਰ ਬਈ ਗੁੱਸਾ ਨੀ ਕਰੇਂਗਾ।" ਰਮੇਸ਼ਵਰ ਨੇ ਸਿਰ ਪਟਕਦੇ ਬੰਟੀ ਦੀਆਂ ਗੱਲ੍ਹਾਂ ਪਲੋਸਦਿਆਂ ਬੇਨਤੀ ਜਿਹੀ ਕੀਤੀ। ਮੁੰਡੇ ਨੂੰ ਟਸ ਤੋਂ ਮਸ ਨਾ ਹੁੰਦਿਆਂ ਵੇਖ ਕੇ ਰਮੇਸ਼ਵਰ ਛਿੱਥੀ ਜਿਹੀ ਹਾਸੀ ਹ੍ਹਸਦਿਆਂ ਕੁਝ ਪਲ ਰੁਕ ਕੇ ਬੋਲਿਆ,

"ਲਿਆ ਚੰਗਾ ਮੈਂ ਧੋ ਦਿਆਂ ਤੇਰੇ ਫਲੀਟ....ਯਾਰ ਨ੍ਹੇਰੇ 'ਚ ਪਤਾ ਈ ਨੀ ਚੱਲਿਆ....ਇੱਕ ਤਾਂ ਤੇਰੀ ਮਾਤਾ ਸ੍ਰੀ ਨੇ ਜੁੱਤਿਆਂ ਵਾਲਾ ਰੈਕ ਪੌੜੀ ਦੇ ਥੱਲੇ ਘਸੋੜ ਰੱਖਿਐ। ਬਈ ਜੁੱਤੇ ਬਾਹਰ ਬਰਾਂਡੇ 'ਚ ਹੋਣ...... ਸਭ ਸਾਫ ਦਿਸਣ। ਨਾਲੇ ਬੰਟੀਆ....ਇੱਕ ਗੱਲ ਹੋਰ ਬੀ ਐ ਪੁੱਤ....ਤੈਨੂੰ ਪਤੈ ਮੈਂ ਅੱਜ ਕੱਲ੍ਹ ਕਿੰਨਾ ਪ੍ਰੇਸ਼ਾਨ ਚੱਲ ਰਿਹਾਂ?"

"ਕਿਉਂ ਅੱਜ ਕੱਲ੍ਹ ਕੀ ਥੋਡੀ ਦਿੱਲੀ ਲੁਟ ਗਈ? ਅਸੀਂ ਤਾਂ ਸੁਰਤ ਸੰਭਾਲਦਿਆਂ ਈ ਥੋਨੂੰ ਪ੍ਰੇਸ਼ਾਨ ਦੇਖ ਰਹੇ ਆਂ। ਕਦੇ ਕਮੀਜ਼ ਪੁੱਠੀ ਪਾ ਕੇ ਤੁਰੇ ਫਿਰਨਗੇ। ਕਦੇ ਅੱਡੋ ਅੱਡ ਦੀਆਂ ਚੱਪਲਾਂ ਪਾਈ.....ਕਦੇ.....।"

"ਨਹੀਂ ਬੰਟੀਆ....ਇਹ ਗੱਲ ਨੀ ਹੈ....ਅਸਲ 'ਚ ਮੈਂ ਤੇਰੀ ਭੈਣ ਦੇ ਲੱਛਣਾਂ ਤੋਂ ਪ੍ਰੇਸ਼ਾਨ ਆਂ ਅੱਜ ਕੱਲ੍ਹ.....।" ਪਤਾ ਨੀ ਮਨ ਦੀ ਕਿਸੇ ਗਹਿਰੀ ਨੁੱਕਰੇ ਦਬਾ ਕੇ ਰੱਖੀ ਇਹ ਗੱਲ ਅਚਾਨਕ ਕਿਵੇਂ ਉਹਦੇ ਮੂੰਹੋਂ ਨਿਕਲ ਗਈ। ਉਹ ਵੀ ਜੁਆਨ ਪੁੱਤ ਦੇ ਸਾਹਮਣੇ....ਬੇਵਕਤ ...ਬੇਤੁਕੀ।

"ਕਿਉਂ ਮੇਰੀ ਭੈਣ ਦੇ ਲੱਛਣਾਂ ਨੂੰ ਕੀ ਹੋਇਐ....ਕੁਸ਼?" ਜੁੱਤਿਆਂ ਵਾਲੀ ਗੱਲ ਭੁੱਲ ਕੇ ਬੰਟੀ ਨੂੰ ਝਟਕਾ ਲੱਗਿਆ।

ਪਾਗਲਾਂ ਵਾਂਗ ਮੁੰਡੇ ਨੂੰ ਜਮ੍ਹਾ ਨੇੜੇ ਕਰ ਕੇ ਉਹਦਾ ਕੰਨ ਫੜ ਕੇ ਮੂੰਹ ਲਾਗੇ ਕਰਦਿਆਂ ਰਮੇਸ਼ਵਰ ਬੋਲਿਆ,

"ਤੂੰ ਦੇਖਦਾ ਨੀ ਆਪਣੀ ਭੈਣ ਨੂੰ? ਗਿੱਠ ਗਿੱਠ ਦੀਆਂ ਕੁੱਤੇ ਝੱਗੀਆਂ ਪਾ ਕੇ ਰਾਤਾਂ ਨੂੰ ਪਾਰਟੀਆਂ 'ਚ ਘੁੰਮਦੀ ਰਹਿੰਦੀ ਐ। ਕੁੜੀਆਂ ਵਾਸਤੇ ਤਾਂ ਦਿਨ 'ਚ ਨਿਕਲਣ ਦਾ ਸਮਾਂ ਨੀ ਹੈਗਾ ਤੇ ਇਹ ਰਾਤ ਦੇ ਬਾਰਾਂ ਬਾਰਾਂ ਵਜੇ ਤੱਕ....ਉਧਰ ਤੇਰੀ ਮਾਂ ਦੀ ਮੱਤ ਮਾਰੀ ਗਈ ਐ। ਜੋ ਕੁਸ ਹਾਅ ਭੈਂਗੀ ਜੀ ਕਹਿੰਦੀ ਐ ਤੇਰੀ ਮਾਂ ਸੱਚ ਮੰਨ ਲੈਂਦੀ ਐ....ਅਖੇ ਮੈਂ ਨੈਸ਼ਨਲ ਲੈਵਲ ਦੀ ਕਲਾਕਾਰ ਆਂ। ਸਿੱਧਾ ਤੁਰਨਾ ਨੀ ਆਉਂਦਾ....ਕਲਾਕਾਰ ਬਣਦੀ ਐ ਨੈਸ਼ਨਲ ਲੈਵਲ ਦੀ। ਅਖੇ ਮੈਂ ਸਟੇਜ ਸ਼ੋਅ ਕਰ ਕੇ ਹਜ਼ਾਰਾਂ ਰੁਪਈਏ ਕਮਾ ਲੈਨੀ ਆਂ। ਨਾ ਭਲਾ ਤੇਰੀ ਮਾਂ ਤਾਂ ਲਾਲਚਣ ਹੈ ਈ। ਤੂੰ ਭਲਾ ਕਿਉਂ ਇਹਦੇ ਕੋਲੋਂ ਬੂਟ ਲਏ। ਹਰਾਮ ਦੀ ਕਮਾਈ ਦੇ....ਹੈਂਅ? ਦੱਸ ਹੁਣ।"

ਬੰਟੀ ਦੇ ਖਾਨਿਓਂ ਗਈ। ਸ਼ਾਇਦ ਤਾਂ ਹੀ ਡੈਡੀ ਨੇ ਮੇਰੇ ਬੂਟਾਂ ਤੇ ਪਾਲਸ਼ ਮਾਰੀ ਐ....ਸ਼ਾਇਦ।

ਰਮੇਸ਼ਵਰ ਨੇ ਦੋਹਾਂ ਹੱਥਾਂ ਦੀਆਂ ਉਂਗਲੀਆਂ ਆਪਸ ਵਿੱਚ ਫਸਾ ਕੇ ਕੜਾਕੇ ਕੱਢੇ ਤੇ ਤਾਜ਼ਾ ਦਮ ਹੁੰਦਾ ਫੇਰ ਬੋਲਿਆ।

"ਬੰਟੀ....ਆਇੰ ਦੱਸ....ਬਈ ਤੇਰੀ ਭੈਣ ਕਿਸੇ ਪ੍ਰੋਗਰਾਮ 'ਚ ਸਾਨੂੰ ਕਿਉਂ ਨੀ ਲੈ ਕੇ ਜਾਂਦੀ....ਕਦੇ ਤੈਨੂੰ ਕਿਹੈ ਨਾਲ ਚੱਲਣ ਨੂੰ? ਨਹੀਂ ਨਾ....ਜਦੋਂ ਵੀ ਮੈਂ ਨਾਲ ਚੱਲਣ ਲਈ

ਕਹਿਨਾਂ ਤਾਂ ਵੀਹ ਬਹਾਨੇ ਬਣਾ ਦੂ.....ਜਦੋਂ ਮੈਂ ਕਹਿਨਾਂ ਬਈ ਆਪਣੇ ਪ੍ਰੋਗਰਾਮ ਦੀ ਕੋਈ ਰਿਕਾਰਡਿੰਗ ਦਖਾ ਤਾਂ ਟਾਲ ਮਟੋਲ ਕਰ ਦੂ.....ਜੇ ਪੁੱਛੋ ਬਈ ਅਗਰ ਤੂੰ ਨੈਸ਼ਨਲ ਲੈਵਲ ਦੀ ਕਲਾਕਾਰ ਐਂ ਤਾਂ ਕਿਸੇ ਟੀ. ਵੀ. ਜਾਂ ਰੇਡੀਓ ਤੇ ਤੇਰਾ ਪ੍ਰੋਗਰਾਮ ਕਿਉਂ ਨੀ ਆਉਂਦਾ....ਪਰ ਕੋਈ ਜਵਾਬ ਨੀ....ਤੇਰੀ ਮਾਂ ਦਾ ਫਰਜ਼ ਨੀ ਬਣਦਾ ਧੀ ਨੂੰ ਪੁੱਛਣ ਦਾ ਬਈ ਤੂੰ ਕਿੱਥੇ ਖੇਹ ਖਾਣ ਜਾਨੀ ਐਂ.... ਕਿਹੜੇ ਪ੍ਰੋਗਰਾਮ ਦੇਣ ਜਾਨੀ ਐਂ....ਕਿਹੜੀ ਪ੍ਰਤਿਭਾ ਐ ਤੇਰੇ 'ਚ ਗਾਉਣ ਦੀ ਜਾਂ ਨੱਚਣ ਦੀ.....ਨਾਲੇ ਇਹਦੀ ਇੱਕ ਲੱਤ ਦੂਜੀ ਨਾਲੋਂ ਦੋ ਇੰਚ ਛੋਟੀ ਐ। ਕੀ ਨੱਚਦੀ ਹੋਣੀ ਐ...ਸੁਆਹ ਖੇਹ....?"

ਬੰਟੀ ਡੌਂਨ ਬਾਟਾ ਬਣਿਆ ਬਾਪ ਦੀਆਂ ਗੱਲਾਂ ਸੁਣ ਰਿਹਾ ਸੀ....ਰਮੇਸ਼ਵਰ ਵੀ ਪੁੱਤ ਦੀ ਪ੍ਰਤੀਕਿਰਿਆ ਭਾਂਪ ਰਿਹਾ ਸੀ। ਬੰਟੀ ਦੇ ਹੋਰ ਨੇੜੇ ਹੋ ਕੇ ਰਮੇਸ਼ਵਰ ਨੇ ਅੱਗੇ ਬੋਲਣਾ ਸ਼ੁਰੂ ਕੀਤਾ,

"ਬੰਟੀ ਤੈਂ ਕਦੇ ਨੋਟ ਕੀਤੈ ਕੁਸ਼? ਤੇਰੀ ਭੈਣ ਦੀ ਚਾਲ ਢਾਲ....ਗੱਲ ਬਾਤ ਦਾ ਤਰੀਕਾ.....ਮੇਰੇ ਪ੍ਰਤੀ ਰਵੱਈਆ.....ਘਰ ਪ੍ਰਤੀ ਬੇਲਾਗ ਪੁਣਾ....ਤੇ.....ਏ...ਏ....ਤੁਸੀਂ ਸਮਝਦੇ ਓਂ ਮੈਂ ਪਾਗਲ ਹੋ ਗਿਆਂ....ਮੈਂ ਪਾਗਲ ਨੀ ਹੋਇਆ ਮੈਂ ਟੈਨਸ਼ਨ 'ਚ ਰਹਿਨਾ....ਉਹ ਜਿਹੜੇ ਬੰਦੇ ਇਹਨੂੰ ਘਰੋਂ ਲੈਣ ਛੱਡਣ ਆਉਂਦੇ ਨੇ....ਕੰਨਾਂ 'ਚ ਤੀਮੀਆਂ ਵਾਂਗ ਬਾਲੇ 'ਜੇ ਪਾ ਕੇ.....ਤੈਨੂੰ ਉਹ ਭਲੇ ਘਰ ਦੇ ਲਗਦੇ ਨੇ? ਨਾਅ....ਮੈਨੂੰ ਤਾਂ ਉਹ ਬਦਮਾਸ਼ ਨਜ਼ਰ ਆਉਂਦੇ ਨੇ। ਅੱਖਾਂ ਮਾਰ ਮਾਰ ਲੱਚਰ ਇਸ਼ਾਰੇ ਕਰਨਗੇ। ਉਨ੍ਹਾਂ ਦੀ ਬੌਡੀ ਲੈਂਗੁਏਜ ਤਾਂ ਦੇਖਿਆ ਕਰ। ਕੰਜਰਾਂ ਆਲੀਆਂ ਹਰਕਤਾਂ ਕਰਨਗੇ। ਤੇਰੀ ਮਾਂ ਦੀਆਂ ਅੱਖਾਂ ਪਤਾ ਨੀ ਕਿਉਂ ਨੀ ਸਭ ਕੁਸ ਦੇਖ ਸਕਦੀਆਂ। ਅੰਨ੍ਹੀ ਹੋਈ ਪਈ ਆ ਜਮ੍ਹਾਂ ਈ।"

ਬੰਟੀ ਨੇ ਇੱਕ ਵਾਰੀ ਬਾਪ ਦੇ ਮੂੰਹ ਵੱਲ ਤੱਕਿਆ। ਫੇਰ ਪਤਾ ਨੀ ਡੈਡੀ ਨੂੰ ਸਹਾਰਾ ਦੇ ਕੇ ਤੇ ਪਤਾ ਨੀ ਉਹਦਾ ਸਹਾਰਾ ਲੈ ਕੇ ਪੌੜੀਆਂ ਤੇ ਬੈਠ ਗਿਆ। ਦੋਵੇਂ ਬਾਪ ਪੁੱਤ ਬੜੀ ਦੇਰ ਚੁੱਪ ਚੁਪੀਤੇ ਬੈਠੇ ਰਹੇ। ਫੇਰ ਚੁੱਪ ਭਾਰੂ ਹੋ ਗਈ ਤੇ ਰਮੇਸ਼ਵਰ ਦਾ ਦਮ ਘੁਟਣ ਲੱਗਿਆ। ਜਵਾਨ ਪੁੱਤ ਨੂੰ ਜੱਫੀ 'ਚ ਲੈਂਦਿਆਂ ਉਹ ਆਖਣ ਲੱਗਾ।

"ਜਦੋਂ ਬੰਦਾ ਪ੍ਰੇਸ਼ਾਨ ਹੁੰਦੈ...ਫੇਰ ਉਹ ਅਹੀ 'ਜੀਆਂ ਗਲਤੀਆਂ ਕਰਦੈ....ਮਸਲਨ ਸਪੋਰਟਸ ਸ਼ੂਜ ਨੂੰ ਪਾਲਸ਼ ਕਰ ਦੇਣੀ। ਫਟੀਚਰ ਸਕੂਟਰ ਕੰਨ੍ਹੀ ਧਿਆਨ ਨਾ ਦੇਣਾ। ਹੋਰ ਵੀ ਕਈ ਕੁਸ....ਝੱਗਾ ਪੁੱਠਾ ਪਾ ਕੇ ਤੁਰੇ ਫਿਰਨਾ....।"

ਪਹਿਲੀ ਵਾਰ ਬੰਟੀ ਨੂੰ ਬਾਪ ਤੇ ਤਰਸ ਆਇਆ ਤੇ ਪਹਿਲੀ ਵਾਰ ਉਸ ਨੇ ਬਾਪ ਦੀ ਗੱਲ ਧਿਆਨ ਨਾਲ ਸੁਣੀ....ਉਹ ਤਾਂ ਊਈਂ ਚੰਗੇ ਭਲੇ ਡੈਡੀ ਨੂੰ ਮੂਰਖ, ਪਾਗਲ, ਮੰਦਬੁੱਧੀ ਸਮਝਦਾ ਰਿਹਾ ਪਰ....?

ਬੰਟੀ ਨੇ ਬੜੇ ਆਦਰ ਸਤਿਕਾਰ ਨਾਲ ਡੈਡੀ ਨੂੰ ਤੱਕਿਆ ਤੇ ਫੇਰ ਬਾਹਰ ਨਿਕਲ ਗਿਆ। ਰਮੇਸ਼ਵਰ ਨੂੰ ਪਤਾ ਨੀ ਕੀ ਸੁੱਝੀ....ਉਹਨੇ ਆਪਣੇ ਗਲ 'ਚ ਪਾਏ ਦੁੱਧ ਚਿੱਟੇ ਕੁੜਤੇ ਨਾਲ ਬੰਟੀ ਦੇ ਸਪੋਰਟ ਸ਼ੂਜ਼ ਸਾਫ ਕਰਨੇ ਸ਼ੁਰੂ ਕਰ ਦਿੱਤੇ। ਜੁੱਤੇ ਤਾਂ ਥੋੜੇ ਬਹੁਤ ਠੀਕ ਹੋ ਗਏ ਪਰ ਕਮੀਜ਼ ਦਾ ਸਤਿਆਨਾਸ ਹੋ ਗਿਆ। ਰਮੇਸ਼ਵਰ ਨੇ ਸੁਖ ਦਾ ਸਾਹ ਲਿਆ....ਪਰ ਹੁਣ ਉਹਨੂੰ ਨਿਧੀ ਦਾ ਗੁੱਸ ਝੱਲਣਾ ਪੈਣਾ ਐ....ਪਰ ਚਲੋ ਬੂਟ ਤਾਂ ਥੋੜੇ ਠੀਕ ਹੋਏ...।

ਉਹਨੇ ਅਛੋਪਲੇ ਜਿਹੇ ਬੂਟ ਰੈਕ 'ਚ ਰੱਖੇ ਤੇ ਆਪ ਹੱਥ ਮਲਦਾ ਹੋਇਆ ਬਾਹਰ

ਆਇਆ। ਅੱਗੇ ਨਿਧੀ ਕਣਕ ਧੋ ਕੇ ਮੰਜੇ 'ਤੇ ਸੁੱਕਣੀ ਪਾ ਰਹੀ ਸੀ ਤੇ ਸ਼ੀਰੀਂ ਰੋਜ਼ ਵਾਂਗ ਸ਼ੀਸ਼ੇ ਮੂਹਰੇ ਖੜ੍ਹੀ ਵਾਲ ਸੰਵਾਰ ਰਹੀ ਸੀ।

"ਜੀ...ਬੰਟੀ ਨੂੰ ਕਹੀਓ....ਸ਼ੀਰੀਂ ਦਾ ਸੂਟ ਲਿਆ ਦਵੇ ਪ੍ਰੈਸ ਵਾਲੀ ਤੋਂ....ਕੁੜੀ ਲੇਟ ਹੁੰਦੀ ਐ....ਕਾਲਜ ਜਾਣ ਤੋਂ....।" ਨਿਧੀ ਨੇ ਰਮੇਸ਼ਵਰ ਨੂੰ ਤੁਗਲਕੀ ਫਰਮਾਨ ਜਾਰੀ ਕੀਤਾ।

"ਕਾਲਜ ਜਾਣ ਤੋਂ? ਪਰ ਏਸ ਵਕਤ ਕਿਹੜਾ ਕਾਲਜ? ਪੰਜ ਵਜੇ ਸ਼ਾਮ ਨੂੰ...." ਰਮੇਸ਼ਵਰ ਨੇ ਸਵਾਲ ਕੀਤਾ।

"ਬਹੁਤੇ ਸੁਆਲ ਨਾ ਦਾਗਿਆ ਕਰੋ....ਇਹਦੀ ਡਾਨਸ ਕਲਾਸ ਐ....ਟੀਚਰ ਨੇ ਰੀਹਰਸਲ ਲਈ ਸੱਦਿਐ...ਨਾਲੇ ਹੋਰ ਬੱਚੇ ਵੀ ਜਾਣਗੇ...ਇਹ ਕੱਲੀ ਨੀ ਹੈ। ਬੱਸ ਹੁਣ ਹੋਰ ਸੁਆਲ ਨਾ ਕਰਿਆ ਜੇ। ਸਾਰਾ ਦਿਨ ਊਈਂ ਨਾ ਕੁੜੀ ਤੇ ਸ਼ੱਕ ਕਰੀ ਜਾਇਆ ਕਰੋ।" ਝਾੜੂ ਨਾਲ ਜਾਲਾ ਤਾਰਦੀ ਨਿਧੀ ਬੇਰੁਖੀ ਨਾਲ ਬੋਲੀ।

"ਮੈਨੂੰ ਲੱਗਦੈ ਬੰਟੀ ਬਾਹਰ ਨਿਕਲ ਗਿਐ।"

"ਫੇਰ ਤੁਸੀਂ ਲਿਆ ਦਿਓ ਜਾ ਕੇ...ਫਟਾ ਫਟ ਵਾਪਸ ਆਇਓ ਖੋਟੇ ਸਿੱਕੇ ਦੀ ਤਰ੍ਹਾਂ....।"

ਨਿਧੀ ਦੀ ਗੱਲ ਸੁਣ ਕੇ ਸਿਰ ਖੁਰਕਦਿਆਂ ਰਮੇਸ਼ਵਰ ਨੇ ਆਪਣੀ ਮਜਬੂਰੀ ਜ਼ਾਹਰ ਕੀਤੀ,

"ਬਈ ਮੈਨੂੰ ਹੋਰ ਕਿਤੇ ਮਰਜ਼ੀ ਭੇਜ ਦੇ....ਪਰ ਮੈਂ ਪ੍ਰੈਸ ਵਾਲੀ ਕੋਲ ਨੀ ਜਾਣਾ...ਨਾਅ।"

"ਕਿਉਂ ਪ੍ਰੈਸ ਵਾਲੀ ਥੋਡੇ ਦੰਦੀਆਂ ਬੱਢਦੀ ਐ?"

"ਦੰਦੀਆਂ ਈ ਸਮਝ ਲੈ....ਤੈਨੂੰ ਨੀ ਪਤਾ ਉਹ ਸਾਰੇ ਮੁਹੱਲੇ ਦੀ ਖਬਰ ਸਾਰ ਰੱਖਦੀ ਐ.....ਖਾਸ ਕਰ ਕੁੜੀਆਂ ਦੀ....ਤੇ ਉਹਦੇ ਤੋਂ ਵੀ ਖਾਸ ਕਰ ਬਦਲਚਨ ਕੁੜੀਆਂ ਦੀ....ਉਹਦੇ ਤੋਂ ਵੀ ਖਾਸ ਸ਼ੀਰੀਂ ਵਰਗੀਆਂ....ਆਂ....ਆਂ........ਨਿਧੀ ਉਹਦੀਆਂ ਗੱਲਾਂ ਸੁਣ ਕੇ ਮੇਰਾ ਜੀ ਬੈਠਣ ਲੱਗ ਜਾਂਦੈ....ਤੇ ਏਧਰ ਘਰ 'ਚ ਮੇਰੀ ਕੁੱਤੇ ਜਿੰਨੀ ਵੀ ਕਦਰ ਨੀ....।" ਇਹ ਪਹਿਲੀ ਦਫਾ ਸੀ ਜਦੋਂ ਰਮੇਸ਼ਵਰ ਨੇ ਐਨੀ ਹਿੰਮਤ ਦਿਖਾਈ ਤੇ ਸਾਰਾ ਗੁੱਭ ਗੁਲਾਟ ਕੱਢ ਲਿਆ। ਸੁਣ ਕੇ ਨਿਧੀ ਦੇ ਜਿਵੇਂ ਗੋਡੇ ਢੇਰੀ ਹੋ ਗਏ।

ਕਿਤਿਓਂ ਬੜੇ ਗਹਿਰਿਓਂ ਨਿਧੀ ਨੇ ਪੁੱਛਿਆ,

"ਕੀ ਅਜੀਬ ਗੱਲਾਂ ਦੱਸਦੀ ਐ ਉਹ ਭਲਾਂ ਸ਼ੀਰੀਂ ਬਾਰੇ....ਕਿਤੇ?"

ਰਮੇਸ਼ਵਰ ਬਾਗ ਬਾਗ ਹੋ ਗਿਆ....ਵਰ੍ਹਿਆਂ ਬਾਦ ਨਿਧੀ ਨੇ ਉਹਦੀ ਗੱਲ ਵੱਲ ਤਵੱਜੋਂ ਦਿੱਤੀ ਸੀ। ਉਹ ਹੌਸਲਾ ਕਰ ਕੇ ਬੋਲਿਆ,

"ਦੱਸਦੀ ਐ ਬਈ ਸ਼ੀਰੀਂ ਗਲਤ ਬੰਦਿਆਂ ਨਾਲ ਰਲ ਗਈ ਐ...ਉਹ ਸੈਕਸ ਵਰਕਰ ਬਣ ਗਈ ਐ....ਇਹਦਾ ਕਈ ਬਦਮਾਸ਼ਾਂ ਨਾਲ ਮੇਲ ਜੋਲ ਐ....ਇਹ ਮਜਬੂਰ ਕੁੜੀਆਂ ਨੂੰ ਕੰਜਰਖਾਨੇ ਲਈ ਵਰਗਲਾਉਂਦੀ ਐ...ਉਕਸਾਉਂਦੀ ਐ....ਜਿਹੜੇ ਲੋਕ ਇਹਨੂੰ ਲੈਣ ਛੱਡਣ ਆਉਂਦੇ ਨੇ...ਉਹ ਦਲਾਲ ਔਰਤਾਂ ਦੀ ਖਰੀਦੋ ਫਰੋਖਤ ਕਰਨ ਵਾਲੇ ਲੋਕ ਨੇ.....ਦਸ ਨੰਬਰੀ.....ਇਹ ਜਦੋਂ ਕਹਿੰਦੀ ਐ ਨਾਅ ਬਈ ਮੇਰਾ ਦਿੱਲੀ ਬੰਬੇ ਪ੍ਰੋਗਰਾਮ ਐ...ਤਾਂ

ਇਹ ਅਸਲ 'ਚ ਉਥੋਂ ਮਜਬੂਰ ਕੁੜੀਆਂ ਨੂੰ ਵਰਗਲਾ ਕੇ....ਧੰਦੇ 'ਚ ਪਾਉਂਦੀ ਐ....ਤੇਰੇ ਭਾਣੇ ਜਾਂਦੀ ਐ ਪ੍ਰੋਗਰਾਮ ਦੇਣ....।"

ਨਿਧੀ ਉੱਕਾ ਢੇਰੀ ਹੋ ਗਈ...ਪਹਿਲਾਂ ਤਾਂ ਉਹਨੇ ਆਪਣੇ ਮਨ ਨੂੰ ਤਸੱਲੀ ਦੇਣ ਖਾਤਰ ਮਨ ਕਰੜਾ ਕੀਤਾ....ਨਹੀਂ ਨਹੀਂ...ਮੇਰੀ ਸ਼ੀਰੀਂ ਅਹੀ ਜੀ ਨੀਂ ਹੋ ਸਕਦੀ....ਫੇਰ ਡਿਗਦੇ ਢਹਿੰਦੇ ਮਨ ਨੂੰ ਕਰੜਾ ਕਰ ਕੇ ਉਹਨੇ ਸਚਾਈ ਵੱਲ ਧਿਆਨ ਕੇਂਦ੍ਰਿਤ ਕੀਤਾ....।

ਉਹ ਮਨ ਈ ਮਨ ਕੁੜੀ ਦੇ ਰੰਗ ਢੰਗ ਯਾਦ ਕਰ ਰਹੀ ਸੀ। ਚੌਵੀ ਘੰਟੇ ਸ਼ੀਸ਼ੇ ਮੂਹਰੇ ਖੜ੍ਹੇ ਮਟਕਦੇ ਰਹਿਣਾ, ਊਟ ਪਟਾਂਗ ਫੈਸ਼ਨ ਕਰਨੇ....ਪਰਸ ਵਿੱਚ ਮਹਿੰਗੇ ਕਾਸਮੈਟਿਕਸ, ਤੇ....।

ਘਮੇਰਨੀ ਖਾ ਕੇ ਨਿਧੀ ਪੌੜੀਆਂ 'ਚ ਬਹਿ ਗਈ।

ਉਹ ਸੋਚ ਰਹੀ ਸੀ ਉਹਨੇ ਸ਼ੀਰੀਂ ਦੀ ਹਰ ਗੱਲ ਅੱਖਾਂ ਬੰਦ ਕਰ ਕੇ ਮੰਨ ਲਈ—ਐਨੇ ਮਹਿੰਗੇ ਮਹਿੰਗੇ ਕੱਪੜੇ.....ਬਰਾਂਡਿਡ....ਡਾਇਆਮੰਡ ਦੇ ਗਹਿਣੇ....ਐਪਲ ਦਾ ਲੈਪਟਾਪ....ਤੇ ਹੋਰ ਕਿੰਨਾ ਈ ਕੁਝ.....ਜਦੋਂ ਉਹ ਪੁੱਛਦੀ ਕਿ ਸ਼ੀਰੀਂ ਇਹ ਐਨਾ ਕੀਮਤੀ ਸਮਾਨ ਕਿੱਥੋਂ ਲਿਆਂਦੈ ਤਾਂ ਸ਼ੀਰੀ ਉਹਦੇ ਗਲ 'ਚ ਬਾਹਾਂ ਪਾ ਕੇ ਜਵਾਬ ਦਿੰਦੀ,

"ਮੌਮ ਤੁਸੀਂ ਵੀ ਨਾਅ....ਪਲੀਜ਼....ਤੁਹਾਡੀ ਧੀ ਐਨੀ ਵੱਡੀ ਕਲਾਕਾਰ ਐ....ਪਤੈ ਇੱਕ ਇੱਕ ਸ਼ੌਅ ਦੇ ਲੱਖਾਂ ਰੁਪਏ ਮਿਲਦੇ ਨੇ ਤੇਰੀ ਬੇਟੀ ਨੂੰ....ਫਿਲਮਾਂ ਦੇ ਪ੍ਰੋਡੂਸਰ ਡਰੈਕਟਰ ਮੇਰੇ ਅੱਗੇ ਪਿੱਛੇ ਘੁੰਮਦੇ ਨੇ....।"

ਨਿਧੀ ਨੇ ਸਿਰ ਝਟਕਿਆ....ਇੱਕ ਦਿਨ ਉਹਦੇ ਪਰਸ 'ਚ ਗਰਭ ਨਿਰੋਧਕ ਗੋਲੀਆਂ ਤੇ ਹੋਰ ਇਤਰਾਜ਼ ਯੋਗ ਸਮਾਨ ਦੇਖ ਕੇ ਨਿਧੀ ਸ਼ਰਮਾ ਗਈ ਸੀ....ਤੇ ਸ਼ਰਮ ਦੀ ਮਾਰੀ ਚੁੱਪ ਈ ਹੋ ਗਈ ਸੀ।

ਸੋਚਿਆ....ਸ਼ਾਇਦ ਰਮੇਸ਼ਵਰ ਠੀਕ ਈ ਕਹਿ ਰਿਹੈ....ਉਹ ਕਿਹੜੇ ਪ੍ਰੋਗਰਾਮ ਤੇ ਜਾਂਦੀ ਐ....ਕਦੇ ਕਿਸੇ ਫੈਮਿਲੀ ਮੈਂਬਰ ਨੇ ਜਾ ਕੇ ਨਹੀਂ ਦੇਖਿਆ.....।

ਰਮੇਸ਼ਵਰ ਅਜੇ ਵੀ ਗੋਡਿਆਂ ਦੁਆਲੇ ਹੱਥ ਵਲ ਕੇ ਝੂਲ ਰਿਹਾ ਸੀ ਜਾਂ ਕਹਿ ਲਓ ਸਿਰ ਧੁਨ ਰਿਹਾ ਸੀ.....

ਸ਼ੀਰੀਂ ਮਟਕਦੀ ਹੋਈ ਆ ਕੇ ਮਾਂ ਨੂੰ ਬੋਲੀ,

"ਮੌਮ....ਕਹਿ ਦਿਓ ਬੈਕਵਾਰਡ ਖਿਆਲਾਂ ਵਾਲੇ ਬਾਪੂ ਜੀ ਨੂੰ ਬਈ ਮੇਰੇ ਕੱਪੜੇ ਲਿਆ ਦੇਣ....ਮੈਂ ਲੇਟ ਹੁੰਨੀ ਆਂ।"

ਨਿਧੀ ਦੀ ਤੰਦਰਾ ਟੁੱਟੀ....ਅੱਖਾਂ ਪੂਰੀ ਤਰ੍ਹਾਂ ਖੋਲ੍ਹ ਕੇ ਸੁਚੇਤ ਹੁੰਦੀ ਨਿਧੀ ਪੁੱਛਣ ਲੱਗੀ,

"ਹੈਂ....ਕੀ....ਕੀ ਆਖਿਆ....ਜੇ....ਮੈਨੂੰ ਆਖਿਆ ਜੇ ਕੁਸ....?"

ਸੀਰੀਂ ਤਾੜੀ ਮਾਰ ਕੇ ਹਾਸੀ ਨਾਲ ਲੋਟ ਪੋਟ ਹੁੰਦੀ ਬੋਲੀ।

"ਮੌਮ ਲਗਦੈ ਥੋਨੂੰ ਵੀ ਡੈਡੀ ਕੋਲੋਂ ਲਾਗ ਲੱਗ ਗਈ ਐ....ਪਰ ਤੁਸੀਂ ਤਾਂ ਖੁਦ ਕਹਿੰਦੇ ਹੁੰਦੇ ਓ....ਬਈ ਡੈਡੀ ਪਾਗਲ ਹਰਕਤਾਂ ਕਰਦੇ ਕਰਦੇ ਪਾਗਲ ਹੋ ਗਏ....ਤੇ ਅੱਜ ਤੁਸੀਂ ਵੀ...।"

ਹੁਣ ਨਿਧੀ ਡੌਰ ਭੌਰ ਹੋਈ ਸਿਰਫ ਸ਼ੀਰੀਂ ਨੂੰ ਅੱਖਾਂ ਟੱਡੀ ਇੱਕ ਟੱਕ ਵੇਖੀ ਜਾ ਰਹੀ ਸੀ....ਬਿਨਾਂ ਪਲਕ ਝਪਕੇ....

ਸ਼ੀਰੀਂ ਨੇ ਹੈਰਾਨ ਹੁੰਦਿਆਂ ਮਾਂ ਦੀਆਂ ਅੱਖਾਂ ਅੱਗੇ ਹੱਥ ਹਿਲਾਇਆ ਜਿਵੇਂ ਮਾਂ ਨੂੰ ਤੰਦਰਾ ਤੋਂ ਜਗਾਉਣਾ ਹੋਵੇ.....ਪਰ ਨਿਧੀ ਨੇ ਫੇਰ ਵੀ ਪਲਕ ਨਾ ਝਪਕੀ....ਜਿਵੇਂ ਪੱਥਰ ਹੋ ਗਈ।

ਸ਼ੀਰੀਂ ਸਹਿਮ ਗਈ—ਬੋਲੀ,

"ਮੌਮ ਕੀ ਹੋਇਆ? ਮੈਂ ਥੋਨੂੰ ਕੁਸ ਕਹਿ ਰਹੀ ਆਂ....ਬਈ ਮੇਰੀ ਡਰੈਸ ਮੰਗਵਾ ਦਿਓ ਪ੍ਰੈਸ ਵਾਲੀ ਕੋਲੋਂ...।"

"ਸ਼ੀਰੀਂ ਡਰੈਸ ਪਾ ਕੇ ਤੈਂ ਕਿੱਥੇ ਜਾਣੈ?" ਇਹ ਬੇਤੁਕਾ ਸਵਾਲ ਪੁੱਛ ਕੇ ਨਿਧੀ ਖੁਦ ਹੀ ਝੇਂਪ ਗਈ। ਬੌਂਦਲੀ ਜਿਹੀ ਦੁਬਾਰਾ ਸੰਭਲ ਕੇ ਬੋਲੀ,

"ਚਲ ਆਇੰ ਕਰ ਸ਼ੀਰੀਂ....ਅੱਜ ਤੂੰ ਈ ਫੜ ਲਿਆ ਆਪਣੀ ਡਰੈਸ....ਪ੍ਰੈਸ ਵਾਲੀ ਕੋਲੋਂ....ਤੇਰੇ ਡੈਡੀ ਦੀ ਤਬੀਅਤ ਠੀਕ ਨੀ 'ਗੀ....।"

ਨਿਧੀ ਨੇ ਸੋਚਿਆ ਕਿ ਜਦੋਂ ਸ਼ੀਰੀਂ ਡਰੈਸ ਲੈਣ ਚਲੀ ਗਈ ਤਾਂ ਉਹ ਰਮੇਸ਼ਵਰ ਕੋਲੋਂ ਹੋਰ ਵੀ ਕਈ ਕੁਸ ਪੁੱਛੇਗੀ।

"ਮੌਮ ਐਡੀ ਵੱਡੀ ਆਰਟਿਸਟ.....ਪ੍ਰੈਸ ਵਾਲੀ ਕੋਲ?"

ਸ਼ੀਰੀਂ ਦੀ ਗੱਲ ਕੱਟਦਿਆਂ ਨਿਧੀ ਨੇ ਰੁੱਖੀ ਆਵਾਜ਼ 'ਚ ਕਿਹਾ,

"ਕਿਤੇ ਨੀ ਤੇਰੀ ਵੱਡੀ ਆਰਟਿਸਟ ਦੀ ਠੁੱਕ 'ਚ ਫਰਕ ਪੈਂਦਾ....ਫੜ ਲਿਆ ਜਾ ਕੇ ਕੱਪੜੇ...।"

ਮਾਂ ਦਾ ਇਹ ਬਦਲਿਆ ਹੋਇਆ ਰੂਪ ਸ਼ੀਰੀਂ ਨੇ ਪਹਿਲੀ ਵਾਰ ਦੇਖਿਆ। ਹੈਰਾਨ ਹੋਈ ਉਹ ਪ੍ਰੈਸ ਵਾਲੀ ਕੋਲੋਂ ਕੱਪੜੇ ਲੈਣ ਚਲੀ ਗਈ।

"ਮਖਿਆ ਜੀ! ਸੁਣਦੇ ਓ....ਤੁਸੀਂ ਵੀ ਸੋਚਦੇ ਹੋਣੇ...ਬਈ ਮੈਂ ਊਈਂ ਥੋਨੂੰ ਪਾਗਲ ਸਮਝਦੀ ਰਹੀ....ਤੁਸੀਂ ਕੁਸ ਨੋਟ ਕੀਤੈ?"

ਨਿਧੀ ਰਮੇਸ਼ਵਰ ਨਾਲ ਵਰ੍ਹਿਆਂ ਬਾਦ ਇੰਜ ਪੇਸ਼ ਆ ਰਹੀ ਸੀ।

"ਕੀ? ਪਰ ਮੈਂ ਤਾਂ ਰੋਜ਼ ਈ ਨੋਟ ਕਰਦਾਂ...." ਰਮੇਸ਼ਵਰ ਨੇ ਉਹਦੀ ਗੱਲ ਸਮਝੇ ਬਿਨਾਂ ਈ ਫਟਾਕ ਉੱਤਰ ਦਿੱਤਾ।

ਨਿਧੀ ਧੁਰ ਅੰਦਰ ਤੱਕ ਕੰਬ ਗਈ...ਸ਼ੀਰੀਂ ਦੀ ਬੇਢਬੀ ਚਾਲ ਤੇ ਪੇਟ....ਸ਼ੀਰੀਂ ਦੇ ਰੋਜ਼ ਲਿਆ ਕੇ ਦਿੱਤੇ ਪੈਸਿਆਂ ਨੇ ਨਿਧੀ ਦੀ ਮੱਤ ਮਾਰ ਦਿੱਤੀ ਸੀ।

ਡਰੀ ਸਹਿਮੀ ਸ਼ੀਰੀਂ ਕੱਪੜੇ ਲੈ ਕੇ ਆਈ ਤਾਂ ਨਿਧੀ ਅਜੇ ਵੀ ਰਮੇਸ਼ਵਰ ਦੇ ਲਾਗੇ ਡੁੰਨ ਬਾਟਾ ਬਣੀ ਬੈਠੀ ਸੀ....ਸ਼ੀਰੀਂ ਕੱਪੜੇ ਬਦਲਣ ਅੰਦਰ ਆਪਣੇ ਕਮਰੇ 'ਚ ਵੜ ਗਈ ਤੇ ਬੰਟੀ ਨੇ ਆ ਕੇ ਕਾਰ ਗੈਰੇਜ 'ਚ ਪਾਰਕ ਕੀਤੀ,

"ਮੌਮ...ਡੈਡ ਅੱਜ ਆਪਾਂ ਸ਼ੀਰੀਂ ਦਾ ਪਿੱਛਾ ਕਰਦੇ ਆਂ....ਇਹ ਕਿਹੜੇ ਪ੍ਰੋਗਰਾਮ 'ਚ ਜਾਂਦੀ ਐ....ਆਪਾਂ ਆਪਣੀ ਕਾਰ ਨੀ ਨਾਲ ਲੈ ਕੇ ਜਾਂਦੇ....ਮੈਂ ਟੈਕਸੀ ਮੰਗਾਅ ਲਈ ਐ...ਇਹਦੇ ਪਿੱਛੇ ਲਾ ਲੈਣੀ ਐ...।"

ਪਰ ਨਿਧੀ ਤਾਂ ਕਿਤੇ ਹੋਰ ਈ ਗੁਆਚੀ ਹੋਈ ਸੀ। ਦਸਵੀਂ ਪਾਸ ਕਰਦਿਆਂ ਉਹ ਵੀ ਔਰਤਾਂ ਦਾ ਧੰਦਾ ਕਰਨ ਵਾਲੇ ਗ੍ਰੋਹ ਨਾਲ ਮਿਲ ਕੇ ਦਿੱਲੀ ਚਲੀ ਗਈ ਸੀ। ਭੋਲੇ ਭਾਲੇ ਅਪਾਹਜ ਮਾਂ ਬਾਪ ਨੂੰ ਝੂਠ ਬੋਲਿਆ ਕਿ ਉਹਨੂੰ ਦਿੱਲੀ ਨੌਕਰੀ ਮਿਲ ਗਈ ਐ। ਮਹੀਨੇ ਦੇ

ਮਹੀਨੇ ਘਰੇ ਤਨਖਾਹ ਦੇ ਪੈਸੇ ਭੇਜਦੀ ਨਿਧੀ ਮਾਂ ਬਾਪ ਨੂੰ ਧੋਖਾ ਦਿੰਦੀ ਰਹੀ।

ਤੇ ਜਦੋਂ ਗਲਤ ਧੰਦੇ 'ਚ ਪਈ ਇਸ ਸ਼ੀਰੀਂ ਦੀ ਮਾਂ ਬਣ ਗਈ ਤਾਂ ਗਰੋਹ ਦੇ ਲੀਡਰ ਨੇ ਤਰਲੇ ਮਿੰਨਤਾਂ ਕਰ ਕੇ ਰਮੇਸ਼ਵਰ ਵਰਗੇ ਸਿੱਧਰੇ ਵਿਅਕਤੀ ਨੂੰ ਵਿਆਹ ਲਈ ਮਨਾ ਲਿਆ।

ਅਨਾਥ ਰਮੇਸ਼ਵਰ...ਸਿਰਫ਼ ਚੰਗੇ ਲੋਕਾਂ ਨੂੰ ਈ ਜਾਣਦਾ ਸੀ ਪਰ ਜਦੋਂ ਵਿਆਹ ਤੋਂ ਛੇ ਮਹੀਨਿਆਂ ਬਾਦ ਇਹ ਸ਼ੀਰੀਂ ਜਨਮੀ ਤਾਂ ਨਿਧੀ ਨੇ ਰਮੇਸ਼ਵਰ ਨੂੰ ਸੱਚ ਜਮਾਉਣ ਲਈ ਕਈ ਕਿੱਸੇ ਕਹਾਣੀਆਂ ਘੜੇ। ਰਮੇਸ਼ਵਰ ਐਨਾ ਵੀ ਸਿੱਧਰਾ ਨਹੀਂ ਸੀ ਕਿ ਐਨੀ ਵੱਡੀ ਸਾਜ਼ਸ਼ ਵੀ ਨਾ ਸਮਝਦਾ ਪਰ ਬਦਨਾਮੀ ਤੋਂ ਡਰਦਾ ਮਾਰਿਆ ਗੜੂੱਪ ਈ ਹੋ ਗਿਆ।

"ਬੰਟੀਆ ਰਹਿਣ ਦੇ ਪਿੱਛਾ ਕਰਨ ਨੂੰ....ਆਹ ਤੇਰੀ ਮਾਂ ਨੇ ਪੱਚੀ ਸਾਲ ਪਹਿਲਾਂ ਆਪਣੇ ਮਾਂ ਬਾਪ ਤੇ ਮੇਰੀਆਂ ਅੱਖਾਂ 'ਚ ਘੱਟਾ ਪਾਇਆ ਸੀ....ਇਹ ਸ਼ੀਰੀਂ ਇਹਦੀ ਲਾਡਲੀ...ਖੌਰੇ ਕਿਹਦੀ ਧੀ ਐ? ਮੇਰੇ ਲੇਖੇ 'ਚ ਪਾ 'ਤੀ....ਜੇ ਤੇਰੀ ਮਾਂ ਪੱਚੀ ਸਾਲ ਪਹਿਲਾਂ ਸਮਾਜ ਦੀਆਂ, ਮਾਂ ਬਾਪ ਦੀਆਂ ਤੇ ਪਤੀ ਦੀਆਂ ਅੱਖਾਂ 'ਚ ਘੱਟਾ ਪਾ ਸਕਦੀ ਐ ਤਾਂ ਹੁਣ ਤਾਂ ਜ਼ਮਾਨਾ ਈ ਕਿਹੜੇ ਉਤੋਂ....ਛੱਡ ਪਰੇ....ਪਿੱਛਾ ਕਰਨ ਨੂੰ.....।"

ਪਤਾ ਨੀ ਰਮੇਸ਼ਵਰ ਨੇ ਇਹ ਸਾਰਾ ਸੱਚ ਕਿਵੇਂ ਜੁਆਨ ਪੁੱਤ ਦੇ ਸਾਹਮਣੇ ਉਗਲ ਦਿੱਤਾ....ਬੰਟੀ ਨੇ ਇੱਕ ਵਾਰੀ ਮੁੱਠੀਆਂ ਮੀਚ ਕੇ ਮਾਂ ਵੱਲ ਤੱਕਿਆ ਤੇ ਫੇਰ ਸ਼ਾਇਦ ਜ਼ਿੰਦਗੀ 'ਚ ਪਹਿਲੀ ਵਾਰ ਸਿੱਧ ਪੱਧਰੇ ਬਾਪ ਦੇ ਗਲ ਲੱਗ ਕੇ ਉਹਨੇ ਧਾਅ ਮਾਰੀ।

ਬੇਟੀ ਬਚਾਓ

ਮੈਂ ਸੱਤਾਂ ਕੁ ਸਾਲਾਂ ਦੀ ਮਾਸੂਮ ਬਾਲੜੀ....ਨਿੱਕੀ ਜਿਹੀ ਝੱਗੀ ਪਾਈ....ਨੰਗ ਨਮੂਜ ਤੋਂ ਬੇਖਬਰ ਗਲੀ 'ਚ ਰੇਤੇ ਦੀਆਂ ਘੋੜੀਆਂ ਤੇ ਘਰ ਬਣਾ ਰਹੀ ਸਾਂ...ਪਰ ਮੇਰਾ ਬਣਾਇਆ ਘਰ ਹਰ ਬਾਰ ਰੇਤ 'ਚੋਂ ਪੈਰ ਕੱਢਦਿਆਂ ਈ ਢਹਿ ਢੇਰੀ ਹੋ ਜਾਂਦਾ......

ਫੇਰ ਮੈਨੂੰ ਕੁਝ ਸੁੱਝਿਆ...ਮੈਂ ਥੋੜੀ ਦੂਰ ਸ਼ਿਵ ਦੁਆਲੇ ਦੇ ਬਾਹਰ ਲੱਗੀ ਟੂਟੀ 'ਚੋਂ ਨਿੱਕੇ ਨਿੱਕੇ ਹੱਥਾਂ ਦੇ ਉਂਜਲੇ 'ਚ ਪਾਣੀ ਭਰ ਭਰ ਕੇ ਲਿਆਈ....ਤੇ ਰੇਤਾ ਗਿੱਲਾ ਕਰ ਲਿਆ....

ਹੁਣ ਗਿੱਲੇ ਸਿੱਲ੍ਹੇ ਰੇਤ ਦਾ ਘਰ ਬਣਾ ਕੇ ਮੈਂ ਜਦੋਂ ਪੈਰ ਬਾਹਰ ਕੱਢਿਆ ਤਾਂ ਇਹ ਟਿਕ ਗਿਆ....ਇੱਕ ਘੁਰਨੇ ਜਿਹਾ ਘਰ....ਪਰ ਇੱਕ ਮੁਸੀਬਤ ਹੋਰ ਖੜ੍ਹੀ ਸੀ ਅਜੇ....ਹੁਣ ਇਸ ਘਰ ਨੂੰ ਦਰਵਾਜ਼ਾ ਨਹੀਂ ਸੀ.....ਮੈਂ ਚਾਰੇ ਪਾਸੇ ਨਿਗ੍ਹਾ ਦੁੜਾਈ....ਢਾਕਾਂ ਤੇ ਹੱਥ ਧਰ ਕੇ ਇੱਧਰ ਉਧਰ ਘੁੰਮ ਕੇ ਦੇਖਿਆ.....ਮੈਨੂੰ ਸ਼ਿਵ ਦੁਆਲੇ ਦੀ ਟੂਟੀ ਲਾਗੇ ਇੱਕ ਟੁੱਟੇ ਘੜੇ ਦੀਆਂ ਠੀਕਰੀਆਂ ਦਿਖਾਈ ਦਿੱਤੀਆਂ......ਇਹ ਘੜਾ ਅੱਜ ਸਵੇਰੇ ਮਾਲੀਆਂ ਦੀ ਨਿੱਕੀ ਦਾ ਪੈਰ ਫਿਸਲਣ ਕਰਕੇ ਟੁੱਟਿਆ ਸੀ....ਦਸਾਂ ਕੁ ਸਾਲਾਂ ਦੀ ਨਿੱਕੀ....ਐਡੇ ਵੱਡੇ ਘੜੇ ਦਾ ਭਾਰ ਨਾ ਸਹਾਰ ਸਕੀ....ਤੇ ਫਿਸਲ ਗਈ....ਇਹ ਸਭ ਮੇਰੇ ਸਾਹਮਣੇ ਹੋਇਆ ਸੀ....ਫੇਰ ਮੇਰੇ ਸਾਹਮਣੇ ਹੀ ਉਹਦੇ ਪਿਓ ਨੇ ਉਹਨੂੰ ਤਾੜ ਤਾੜ ਥੱਪੜ ਮਾਰੇ ਸਨ....ਤੇ ਡੌਰ ਭੌਰ ਹੋਈ ਨਿੱਕੀ ਰੋ ਵੀ ਨਹੀਂ ਸੀ ਸਕੀ...ਸਹਿਮ ਗਈ ਸੀ ਵਿਚਾਰੀ....।

ਮੈਂ ਭੱਜ ਕੇ ਇੱਕ ਠੀਕਰੀ ਚੱਕ ਕੇ ਲਿਆਈ....ਤੇ ਆਪਣੇ ਰੇਤੇ ਦੇ ਘਰ ਮੂਹਰੇ ਦਰਵਾਜ਼ਾ ਲਾ ਦਿੱਤਾ...ਠੀਕਰੀ ਨਾਲ ਚੰਗੀ ਤਰ੍ਹਾਂ ਬੂਹਾ ਲਾ ਕੇ ਮੈਂ ਇਸ ਘਰ ਨੂੰ ਬੜੇ ਅਰਮਾਨ ਨਾਲ ਨਿਹਾਰਿਆ.....।

ਹੁਣ ਇਸ ਘਰ ਵਿੱਚ ਮੈਂ...ਮੇਰੀਆਂ ਦੋਵੇਂ ਭੈਣਾਂ....ਨਿੱਕਾ ਵੀਰ...ਤੇ ਮੇਰੇ ਮੰਮੀ ਪਾਪਾ ਸੁਰੱਖਿਅਤ ਰਹਿ ਸਕਦੇ ਸਾਂ....ਇਹ ਮੇਰੀ ਕਲਪਨਾ ਦਾ ਘਰ ਬਣ ਗਿਆ....ਦਰੋ ਦੀਵਾਰਾਂ ਅਤੇ ਛੱਤ ਵਾਲਾ ਘਰ...ਹੁਣ ਕੋਈ ਵੱਡਾ ਨਾਢੂ ਖਾਂ ਜ਼ਿਮੀਂਦਾਰ ਰਾਤ ਦੇ ਹਨੇਰੇ ਵਿੱਚ ਆ ਕੇ ਮੇਰੀ ਮਾਂ ਤੇ ਮੇਰੀਆਂ ਵੱਡੀਆਂ ਭੈਣਾਂ ਨੂੰ ਹੋਰ ਹੋਰ ਨਜ਼ਰਾਂ ਨਾਲ ਨਹੀਂ ਤੱਕ ਸਕੇਗਾ....ਤੇ ਭਾਨਾ ਬਦਮਾਸ਼ ਬੱਕਰੀਆਂ ਵਾਲਾ ਹੁਣ ਕਦੇ ਟਿਕੀ ਦੁਪਹਿਰ 'ਚ ਆ ਕੇ ਮੇਰੀ ਮਾਂ ਦੀ ਬਾਂਹ ਨਹੀਂ ਫੜ ਸਕੂਗਾ....ਨਾਲੇ ਹੁਣ ਗੁਆਂਢੀਆਂ ਦਾ ਗੇਲਾ ਧੱਕੇ ਨਾਲ ਸਾਡੇ ਘਰ ਵੜ ਕੇ ਮੇਰੀ ਵੱਡੀ ਭੈਣ ਦੀ ਕਮੀਜ਼ ਨਹੀਂ ਫਾੜ ਸਕੇਗਾ....ਤੇ ਮਾਂ ਬਾਪੂ ਦੀ ਗੈਰ ਹਾਜ਼ਰੀ 'ਚ ਮੇਰੀ ਦੂਜੀ ਭੈਣ ਨੂੰ ਗੁੱਤੋਂ ਫੜ ਕੇ ਨਹੀਂ ਧੂਹ ਸਕੇਗਾ.....।

ਤੇ ਨਾ ਹੀ ਲੰਬੜਾਂ ਦਾ ਬਘੇਲਾ ਗਾਹੇ ਬਗਾਹੇ ਆ ਕੇ ਮੇਰੇ ਬੀਮਾਰ ਬਾਪੂ ਨੂੰ ਕਰਜ਼ਾ

ਨਾ ਮੋੜਨ ਬਦਲੇ ਪੁਲਸ ਦੀ ਧਮਕੀ ਦੇ ਸਕੇਗਾ....ਕਿਉਂਕਿ ਹੁਣ ਸਾਡੇ ਘਰ ਨੂੰ ਮਜ਼ਬੂਤ ਦਰਵਾਜ਼ਾ ਲੱਗ ਗਿਆ ਹੈ....ਟੁੱਟਿਆ ਹੋਇਆ ਫਾਟਕ ਨਹੀਂ....ਬਈ ਕੀ ਹੋਇਆ ਜੇ ਇਹਦੇ ਵਿੱਚ ਅੱਡ ਅੱਡ ਕਮਰੇ ਨਹੀਂ ਹਨ....ਗਾਂ ਬੰਨ੍ਹਣ ਲਈ ਵੱਖਰੀ ਥਾਂ ਨਹੀਂ ਹੈ....ਵੱਡੇ ਲੋਕਾਂ ਦੇ ਘਰਾਂ ਵਾਂਗ ਰਸੋਈ ਨਹੀਂ ਹੈ...ਪਰ ਹੈ ਤਾਂ ਸੁਰੱਖਿਅਤ...ਇਕ ਕਮਰੇ ਦਾ ਘਰ....ਦਰਵਾਜ਼ੇ ਵਾਲਾ....ਗਾਂ ਦਾ ਕੀ ਐ....ਗਾਂ ਤਾਂ ਬਾਹਰ ਬੀਹੀ 'ਚ ਵੀ ਬੰਨ੍ਹੀ ਜਾ ਸਕਦੀ ਐ....ਉਹਨੂੰ ਕਿਸੇ ਤੋਂ ਸਾਡੇ ਜਿਹਾ ਖਤਰਾ ਥੋੜ੍ਹਾ ਈ ਹੁੰਦੈ...? ਔਰਤ ਜਾਤ ਵਾਂਗ ਇੱਜ਼ਤ ਲੁਟਣ ਦਾ ਖਤਰਾ....।

ਨਾਲੇ ਹੁਣ ਮੇਰੇ ਘਰ ਦੇ ਜੀਅ ਕੜਾਕੇ ਦੀ ਠੰਢ ਤੋਂ ਅਤੇ ਗਰਮੀ ਦੀਆਂ ਲੂੰਆਂ ਤੋਂ ਬਚੇ ਰਹਿਣਗੇ...ਕਿਉਂਕਿ ਸਾਡੇ ਅਸਲੀ ਘਰ 'ਚ ਤਾਂ ਮਘੋਰੇ ਈ ਮਘੋਰੇ ਨੇ....ਸਰਦੀਆਂ 'ਚ ਠੰਢੀ ਹਵਾ ਦੇ ਥਪੇੜੇ ਤੇ ਗਰਮੀ 'ਚ ਤੱਤੀ ਲੂਅ....ਖੈਰ...।

ਨਾਲੇ ਹੁਣ ਗਲੀ 'ਚ ਘੁੰਮਦੇ ਅਵਾਰਾ ਕੁੱਤੇ ਬਿੱਲੇ....ਗੰਦਗੀ ਨਾਲ ਲੱਥ-ਪੱਥ ਸੂਰ ਵੀ ਸਾਡੇ ਘਰ 'ਚ ਨਹੀਂ ਵੜ ਸਕਣਗੇ.... ਕੁੱਲ ਮਿਲਾ ਕੇ ਹੁਣ ਮੇਰੇ ਟੱਬਰ ਦੇ ਸਾਰੇ ਜੀਅ ਮਹਿਫੂਜ਼ ਹਨ.....ਮੇਰੀ ਮਾਂ....ਭੈਣਾਂ ਤੇ ਮੇਰੀ ਇੱਜ਼ਤ ਮਹਿਫੂਜ਼ ਹੈ.....ਮੈਂ ਤਸੱਲੀ ਮਹਿਸੂਸ ਕਰਦਿਆਂ ਹੋਇਆਂ ਸੁਖ ਦਾ ਸਾਹ ਲੈਂਦੀ ਹਾਂ.....ਤੇ ਨੱਚਦਿਆਂ ਹੋਇਆਂ ਇਸ ਸੁਰੱਖਿਅਤ ਮਜ਼ਬੂਤ ਦਰਵਾਜ਼ੇ ਵਾਲੇ ਘਰ ਦੀ ਪ੍ਰਕਰਮਾ ਕਰਦੀ ਹਾਂ....ਇਕ ਵਾਰ ਨਹੀਂ.... ਕਈ ਵਾਰ....।

ਗਲੀ ਦਾ ਅਵਾਰਾ ਡੱਬੂ ਕੁੱਤਾ ਪੂਛ ਹਿਲਾਉਂਦਾ ਹੋਇਆ ਆਉਂਦਾ ਹੈ....ਮੈਨੂੰ ਲਾਡ ਜਿਹਾ ਲਡਾਉਂਦਿਆਂ ਮੇਰੇ ਬਣਾਏ ਘਰ ਨੂੰ ਸੁੰਘਦਾ ਹੈ....ਮੈਂ ਵੀ ਉਹਨੂੰ ਪਿਆਰ ਨਾਲ ਨਿਹਾਰਦੀ ਹਾਂ.....ਉਹਦੀ ਪਿੱਠ 'ਤੇ ਹੱਥ ਫੇਰਦਿਆਂ ਘਰ ਬਾਰੇ ਦੱਸਦੀ ਹਾਂ,

"ਡੱਬੂ ਇਹ ਘਰ ਮੈਂ ਬਣਾਇਐ....ਹੁਣ ਤੂੰ ਇਹਦੇ ਅੰਦਰ ਦਾਖਲ ਨੀ ਹੋ ਸਕਦਾ.... ਕਿਉਂਕਿ ਇਹਨੂੰ ਦਰਵਾਜ਼ਾ ਲੱਗਿਆ ਹੋਇਐ....।"

ਡੱਬੂ ਨੇ ਮੇਰੇ ਵੱਲ ਆਇੰ ਤੱਕਿਆ ਜਿਵੇਂ ਕਹਿ ਰਿਹਾ ਹੋਵੇ ਕਿ ਮੈਂ ਤਾਂ ਤੇਰੇ ਘਰ 'ਚ ਵੜ ਕੇ ਕਦੇ ਨੁਕਸਾਨ ਨੀ ਕੀਤਾ....ਮੈਂ ਤਾਂ ਚੁੱਪਚਾਪ ਤੇਰੇ ਕੋਲ ਬੈਠਾ ਰਹਿੰਨਾ....ਸਗੋਂ ਘਰ ਦੀ ਰਖਵਾਲੀ ਵੀ ਕਰਦਾ ਹਾਂ....।

ਮੈਨੂੰ ਪਤਾ ਨੀ ਕੀ ਸੁੱਝੀ....ਮੈਂ ਡੱਬੂ ਨੂੰ ਦੋਬਾਰਾ ਪਲੋਸਦਿਆਂ ਕਿਹਾ, "ਪਰ ਡੱਬੂ ਤੂੰ ਚਿੰਤਾ ਨਾ ਕਰ....ਤੇਰੇ ਲਈ ਤਾਂ ਮੈਂ ਦਰਵਾਜ਼ਾ ਖੋਲ੍ਹ ਦਿਆ ਕਰਨਾ ਐ....ਤੂੰ ਦੂਜੇ ਅਵਾਰਾ ਕੁੱਤਿਆਂ ਵਰਗਾ ਥੋੜ੍ਹਾ ਈ ਐਂ....ਤੂੰ ਤਾਂ ਚੰਗਾ ਡੱਬੂ ਐਂ....।"

ਗਰਮੀ ਦੀ ਤਪਦੀ ਦੁਪਹਿਰ ਸੀ....ਮੈਂ ਜਾ ਕੇ ਟੂਟੀ ਤੋਂ ਪਾਣੀ ਪੀ ਕੇ ਆਈ....ਆ ਕੇ ਇੱਕ ਵਾਰੀ ਫੇਰ ਘਰ ਨੂੰ ਨਿਹਾਰਿਆ...ਅਜੇ ਮੈਂ ਇਸ ਘਰ ਨੂੰ ਜੀਅ ਭਰ ਕੇ ਨਿਹਾਰ ਈ ਰਹੀ ਸਾਂ...ਕਿ ਇੱਕ ਵਚਿੱਤਰ ਘਟਨਾ ਵਾਪਰ ਗਈ...ਵਚਿੱਤਰ ਜਾਂ ਅਣਹੋਣੀ....।

ਉਹ ਆਇਆ....

ਉਹਨੇ ਆਸੇ ਪਾਸੇ ਨਿਗਾਹ ਮਾਰੀ....

ਚੌਕਸ ਹੋ ਕੇ ਦੂਰ ਤੱਕ ਸੂਹ ਲਈ.....

ਬੜੀ ਦੇਰ ਤੱਕ ਚੁੱਪ ਚਾਪ ਖੜ੍ਹਾ ਹੋ ਕੇ ਆਸੇ ਪਾਸੇ ਤਾੜਿਆ......ਤੇ ਜਦੋਂ ਉਹਨੂੰ ਤਸੱਲੀ ਹੋ ਗਈ ਕਿ ਇਸ ਟਿਕੀ ਦੁਪਹਿਰ 'ਚ ਆਸ ਪਾਸ ਕੋਈ ਨਹੀਂ....ਸ਼ਿਵ ਦੁਆਲੇ ਦਾ

ਪੰਡਤ ਵੀ ਘੂਕ ਸੁੱਤਾ ਪਿਐ.....ਤਾਂ ਉਹ ਮੇਰੇ ਵੱਲ ਵਧਿਆ.....ਥੋੜ੍ਹੀ ਵਿੱਥ ਤੇ ਨਿੱਸਲ ਪਏ ਡੱਬੂ ਨੇ ਕੰਨ ਪਟਕੇ....ਥੋੜ੍ਹੀ ਚਊਂ-ਚਊਂ ਕੀਤੀ....ਤੇ ਮੇਰੇ ਪਾਸ ਕਿਸੇ ਵੀ ਤਰ੍ਹਾਂ ਦੇ ਖਤਰੇ ਨੂੰ ਭਾਂਪਦਿਆਂ ਸੁਚੇਤ ਹੋ ਕੇ ਬਹਿ ਗਿਆ....।

ਉਹ ਤਾਇਆ....ਚਾਚਾ....ਅੰਕਲ....ਫੁੱਫੜ....ਪੜੋਸੀ....ਕੋਈ ਵੀ ਸੀ...ਪਰ ਸੀ ਮੇਰੇ ਬਾਪੂ ਦਾ ਕਰੀਬੀ....ਅਕਸਰ ਬਾਪੂ ਕੋਲ ਆਇਆ ਕਰਦਾ ਸੀ....ਬੀਮਾਰ ਬਾਪੂ ਦਾ ਹਾਲ ਚਾਲ ਪੁੱਛਣ......।

ਸ਼ਾਇਦ ਉਹ ਆਦਮੀ ਸੀ....ਜਿੱਥੋਂ ਤੱਕ ਮੈਨੂੰ ਯਾਦ ਹੈ...ਉਹ ਮਾਨਸ ਜਾਤ ਸੀ...ਮੇਰੇ ਬਣਾਏ ਘਰ ਦੀ ਤਾਰੀਫ਼ ਕਰਨ ਲੱਗਿਆ....ਬੜੀ ਅਪਣੱਤ ਜਤਾਉਂਦਿਆਂ ਮੇਰੇ ਨਾਲ ਖੇਡਾਂ ਕਰਨ ਲੱਗਿਆ....ਲਾਡ ਲਡਾਉਣ ਲੱਗਿਆ.....ਮੇਰੇ ਬਣਾਏ ਘਰ ਦੀ....ਰੇਤੇ ਦੇ ਘਰ ਦੀ ਤਾਰੀਫ਼ ਦੇ ਪੁਲ ਬੰਨ੍ਹਦਿਆਂ ਬੋਲਿਆ,

"ਮੇਰੀ ਲਾਡਲੀ ਧੀ...ਮੇਰੀ ਲਾਡੋ ਰਾਣੀ....ਮੇਰੀ ਸਿਆਣੀ ਧੀ....ਕਿੰਨਾ ਬਧੀਆ ਘਰ ਬਣਾਇਐ....ਦੇਖਾਂ ਤਾਂ ਭਲਾ ਇਹਦੇ ਅੰਦਰ ਕੀ ਐ।"

ਤੇ ਜਿਉਂ ਹੀ ਉਹਨੇ ਠੀਕਰੀ ਚੁੱਕੀ...ਰੇਤ ਦਾ ਘਰ ਢਹਿ ਢੇਰੀ ਹੋ ਗਿਆ....ਮੇਰਾ ਕਾਲਜਾ ਹੇਠਾਂ ਨੂੰ ਹੋਇਆ.....ਮੇਰਾ ਮਜ਼ਬੂਤ ਘਰ.....ਮੈਂ ਰੋਣ ਵਰਗੀ ਆਵਾਜ਼ ਵਿੱਚ ਚੀਕੀ,

"ਆਹ ਕੀ ਕੀਤਾ ਜੇ.....ਮੇਰਾ ਘਰ ਢਾਹ ਦਿੱਤੈ...ਹੁਣ ਅਸੀਂ ਕਿੱਥੇ ਰਿਹਾ ਕਰਾਂਗੇ....ਮੇਰੀ ਮਾਂ....ਬਾਪੂ....ਭੈਣਾਂ ਤੇ ਨਿੱਕਾ ਬੀਰਾ....।"

ਉਸ ਨੇ ਮੇਰੇ ਮੂੰਹ ਤੇ ਹੱਥ ਧਰਦਿਆਂ ਅੱਖਾਂ 'ਚ ਪਤਾ ਨੀ ਕਿਹੋ ਜਿਹੀ ਗੰਦਗੀ ਭਰਕੇ ਕਿਹਾ,

"ਸ਼ੀ...ਈ...ਈ....ਐਨਾ ਕਿਉਂ ਚੀਕਦੀ ਐਂ....ਮੈਂ ਤੈਨੂੰ ਦੁਬਾਰਾ ਇਹੋ ਜਿਹਾ ਘਰ ਬਣਾ ਦਿਆਂਗਾ....ਇਹਦੇ ਨਾਲੋਂ ਵੀ ਮਜ਼ਬੂਤ....ਅੱਡ ਅੱਡ ਕਮਰਿਆਂ ਵਾਲਾ....ਜਿਹੋ ਜਿਹਾ...ਜਿਹੋ ਜਿਹਾ ਸਰਪੰਚਾਂ ਦਾ ਘਰ ਐ....ਸਜਿਆ ਧਜਿਆ....।"

ਮੇਰੀ ਕਲਪਨਾ 'ਚ ਸਰਪੰਚਾਂ ਦੇ ਘਰ ਦੀ ਤਸਵੀਰ ਉਭਰ ਆਈ.....ਮੈਂ ਉਹਨਾਂ ਦੇ ਘਰ ਵਿਆਹ ਢੰਗਾਂ ਤੇ ਜਾਂਦੀ ਰਹੀ ਆਂ....ਸਰਪੰਚਾਂ ਦੇ ਘਰ 'ਚ ਤਾਂ ਕਿੰਨੇ ਈ ਕਮਰੇ ਨੇ....ਕਿੰਨੇ ਸਾਰੇ....ਐਨਾ ਵੱਡਾ ਘਰ....ਜੇ ਇਹ ਮੈਨੂੰ ਬਣਾ ਕੇ ਦੇ ਦੇਵੇ ਤਾਂ ਮੈਂ....ਮੈਂ....ਮੈਂ ....ਮੈਨੂੰ ਅੱਗੇ ਕਝ ਨਾ ਸੁੱਝਿਆ....ਮੈਂ ਬੁੱਤ ਬਣੀ ਆਪਣੇ ਢਹੇ ਹੋਏ ਘਰ ਨੂੰ ਦੇਖ ਰਹੀ ਸਾਂ ਤੇ ਸਰਪੰਚਾਂ ਦੇ ਘਰ ਦੀ ਤਸਵੀਰ ਮੇਰੇ ਜ਼ਹਿਨ 'ਚ ਉਤਰਦੀ ਜਾ ਰਹੀ ਸੀ....ਉਹਨੇ ਮੇਰੀ ਤੰਦਰਾ ਤੋੜੀ,

"ਆਹ ਲੈ ਫੜ ਮੋਤੀ ਚੂਰ ਦੇ ਲੱਡੂ ਖਾਹ-ਇਹ ਮੰਦਰ ਦਾ ਪ੍ਰਸਾਦ ਐ....ਲੈ...ਸ਼ਿਵ ਦੁਆਲੇ ਦਾ....ਪ੍ਰਸਾਦ......।"

ਮੇਰੇ ਅੱਗੇ ਲੱਡੂਆਂ ਦੀ ਮੁੱਠ ਕਰ ਕੇ ਉਹਨੇ ਮੈਨੂੰ ਇਸ਼ਾਰੇ ਨਾਲ ਖਾਣ ਲਈ ਕਿਹਾ....ਪਰ ਮੈਨੂੰ ਪਤਾ ਸੀ ਕਿ ਇਹ ਸ਼ਿਵ ਦੁਆਲੇ ਦਾ ਪ੍ਰਸਾਦ ਨਹੀਂ ਹੈ....ਸ਼ਿਵ ਦੁਆਲੇ 'ਚ ਤਾਂ ਕਦੇ ਇਹੋ ਜਿਹਾ ਪ੍ਰਸਾਦ ਮਿਲਿਆ ਈ ਨਹੀਂ ਸੀ....ਸ਼ਿਵ ਦੁਆਲੇ ਦਾ ਪੁਜਾਰੀ ਤਾਂ ਕਦੇ ਕਦਾਈਂ ਖਿੱਲਾਂ ਪਤਾਸਿਆਂ ਦਾ ਪ੍ਰਸਾਦ ਦਿੰਦਾ ਹੁੰਦਾ ਹੈ....ਮੈਂ ਹੈਰਾਨ ਪ੍ਰੇਸ਼ਾਨ ਉਸ ਬੰਦੇ ਦੇ ਹੱਥਾਂ 'ਚੋਂ ਲੱਡੂ ਚੱਕ ਕੇ ਝਕਦੇ ਝਕਦੇ ਖਾਣ ਲੱਗ ਪਈ.....ਮੈਂ ਸਵੇਰ ਦੀ ਭੁੱਖੀ ਸਾਂ....ਨਾਲੇ

ਇਹ ਬੰਦਾ ਬੇਗਾਨਾ ਨਹੀਂ ਸੀ.....ਜਾਣਕਾਰ ਸੀ...ਤੇ ਸ਼ਿਵ ਦੁਆਲੇ ਦਾ ਪ੍ਰਸਾਦ...ਕਿਵੇਂ ਮਨ੍ਹਾਂ ਕਰਦੀ....ਹਾਂ ਸੱਚ....ਮੈਂ ਕਹਿ ਰਹੀ ਸਾਂ ਕਿ ਮੈਂ ਸਵੇਰ ਦੀ ਭੁੱਖੀ ਸਾਂ.....ਮੈਂ ਤਾਂ ਜੰਮਣ ਤੋਂ ਬਾਅਦ ਹਮੇਸ਼ਾ ਭੁੱਖੀ ਹੀ ਰਹੀ ਹਾਂ....ਤੀਸਰੀ ਧੀ...ਸੋਚੋ ਤੀਸਰੀ ਧੀ ਨਾਲ ਸਮਾਜ ਕਿਵੇਂ ਪੇਸ਼ ਆਉਂਦੈ...ਮੈਂ ਕਦੇ ਮਾਂ ਦਾ ਦੁੱਧ ਵੀ ਨੀ ਚੁੰਘਿਆ....ਚੁੰਘਣਾ ਕੀ ਸੀ...ਭੁੱਖੀ ਭਾਣੀ ਸੁੱਕੀ ਸੜੀ ਮਾਂ ਦੀ ਛਾਤੀ 'ਚ ਕਦੇ ਦੁੱਧ ਆਇਆ ਹੀ ਨਹੀਂ....ਉਹ ਮੈਨੂੰ ਕਿੱਥੋਂ ਦੁੱਧ ਪਲਾਉਂਦੀ....ਨਾ ਕਦੇ ਰੱਜ ਕੇ ਰੋਟੀ ਖਾਣ ਨੂੰ ਜੁੜੀ....ਲੱਡੂ ਤਾਂ ਕਦੇ ਖਾਣ ਨੂੰ ਮਿਲਣੇ ਈ ਕਿਥੋਂ ਸਨ....।

ਕਹਿੰਦੇ ਸਰਕਾਰ ਨੀਲੇ ਪੀਲੇ ਕਾਰਡ ਧਾਰਕਾਂ ਨੂੰ ਹੀ ਸਸਤਾ ਅੰਨ ਮੁਹੱਈਆ ਕਰਾਉਂਦੀ ਹੈ....ਪਰ ਸਾਡਾ ਅਤੀ ਦੇ ਗਰੀਬ ਹੁੰਦਿਆਂ ਹੋਇਆਂ ਵੀ ਉਹ ਕਾਰਡ ਨਹੀਂ ਬਣ ਸਕਿਆ....ਕਹਿੰਦੇ ਮੇਰੇ ਬਾਪੂ ਦੀ ਜਾਤ ਉੱਚੀ ਐ.....ਅਸੀਂ ਉੱਚੀ ਜਾਤ 'ਚ ਜਨਮ ਲੈ ਕੇ ਗੁਨਾਹ ਕਰ ਲਿਐ ਜਿਵੇਂ...ਪਰ ਅਸਲ ਗੱਲ ਹਾਅ ਐ ਕਿ ਕਈ ਖਾਂਦੇ ਪੀਂਦੇ ਉੱਚੀ ਜਾਤ ਵਾਲਿਆਂ ਦੇ ਇਹ ਕਾਰਡ ਬਣੇ ਹੋਏ ਨੇ ...ਸਿਫਾਰਸ਼ਾਂ ਨਾਲ ਇਹ ਕਾਰਡ ਬਣਾ ਕੇ ਉਹ ਪੂਰਾ ਲਾਭ ਲੈ ਰਹੇ ਨੇ.....ਖੈਰ ਛੱਡੋ ਇਹ ਬਾਧੂ ਦੀਆਂ ਬਾਤਾਂ.....ਆਪਾਂ ਗੱਲ ਕਰਦੇ ਸੀਗ੍ਹੇ ਲੱਡੂਆਂ ਦੀ ਤੇ ਭੁੱਖੇ ਪੇਟ ਦੀ...ਮੈਂ ਲੱਡੂ ਖਾਣ ਲੱਗ ਪਈ...ਪਰ ਲੱਡੂਆਂ ਵਿੱਚ ਮਿਠਾਸ ਨਾਲੋਂ ਜ਼ਿਆਦਾ ਇੱਕ ਕਸੈਲਾ ਜਿਹਾ ਸੁਆਦ ਸੀ....ਅਜੀਬ ਜਿਹਾ ਸਿਰ ਨੂੰ ਚੜ੍ਹਨ ਵਾਲਾ ਕੌੜਾ ਕਸੈਲਾ ਸੁਆਦ....।

ਲੱਡੂ ਖਾਂਦਿਆਂ....ਅਜੇ ਅੱਧਾ ਈ ਸ਼ਾਇਦ ਖਾਇਆ ਹੋਣੈ...ਮੈਂ ਬੇਚੈਨ ਹੋ ਗਈ...ਮੇਰਾ ਜੀ ਕੱਚਾ ਹੋਣ ਲੱਗ ਪਿਆ....ਮੇਰੇ ਮੂੰਹੋਂ ਬੱਸ ਪਾਣੀ ਸ਼ਬਦ ਈ ਨਿਕਲਿਆ....।

ਉਹ ਬੰਦਾ ਪੁੱਛ ਰਿਹਾ ਸੀ...ਕੀ ਹੋਇਆ...? ਚੱਲ ਸ਼ਿਵ ਦੁਆਲੇ ਦੀ ਟੂਟੀ 'ਚੋਂ ਪਾਣੀ ਪਲਾਮਾ....ਮੈਂ ਨਿਢਾਲ ਤੇ ਡੱਡਰੀ ਜਿਹੀ ਉਸ ਆਦਮੀ ਨਾਲ ਪਾਣੀ ਪੀਣ ਤੁਰ ਗਈ....ਪਰ ਇਹ ਬੰਦਾ ਮੈਨੂੰ ਸ਼ਿਵ ਦੁਆਲੇ ਦੀ ਸਾਹਮਣੇ ਗੇਟ ਵਾਲੀ ਟੂਟੀ ਤੇ ਨਹੀਂ ਲੈ ਕੇ ਗਿਆ...ਸਗੋਂ ਸ਼ਿਵ ਦੁਆਲੇ ਦੇ ਪਿਛਲੇ ਪਾਸੇ ਦੀ ਟੂਟੀ ਤੇ ਲੈ ਗਿਆ....ਮੈਂ ਪਾਣੀ ਪੀਣ ਦੀ ਕੋਸ਼ਿਸ਼ ਕੀਤੀ....ਪਰ ਮੇਰੇ ਅੰਦਰ ਇੱਕ ਬੂੰਦ ਪਾਣੀ ਦੀ ਨਾ ਗਈ....।

ਮੈਨੂੰ ਕਿਸੇ ਖਤਰੇ 'ਚ ਘਿਰੀ ਦੇਖ ਕੇ ਡੱਬੂ ਭੌਂਕਿਆ....ਤੇ ਮਲਕੜੇ ਜਿਹੇ ਪੂਛ ਹਿਲਾਉਂਦਾ ਹੋਇਆ ਉਸ ਆਦਮੀ ਵੱਲ ਆਇਆ....ਸ਼ਾਇਦ ਉਸ ਬੰਦੇ ਦੀ ਨੀਅਤ ਭਾਂਪ ਰਿਹਾ ਸੀ....ਬੰਦੇ ਨੇ ਮੇਰੇ ਹੱਥ 'ਚੋਂ ਬਚੇ ਹੋਏ ਰੇਤ 'ਚ ਲੱਥ ਪੱਥ ਗਿਰੇ ਹੋਏ ਲੱਡੂ ਚੱਕੇ ਤੇ ਲਿਆ ਕੇ ਝਾੜਦਿਆਂ ਹੋਇਆਂ ਡੱਬੂ ਨੂੰ ਖੁਆ ਦਿੱਤੇ....ਮੈਂ ਤਾਂ ਖੈਰ ਭੁੱਖੀ ਸਾਂ....ਲੱਡੂ ਖਾ ਗਈ....ਪਰ ਡੱਬੂ ਨੂੰ ਤਾਂ ਸਾਰੇ ਮਹੱਲੇ ਵਾਲੇ ਰੋਟੀ ਪਾਉਂਦੇ ਸਨ....ਫੇਰ ਭਲਾਂ ਦੀ ਡੱਬੂ ਨੇ ਉਹ ਲੱਡੂ ਕਿਉਂ ਖਾਧੇ....ਬੰਦਾ ਕੁੱਤੇ ਨੂੰ ਪੁਚਕਾਰ ਰਿਹਾ ਸੀ...ਲੱਡੂ ਖਾਂਦਿਆਂ ਕੁੱਤਾ ਵੀ ਅਨਢਾਲ ਜਿਹਾ ਹੋ ਕੇ ਡਿੱਗ ਪਿਆ....।

ਮੈਂ ਪੂਰੀ ਤਰ੍ਹਾਂ ਬੇਹੋਸ਼ ਨਹੀਂ ਸਾਂ ਹੋਈ...ਬੱਸ ਅਨਢਾਲ ਜਿਹੀ ਹੋ ਗਈ ਸਾਂ....ਸਿਰ ਚਕਰਾ ਰਿਹਾ ਸੀ....ਇਹ ਬੰਦਾ ਮੈਨੂੰ ਸਹਾਰਾ ਦੇ ਕੇ ਸ਼ਿਵ ਦੁਆਲੇ ਦੇ ਪਿਛਵਾੜੇ ਬਣੇ ਗਊਸ਼ਾਲਾ ਦੇ ਉਸ ਕਮਰੇ ਵਿੱਚ ਲੈ ਗਿਆ ਜਿੱਥੇ ਬਹੁਤ ਸਾਰੇ ਦੇਵੀ-ਦੇਵਤਿਆਂ ਦੇ ਬੁੱਤ ਸਥਾਪਤ ਕੀਤੇ ਹੋਏ ਸਨ...ਕਈ ਸੰਤਾਂ ਮਹਾਤਮਾਵਾਂ....ਗੁਰੂ ਪੀਰਾਂ ਦੇ ਕੈਲੰਡਰ ਵੀ ਦੀਵਾਰਾਂ

ਉਤੇ ਟੰਗੇ ਹੋਏ ਹੋਏ ਸਨ। ਸਾਹਮਣੀ ਦੀਵਾਰ ਉਤੇ ਗਊਮਾਤਾ ਦੀ ਬਹੁਤ ਵੱਡੀ ਤਸਵੀਰ ਲੱਗੀ ਹੋਈ ਸੀ।....ਜਿਸਦੇ ਸਰੀਰ ਦੇ ਹਰ ਹਿੱਸੇ ਉਤੇ ਕਿਸੇ ਨਾ ਕਿਸੇ ਦੇਵੀ ਦੇਵਤੇ ਦਾ ਚਿੱਤਰ ਬਣਿਆ ਹੋਇਆ ਸੀ.....ਕਹਿੰਦੇ ਗਊਮਾਤਾ ਵਿੱਚ ਤੇਤੀ ਕਰੋੜ ਦੇਵੀ ਦੇਵਤੇ ਵਾਸ ਕਰਦੇ ਨੇ...ਪਰ ਵਿਚਾਰੀ ਅਕਸਰ ਗੰਦਗੀ ਦੇ ਢੇਰਾਂ ਉਤੇ ਗੰਦ ਖਾਣ ਲੱਗੀ ਹੁੰਦੀ ਐ....ਲੋਕ ਦੁੱਧ ਦੇਣ ਤੋਂ ਬੇਕਾਰ ਹੋ ਚੁਕੀਆਂ ਗਾਵਾਂ ਨੂੰ ਘਰੋਂ ਛੇਕ ਦਿੰਦੇ ਨੇ....ਗੰਦਗੀ ਖਾਣ ਲਈ...ਰੁਲਣ ਲਈ....ਕਸਾਈਆਂ ਹੱਥੋਂ ਵੱਢੇ ਜਾਣ ਲਈ....ਖੈਰ ਇਥੇ ਇਸ ਕੈਲੰਡਰ ਵਿੱਚ ਤੰਦਰੁਸਤ ਗਊ ਦਾ ਸੋਹਣਾ ਸਲੋਨਾ ਰੂਪ ਖੂਬਸੂਰਤ ਦੇਵੀ ਦੇਵਤਿਆਂ ਦੇ ਚਿੱਤਰਾਂ ਨਾਲ ਸੁਸ਼ੋਭਿਤ ਹੋ ਰਿਹਾ ਸੀ.... ਅਸ਼ਟ ਭੁਜਾ ਮਾਤਾ ਦੁਰਗਾ ਹੱਥਾਂ 'ਚ ਹਥਿਆਰ ਲਈ ਸ਼ੇਰ ਉੱਤੇ ਬਿਰਾਜਮਾਨ ਸੀ....ਸ਼ਿਵ ਜੀ ਭੋਲੇ ਤਾਂ ਖੈਰ ਸਮਾਧੀ ਵਿੱਚ ਲੀਨ ਸਨ....ਅੱਖਾਂ ਬੰਦ....ਬਾਕੀ ਦੇਵੀ ਦੇਵਤੇ ਜਾਗਰਤ ਅਵਸਥਾ ਵਿੱਚ ਸਨ....ਮੈਂ ਡੌਰ ਭੌਰ ਜਿਹੀ ਇਹਨਾਂ ਦੇਵੀ ਦੇਵਤਿਆਂ ਦੇ ਨੂਰਾਨੀ ਸਵਰੂਪਾਂ ਨੂੰ ਤੱਕ ਰਹੀ ਸਾਂ....ਇਹ ਬੰਦਾ ਬਾਹਰ ਪਿੱਪਲ ਦੇ ਤਣੇ ਨਾਲ ਬੰਨ੍ਹੀ ਕੰਜਕਾਂ ਦੀ ਚੁੰਨੀ ਉਤਾਰ ਕੇ ਲਿਆਇਆ....ਫੇਰ.....ਫੇਰ.....ਫੇਰ.....ਇਸ ਨੇ ਇਹ ਚੁੰਨੀ ਮੇਰੇ ਮੂੰਹ ਵਿੱਚ ਤੁੰਨ ਦਿੱਤੀ....ਦਹਿਸ਼ਤ ਨਾਲ ਮੈਂ ਪਸੀਨੋ ਪਸੀਨਾ ਹੋ ਗਈ....ਮੇਰਾ ਸਿਰ ਵੀ ਚਕਰਾਉਣੋਂ ਹਟ ਗਿਆ....ਜਿਵੇਂ ਬਿਜਲੀ ਦੇ ਝਟਕੇ ਨਾਲ ਮੇਰੀ ਬੇਹੋਸ਼ੀ ਇਕ ਦਮ ਕਿਧਰੇ ਗਾਇਬ ਈ ਹੋ ਗਈ.....ਮੈਂ ਉਂਜ ਤਾਂ ਰੋਜ਼ ਸ਼ਿਵ ਦੁਆਲੇ....ਸ਼ਿਵ ਦੁਆਲੇ ਦੇ ਇਕ ਪਾਸੇ ਬਣੇ ਗੁਰਦੁਆਰੇ ਅਤੇ ਥੋੜ੍ਹੀ ਵਿੱਥ ਤੇ ਬਣੀ ਮਸਜਿਦ ਮੂਹਰੇ ਜਾ ਕੇ ਬਾਕੀ ਜੁਆਕਾਂ ਨਾਲ ਮਿਲ ਕੇ ਅਰਦਾਸ....ਪ੍ਰਾਰਥਨਾ....ਬੇਨਤੀ ਕਰਦੀ ਹੁੰਦੀ ਸਾਂ....ਪਰ ਸ਼ਾਇਦ ਉਹ ਸਾਰੀਆਂ ਪ੍ਰਾਰਥਨਾਵਾਂ ਤੇ ਬੇਨਤੀਆਂ ਪ੍ਰਸਾਦ ਲੈਣ ਦੇ ਲਾਲਚ 'ਚ ਕਰਦੀ ਸਾਂ....ਬਾਕੀ ਨਿਆਣਿਆਂ ਵਾਂਗ ਰੋਜ਼ ਆਥਣੇ ਤਿੰਨੋਂ ਧਾਰਮਿਕ ਅਸਥਾਨਾਂ ਤੇ ਜਾ ਕੇ ਪ੍ਰਸਾਦ ਦੇ ਲਾਲਚ ਵਿੱਚ ਸਾਰੇ ਬੱਚੇ ਪ੍ਰਾਰਥਨਾ ਕਰਨ....ਆਰਤੀ 'ਚ ਸ਼ਾਮਲ ਹੋਣ ਜਾਂਦੇ ਸਨ.....ਪਰ ਅੱਜ ਸ਼ਾਇਦ ਪਹਿਲੀ ਵਾਰੀ....ਮੈਂ ਕਿਸੇ ਪ੍ਰਸਾਦ ਦੇ ਲਾਲਚ ਨੂੰ ਤਿਆਗ ਕੇ....ਹੱਥ ਜੋੜ ਕੇ ਸੱਚੇ ਮਨੋ ਸਾਰੇ ਦੇਵੀ ਦੇਵਤਿਆਂ ਅੱਗੇ ਪ੍ਰਾਰਥਨਾ ਕਰਨ ਲੱਗ ਪਈ....ਨਿਰਸੁਆਰਥ....ਬਿਨਾਂ ਪ੍ਰਸਾਦ ਦੇ ਲਾਲਚ ਤੋਂ....।

ਉਮਰ ਦੇ ਹਿਸਾਬ ਨਾਲ ਜਿਹੋ ਜਿਹੀ ਪ੍ਰਾਰਥਨਾ ਮੈਂ ਕਰ ਸਕਦੀ ਸਾਂ.... ਕੀਤੀ.... ਜਿਹੋ ਜਿਹੀ ਸਹਾਇਤਾ ਮੰਗ ਸਕਦੀ ਸਾਂ....ਮੰਗੀ....ਪਰ ਸ਼ਾਇਦ ਮੈਨੂੰ ਪ੍ਰਾਰਥਨਾ ਕਰਨੀ ਨੀ ਆਈ....ਸ਼ਾਇਦ ਪ੍ਰਾਰਥਨਾ ਵੱਡੀ ਉਮਰ ਦੇ ਲੋਕ ਹੀ ਕਰ ਸਕਦੇ ਹੋਣ......।

ਮੈਂ ਸ਼ੀਸ਼ੇ 'ਚੋਂ ਬਾਹਰ ਨਜ਼ਰ ਆਉਂਦੇ ਗੁਰਦਵਾਰੇ ਦੇ ਗੁੰਬਦ ਨੂੰ ਤੱਕਦਿਆਂ ਬੇਨਤੀ ਕੀਤੀ....ਸ਼ਿਵ ਦੁਆਲੇ ਦੇ ਸ਼ਿਵ ਜੀ ਭਗਵਾਨ ਨੂੰ ਸਮਾਧੀ ਤੋੜ ਕੇ ਸਹਾਇਤਾ ਦੀ ਭੀਖ ਮੰਗੀ....ਜਦੋਂ ਉਸ ਬੰਦੇ ਨੇ ਮੇਰੀ ਬਾਂਹ ਫੜ ਕੇ ਮੈਨੂੰ ਇੱਕ ਕੋਨੇ 'ਚ ਧੂਹ ਕੇ ਸਿੱਟਿਆ ਤਾਂ ਸੱਚ ਜਾਣਿਓਂ...ਸੱਤਾਂ ਸਾਲਾਂ ਦੀ ਬਾਲੜੀ ਦਾ ਪੇਸ਼ਾਬ ਵਿੱਚੇ ਨਿਕਲ ਗਿਆ....ਪਾਟੀ ਪੁਰਾਣੀ ਝੱਗੀ ਤੇ ਪਾਟਿਆ ਪੁਰਾਣਾ ਨੰਗੇਜ਼ ਢਕਦਾ ਤੇੜ ਦਾ ਕੱਪੜਾ ਪੇਸ਼ਾਬ ਨਾਲ ਲੱਥ-ਪੱਥ ਹੋ ਗਏ....।

ਇਸ ਤੋਂ ਬਾਅਦ ਉਸ ਬੰਦੇ ਨੇ ਜੋ ਜੋ ਮੇਰੇ ਨਾਲ ਕੀਤਾ....ਜੋ ਜੋ ਮੇਰੇ ਨਾਲ ਹੋਇਆ....ਜੋ ਮੇਰੀ ਦੁਰਦਸ਼ਾ ਹੋਈ...ਉਹ ਸਭ ਤੁਹਾਨੂੰ ਦੱਸਣ ਲਈ ਮੇਰੇ ਕੋਲ ਸ਼ਬਦ ਨਹੀਂ ਹਨ....ਤੁਸੀਂ ਇਸ ਬੰਦੇ ਦੀ ਹਵਸ....ਵਹਿਸ਼ੀਪੁਣੇ.....ਅਤੇ ਪਸ਼ੂਪੁਣੇ ਨੂੰ ਝੱਲਦੀ....ਸਿਰਫ

ਸੱਤਾਂ ਕੁ ਸਾਲਾਂ ਦੀ ਬਾਲੜੀ ਦੀ ਦੁਰਦਸ਼ਾ ਨੂੰ ਨਾ ਤਾਂ ਸਮਝ ਸਕਦੇ ਹੋ ......ਤੇ ਨਾ ਸ਼ਾਇਦ ਮਹਿਸੂਸ ਕਰ ਸਕਦੇ ਹੋ....।

ਉਹ ਦਿਲ ਦਹਿਲਾਅ ਦੇਣ ਵਾਲਾ ਹਾਦਸਾ....ਜਿਹਦੇ ਵਿੱਚੋਂ ਮੈਂ ਲੰਘੀ ਹਾਂ....ਉਹ ਸਿਰਫ਼ ਮੈਂ ਭੁਗਤ ਭੋਗੀ ਹੀ ਜਾਣ ਸਕਦੀ ਹਾਂ....ਪਰ ਮੈਂ ਦੱਸ ਨਹੀਂ ਸਕਦੀ....ਇਹ ਜੋ ਕੁਝ ਮੈਂ ਦੱਸ ਰਹੀ ਹਾਂ....ਇਹ ਤਾਂ ਇਸ ਦੁਰਘਟਨਾ ਦਾ ਹਜ਼ਾਰਵਾਂ ਲੱਖਵਾਂ ਹਿੱਸਾ ਵੀ ਨਹੀਂ....ਭਲਾ ਸ਼ਬਦਾਂ ਰਾਹੀਂ ਇਸ ਦੁਰਘਟਨਾ ਨੂੰ ਬਿਆਨ ਕੀਤਾ ਜਾ ਸਕਦੈ?

ਜੋ ਹੋਇਆ....ਉਹ ਪਤਾ ਨੀ ਕੀ ਸੀ....ਦਹਿਸ਼ਤ...ਪੀੜ....ਅਸਹਿ ਪੀੜ.... ਦਰਿੰਦਗੀ.....ਤੜਪ....ਵਹਿਸ਼ੀਪੁਣਾ....ਪਸ਼ੂਪੁਣੇ ਤੋਂ ਵੀ ਬਦਤਰ....ਸੱਤ ਸਾਲ ਦੀ ਬਾਲੜੀ ਲਈ ਇਹ ਸਭ ਕੁਝ ਐਨਾ ਡਰਾਉਣਾ ਸੀ....ਐਨਾ ਭਿਅੰਕਰ....ਐਨਾ ਅਸਹਿ....ਉਫ!!

ਤੇ ਮੈਂ ਇਹ ਜ਼ੁਲਮ ਨਾ ਸਹਿੰਦੀ ਹੋਈ....ਅਧਮਰੀ ਹੋ ਗਈ....ਮੂੰਹ 'ਚ ਤੁੰਨੀ ਚੁੰਨੀ ਸਦਕਾ ਚੀਕ ਨਹੀਂ ਸਾਂ ਸਕਦੀ....ਹੱਥਾਂ ਨਾਲ ਉਸ ਬੰਦੇ ਦੇ ਘਰੂਟੇ ਵੱਢੇ....ਤੇ ਬਦਲੇ ਵਿੱਚ ਉਹਨੇ ਮੇਰੀ ਸੰਘੀ ਘੁੱਟ ਦਿੱਤੀ....ਮੇਰੀਆਂ ਅੱਖਾਂ ਦੇ ਡੇਲੇ ਬਾਹਰ ਨਿਕਲ ਆਏ....ਖ਼ੂਨ ਨਾਲ ਲੱਥ-ਪੱਥ....ਇਸ ਦਰਿੰਦੇ ਦੀ ਦਰਿੰਦਗੀ ਬਰਦਾਸ਼ਤ ਨਾ ਕਰਦੀ ਹੋਈ ਮੈਂ ਪਹਿਲਾਂ ਈ ਮਰਨ ਵਾਲੀ ਹੋਈ ਪਈ ਸਾਂ....ਤੇ ਸੰਘੀ ਘੁੱਟਣ ਨਾਲ ਮੈਂ ਆਖਰ ਮਰ ਗਈ....ਠੰਢੀ ਹੋ ਗਈ....ਲਾਸ਼ 'ਚ ਤਬਦੀਲ ਹੋ ਗਈ....ਮਹਿਫ਼ੂਜ਼, ਸੁਰੱਖਿਅਤ ਘਰ....ਦਰੋ ਦੀਵਾਰਾਂ ਵਾਲਾ ਮਜ਼ਬੂਤ ਘਰ ਬਣਾ ਕੇ....ਉਹਦੀ ਮਾਲਕਣ ਹੋ ਕੇ ਵੀ ਮੈਂ ਸੁਰੱਖਿਅਤ ਨਾ ਰਹੀ....।

ਤੁਸੀਂ ਮੇਰੀ ਗਾਥਾ ਸੁਣ ਕੇ ਰੋਵੋ ਨਾ....ਮਗਰਮੱਛ ਦੇ ਹੰਝੂ ਨਾ ਵਹਾਓ....ਕਿਉਂਕਿ ਇਹ ਬੰਦਾ ਤੁਹਾਡੇ ਵਿੱਚੋਂ ਈ ਐ....ਮੇਰੇ ਜਹੀਆਂ ਕਿੰਨੀਆਂ ਈ ਬਾਲੜੀਆਂ ਨੂੰ ਆਪਣੀ ਹਵਸ਼ ਦਾ ਸ਼ਿਕਾਰ ਬਣਾਉਣ ਵਾਲੇ ਬੰਦੇ ਕਿਸੇ ਹੋਰ ਦੁਨੀਆਂ ਦੇ ਵਾਸੀ ਥੋੜ੍ਹੇ ਈ ਨੇ....ਇਹ ਤੁਹਾਡੇ 'ਚੋਂ ਈ ਨੇ....।

ਹੁਣ ਜੇ ਮੈਂ ਬੋਲ ਸਕਦੀ ਤਾਂ ਗੱਲ ਹੋਰ ਸੀ....ਹੁਣ ਤਾਂ ਮੈਂ ਬੋਲ ਵੀ ਨੀਂ ਸਕਦੀ....ਕਿਉਂਕਿ ਹੁਣ ਮੈਂ ਸੱਤਾਂ ਕੁ ਸਾਲਾਂ ਦੀ ਬਾਲੜੀ ਨਹੀਂ ਹਾਂ ਬੱਸ ਉਹਦੀ ਲਾਸ਼ ਹਾਂ....ਮੁਰਦਾ ਹਾਂ.....।

ਜੇ ਮੈਂ ਕਿਤੇ ਜਿਉਂਦੀ ਬਚ ਜਾਂਦੀ....ਤਾਂ ਸ਼ਾਇਦ ਡਰੀ ਸਹਿਮੀ ਵੀ ਟੁੱਟੇ ਫੁੱਟੇ ਸ਼ਬਦਾਂ 'ਚ ਆਪਣੀ ਉਮਰ ਜਿੱਡੀ ਜ਼ੁਬਾਨ ਨਾਲ ਆਪਣੇ ਨਾਲ ਹੋਈ ਬੀਤੀ ਵਾਰਦਾਤ ਦਾ ਦੋ ਚਾਰ ਪ੍ਰਤੀਸ਼ਤ ਵਾਕਿਆ ਦੱਸ ਵੀ ਦਿੰਦੀ....ਪਰ ਹੁਣ ਤਾਂ ਮੈਂ ਮਰ ਈ ਗਈ ਆਂ...ਤੇ ਤੁਸੀਂ ਜਾਣਦੇ ਹੋ ਮੁਰਦੇ ਕਦੇ ਬੋਲ ਨੀ ਸਕਦੇ....।

ਇਹ ਬੰਦਾ ਪਸੀਨੋ ਪਸੀਨਾ ਹੋਇਆ ਬੜੀ ਤੇਜ਼ੀ ਨਾਲ ਬਾਹਰ ਨਿਕਲ ਕੇ ਕਿਧਰੇ ਅਲੋਪ ਹੀ ਹੋ ਗਿਆ...ਡੱਬੂ ਨੂੰ ਹੋਸ ਆ ਚੁਕੀ ਐ....ਉਹਨੇ ਉਠ ਕੇ ਸਰੀਰ ਛੰਡਿਆ....ਤੇ ਕੰਨ ਮਾਰਦਾ ਹੋਇਆ ਮੇਰੇ ਕੋਲ ਆਇਆ....ਕੁੱਤੇ ਨੂੰ ਸਭ ਤੋਂ ਵੱਧ ਪਛਾਣ ਹੁੰਦੀ ਐ ਬਈ ਸਾਹਮਣੇ ਪਿਆ ਪ੍ਰਾਣੀ ਜਿੰਦਾ ਹੈ ਜਾਂ ਮੁਰਦਾ....ਡੱਬੂ ਨੇ ਹੈਰਾਨ ਪ੍ਰੇਸ਼ਾਨ ਮੇਰੇ ਦੁਆਲੇ ਦੋ ਤਿੰਨ ਪ੍ਰਕਰਮਾਂ ਕੀਤੀਆਂ ਤੇ ਫੇਰ ਮੇਰੇ ਮੂੰਹ 'ਚੋਂ ਕੰਜਕਾਂ ਵਾਲੀ ਚੁੰਨੀ ਕੱਢੀ....ਮੈਨੂੰ ਸੁੰਘਿਆ.... ਬਾਰ ਬਾਰ ਸੁੰਘਿਆ....।

ਡੱਬੂ ਹੈ ਤਾਂ ਕੁੱਤਾ....ਪਰ ਉਸ ਨੇ ਇਕ ਕੋਨੇ 'ਚ ਪਿਆ ਤੱਪੜ ਮੂੰਹ ਨਾਲ ਖਿੱਚ

ਕੇ ਮੇਰੇ ਜਿਸਮ ਤੇ ਸਿੱਟ ਕੇ ਨੰਗ ਢਕਣ ਦਾ ਯਤਨ ਕੀਤਾ...ਫੇਰ ਪੰਜਿਆਂ ਨਾਲ ਮੇਰੇ ਮੂੰਹ ਨੂੰ ਹਲਾਇਆ....ਜਿਵੇਂ ਮੈਨੂੰ ਨੀਂਦ ਤੋਂ ਜਗਾ ਰਿਹਾ ਹੋਵੇ....।

ਕੁੱਤਾ ਬੜਾ ਸਮਝਦਾਰ ਸੀ...ਸ਼ਾਇਦ ਸਭ ਸਮਝ ਗਿਆ...ਸਮਝ ਗਿਆ ਕਿ ਉਸ ਬੰਦੇ ਨੇ ਮੇਰੇ ਨਾਲ ਕੀ ਕੀਤੈ....ਤੇ ਭੌਂਕਦਾ ਹੋਇਆ ਬਾਹਰ ਨਿਕਲਿਆ......ਉਹ ਬੰਦਾ ਜੋ ਅਜੇ ਵੀ ਸ਼ਿਵ ਦੁਆਲੇ ਦੀ ਟੂਟੀ ਤੇ ਮੂੰਹ ਹੱਥ ਧੋ ਰਿਹਾ ਸੀ....ਡੱਬੂ ਉਹਨੂੰ ਪੈ ਗਿਆ....ਬੰਦਾ ਭੱਜਿਆ....ਪਿੱਛੇ ਪਿੱਛੇ ਡੱਬੂ...ਡੱਬੂ ਨੂੰ ਪਾਗਲਾਂ ਵਾਂਗ ਭੌਂਕਦਾ ਵੇਖ ਕੇ ਗਲੀ ਦੇ ਹੋਰ ਅਵਾਰਾ ਕੁੱਤੇ ਵੀ ਭੱਜੇ ਆਏ....ਇਹ ਕੁੱਤੇ ਉਪਰ ਅਸਮਾਨ ਵੱਲ ਮੂੰਹ ਕਰ ਕੇ ਡੱਬੂ ਦੀ ਰੀਸੋ ਰੀਸੀ ਭੌਂਕਣ ਲੱਗ ਪਏ....ਪਤਾ ਨੀ ਉਹ ਬੰਦਾ ਕਿੱਥੇ ਛਾਈਂ ਮਾਈਂ ਹੋ ਗਿਆ....ਸ਼ਿਵ ਦੁਆਲੇ ਦਾ ਪੁਜਾਰੀ ਤੇ ਆਸ ਪਾਸ ਦੇ ਲੋਕ ਵੀ ਬਾਹਰ ਨਿਕਲੇ.....ਸਾਰੇ ਹੈਰਾਨੀ ਨਾਲ ਇੱਕ ਦੂਜੇ ਦਾ ਮੂੰਹ ਦੇਖ ਰਹੇ ਹਨ....ਡੱਬੂ ਨੇ ਮੇਰੇ ਬਾਪੂ ਨੂੰ ਪਛਾਣਦਿਆਂ ਉਹਦੀ ਮੈਲੀ ਕੁਚੈਲੀ ਧੋਤੀ ਦਾ ਲੜ ਫੜਿਆ ਤੇ ਉਹਨੂੰ ਮੇਰੇ ਕੋਲ ਲੈ ਆਇਆ....ਮਗਰੇ ਸਾਰੀ ਭੀੜ ਵੀ ਮੇਰੇ ਦੁਆਲੇ ਜੁੜ ਗਈ....ਪਹਿਲਾਂ ਤਾਂ ਸਾਰਿਆਂ ਨੇ ਆਪਣੇ ਆਪਣੇ ਕਿਆਸ ਲਾਏ....ਫੇਰ ਸਾਰੀ ਗੱਲ ਸਮਝਦਿਆਂ ਮੈਨੂੰ ਹਿਲਾ ਹਿਲਾ ਕੇ ਉਠਾਉਣ ਦੀ ਕੋਸ਼ਿਸ਼ ਕਰਨ ਲੱਗੇ....ਮੇਰੇ ਬਾਪ ਨੇ ਮੈਲੀ ਕੁਚੈਲੀ ਧੋਤੀ ਉਤਾਰ ਕੇ ਮੇਰਾ ਨੰਗ ਢਕਿਆ ਤੇ ਅਵਾਕ ਲੋਕਾਂ ਵੱਲ ਤੱਕਣ ਲੱਗਿਆ....ਜਿਵੇਂ ਪੁੱਛ ਰਿਹਾ ਹੋਵੇ ਕਿ ਕੀ ਇਹ ਸੱਚਮੁੱਚ ਮਰ ਗਈ ਐ....?

ਤੇ ਇੱਧਰ ਮੈਂ ਸੱਤਾਂ ਸਾਲਾਂ ਦੀ ਬਾਲੜੀ ਦੀ ਲਾਸ਼....ਤੁਹਾਨੂੰ ਪੁੱਛਣਾ ਚਾਹੁੰਦੀ ਹਾਂ.... ਕਿ ਤੁਸੀਂ ਜਿਹੜੀ ਮੌਤ ਮੈਨੂੰ ਦਿੱਤੀ ਹੈ....ਕੀ ਇਹ ਮਾਂ ਦੇ ਪੇਟ 'ਚ ਕੀਤੀ ਗਈ ਮੌਤ ਨਾਲੋਂ ਬੇਹਤਰ ਹੈ? ਉਸ ਵਕਤ ਤਾਂ ਸ਼ਾਇਦ ਮੈਨੂੰ ਕੁਝ ਮਹਿਸੂਸ ਹੀ ਨਾ ਹੁੰਦਾ....ਪਰ ਹੁਣ ਤਾਂ ਮੈਂ ਮਹਿਸੂਸ ਕਰਨ ਦੇ ਕਾਬਲ ਹੋ ਗਈ ਸਾਂ....ਮੈਂ ਤੁਹਾਨੂੰ ਪੁੱਛਣਾ ਚਾਹੁੰਦੀ ਹਾਂ....ਨਹੀਂ ਸੱਚ ਮੇਰੀ ਲਾਸ਼ ਤੁਹਾਨੂੰ ਪੁੱਛਣਾ ਚਾਹੁੰਦੀ ਹੈ ਕਿ ਤੁਸੀਂ ਜੋ ਕੰਨਿਆਂ ਭਰੂਣ ਹੱਤਿਆ ਦੇ ਖਿਲਾਫ਼ ਝੰਡਾ ਚੁੱਕੀ ਫਿਰਦੇ ਹੋ...ਕੁੜੀਆਂ ਨੂੰ ਜਨਮ ਤੋਂ ਪਹਿਲਾਂ ਨਾ ਮਾਰਨ ਦੀਆਂ ਫੜ੍ਹਾਂ ਮਾਰਦੇ ਫਿਰਦੇ ਹੋ....ਲਿੰਗ ਨਿਰਧਾਰਣ ਟੈਸਟ ਕਰਨ ਵਾਲੇ ਡਾਕਟਰਾਂ ਨੂੰ ਚੰਗਾ ਮੰਦਾ ਆਖਦੇ ਫਿਰਦੇ ਹੋ ....ਉਂਜ ਅੰਦਰੋਂ ਬਾਹਰੋਂ ਤੁਸੀਂ ਹੋਰ ਹੋ....ਤਾਹੀਂ ਸ਼ਾਇਦ....!!

ਤੇ ਸੁਣਦੇ ਹਾਂ ਤੁਹਾਡੇ ਦੇਸ਼ ਦਾ ਸਭ ਤੋਂ ਵੱਡਾ ਆਦਮੀ....ਪ੍ਰਧਾਨ ਮੰਤਰੀ "ਬੇਟੀ ਬਚਾਓ ਬੇਟੀ ਪੜ੍ਹਾਓ" ਦਾ ਅਭਿਆਨ ਚਲਾ ਰਿਹਾ ਹੈ। ਸਭੇ ਸਰਕਾਰਾਂ....ਸਭੇ ਮੰਨੇ ਪ੍ਰਮੰਨੇ ਵਿਅਕਤੀ ਲੜਕੀ ਬਚਾਉਣ ਦੀ ਪੁਰਜ਼ੋਰ ਕੋਸ਼ਿਸ਼ ਕਰ ਰਹੇ ਨੇ ....ਕੁੜੀਆਂ ਨੂੰ ਜਨਮ ਲੈਣ ਲਈ ਮਜਬੂਰ ਕਰ ਰਹੇ ਨੇ.....ਨਾਲੇ ਇੱਕ ਕੋਈ ਵੱਡੇ ਰਾਜਨੀਤਕ ਘਰਾਣੇ ਦੀ ਮੰਤਰੀ ਨੂੰਹ 'ਨੰਨ੍ਹੀ ਛਾਂ' ਅਭਿਆਨ ਹੇਠ ਕੁੜੀਆਂ ਨੂੰ ਬਚਾਉਣ ਦੀ ਮੁਹਿੰਮ ਚਲਾ ਰਹੀ ਐ....ਪਰ ਐਹੋ ਜਿਹੀ ਮੁਹਿੰਮ ਦਾ ਕੀ ਕਰਨਾ....? ਮੇਰੇ ਵੱਲ ਦੇਖੋ....ਮੇਰੀ ਲਾਸ਼ ਤੁਹਾਨੂੰ ਹਜ਼ਾਰਾਂ ਸੁਆਲ ਪੁੱਛ ਰਹੀ ਐ....ਪਰ ਜ਼ਰਾ ਸੋਚ ਕੇ ਦੇਖੋ.....ਮੇਰੀ ਲਾਸ਼ ਨੂੰ ਦੇਖ ਕੇ....ਖ਼ੂਨ ਨਾਲ ਲੱਥ-ਪੱਥ ਲਾਸ਼ ਨੂੰ ਜ਼ਰਾ ਗਹੁ ਨਾਲ ਤੱਕ ਕੇ ਸੋਚਣਾ ਕਿ ਕੀ ਧੀਆਂ ਨੂੰ ਜਨਮ ਲੈਣ ਤੋਂ ਬਾਦ ਇੰਜ ਤੜਪਾ ਕੇ....ਜਲੀਲ ਕਰ ਕੇ....ਅਸਹਿ ਪੀੜ ਦੇ ਕੇ....ਮਾਨਸਿਕ ਤੇ ਸਰੀਰਕ ਕਸ਼ਟ ਦੇ ਕੇ ਦਿੱਤੀ ਮੌਤ...ਮਾਂ ਦੇ ਪੇਟ 'ਚ ਦਿੱਤੀ ਮੌਤ ਨਾਲੋਂ ਬੇਹਤਰ ਹੈ?

ਜੇ ਕਿਤੇ ਕੰਨਿਆਂ ਭਰੂਣ ਹੱਤਿਆ ਤੇ ਤੁਸੀਂ ਬੈਨ ਨਾ ਲਾਇਆ ਹੁੰਦਾ....ਜੇ

ਡਾਕਟਰਾਂ ਹਸਪਤਾਲਾਂ ਅਤੇ ਮਸ਼ੀਨਾਂ ਉਤੇ ਐਡੀ ਪਾਬੰਦੀ ਨਾ ਹੁੰਦੀ....ਜੇ ਗਰੀਬ ਆਦਮੀ ਲਈ....ਸਿਰਫ ਗਰੀਬ ਆਦਮੀ ਲਈ ਧੀ ਨੂੰ ਜੰਮਣ ਤੋਂ ਪਹਿਲਾਂ ਮਰਵਾ ਦੇਣ ਵਿੱਚ ਸੌ ਅੜੰਗੇ ਨਾ ਆਏ ਹੁੰਦੇ....ਤਾਂ ਮੇਰੀ ਮਾਂ ਵੀ ਸ਼ਾਇਦ ਮੈਨੂੰ ਜਨਮ ਤੋਂ ਪਹਿਲਾਂ ਹੀ ਖਤਮ ਕਰਾ ਚੁਕੀ ਹੁੰਦੀ...ਪਰ ਇੱਕ ਗੱਲ ਸੱਚ ਮੰਨਿਓਂ...ਉਹ ਮੌਤ ਏਸ ਮੌਤ ਨਾਲੋਂ ਭਿਅੰਕਰ ਨਾ ਹੁੰਦੀ...ਉਹ ਮੌਤ ਇਸ ਮੌਤ ਨਾਲੋਂ ਆਸਾਨ ਹੁੰਦੀ...ਸੱਚ ਮੁੱਚ ਸੌਖੀ ਹੁੰਦੀ....ਪਰ ਇਹ ਮੌਤ???

ਮੈਨੂੰ ਮਾਂ ਦੇ ਪੇਟ 'ਚ ਮਰਨ ਦਾ ਅਫਸੋਸ ਤਾਂ ਬੇਸ਼ੱਕ ਹੁੰਦਾ....ਪਰ ਉਦੋਂ ਮੈਂ ਐਨਾ ਭਿਅੰਕਰ ਕਸ਼ਟ ਨਾ ਝੱਲਦੀ...ਮੇਰੀ ਲਾਸ਼ ਉਸ ਪ੍ਰਧਾਨ ਮੰਤਰੀ ਸਾਹਬ ਨੂੰ ਵੀ ਪੁੱਛਣਾ ਚਾਹੁੰਦੀ ਐ ਕਿ ਤੂੰ ਕੀ ਕਰੇਂਗਾ ਬੇਟੀ ਬਚਾ ਕੇ..ਮੈਂ ਉਸ ਤੱਕ ਆਪਣਾ ਸੁਆਲ ਪੁਚਾਉਣਾ ਚਾਹੁੰਦੀ ਹਾਂ ਕਿ ਜੇ ਤੂੰ ਬਚੀਆਂ ਹੋਈਆਂ ਧੀਆਂ ਦੀ ਇੱਜ਼ਤ ਹੀ ਬਚਾ ਲਵੇਂ.....ਉਹਨਾਂ ਨੂੰ ਬਿਨਾਂ ਕਿਸੇ ਗੁਨਾਹ ਦੇ...ਐਸੀ ਬੇਦਰਦ ਮੌਤ ਮਰਨ ਤੋਂ ਬਚਾ ਲਵੇਂ....ਤਾਂ ਵੀ ਤੇਰੀ ਪ੍ਰਾਪਤੀ ਹੈ.... ਪਰ ਔਹ ਦੇਖੋ ਮੇਰੀ ਮਾਂ ਬਿਨਾਂ ਸਿਰ ਤੇ ਚੁੰਨੀ ਲਏ ਰੋਂਦੀ ਕੁਰਲਾਉਂਦੀ ਹਾਲੋਂ ਬੇਹਾਲ ਮੇਰੇ ਵੱਲ ਭੱਜੀ ਆ ਰਹੀ ਹੈ.....ਇੱਕ ਲਾਚਾਰ....ਗਰੀਬ...ਮਾਂ....ਹੁਣ ਉਹਦੀਆਂ ਹਿਰਦੇ ਵੇਧਕ ਚੀਕਾਂ ਵਿੱਚ ਮੇਰਾ ਕੋਈ ਸੁਆਲ ਤੁਹਾਡੇ ਕੰਨਾਂ ਤੱਕ ਨਹੀਂ ਪਹੁੰਚ ਸਕਦਾ....।

ਮੇਰੀ ਇਸ ਦਰਦਨਾਕ ਮੌਤ ਦਾ ਚਸ਼ਮਦੀਦ ਗਵਾਹ....ਡੱਬੂ....ਦੇਖ ਲਓ....ਤੁਹਾਡੇ ਬਰਾਬਰ ਰੋ ਰਿਹਾ ਹੈ...ਪਰ ਇਹ ਬੇਜ਼ੁਬਾਨ ਗਵਾਹ ਮੇਰੀ ਕੋਈ ਸਹਾਇਤਾ ਨਹੀਂ ਕਰ ਸਕਦਾ....ਚਲੋ ਹੁਣ ਤੁਸੀਂ ਮੇਰੀ ਲਾਸ਼ ਸਮੇਟਣ ਦਾ ਬੰਦੋਬਸਤ ਕਰੋ ...ਅੱਗੇ ਵਾਸਤੇ ਧੀਆਂ ਪ੍ਰਤੀ ਸੰਵੇਦਨਸ਼ੀਲ ਵੀ ਹੋ ਜਾਓ....ਕਿਉਂਕਿ ਕੱਲ੍ਹ ਇਹੀ ਵਾਰਦਾਤ ਤੁਹਾਡੀ ਧੀ ਨਾਲ ਵੀ....

ਡੱਬੂ ਰੋ ਰਿਹਾ ਹੈ....।

ਆਸਮਾਨ ਵੱਲ ਮੂੰਹ ਚੁੱਕੀ ਰੋ ਰਿਹਾ ਹੈ....

ਕਹਿੰਦੇ ਨੇ ਮੌਤ ਦੇ ਫਰਿਸ਼ਤੇ ਕੁੱਤਿਆਂ ਨੂੰ ਨਜ਼ਰ ਆਉਂਦੇ ਨੇ.....ਡੱਬੂ ਨੂੰ ਵੀ ਸ਼ਾਇਦ.... ਨਜ਼ਰ ਆ ਰਹੇ ਹੋਣ।

ਅਲਵਿਦਾ।

ਚਸ਼ਮਦੀਦ ਗਵਾਹ

ਰਾਤੀਂ ਜੋ ਅਨਰਥ ਹੋਇਆ—ਜੋ ਜ਼ੁਲਮ ਦੀ ਇੰਤਹਾ ਇੱਥੇ ਵਾਪਰੀ....ਜੋ ਅਮਾਨਵੀ ਕਰਤੂਤ ਏਸ ਰੁੱਖ ਹੇਠ ਵਾਪਰੀ....ਉਸ ਨੂੰ ਦੇਖ ਕੇ ਏਸ ਰੁੱਖ ਤੇ ਬੈਠੇ ਤਮਾਮ ਪੰਛੀ ਪਰਿੰਦੇ ਦਹਿਸ਼ਤ 'ਚ ਆ ਗਏ....ਰਾਤ ਦੇ ਘੁੱਪ ਹਨੇਰੇ ਵਿੱਚ ਜਿੱਧਰ ਮੂੰਹ ਹੋਇਆ....ਉੱਧਰ ਉਡਾਰੀਆਂ ਮਾਰ ਗਏ......।

ਬੱਸ ਇੱਕ ਆਲ੍ਹਣੇ 'ਚ ਦੋ ਬੋਟ ਰਹਿ ਗਏ...ਉਹ ਅਜੇ ਐਨੇ ਛੋਟੇ ਸਨ ਕਿ ਚੱਜ ਨਾਲ ਉਹਨਾਂ ਦੀਆਂ ਅੱਖਾਂ ਵੀ ਨਹੀਂ ਸਨ ਖੁੱਲ੍ਹੀਆਂ....ਅਜੇ ਉਹ ਆਂਡਿਆਂ 'ਚੋਂ ਨਿਕਲੇ ਈ ਨੇ....ਬਦਕਿਸਮਤ ਧੀਆਂ ਦੀਆਂ ਚੀਕਾਂ ਅਤੇ ਦਰਿੰਦਿਆਂ ਦੀ ਦਰਿੰਦਗੀ ਦੇਖ ਕੇ ਇਹਨਾਂ ਬੋਟਾਂ ਦੀ ਮਾਂ ਮਮਤਾ ਨੂੰ ਵੀ ਭੁੱਲ ਗਈ....ਹੜਬੜਾਈ ਹੋਈ ਬੋਟਾਂ ਨੂੰ ਛੱਡ ਕੇ ਉਡਾਰੀ ਮਾਰ ਗਈ।

ਉਸ ਰਾਤ ਦੇ ਜ਼ੁਲਮ ਨੂੰ ਦੇਖ ਕੇ ਰੁੱਖ ਕਲਪਦਾ ਹੈ....ਰੋਂਦਾ ਹੈ....ਅਫਸੋਸ ਕਰਦਾ ਹੈ....ਉਹਦਾ ਪੱਤਾ ਪੱਤਾ ਉਦਾਸ ਹੈ....ਰੁੱਖ ਸੋਚਦਾ ਹੈ ਕਿ ਕਾਸ਼ ਮੇਰੀਆਂ ਬਾਹਵਾਂ ਹੁੰਦੀਆਂ....ਤੇ ਮੈਂ ਇਹਨਾਂ ਦੋ ਧੀਆਂ ਨੂੰ....ਦੋ ਹੀ ਕਿਉਂ....ਅਣਗਿਣਤ ਧੀਆਂ ਨੂੰ....ਐਡੇ ਜ਼ੁਲਮ ਦਾ ਸ਼ਿਕਾਰ ਨਾ ਹੋਣ ਦਿੰਦਾ....

ਜੇ ਕਿਤੇ ਮੇਰੇ ਹੱਥ ਹੁੰਦੇ ਤਾਂ....ਤਾਂ ਮੈਂ ਇਹਨਾਂ ਬਲਾਤਕਾਰੀਆਂ ਨੂੰ....ਦੋ ਬੇਸਹਾਰਾ ਧੀਆਂ ਦੇ ਦੋਸ਼ੀਆਂ ਨੂੰ ਥਾਂ ਈ ਢੇਰੀ ਕਰ ਦਿੰਦਾ....ਕਿਉਂਕਿ ਉਹ ਮੇਰੇ ਨਾਲੋਂ ਤਾਕਤਵਰ ਨਹੀਂ ਸਨ....ਉਹ ਨਿਰਲੱਜ ਸਨ....ਜ਼ਾਲਮ ਸਨ...ਵਹਿਸ਼ੀ ਸਨ....ਮਾਂ ਦੇ ਦੁੱਧ ਨੂੰ ਲਾਜ ਲਾਉਣ ਵਾਲੇ ਨਿਰਲੱਜ ਦਰਿੰਦੇ ਸਨ....ਪਰ ਮੇਰੇ ਨਾਲੋਂ ਤਾਕਤਵਰ ਨਹੀਂ.....।

ਲੇਕਿਨ ਮੈਂ ਬਿਨਾਂ ਹੱਥਾਂ ਬਾਹਵਾਂ ਦੇ....ਸਿਰਫ਼ ਤੇ ਸਿਰਫ਼ ਹੁੰਦੇ ਜ਼ੁਲਮ ਨੂੰ ਤੱਕ ਹੀ ਸਕਦਾ ਸਾਂ.....ਤੱਕ ਕੇ ਕਲਪ ਹੀ ਸਕਦਾ ਸਾਂ.....ਰੋ ਹੀ ਸਕਦਾ ਸਾਂ.....ਬੇਬਸ ਲਾਚਾਰ ਬੱਸ ਪ੍ਰਮਾਤਮਾ ਅੱਗੇ ਦੁਆ ਹੀ ਕਰ ਸਕਦਾ ਸਾਂ....ਪਰ ਸੱਚ ਦੱਸਾਂ....ਰਾਤੀਂ ਮੈਨੂੰ ਪੂਰਾ ਯਕੀਨ ਹੋ ਗਿਆ.....ਕਿ ਕੋਈ ਪ੍ਰਮਾਤਮਾ ਕੋਈ ਰੱਬ ਨਹੀਂ ਹੈ......ਭਲਾ ਜੇ ਪ੍ਰਮਾਤਮਾ ਹੁੰਦਾ ਤਾਂ ਐਨਾ ਜ਼ੁਲਮ ਹੋਣ ਦਿੰਦਾ? ਤੋਬਾ ਤੋਬਾ.....ਦੋ ਬਾਲੜੀਆਂ.....ਤੇ ਜਿਸਮ ਨੋਚਣ ਵਾਲੇ ਦਸ ਦਰਿੰਦੇ....ਉਹ ਵੀ ਹੱਟੇ ਕੱਟੇ....ਪਲੇ ਹੋਏ ਢੱਠੇ....ਰਿਸ਼ਟ ਪੁਸ਼ਟ ਸਾਢ੍ਹਾਂ ਵਰਗੇ....ਤੇ ਇਧਰ ਦੋ ਗਰੀਬ ਘਰ ਦੀਆਂ ਮਾਸੂਮ ਬੱਚੀਆਂ....ਹੱਡੀਆਂ ਦੀ ਮੁੱਠ.....ਕਦੇ ਰੱਜ ਕੇ ਅੰਨ ਨੀ ਖਾਧਾ ਹੋਣਾ ਬਚਾਰੀਆਂ ਨੇ....ਨਾਜ਼ੁਕ ਜਿਹੀਆਂ....ਡੱਡਰੀਆਂ ਹੋਈਆਂ....ਕੀ ਹੋਇਆ ਜੇ ਗਰੀਬ ਦੀਆਂ ਧੀਆਂ ਸਨ....ਪਰ ਸਨ ਤਾਂ ਧੀਆਂ....ਸਹਿਮੀਆਂ ਡਰੀਆਂ ਹੋਈਆਂ...ਚੀਕਦੀਆਂ ਕੁਰਲਾਉਂਦੀਆਂ....ਵਾਸਤੇ ਪਾਉਂਦੀਆਂ....ਹੱਥ ਪੈਰ ਜੋੜਦੀਆਂ....ਤੇ

ਦਰਿੰਦੇ ਉਹਨਾਂ ਨੂੰ ਠੁੱਡਾਂ ਮਾਰਦੇ ਹੋਏ ਉਹਨਾਂ ਦੀ ਬੇਬਸੀ ਦਾ ਨਾਜਾਇਜ਼ ਫਾਇਦਾ ਚੁੱਕਦੇ ਹੋਏ....ਠਹਾਕੇ ਲਾਉਂਦੇ ਹੋਏ...ਵਹਿਸ਼ੀਪੁਣਾ ਖਿਲਾਰਦੇ ਹੋਏ....ਆਨੰਦ ਲੈਂਦੇ ਹੋਏ....ਪਸ਼ੂਆਂ ਨਾਲੋਂ ਵੀ ਗਈਆਂ ਗੁਜ਼ਰੀਆਂ ਹਰਕਤਾਂ ਕਰਦੇ ਹੋਏ....ਤਾਂਡਵ ਨਾਚ ਨੱਚਦੇ ਹੋਏ....ਉਇ ਹੋਇ....ਉਫ! ਮੈਂ ਸਾਰੀ ਘਟਨਾ ਯਾਦ ਕਰਦਾ ਹਾਂ ਤਾਂ ਬੇਹੋਸ਼ ਹੋਣ ਨੂੰ ਜਾਂਦਾ ਹਾਂ....।

ਰਾਤ ਦੀ ਦਰਿੰਦਗੀ ਨੂੰ ਯਾਦ ਕਰ ਕੇ ਰੁੱਖ ਫੇਰ ਕਲਪਦਾ ਹੈ....ਫੇਰ ਸੋਚਦਾ ਹੈ ਕਿ ਕਾਸ਼ ਮੇਰੀਆਂ ਲੱਤਾਂ ਹੁੰਦੀਆਂ ਤਾਂ ਮੈਂ ਲੰਬੀਆਂ ਲੰਬੀਆਂ ਪੁਲਾਂਘਾਂ ਪੁੱਟਦਾ ਦੁਨੀਆਂ ਦੇ ਸੰਵੇਦਨਸ਼ੀਲ ਲੋਕਾਂ ਨੂੰ ਜਾ ਕੇ ਦੱਸਦਾ ਕਿ ਲੋਕੋ....ਵੇ ਲੋਕੋ.....ਮੇਰੇ ਸਾਹਮਣੇ ਹਾਅ ਕੁਝ ਵਾਪਰਿਐ.....ਹਾਅ ਕੁਝ ਮੈਂ ਆਪਣੀ ਅੱਖੀਂ ਤੱਕਿਐ....ਤੇ ਫੇਰ ਸ਼ਾਇਦ ਲੋਕੀਂ ਹੈਰਾਨ ਹੋਏ ਭਮੰਤਰਿਆਂ ਵਾਂਗ ਮੇਰੇ ਵੰਨੀ ਵੇਂਹਦੇ.....ਕੁਝ ਹੰਭਲਾ ਮਾਰਦੇ....ਕੁਝ ਜੁਗਾੜ ਕਰਦੇ....ਤੇ ਫੇਰ ਸ਼ਾਇਦ ਇਹਨਾਂ ਦੋ ਧੀਆਂ ਨਾਲ ਹਾਅ ਕੁਝ ਨਾ ਵਾਪਰਨ ਦਿੰਦੇ ਇਨ੍ਹਾਂ ਧੀਆਂ ਨਾਲ ਜਿਹੜੀ ਦਰਿੰਦਗੀ ਕੁਝ ਦਰਿੰਦਿਆਂ ਨੇ ਕੀਤੀ ਐ.....ਸ਼ਾਇਦ ਉਹਨੂੰ ਰੋਕ ਲੈਂਦੇ....।

ਇੱਕ ਲੰਬਾ ਹਾਉਕਾ ਭਰ ਕੇ ਰੁੱਖ ਫੇਰ ਕਲਪਦਾ ਹੈ....ਫੇਰ ਰੋਂਦਾ ਹੈ....ਫੇਰ ਅਫੋਸਸ ਕਰਦਾ ਹੈ....ਕਾਸ਼! ਮੇਰੀਆਂ ਲੱਤਾਂ ਬਾਹਵਾਂ....ਹੱਥ ਚਾਹੇ ਨਾ ਹੁੰਦੇ....ਪਰ ਜੇ ਕਿਤੇ ਮੇਰੇ ਕੋਲ ਜ਼ੁਬਾਨ ਹੁੰਦੀ.....ਤਾਂ....ਤਾਂ ਮੈਂ....ਸੱਚ ਕਰ ਕੇ ਜਾਣਿਓ ਇਹਨਾਂ ਬਦਕਿਸਮਤ.....ਲਾਚਾਰ..... ਬੇਬਸ....ਦਰਵੇਸ਼.....ਬੇਗੁਨਾਹ ਧੀਆਂ ਦਾ ਸਹਾਰਾ ਬਣਦਾ.....ਮੈਂ ਚਸ਼ਮਦੀਦ ਗਵਾਹ ਬਣਦਾ....ਤੇ ਮੁਨਸਫ਼ ਨੂੰ ਦੱਸਦਾ....ਬਿਆਨ ਦਰਜ ਕਰਾਉਂਦਾ....ਸਭ ਸੱਚੋ ਸੱਚ ਦੱਸਦਾ....ਸੋਲਾਂ ਆਨੇ ਸੱਚ.....ਕਿਉਂਕਿ ਰੁੱਖ ਨੇ ਕਿਹੜਾ ਰਿਸ਼ਵਤ ਲੈ ਕੇ ਜਾਂ ਕਿਸੇ ਦਬਾਅ ਹੇਠ ਆ ਕੇ ਝੂਠੀ ਗਵਾਹੀ ਦੇਣੀ ਸੀ....ਰੁੱਖ ਨੇ ਤਾਂ ਸੱਚ ਦਾ ਸਾਥ ਦੇਣਾ ਸੀ....ਕਿਉਂ? ਕਿਉਂਕਿ ਰੁੱਖ ਰੁੱਖ ਹੁੰਦਾ ਹੈ.....ਬੰਦੇ ਦਾ ਪੁੱਤ ਨਹੀਂ....ਜਿਹੜਾ ਚਾਰ ਦਮੜੀਆਂ ਪਿੱਛੇ ਗੀਤਾ ਉਤੇ ਹੱਥ ਧਰ ਕੇ.....ਐਨੀ ਪਵਿੱਤਰ ਪੁਸਤਕ ਉੱਤੇ ਹੱਥ ਧਰਨ ਦੇ ਬਾਵਜੂਦ ਕੋਰਾ ਝੂਠ ਬੋਲਦਾ ਹੈ...ਸੱਚ ਨੂੰ ਝੂਠ ਤੇ ਝੂਠ ਨੂੰ ਸੱਚ ਕਰ ਦਿਖਾਉਂਦਾ ਹੈ.....ਸ਼ਾਇਦ ਬੰਦੇ ਦੇ ਪੁੱਤ ਦੀਆਂ ਚਲਾਕ ਅੱਖਾਂ....ਸ਼ਾਤਰ ਨਜ਼ਰਾਂ.....ਕਾਨੂੰਨ ਦੀ ਦੇਵੀ ਦੀਆਂ ਅੱਖਾਂ ਉਤੇ ਬੰਨ੍ਹੀ ਹੋਈ ਪੱਟੀ ਤੱਕ ਸਕਦੀਆਂ ਨੇ..... ਉਹ ਦੇਖ ਸਕਦੀਆਂ ਨੇ ਕਿ ਕਾਨੂੰਨ ਦੀ ਦੇਵੀ ਦੀਆਂ ਅੱਖਾਂ ਉੱਤੇ ਪੱਟੀ ਬੰਨ੍ਹ ਕੇ ਕਾਨੂੰਨ ਨੂੰ ਅੰਨ੍ਹਾ ਕਰ ਲਿਆ ਹੋਇਐ....ਤੇ ਕਾਨੂੰਨ ਸੱਚੀਂ ਅੰਨ੍ਹਾ ਹੈ.....

ਪਰ ਮੈਂ ਤਾਂ ਰੁੱਖ ਹਾਂ....ਸੱਚ ਬੋਲਦਾ....ਤੇ ਮੁਨਸਫ਼ ਨੂੰ ਦੱਸਦਾ ਕਿ ਕੀ ਵਾਪਰਿਐ ਇਹਨਾਂ ਧੀਆਂ ਨਾਲ.....ਕੀ ਕੀ ਹੰਢਾਇਐ ਇਹਨਾਂ ਨੇ ਆਪਣੇ ਜਿਸਮ ਉਤੇ....ਕਿਵੇਂ ਸਿਗਰਟ ਨਾਲ....ਬਲਦੀ ਹੋਈ ਸਿਗਰਟ ਨਾਲ ਦਰਿੰਦਿਆਂ ਨੇ ਇਹਨਾਂ ਬੱਚੀਆਂ ਦੇ ਗੁਪਤ ਅੰਗਾਂ ਉਤੇ ਦਾਗ ਦਿੱਤੇ ਨੇ.....ਕਿਵੇਂ ਇੱਕ ਇੱਕ ਦਰਿੰਦੇ ਨੇ ਅਪਣੀ ਹਵਸ ਪੂਰੀ ਕਰਨ ਲਈ ਇਹਨਾਂ ਬੱਚੀਆਂ ਨੂੰ ਹੈਵਾਨੀਅਤ ਦੀ ਹੱਦ ਟੱਪ ਕੇ ਰੌਂਦਿਆ ਹੈ...ਮੈਂ ਸਭ ਦੱਸਦਾ....ਹਿੱਕ ਤਾਣ ਕੇ ਖੜ੍ਹਾ ਹੁੰਦਾ....ਤੇ ਉਦੋਂ ਤੱਕ ਡਟਿਆ ਰਹਿੰਦਾ ਜਦੋਂ ਤੱਕ ਇਹਨਾਂ ਧੀਆਂ ਨੂੰ ਇਨਸਾਫ਼ ਨਾ ਮਿਲ ਜਾਂਦਾ....ਕਿਉਂਕਿ ਰੁੱਖ ਰੁੱਖ ਈ ਹੁੰਦਾ ਹੈ.....ਉਹਨੇ ਤਾਂ ਚੰਗੇ ਨੂੰ ਵੀ ਤੇ ਮੰਦੇ ਨੂੰ ਵੀ....ਛਾਂ ਦੇਣੀ ਹੁੰਦੀ ਐ....ਫਲ ਦੇਣਾ ਹੁੰਦਾ ਹੈ....ਠੰਢਕ ਦੇਣੀ ਹੁੰਦੀ ਐ....ਸ਼ੁੱਧ ਹਵਾ ਦੇਣੀ ਹੁੰਦੀ ਐ....ਰੁੱਖ ਕਦੇ ਕਹਿੰਦਾ ਸੁਣਿਐ ਬਈ ਮੈਂ ਗਰੀਬ ਨੂੰ ਚੁੱਲ੍ਹਾ ਬਾਲਣ ਲਈ ਲੱਕੜ ਨਹੀਂ ਦੇਣੀ....ਅਮੀਰ ਨੂੰ ਈ ਦੇਣੀ ਐ....ਨਾਅ....ਰੁੱਖ ਨੇ ਤਾਂ ਹਰ ਚੰਗੇ ਮੰਦੇ....ਲੁੱਚੇ

ਲਫੰਗੇ ਤੱਕ ਨੂੰ....ਬੇਈਮਾਨ ਦਰਿੰਦਿਆਂ ਤੱਕ ਨੂੰ ਮਰਨ ਬਾਦ ਲੱਕੜ ਮੁਹੱਈਆ ਕਰਵਾ ਕੇ ਉਹਨਾਂ ਦੇ ਪੁੰਨ ਪਾਪ ਢਕ ਲੈਣੇ ਹੁੰਦੇ ਨੇ....ਸਭਨਾਂ ਦੇ ਗੁਣ ਔਗੁਣ ਢਕਣ ਲਈ ਲੱਕੜ ਦੇਣੀ ਰੁੱਖ ਆਪਣਾ ਧਰਮ ਸਮਝਦਾ ਹੈ.....।

ਤੇ ਏਸ ਤਰ੍ਹਾਂ ਰੁੱਖ ਝੂਠ ਵੀ ਨਾ ਬੋਲਦਾ.....ਰੁੱਖ ਬਿਨਾਂ ਗੀਤਾ ਉਤੇ ਹੱਥ ਧਰਿਆਂ ਸੱਚ ਬੋਲਦਾ....ਪਰ ਹੁਣ ਬਿਨਾਂ ਜ਼ੁਬਾਨ ਦੇ?? ਜੇ ਮੇਰੇ ਲਵੇ ਜ਼ੁਬਾਨ ਹੁੰਦੀ ਤਾਂ ਮੈਂ ਇਹਨਾਂ ਬੱਚੀਆਂ ਨੂੰ ਇਨਸਾਫ ਦੁਆ ਕੇ ਸਾਹ ਲੈਂਦਾ....ਇਹਨਾਂ ਦੀ ਢਾਲ ਬਣਦਾ....ਪਰ ਦੋਸਤੋ! ਬੰਦੇ ਦੇ ਪੁੱਤਰੋ! ਨਾ ਮੇਰੇ ਕੋਲ ਹੱਥ ਨੇ....ਨਾ ਲੱਤਾਂ....ਨਾ ਬਾਹਵਾਂ....ਤੇ ਨਾ ਹੀ ਜ਼ੁਬਾਨ....ਏਸੇ ਕਰਕੇ ਮੈਂ ਲਾਚਾਰ ਹਾਂ....ਬੇਬਸ ਹਾਂ....ਮੈਂ ਮਜਬੂਰ ਹਾਂ.....ਮੈਂ ਸਿਰਫ਼ ਕਲਪ ਸਕਦਾ ਹਾਂ.....।

ਜੇ ਮੇਰੇ ਕੋਲ ਹੱਥ ਪੈਰ ਹੁੰਦੇ ਤਾਂ ਤੁਸੀਂ ਸੱਚ ਮੰਨਿਓ....ਮੈਂ ਇਹਨਾਂ ਧੀਆਂ ਨਾਲ ਰੱਤੀ ਭਰ ਬੇਇਨਸਾਫ਼ੀ ਨਾ ਹੋਣ ਦਿੰਦਾ....ਫੇਰ ਕਿਤੇ ਮੈਂ ਇਹਨਾਂ ਧੀਆਂ ਨੂੰ ਆਪਣੇ ਉਸ ਟਹਿਣੇ ਨਾਲ ਲਟਕਣ ਦਿੰਦਾ? ਬਿਲਕੁਲ ਨਹੀਂ....ਕਿਉਂਕਿ ਮੇਰੇ ਡਹਿਣੇ ਇਹਨਾਂ ਰਮਲੀਆਂ ਕਮਲੀਆਂ ਦੇ ਪੀਂਘਾਂ ਪਾਉਣ ਲਈ ਬਣੇ ਨੇ....ਝੂਟੇ ਲੈਣ ਲਈ ਬਣੇ ਨੇ....ਤੇ ਹੁਣ ਮੇਰੀ ਨਿਹੱਥੇ ਦੀ...ਬੇਜ਼ੁਬਾਨ ਦੀ ਲਾਚਾਰੀ ਦੇਖੋ.....ਬੇਬਸੀ ਤੱਕੋ....ਕਿ ਜਿਹੜੇ ਟਹਿਣੇ ਤੇ ਇਹਨਾਂ ਨਕਰਮੀਆਂ ਨੇ ਪੀਂਘਾਂ ਝੂਟਣੀਆਂ ਸਨ....ਰੰਗਲੀਆਂ ਪੀਂਘਾਂ ਝੂਟਣੀਆਂ ਸਨ....ਉਹ ਪੀਂਘ ਇਹਨਾਂ ਚੰਦਰੀਆਂ ਨੂੰ ਈ ਝੂਟ ਗਈ....ਜਿਹੜੀਆਂ ਚੁੰਨੀਆਂ ਇਹਨਾਂ ਕਮਲੀਆਂ ਦੀ ਪੱਤ ਢਕਣ ਲਈ ਬਣੀਆਂ ਸਨ ਉਹਨਾਂ ਨਾਲ ਦਰਿੰਦਿਆਂ ਨੇ ਇਹਨਾਂ ਨੂੰ ਫਾਹੇ ਲਾ ਦਿੱਤਾ...ਤੇ ਮੈਂ ਲਾਚਾਰ ਬੇਬਸ ਬੱਸ ਹਾਉਂਕੇ ਭਰਦਾ ਰਿਹਾ....ਮੇਰਾ ਪੱਤਾ ਪੱਤਾ ਰੋਂਦਾ ਰਿਹਾ ਵਿਲਕਦਾ ਰਿਹਾ। ਸਭ ਕੁਝ ਵੇਖਦਿਆਂ ਹੋਇਆਂ ਵੀ ਕੁਝ ਬੋਲ ਨਾ ਸਕਿਆ....ਕੁਝ ਕੂ ਨਾ ਸਕਿਆ....ਕਿਉਂਕਿ ਨਿਹੱਥਾ ਹਾਂ....ਬਿਨਾਂ ਲੱਤਾਂ ਪੈਰਾਂ ਤੋਂ....ਬਿਨਾਂ ਜ਼ੁਬਾਨ ਤੋਂ....ਸਭ ਕੁਝ ਦੇਖਦਾ ਰਿਹਾ...ਮਜਬੂਰੀ ਵੱਸ ਸਭ ਤੱਕਦਾ ਰਿਹਾ....ਪਰ ਬੋਲ ਨੀ ਸਕਦਾ.....।

ਜਾਰੋਜ਼ਾਰ ਰੋਂਦਾ ਰੁੱਖ....ਵਿਲਕਦਾ ਰੁੱਖ...ਫੇਰ ਕਲਪਦਾ ਹੈ....ਤੇ ਇਸ ਵਾਰ ਰੋਂਦਿਆਂ ਹੋਇਆਂ ਆਖਦਾ ਹੈ ਕਿ ਰੱਬ ਨੇ ਮੈਨੂੰ ਅੱਖਾਂ ਤੇ ਕੰਨ ਕਿਉਂ ਦਿੱਤੇ ਨੇ....ਜਿਵੇਂ ਮੇਰੇ ਹੱਥ ਨਹੀਂ...ਪੈਰ ਨਹੀਂ....ਜ਼ੁਬਾਨ ਨਹੀਂ.... ਲੱਤਾਂ ਬਾਹਵਾਂ ਨਹੀਂ....ਕਾਸ਼! ਏਸੇ ਤਰ੍ਹਾਂ ਮੇਰੇ ਅੱਖਾਂ ਵੀ ਨਾ ਹੁੰਦੀਆਂ। ਕਾਸ਼! ਮੈਂ ਨਾਬੀਨਾ ਹੁੰਦਾ....ਕਾਸ਼...ਫੇਰ ਮੈਨੂੰ ਆਪਣੇ ਲਾਚਾਰ ਹੋਣ ਦਾ ਵੀ ਦੁੱਖ ਨਾ ਹੁੰਦਾ....ਮੈਂ ਲਾਚਾਰ ਪੱਥਰ ਬਣਿਆ ਖੜ੍ਹਿਆ ਰਹਿੰਦਾ....।

ਤੇ ਜਾਂ ਐਂ ਈ ਹੁੰਦਾ ਘੱਟੋ ਘੱਟ....ਕਿ ਮੈਂ ਆਦਮੀ ਦੇ ਪੁੱਤ ਵਾਂਗ ਸੰਵੇਦਨਸ਼ੀਲ ਹੁੰਦਾ....ਅੱਖਾਂ ਹੁੰਦਿਆਂ ਹੋਇਆਂ ਵੀ ਨਾਬੀਨਾ ਬਣੇ ਰਹਿਣ ਦਾ ਢੌਂਗ ਰਚਦਾ....ਕੰਨ ਹੁੰਦਿਆਂ ਹੋਇਆਂ ਵੀ ਬਹਿਰਾ ਹੋ ਜਾਂਦਾ....ਤੇ ਜਾਂ ਐਂਜ ਹੁੰਦਾ ਕਿ ਮੈਨੂੰ ਇਹਨਾਂ ਧੀਆਂ ਦੀਆਂ ਚੀਕਾਂ ਤੇ ਵਿਰਲਾਪ ਪੋਂਹਦਾ ਈ ਨਾ....ਜਿਵੇਂ ਤੁਹਾਨੂੰ ਮਾਨਸ ਜਾਤ ਨੂੰ ਨਹੀਂ ਪੋਂਹਦਾ....ਕਾਸ਼! ਮੇਰੇ ਕੋਲ ਵੀ ਸਭ ਕੁਝ ਵੇਖਣ ਸੁਣਨ ਦੇ ਬਾਵਜੂਦ ਮਚਲਾ ਬਣ ਜਾਣ ਦੀ ਕਲਾ ਹੁੰਦੀ...ਪਰ ਮੈਥੋਂ ਇਹ ਹੋ ਨੀ ਸਕਦਾ....ਮੈਨੂੰ ਤਾਂ ਕਦੇ ਕਦੇ ਇਹ ਵੀ ਅਫਸੋਸ ਹੁੰਦਾ ਹੈ ਕਿ ਆਦਮੀ ਦਾ ਪੁੱਤ ਮੈਥੋਂ ਕੋਈ ਸਿੱਖਿਆ ਕਿਉਂ ਨੀਂ ਲੈਂਦਾ....ਕਿਉਂ ਉਹ ਦੇਖ ਕੇ ਅਣਡਿੱਠ ਕਰਦਾ ਹੈ....ਸੁਣ ਕੇ ਅਣਸੁਣਿਆ ਕਰਦਾ ਹੈ....ਕਿਉਂ ਉਹਦੀ ਸੰਵੇਦਨਾ ਖਤਮ ਹੋ ਗਈ ਐ....ਕਿਉਂ ਉਹ ਧੀਆਂ ਪ੍ਰਤੀ ਐਨਾ ਜ਼ਾਲਮ ਹੋ ਗਿਐ....।

ਰੁੱਖ ਫੇਰ ਕਲਪਦਾ ਹੈ....ਧਾਹਾਂ ਮਾਰਦਾ ਹੈ....ਸਿਸਕੀਆਂ ਭਰਦਾ ਹੈ....ਇੱਕ ਡੂੰਘਾ ਸਾਹ ਭਰਦਿਆਂ ਤੇ ਅੱਖਾਂ 'ਚੋਂ ਪਰਲ ਪਰਲ ਵਗਦੇ ਹੰਝੂਆਂ ਨੂੰ ਪੂੰਝਦਾ ਹੋਇਆ ਦੱਸਦਾ ਹੈ.....ਕਿ ਇਹਨਾਂ ਧੀਆਂ ਨਾਲ ਦਸ ਬਾਰਾਂ ਵਹਿਸ਼ੀਆਂ ਨੇ ਆਪਣੇ ਜਿਸਮ ਦੀ ਭੁੱਖ ਪੂਰੀ ਕਰ ਕੇ ਵੀ ਸਬਰ ਨਾ ਕੀਤਾ। ਜਦੋਂ ਇਹ ਧੀਆਂ ਵਹਿਸ਼ੀਆਂ ਦਾ ਵਹਿਸ਼ੀਪੁਣਾ ਨਾ ਝੱਲਦਿਆਂ ਹੋਇਆਂ ਅਧਮੋਈਆਂ ਹੋ ਗਈਆਂ....ਬੇਹਿਸ ਹੋ ਗਈਆਂ...ਤਾਂ ਉਹਨਾਂ ਦਰਿੰਦਿਆਂ ਨੇ ਪਤਾ ਕੀ ਕੀਤਾ? ਸੁਣ ਸਕੋਗੇ? ਦੱਸਾਂ ਮੈਂ ਥੋਨੂੰ ਆਦਮੀ ਦੇ ਪੁੱਤਰੋ! ਹੈ ਐਨਾ ਜਿਗਰਾ? ਹੈ ਐਨੀ ਹਿੰਮਤ?

ਰੁੱਖ ਧਾਹ ਮਾਰਦਾ ਹੈ....ਉੱਚੀ ਉੱਚੀ ਰੋਂਦਾ ਹੈ ਤੇ ਫੇਰ ਹਿੰਮਤ ਜੁਟਾ ਕੇ ਦੱਸਣ ਲੱਗਦਾ ਹੈ....ਬਈ ਫੇਰ ਇਹਨਾਂ ਦਰਿੰਦਿਆਂ ਨੇ ਦਾਰੂ ਦੀਆਂ ਖਾਲੀ ਬੋਤਲਾਂ ਇਹਨਾਂ ਧੀਆਂ ਦੇ ਜਿਸਮ 'ਚ ਧਸਾ ਦਿੱਤੀਆਂ....ਉਫ! ਕੋਮਲ ਬੱਚੀਆਂ....ਗਰੀਬ ਦੀਆਂ ਧੀਆਂ ਐਨਾ ਤਸੀਹਾ ਨਾ ਸਹਿੰਦਿਆਂ ਹੋਇਆਂ ਦਮ ਤੋੜ ਗਈਆਂ....ਲਓ ਸੁਣੋ ਬੰਦੇ ਦੇ ਪੁੱਤਰੋ...ਜਿਸਮਾਂ 'ਚ ਬੋਤਲਾਂ ਧਸਦੇ ਸਮੇਂ ਇਹਨਾਂ ਧੀਆਂ ਦੀਆਂ ਅੱਖਾਂ ਬਾਹਰ ਨਿਕਲ ਗਈਆਂ ਸਨ....ਸ਼ਕਲ ਡਰਾਉਣੀ ਬਣ ਗਈ ਸੀ....ਮੈਂ ਇਹਨਾਂ ਧੀਆਂ ਨੂੰ ਤੜਪਦਿਆਂ ਹੋਇਆਂ ਦਮ ਤੋੜਦੇ ਦੇਖਿਐ...ਹੈ ਨਾ ਮੇਰੀ ਲਾਚਾਰੀ....ਇਹਨਾਂ ਅੱਖਾਂ ਨੇ...ਮੇਰੀਆਂ ਸੈਂਕੜੇ ਅੱਖਾਂ ਨੇ ਇਹਨਾਂ ਧੀਆਂ ਨੂੰ ਅਸਹਿ ਜ਼ੁਲਮ ਸਹਿੰਦੇ ਦੇਖਿਐ....ਇਨ੍ਹਾਂ ਕੰਨਾਂ ਨੇ ਉਹਨਾਂ ਕੁੜੀਆਂ ਦਾ ਵਿਰਲਾਪ ਸੁਣਿਐ....।

ਤੇ ਮੇਰੀ ਬੇਬਸੀ ਦੇਖੋ....ਮੇਰੇ ਵਿੰਹਦਿਆਂ ਵਿੰਹਦਿਆਂ ਇਹਨਾਂ ਦਰਿੰਦਿਆਂ ਨੇ ਵਹਿਸ਼ੀ ਨਾਚ ਨੱਚਦਿਆਂ ਇਹਨਾਂ ਧੀਆਂ ਦੀਆਂ ਚੁੰਨੀਆਂ ਨਾਲ ਇਹਨਾਂ ਦੀਆਂ ਲਾਸ਼ਾਂ ਨੂੰ ਮੇਰੇ ਟਹਿਣੇ ਨਾਲ ਟੰਗ ਦਿੱਤਾ। ਮਰੀਆਂ ਹੋਈਆਂ ਧੀਆਂ ਨੂੰ ਫਾਂਸੀ ਚਾੜ੍ਹ ਕੇ ਇਹਨਾਂ ਦਰਿੰਦਿਆਂ ਨੇ ਵਹਿਸ਼ੀਪੁਣੇ ਵਿੱਚ ਜੋ ਚੀਕਾਂ ਮਾਰੀਆਂ...ਜਸ਼ਨ ਮਨਾਇਆ...ਜੋ ਅਮਾਨਵੀ ਹਰਕਤਾਂ ਕੀਤੀਆਂ...ਉਹ ਸਭ ਦੇਖ ਕੇ ਮੈਂ ਪਾਗਲ ਹੋ ਗਿਆ...ਮੇਰਾ ਪੱਤਾ ਪੱਤਾ ਧਾਹਾਂ ਮਾਰ ਕੇ ਰੋਇਆ।

ਤੇ ਸਵੇਰੇ ਹੁੰਦਿਆਂ ਈ ਕੁਝ ਰਾਜਨੇਤਾ....ਕੁਝ ਐਨ. ਜੀ. ਓ. ਦੇ ਮੈਂਬਰ....ਕੁੱਝ ਨਾਰੀ ਨਾਲ ਜੁੜੀਆਂ ਸੰਸਥਾਵਾਂ ਦੀਆਂ ਔਰਤਾਂ....ਆਹਲਾ ਅਫਸਰਾਂ ਦਾ ਜਮਘਟ ਦੇਖ ਕੇ ਮੈਨੂੰ ਥੋੜਾ ਸਕੂਨ ਮਿਲਿਆ ਕਿ ਚਲੋ ਐਨੇ ਕੱਦਾਵਰ ਲੋਕ ਇਕੱਠੇ ਹੋਏ ਨੇ....ਹੁਣ ਇਹਨਾਂ ਧੀਆਂ ਨੂੰ ਇਨਸਾਫ਼ ਮਿਲੇਗਾ....ਮੈਂ ਖੁਸ਼ੀ 'ਚ ਝੂਮਣ ਲੱਗਿਆ.... ਮੇਰੇ ਪੱਤਿਆਂ ਨੇ ਖੁਸ਼ੀ 'ਚ ਨੱਚਣਾ ਸ਼ੁਰੂ ਕੀਤਾ...।

ਪਰ ਨਹੀਂ....ਮੈਂ ਗਲਤ ਸੋਚ ਲਿਆ....ਇਨ੍ਹਾਂ ਲੋਕਾਂ ਨੂੰ ਧੀਆਂ ਨਾਲ ਕੋਈ ਵਾਸਤਾ ਨਹੀਂ ਸੀ.....ਇਹਨਾਂ ਨੇ ਆਪਣਾ ਆਪਣਾ ਉਲੂ ਸਿੱਧਾ ਕਰਨਾ ਸ਼ੁਰੂ ਕਰ ਦਿੱਤਾ.... ਨੇਤਾਵਾਂ ਨੇ ਇਸ ਨੂੰ ਮੁੱਦਾ ਬਣਾ ਕੇ ਸੱਤਾਰੂੜ ਪਾਰਟੀ ਨੂੰ ਭੰਡਣਾ ਸ਼ੁਰੂ ਕਰ ਦਿੱਤਾ.... ਆਲਾ ਅਫਸਰਾਂ ਨੇ.....ਰਾਜਨੇਤਾਵਾਂ ਨੇ ਦਰਿੰਦਿਆਂ ਨੂੰ ਬਚਾਉਣ ਦੇ ਤਿਕੜਮ ਲੜਾਏ।

ਖੂਬ ਭਾਸ਼ਣ ਹੋਏ....ਬਦਾਯੂੰ ਜ਼ਿਲ੍ਹੇ ਦੇ ਇਸ ਨਿੱਕੇ ਜਿਹੇ ਪਿੰਡ ਦੀ ਦੇਸ਼ ਵਿਦੇਸ਼ ਵਿੱਚ ਪਛਾਣ ਹੋਈ...ਮਰ ਗਈਆਂ ਧੀਆਂ ਦੇ ਮਾਪਿਆਂ ਨੂੰ ਝੂਠੇ ਦਲਾਸੇ ਦਿੱਤੇ ਗਏ....ਉਹਨਾਂ ਨੂੰ ਇਨਸਾਫ ਦੁਆਉਣ ਦੇ ਵਾਅਦੇ ਕੀਤੇ ਗਏ....ਹਰ ਅਫਸਰ ਨੇ ਉਹਨਾਂ ਦਾ ਮੋਢਾ

ਥਾਪੜਿਆ....ਪਰ ਮੈਂ ਹਜ਼ਾਰਾਂ ਅੱਖਾਂ ਨਾਲ ਇਹਨਾਂ ਨੇਤਾਵਾਂ...ਅਫਸਰਾਂ ਤੇ ਹੋਰ ਰਸੂਖਦਾਰ ਲੋਕਾਂ ਦੀਆਂ ਸ਼ਾਤਰ ਨਿਗਾਹਾਂ....ਚਾਲਾਂ ਤੇ ਕੂਟਨੀਤੀ ਦੇਖ ਰਿਹਾ ਸਾਂ....ਪਰ ਅਜੇ ਵੀ ਮੈਨੂੰ ਇੱਕ ਆਸ ਸੀ...ਕਿਉਂਕਿ ਕੇਸ ਸੀ. ਬੀ. ਆਈ. ਵਰਗੀ ਸੰਸਥਾ ਦੇ ਹਵਾਲੇ ਕਰ ਦਿੱਤਾ ਗਿਆ.....ਲੱਗਿਆ.....ਸੀ. ਬੀ. ਆਈ. ਜ਼ਰੂਰ ਇਹਨਾਂ ਧੀਆਂ ਨਾਲ ਇਨਸਾਫ਼ ਕਰੇਗੀ....।

ਕਈ ਮਹੀਨੇ ਮੈਂ ਆਸ ਲਾ ਕੇ ਬੈਠਾ ਰਿਹਾ...ਕਿ ਅੱਜ ਇਹਨਾਂ ਧੀਆਂ ਨੂੰ ਇਨਸਾਫ਼ ਮਿਲਿਆ...ਹੁਣ ਮਿਲਿਆ....

ਪਰ ਹੇ ਬੰਦੇ ਦੇ ਪੁੱਤਰੋ! ਬੇਇਨਸਾਫ਼ੀ ਦੀ ਇੰਤਹਾ ਦੇਖੋ...ਸੀ. ਬੀ. ਆਈ. ਵਰਗੀ ਸੰਸਥਾ ਨੇ ਆਪਣਾ ਫੈਸਲਾ ਸੁਣਾ ਦਿੱਤਾ....ਅਖੇ ਬਦਾਯੂੰ ਦੀਆਂ ਦੋਹਾਂ ਧੀਆਂ ਨੇ ਆਤਮ ਹੱਤਿਆ ਕੀਤੀ ਐ....ਇਹਨਾਂ ਨਾਲ ਕੋਈ ਰੇਪ ਨਹੀਂ ਹੋਇਆ....ਕੋਈ ਦੁਸ਼ਕਰਮ ਨਹੀਂ ਹੋਇਆ...।

ਦਰਿੰਦੇ ਪਾਕ ਸਾਫ ਬਚ ਗਏ.... ਤੇ ਫੇਰ ਇਹਨੂੰ ਤੁਸੀਂ ਮੌਕਾ ਮੇਲ ਕਹਿ ਲਓ...ਜਿਸ ਦਿਨ ਸੀ. ਬੀ. ਆਈ. ਦਾ ਇਹ ਦੁਰਭਾਗਾ ਫੈਸਲਾ ਅਖਬਾਰਾਂ 'ਚ ਛਪਿਆ ਠੀਕ ਉਸੇ ਦਿਨ ਇਹਨਾਂ ਧੀਆਂ ਦੇ ਦੋਸ਼ੀ ਦਰਿੰਦੇ ਅਖਬਾਰ ਲੈ ਕੇ ਮੇਰੀ ਸੰਘਣੀ ਛਾਂ 'ਚ ਬਹਿ ਕੇ ਠਹਾਕੇ ਲਗਾ ਰਹੇ ਸਨ....ਇਕ ਦੂਸਰੇ ਦੇ ਹੱਥ ਤੇ ਹੱਥ ਮਾਰ ਕੇ ਖੁਸ਼ੀ ਮਨਾ ਰਹੇ ਸਨ।

ਇਕ ਜਣਾ ਕਹਿ ਰਿਹਾ ਸੀ..."ਲੈ ਭਈ ਦੋਸਤ....ਬਚ ਗਏ ਨਾਅ....ਸੁਨਾ ਦੀਆ ਸੀ. ਬੀ. ਆਈ. ਨੇ ਭੀ ਫੈਸਲਾ....ਅਕ ਦੋਨੂੰ ਲਰਕੀਓਂ ਨੇ ਆਤਮ ਹੱਤਿਆ ਕਰ 'ਲੀ....ਉਸ ਕੇ ਸਾਥ ਕਿਸੀ ਨੇ ਕੁੱਛ ਐਸਾ ਵੈਸਾ ਨਹੀਂ ਕੀਆ....ਕਿਸੀ ਨੇ ਇਨ ਕੇ ਸਾਥ ਬਲਤਕਾਰ ਜੈਸਾ ਕਛੂ ਨਾ ਕੀਆ....ਇਸੇ ਕਹਤੇ ਹੈਂ ਜੁਗਾੜ.....ਉਪਰ ਤੱਕ ਤਿਕੜਮਬਾਜ਼ੀ....ਸਭ ਪਈਸੇ ਕਾ ਖੇਲ ਹੈ....ਪਈਸੇ ਸੇ ਕਿਆ ਨਹੀਂ ਖਰੀਦਾ ਜਾ ਸਕਦਾ.... ਕੁਛ ਬੀ ਖਰੀਦ ਲੋ.....ਇਸ ਭਾਰਤ ਮੇਂ ਸਭ ਕੁਛ ਬਿਕਾਊ ਹੈ.....ਬੰਦੇ ਕੀ ਜ਼ਮੀਰ....ਕਾਈਦੇ ਕਾਨੂੰਨ....ਕੋਰਟ ਕਚੈਰੀ...ਮੁਨਸਿਫ਼....ਜੱਜ....ਸੀ. ਬੀ. ਆਈ......ਬੱਸ ਆਦਮੀ ਜੁਗਾੜੀ ਹੋਨਾ ਚਾਹੀਏ....ਤਿਕੜਮਬਾਜ਼....ਔਰ ਪਾਸ ਮੇਂ ਪਾਈਸਾ ਭੀ ਹੋ.....ਤੋ ਕਾ ਨਾ ਹੋ ਸਕਤ ਰੇ ਬਬੂਆ.....।" ਉਹ ਬੰਦਾ ਦੂਜੇ ਦੇ ਮੋਢੇ ਉਤੇ ਹੱਥ ਮਾਰ ਕੇ ਹੱਸਿਆ। ਫੇਰ ਸੂਤ ਸਿਰ ਹੋ ਕੇ ਬਹਿੰਦਿਆਂ ਦੋਬਾਰਾ ਕਹਿਣ ਲੱਗਿਆ,

"ਹਮ ਆਪ ਕੋ ਕਹਤੇ ਨਾਅ ਥੇ....ਬਈ ਡਰਨਾ ਨਾਹੀ ਹੈ....ਤੂ ਤੋ ਸੂਰੂ ਸੂਰੂ ਮੇਂ ਅਈਸੇ ਈ ਡਰਤ ਰਹਾ.....ਅਰੇ ਹਮਾਰ ਸਰ ਕੇ ਉਪਰ ਬੜੇ ਲੋਗੋਂ ਕਾ ਹਮੇਸ਼ਾ ਹਾਥ ਰਹਤਾ ਹੈ...ਸੀ. ਬੀ. ਆਈ. ਹੋ....ਬੀਜੀਲੈਂਸ ਹੋ.....ਸੀ. ਆਈ. ਡੀ. ਹੋ.....ਹਮਾਰ ਲੋਗਨ ਕਾ ਕੋਈ ਕਛੁ ਨੀ ਕਰ ਸਕਤਾ.....ਹਮਾਰ ਬਾਲ ਬੀ ਬੰਕਾ ਨੀ ਕਰ ਸਕਤਾ....ਅਰੇ ਦੇਖੋ ਤੋ ਬੜੀ ਬੜੀ ਜੇਲੋਂ ਸੇ ਕਈਸੇ ਖੂੰਖਾਰ ਕੈਦੀ ਸੁਰੰਗ ਬਨਾ ਕਰ ਭਾਗ ਨਿਕਲਤੇ ਹੈਂਅ....ਕਯਾ ਜੇਲ ਕੇ ਅਧਕਾਰੀਓਂ ਕਰਮਚਾਰੀਓਂ ਕੋ ਈਹ ਸਭ ਪਤਾ ਨਹੀਂ ਹੋਤਾ? ਸਭ ਮਾਲੂਮ ਰਹਤਾ ਹੈ ਉਨ੍ਹੇ....ਆਦਮੀ ਕੇ ਪਾਸ ਸਰੀਰਕ ਤਾਕਤ ਹੋ ਔਰ ਆਖੋਂ ਮੇਂ ਰੋਬ ਦਾਬ.....ਔਰ ਬਾਜੂਏਂ ਹਮਾਰ ਜਈਸੀ....ਮਜ਼ਬੂਤ.....।" ਉਸ ਨੇ ਦੋਨੋਂ ਹੱਥਾਂ ਦੀਆਂ ਮੁੱਠੀਆਂ ਮੀਚ ਕੇ ਡੌਲੇ ਬਣਾਉਂਦਿਆਂ ਖਚਰੀ ਹਾਸੀ ਹੱਸਦਿਆਂ ਕਿਹਾ। ਉਸ ਜਣੇ ਦੀ ਗੱਲ ਸੁਣ ਕੇ ਇੱਕ ਦੂਸਰਾ ਦਰਿੰਦਾ ਬੋਲਿਆ,

"ਭਈਆ ਬਾਤ ਅਈਸੀ ਹੈਅ....ਅਗਰ ਹਮ ਕੋ ਜੇਲ ਹੋ ਜਾਤੀ ਤੋ ਹਮ ਇਨ ਬੜੇ ਲੋਗੋਂ ਕੀ ਕਾਲੀ ਕਰਤੂਤੋਂ ਦਾ ਆਈਸਾ ਭੰਡਾ ਫੋੜ ਕਰਤੇ....ਬਈ ਸਾਰੇ ਹਮਾਰ ਸਾਥ ਜੇਲੋਂ ਮੇਂ ਹੋਤੇ.....ਚੱਕੀ ਪੀਸਤੇ....।" ਇਹ ਬੰਦਾ ਹੱਥਾਂ ਨਾਲ ਚੱਕੀ ਪੀਸਣ ਦੀ ਐਕਟਿੰਗ ਕਰਦਿਆਂ ਪਲ ਕੁ ਰੁਕਿਆ ਤੇ ਫੇਰ ਪਾਨ ਦੀ ਪਿਚਕਾਰੀ ਮਾਰਦਿਆਂ ਬੋਲਿਆ,

"ਅਰੇ ਤੁਮੇਂ ਕਾ ਮਾਲੂਮ.....ਕਿਤਨੇ ਨੇਤਾ ਔਰ ਅਪਸਰ ਲੋਗੋ ਕੇ ਦੁਸ਼ਕਰਮੋਂ ਕੇ ਸਬੂਤ ਹਮਾਰ ਤਿਜੋਰੀ ਮੇਂ ਧਰੇ ਹੈਅ....ਹਮ ਨੇ ਬੈਂਕ ਕੇ ਕਈ ਲਾਕਰ ਇਨ ਸਬੂਤੋਂ ਕੋ ਸੰਭਾਲਨੇ ਕੇ ਲਿਯੇ ਹੀ ਲੇ ਰਖੇ ਹੈਂ....ਹਮਾਰ ਪਾਸ ਇਨ ਲੋਗੋਂ ਕੀ....ਬਰੇ ਲੋਗੋਂ ਕੀ ਕਾਲੀ ਕਰਤੂਤੋਂ ਕੀ ਬਹੁਤ ਸੀ ਸੀਡੀਆਂ....ਰਿਕਾਰਡਿੰਗ.....ਫੋਟੋ....ਇਤਿਆਦਿ ਸੰਭਾਲ ਕਰ ਰਖੇ ਹੂਏ ਹੈਂ.....ਇਨ ਲੋਗੋਂ ਕੀ ਸਭ ਸੇ ਬਰੀ ਕਮਜ਼ੋਰੀ ਔਰਤ ਹੋਵਤ ਹੈ....ਕਈ ਬੂੜੇ ਖੂਸਟ ਨੇਤਾ ਤੋ ਛੋਟੀ ਉਮਰ ਕੀ ਲੜਕੀ.....ਕੰਨਿਆ ਮਾਂਗਤ ਹੈਂ.....ਹਮ ਹੀ ਉਨ ਕੋ ਮੁਹੱਈਆ ਕਰਾਵਤ ਹੈਂ....ਆਪ ਨੇ ਦੇਖਾ ਕਿਸੀ ਕੋ ਸਜ਼ਾ ਮਿਲਤੇ....? ਨਾਅ...ਨਾਅ....।" ਹੱਥ ਨੂੰ ਘੁੰਮਾਉਂਦਿਆਂ ਇਹ ਦਰਿੰਦਾ ਬੋਲਦਾ ਹੈ। ਸਾਰੇ ਉਸ ਦੀ ਗੱਲ ਧਿਆਨ, ਨਾਲ ਸੁਣ ਰਹੇ ਨੇ, ਇੱਕ ਤੀਲਾ, ਚੱਕ ਕੇ ਦੰਦਾਂ 'ਚ ਫਸ ਗਏ ਜਰਦੇ ਦੇ ਟੁਕੜੇ ਨੂੰ ਕੱਢਦਿਆਂ ਇੱਕ ਹੋਰ ਦਰਿੰਦਾ ਗਿਆਨ ਦੀ ਬਰਸਾਤ ਕਰਦਾ ਹੈ,

"ਕੋਈ ਸੀ ਪਾਰਟੀ ਹੋ....ਕੋਈ ਸਰਕਾਰ ਹੋ ....ਭੀਤਰ ਸੇ ਸਾਰੇ ਏਕ ਜਾਈਸਾ ਹੈਅ....ਏਕ ਸਰਕਾਰ ਆਤੀ ਹੈ ਤੋ ਪਹਲੀ ਸੇ ਬਦਲੇ ਕੀ ਇੱਛਾ ਰੱਖਤੇ ਹੁਏ ਉਸ ਕੇ ਪਾਜ ਉਘਾੜਤੀ ਹੈ....ਫਿਰ ਦੂਸਰੀ ਆਤੀ ਹੈ.....ਤੋ ਵੋ ਪਹਲੀ ਕੇ ਪਾਜ ਖੋਲਤੀ ਹੈ.....ਇਨਸਪੈਕਸਟ ਕੇ ਵਾਸਤੇ ਕਮੇਟੀਆਂ ਬਨਤੀ ਹੈਅ....ਜਨਤਾ ਕੀ ਆਖੋਂ ਮੇਂ ਧੂਲ ਝੋਂਕਣੇ ਕੇ ਲਿਏ ਕਈ ਡਰਾਮੇ ਹੋਤੇ ਹੈਂ....ਲੇਕਿਨ ਇਨ ਸਭ ਕੇ ਪਾਸ ਦੂਸਰੇ ਕੇ ਕੁਕਰਮੋਂ ਕੇ ਸਬੂਤ ਹੋਤੇ ਹੈਂ....ਹਸਾਸ ਮੇਂ ਸਭੀ ਨੰਗੇ ਹੋਵਤ....ਸਭੀ ਬੰਦਰੋਂ ਵਾਲੀ ਭਾਗਮ ਭਾਗ ਕਰਤੇ ਹੈਂ....ਸਭੀ ਆਪਨੇ ਘਰ ਭਰਨੇ ਕਾ ਤਿੜਕਮ ਲਗਾਏ ਰਹਤੇ ਹੈਅ.....ਅਰੇ....ਏਹ ਲੋਗ ਤੋ ਹਮੇ ਸਾਬਾਸ਼ੀ ਦੇਤੇ ਹੈਂ....ਹਮ ਬਲਾਤਕਾਰੀਓਂ ਕੋ.....ਕਿਉਂਕਿ ਦੁਸ਼ਕਰਮ ਕਾ ਸ਼ਿਕਾਰ ਹੂਈ ਲਰਕੀਓਂ ਕੇ ਕੇਸੋਂ ਮੇਂ ਯੇਹ ਲੋਕ ਰਾਜਨੀਤੀ ਕਰਤੇ ਹੈਅ.....ਇਨਕੀ ਤੋ ਦੀਵਾਲੀ ਮਨ ਜਾਤੀ ਹੈ.....ਰਾਜਨੀਤਕ ਰੋਟੀਆਂ ਸੇਕਨੇ ਕਾ ਇਨ੍ਹੇ ਮੌਕਾ ਮਿਲਤਾ ਹੈ.....ਔਰ ਸਬ ਸੇ ਬਰੀ ਬਾਤ.....ਕੁਛ ਦਿਨੋਂ ਕੇ ਲਿਏ ਜਨਤਾ ਕਾ ਧਿਆਨ ਸਰਕਾਰ ਕੀ ਕਾਰਗੁਜ਼ਾਰੀ ਸੇ ਹਟ ਕਰ ਐਸੀ ਘਟਨਾਓਂ ਕੀ ਤਰਫ਼ ਹੋ ਜਾਤਾ ਹੈ....ਬੱਸ.....।"

ਮੈਂ ਸਭ ਸੁਣ ਰਿਹਾ ਹਾਂ....ਪਰ ਤੁਸੀਂ ਸੁਣ ਈ ਚੁਕੇ ਹੋ ਕਿ ਮੈਂ ਬੇਜ਼ੁਬਾਨ ਹਾਂ....ਕੁਝ ਬੋਲ ਕੇ ਇਹਨਾਂ ਗੁੰਡਿਆਂ ਨੂੰ ਚੁੱਪ ਨੀ ਕਰਵਾ ਸਕਦਾ...ਜੀ ਤਾਂ ਕਰਦੈ ਬਈ....।

"ਇੱਕ ਤੀਸਰਾ ਜਣਾਂ ਇਹਨਾਂ ਦਰਿੰਦਿਆਂ ਦੀ ਢਾਣੀ ਨੂੰ ਸੰਬੋਧਨ ਹੁੰਦਾ ਹੈ, "ਬਈ ਕੁਛ ਭੀ ਹੋ....ਉਸ ਦਿਨ ਮਜ਼ਾ ਬਹੁਤ ਆਇਆ.....ਖੂਬ ਤੜਪਾ ਤੜਪਾ ਕੇ ਮਾਰੀ ਦੋਨੋਂ.....ਸਾਲੀ ਪਹਲੇ ਵਿਰੋਧ ਕਰਤੀ ਥੀਂ....ਅਰੇ ਉਨਕੋ ਕਾ ਮਾਲੂਮ ਕੀ ਕਿਨ ਮਰਦੋਂ ਸੇ ਪਾਲਾ ਪਰਾ ਹੈ....ਸੋਚ ਰਹੀਂ ਥੀ ਇਹ ਹਮਾਰੀ ਚੀਕੇਂ ਸੁਨ ਕੇ ਡਰ ਜਾਏਂਗੇ.....ਫਿਰ ਮਜ਼ੇ ਬੀ ਜੀ ਭਰ ਕੇ ਕੀਏ.....ਔਰ ਸਾਲੀਓਂ ਕੋ ਸਬਕ ਭੀ ਸਿਖਾਇਆ....ਅਰੇ ਦੇਖੋ ਤੋ....ਵੋ ਛੋਟੀ ਵਾਲੀ ਨੇ ਮੇਰੇ ਸੇ ਮੁਕਾਬਲਾ ਕੀਆ....ਦੇਖੋ ਅਭੀ ਭੀ ਸਾਲੀ ਕੇ ਦਾਤੋਂ ਕਾ ਨਿਸਾਨ....।"

ਬਾਂਹ ਉਤੇ ਦੰਦਾਂ ਦੇ ਨਿਸ਼ਾਨ ਦਿਖਾਉਂਦਾ ਹੋਇਆ ਉਹ ਅੱਗੇ ਬੋਲਿਆ,

"ਮਜ਼ੇ ਕੀਏ.....ਕੁੱਤੇ ਕੀ ਮੌਤ ਮਾਰੀਂ....ਔਰ ਸਾਫ ਬਚ ਗਏ....ਵਾਹ ਜੀ ਵਾਅ....ਅਰੇ ਹਮਾਰ ਕਾਨੂੰਨ ਮੇਂ ਬਚਨੇ ਕੀ ਬਹੁਤ ਜੁਗਾੜ ਹੈ....ਬਹੁਤ ਜੁਗਾੜ.....।"

ਇਹਨਾਂ ਦਰਿੰਦਿਆਂ ਦੇ ਆਗੂ ਨੇ ਆਪਣਾ ਮੋਬਾਈਲ ਕੱਢਿਆ....ਤੇ ਸਾਰਿਆਂ ਨੂੰ ਘੇਰਾ ਬਣਾ ਕੇ ਦੇਖਣ ਲਈ ਕਿਹਾ....ਸਭ ਜਣੇ ਪਲੱਥੀ ਮਾਰ ਕੇ ਅਰਧ ਚੱਕਰ 'ਚ ਬਹਿ ਗਏ....ਮੋਬਾਈਲ ਉੱਤੇ ਕਿੰਨੇ ਈ ਨੇਤਾਵਾਂ ਦੀਆਂ ਕਾਲੀਆਂ ਕਰਤੂਤਾਂ ਦੀ ਵੀਡੀਓ ਦਿਖਾਈ ਗਈ....ਕਈ ਵੱਡੇ ਅਫਸਰਾਂ ਨੂੰ ਤੇ ਬੁੱਢੇ ਨੇਤਾਵਾਂ ਨੂੰ ਆਪਣੀਆਂ ਪੋਤੀਆਂ ਦੀ ਉਮਰ ਦੀਆਂ ਕੁੜੀਆਂ ਨੂੰ ਖੇਹ ਖਰਾਬ ਕਰਦਿਆਂ ਦੀ ਰਿਕਾਰਡਿੰਗ ਵੀ ਦਿਖਾਈ।

"ਈ ਵਜ੍ਹਾ ਥੀ....ਇਨ ਨੇਤਾ ਲੋਗੋਂ ਔਰ ਬਰੇ ਅਪਸਰੋਂ ਕੀ ਮਜਬੂਰੀ ਥੀ ਹਮੇ ਬਚਾਨਾ....ਔਰ ਦੂਸਰੀ ਬਾਤ ਯੇ....ਕਿ ਏਹ ਬੜੇ ਲੋਗ ਅੰਦਰ ਸੇ ਕਮਜ਼ੋਰ ਹੋਤੇ ਹੈਂ....ਇਨੇ ਸਕੋਲਟੀ ਕੇ ਸਾਥ ਸਾਥ ਹਮਾਰ ਜਈਸੇ ਬਾਹੂਬਲੀਓਂ ਕੀ ਜ਼ਰੂਰਤ ਪਰਤੀ ਹੈ.....ਔਰ ਦੇਖੋ....ਯੇ ਸਾਲਾ ਵਹੀ ਪੇੜ ਹੈ.....ਔਰ ਏਹ ਹੈ ਇਸਕਾ ਮੋਟਾ ਟਾਹਨਾ....ਜਿਸ ਪਰ....।" ਅੱਖ ਦਾ ਗੰਦਾ ਇਸ਼ਾਰਾ ਕਰ ਕੇ ਇਹ ਦਰਿੰਦਾ ਸਾਰਿਆਂ ਦਾ ਧਿਆਨ ਮੇਰੇ ਉਸ ਟਹਣੇ ਵੱਲ ਦੁਆਉਂਦਾ ਹੈ ਜਿਸ ਉਤੇ ਵਿਚਾਰੀਆਂ ਦੋ ਭੈਣਾਂ ਲਟਕਾ ਕੇ ਮਾਰੀਆਂ ਸਨ।

ਫੇਰ ਉਹਨਾਂ ਨੇ ਵੱਡੇ ਨੇਤਾਵਾਂ 'ਚੋਂ ਕਈਆਂ ਦੀਆਂ ਕਹਾਣੀਆਂ ਇਕ ਦੂਜੇ ਨਾਲ ਸਾਂਝੀਆਂ ਕੀਤੀਆਂ ਤੇ ਕਾਨੂੰਨ ਦੀਆਂ ਕਮਜ਼ੋਰੀਆਂ....ਵਿਗੜ ਚੁਕੇ ਢਾਂਚੇ ਦੀਆਂ ਕਥਾ ਕਹਾਣੀਆਂ ਉਤੇ ਚੁੰਜ ਚਰਚਾ ਕੀਤੀ।

ਬੰਦਿਓ....ਇਨਸਾਨੋ...ਮੈਂ ਸਿਰਫ ਸੁਣ ਸਕਦਾ ਹਾਂ...ਸੋ ਸਭ ਕੁਝ ਸੁਣਿਆ...ਦੇਖ ਸਕਦਾ ਹਾਂ..ਸੋ ਸਭ ਕੁੱਝ ਦੇਖਿਆ....ਪਰ ਇੱਕ ਬੇਨਤੀ ਮੈਂ ਆਪ ਸਭਨਾਂ ਨੂੰ ਕਰਨਾਂ ਚਾਹੁੰਦਾ ਹਾਂ.....ਉਹ ਬੇਨਤੀ ਇਹ ਹੈ ਕਿ ਤੁਸੀਂ ਜਿਹੜੇ ਹੱਥਾਂ ਵਾਲੇ ਹੋ ...ਪੈਰਾਂ ਵਾਲੇ ਹੋ....ਜ਼ੁਬਾਨ ਵੀ ਹੈ ਥੋਡੇ ਕੋਲ....ਸੋ ਬੰਦਿਓ....ਧੀਆਂ ਪ੍ਰਤੀ ਐਨੇ ਨਿਰਦਈ ਨਾ ਬਣੋ.....ਧੀਆਂ ਦੇ ਸਰਾਪ ਤੋਂ ਡਰੋ.....।

ਨਾਲੇ ਇੱਕ ਨਸੀਹਤ ਹੋਰ....ਤੁਸੀਂ ਇਹ ਨਾ ਭੁੱਲੋ ਕਿ ਇਹ ਬਦਕਿਸਮਤ ਧੀਆਂ ਬਦਾਯੂੰ ਦੀਆਂ ਈ ਹੋ ਸਕਦੀਆਂ ਨੇ....ਨਾਅ....ਇਹ ਕੱਲ੍ਹ ਨੂੰ ਤੁਹਾਡੀਆਂ ਧੀਆਂ, ਭੈਣਾਂ..ਮਾਵਾਂ ਵੀ ਹੋ ਸਕਦੀਆਂ ਨੇ... ਜ਼ਰਾ ਸੋਚ ਕੇ ਦੇਖੋ....ਜੇ ਕਿਤੇ ਤੁਹਾਡੀ ਬੇਟੀ....ਤੁਹਾਡੀ ਭੈਣ ਇਹੋ ਜਿਹੇ ਦਰਿੰਦਿਆਂ ਦੇ ਹੱਥੇ ਚੜ੍ਹ ਜਾਵੇ....ਜ਼ਰਾ ਸੋਚ ਕੇ ਦੇਖੋ....ਇਕ ਪਲ ਗੌਰ ਨਾਲ ਸੋਚ ਕੇ ਦੇਖੋ....ਸੋਚੋ....ਸੋਚੋ....ਸੋਚੋ......।

ਫਰੇਮ ਆਗਾਹ ਕਰਦੀ ਹੈ

ਮੈਂ ਫਰੇਮ ਹਾਂ.....ਦੋ ਫੁੱਟ ਬਾਈ ਤਿੰਨ ਫੁੱਟ ਦੀ ਫੋਟੋ ਫਰੇਮ.....ਮੈਂ ਅੰਗਰੇਜ਼ਾਂ ਦੇ ਵੇਲੇ ਦੀ ਈ ਏਸ ਸਭਾਗਾਰ ਵਿੱਚ ਟੰਗੀ ਹੋਈ ਹਾਂ....ਜਿੱਥੇ ਸਮੇਂ ਸਮੇਂ ਦੇ ਸਭਾਪਤੀਆਂ ਨੇ ਬਾਕੀਆਂ ਨਾਲੋਂ ਥੋੜ੍ਹੀ ਉੱਚੀ....ਥੋੜ੍ਹੀ ਸੁਪੀਰੀਅਰ ਕੁਰਸੀ ਤੇ ਪ੍ਰਧਾਨਗੀ ਕਰਨੀ ਹੁੰਦੀ ਐ....ਐਨ ਉਸਦੇ ਸਿਰ ਉਤੇ....ਮੇਰੇ ਸੱਜੇ ਖੱਬੇ ਮਹਾਤਮਾ ਗਾਂਧੀ ਤੇ ਜਵਾਹਰ ਲਾਲ ਨਹਿਰੂ ਸੁਸ਼ੋਭਿਤ ਨੇ....ਪਰ ਇਹ ਪੱਕੇ ਤੌਰ ਤੇ ਦੀਵਾਰ ਉਤੇ ਪ੍ਰਿੰਟਿਡ ਨੇ....ਇਹ ਕਿਸੇ ਫਰੇਮ 'ਚ ਜੜੇ ਹੋਏ ਨਹੀਂ....ਜਾਂ ਕਹਿ ਲਓ ਇਹ ਕਿਸੇ ਫਰੇਮ ਦੇ ਮੁਥਾਜ ਈ ਨਹੀਂ....।

ਮੇਰੀ ਰੋਜ਼ ਸਫ਼ਾਈ ਹੁੰਦੀ ਐ....ਕੱਪੜਾ ਜਾਂ ਡਸਟਰ ਮਾਰ ਮਾਰ ਕੇ ਮੇਰੇ ਉੱਤੇ ਜਮੀ ਹੋਈ ਧੂੜ ਲਾਹੀ ਜਾਂਦੀ ਐ....ਦੋਸਤੋ ਧੂੜ ਮਿੱਟੀ ਤਾਂ ਰੋਜ਼ ਜਾਂ ਇੱਕ ਦਿਨ ਛੱਡ ਕੇ ਝਾੜ ਦਿੱਤੀ ਜਾਂਦੀ ਐ....ਪਰ ਮੇਰੇ ਉਤੇ ਜਮੀ ਹੋਈ ਕੁਰਪਸ਼ਨ ਦੀ ....ਜਨ ਵਿਰੋਧੀ ਫੈਸਲਿਆਂ ਦੀ....ਕੁਰਪਟ ਡੀਲਾਂ ਦੀ....ਵਿਰੋਧੀ ਧਿਰ ਤੋਂ ਬਦਲਾ ਲੈਣ ਦੀਆਂ ਸਕੀਮਾਂ ਦੀ ਗੰਦੀ ਧੂੜ ਕੋਈ ਨੀ ਉਤਾਰ ਸਕਦਾ....ਇਹ ਵੀ ਹੋ ਸਕਦੈ ਕਿ ਇਹ ਧੂੜ ਬੰਦੇ ਦੇ ਦੋ ਨੈਣਾਂ ਨੂੰ ਨਜ਼ਰ ਈ ਨਾ ਆਉਂਦੀ ਹੋਵੇ....ਇਸ ਨੂੰ ਵੇਖਣ ਲਈ ਤੀਸਰੇ ਨੇਤਰ ਦੀ ਲੋੜ ਪੈਂਦੀ ਐ....ਤੇ ਤੀਸਰਾ ਨੇਤਰ ਕਿਸੇ ਵਿਰਲੇ ਟਾਵੇਂ ਕੋਲ ਈ ਐ....ਲੇਕਿਨ ਇੱਕ ਭੇਦ ਦੀ ਗੱਲ ਦੱਸਾਂ....ਉਹ ਇਹ ਬਈ ਜਿਹੜੇ ਘਾਗ ਚਿੱਟ ਕੱਪੜੀਏ...ਭਗਵੇਂ ....ਨੀਲੇ .....ਹਰੇ....ਬਗੈਰੇ ਬਗੈਰੇ ਇਸ ਸਭਾਗਾਰ ਵਿੱਚ ਬਹਿ ਸਕਦੇ ਨੇ....ਉਹਨਾਂ ਲਵੇ ਤਾਂ ਦੋ ਨੈਣ ਈ ਨਹੀਂ ਹੁੰਦੇ....ਉਹ ਤਾਂ ਉੱਕਾ ਅੰਨ੍ਹੇ ਹੁੰਦੇ ਨੇ.....ਹੁਣ ਤੁਸੀਂ ਪੁੱਛੋਗੇ ਕਿ ਸਾਨੂੰ ਤਾਂ ਉਹਨਾਂ ਦੀਆਂ ਅੱਖਾਂ ਨਜ਼ਰ ਆਉਂਦੀਆਂ ਨੇ.....ਪਰ ਤੁਸੀਂ ਕਮਲੇ ਓਂ.....ਜ਼ਰਾ ਸੋਚੋ ਬਈ ਜੇ ਉਹਨਾਂ ਦੀਆਂ ਅੱਖਾਂ ਹੁੰਦੀਆਂ ਤਾਂ ਉਹ ਪਿਸਦੀ ਜਨਤਾ ਨਾਲ ਨਿੱਤ ਹੁੰਦੀ ਬੇਇਨਸਾਫ਼ੀ ਤੱਕ ਨਾ ਲੈਂਦੇ.....ਵੇਖ ਨਾ ਲੈਂਦੇ....ਖੁਦਕੁਸ਼ੀਆਂ ਕਰਦੇ ਕਿਸਾਨ....ਅੰਨਦਾਤੇ ਉਹਨਾਂ ਨੂੰ ਨਜ਼ਰ ਨਾ ਆਉਂਦੇ.....ਭੁੱਖ ਮਰੀ....ਬੇਰੁਜ਼ਗਾਰੀ.....ਮੰਦੜੀ ਹਾਲਤ....ਬਾਂਕੇ ਦਿਹਾੜੇ ਭੋਗਦੀ ਜਨਤਾ ਜਨਾਰਧਨ ਉਹਨਾਂ ਨੂੰ ਦਿਖਾਈ ਨਾ ਦਿੰਦੀ? ਗਰੀਬਾਂ ਦਾ ਖ਼ੂਨ ਪੀਂਦੀਆਂ ਜੋਕਾਂ ਨਾ ਦਿਸਦੀਆਂ?....ਇੱਕ ਬਾਂਹ ਨਾਲ ਰਿਕਸ਼ਾ ਚਲਾ ਕੇ ਆਪਣੇ ਟੱਬਰ ਨੂੰ ਪਾਲਦਾ ਮਜ਼ਦੂਰ ਉਹਨਾਂ ਨੂੰ ਨਜ਼ਰੀਂ ਨਾ ਪੈਂਦਾ...? ਧੀਆਂ ਧਿਆਣੀਆਂ ਨਾਲ ਹੁੰਦੇ ਜਬਰ ਜਿਨਾਹ.... ਔਰਤ ਦੀ ਦੁਰਦਸ਼ਾ ਨਾ ਦਿਸਦੀ? ਭੁੱਖੇ ਪੇਟ ਸੌਂਦਾ ਮਜ਼ਦੂਰ ਉਹਨਾਂ ਨੂੰ ਨਾ ਦਿਖਾਈ ਦਿੰਦਾ....ਖ਼ੈਰ ਛੱਡੋ.....।

ਤੁਸੀਂ ਜੋ ਏਸ ਸਭਾਗਾਰ ਵਿੱਚ ਐਂਟਰੀ ਹੀ ਨਹੀਂ ਕਰ ਸਕਦੇ....ਦਾਖ਼ਲ ਹੋਣ ਦੇ ਪਾਤਰ ਹੀ ਨਹੀਂ ਹੋ.....ਕਿਉਂਕਿ ਇਹਨਾਂ ਘਾਗ ਸਮਝਦਾਰਾਂ ਨੇ ਤੁਸੀਂ ਐਨੇ ਦੱਬੂ ਡਰਪੋਕ....ਲਾਚਾਰ ਬਣਾ ਦਿੱਤੇ ਹੋ ਕਿ ਤੁਹਾਨੂੰ ਪਤਾ ਹੀ ਨਹੀਂ ਕਿ ਤੁਸੀਂ ਵੀ ਏਸ ਸਭਾਗਾਰ

'ਚ ਧੜੱਲੇ ਨਾਲ ਐਂਟਰੀ ਕਰ ਸਕਦੇ ਹੋ.....ਇਹ ਤੁਹਾਡਾ ਹੱਕ ਹੈ.....ਮੌਲਿਕ ਅਧਿਕਾਰ.... ਪਰ ਤੁਸੀਂ ਆਪਣੇ ਅਧਿਕਾਰਾਂ ਪ੍ਰਤੀ ਸੁਚੇਤ ਹੋਣ ਦੀ ਕੋਸ਼ਿਸ਼ ਹੀ ਨਹੀਂ ਕਰਦੇ.....ਬੱਸ ਬਾਹਰ ਗੇਟ ਉਤੇ ਜਮਦੂਤ ਵਾਂਗ ਤਣ ਕੇ ਖੜ੍ਹੇ ਗੇਟ ਕੀਪਰ ਦੀ ਚੌਧਰ ਤੋਂ ਈ ਡਰ ਜਾਂਦੇ ਹੋ....ਉਹ ਤੁਹਾਨੂੰ ਸਭਾਗਾਰ 'ਚ ਦਾਖਲ ਈ ਨੀ ਹੋਣ ਦਿੰਦਾ....ਤੇ ਤੁਸੀਂ ਕਦੇ ਸੋਚਿਐ ਬਈ ਕਿਉਂ ਤੁਸੀਂ ਏਸ ਸਭਾਗਾਰ 'ਚ ਦਾਖਲ ਨਹੀਂ ਹੋ ਸਕਦੇ....? ਬੱਸ ਗੇਟ ਕੀਪਰ ਅੱਗੇ ਗਿੜਗਿੜਾਉਂਦੇ ਰਹਿਨੇ ਓਂ....ਤੁਸੀਂ ਕੋਸ਼ਿਸ਼ ਈ ਨੀ ਕਰਦੇ.....ਨਹੀਂ ਤਾਂ ਇਹ ਗੇਟ ਕੀਪਰ ਹੁੰਦਾ ਕੌਣ ਐ....ਤੁਹਾਨੂੰ ਰੋਕਣ ਵਾਲਾ....ਪਰ ਜਨਤਾ ਜਨਾਰਧਨ! ਤੁਸੀਂ ਆਪਣੇ ਹੱਕਾਂ ਪ੍ਰਤੀ ਸੁਚੇਤ ਹੋਣਾ ਈ ਨੀ ਚਾਹੁੰਦੇ....। ਇਹ ਬੜੀ ਮੰਦਭਾਗੀ ਗੱਲ ਹੈ।

ਸੋ...ਸੋ ਤੁਸੀਂ ਜੋ ਏਸ ਸਭਾਗਾਰ 'ਚ ਐਂਟਰੀ ਨਹੀਂ ਕਰ ਸਕਦੇ....ਕੇਵਲ ਥੋਡੀਆਂ ਵੋਟਾਂ ਨਾਲ ਚੁਣੇ ਗਏ ਰਾਜਨੇਤਾ ਤੇ ਵੱਡੇ ਵੱਡੇ ਆਲਾ ਅਫਸਰ ਹੀ ਆ ਸਕਦੇ ਨੇ....ਮੈਂ ਤੁਹਾਨੂੰ ਏਸ ਸਭਾਗਾਰ ਦਾ ਸਾਰਾ ਹਾਲ ਸੁਣਾਉਂਦੀ ਹਾਂ.....

ਪਰ ਹਾਲ ਸੁਣਾਉਣ ਤੋਂ ਪਹਿਲਾਂ ਥੋਨੂੰ ਥੋੜਾ ਹੋਰ ਹਲੂਣਾ ਦੇਣਾ ਚਾਹੁੰਦੀ ਹਾਂ....ਕਿ ਸ਼ਾਇਦ ਤੁਸੀਂ ਜਾਗ ਜਾਵੋ.....ਸ਼ਾਇਦ!!....ਤੁਸੀਂ ਆਪਣਾ ਮੁੱਲ....ਆਪਣੀ ਤਾਕਤ.....ਤੇ ਆਪਣੀ ਅਹਿਮੀਅਤ ਨਹੀਂ ਜਾਣਦੇ....ਤੁਸੀਂ ਚਾਹੋ ਤਾਂ ਇੱਕ ਨਾਲਾਇਕ ਤੋਂ ਨਾਲਾਇਕ.... ਗਏ ਗੁਜ਼ਰੇ....ਕਪਟੀ....ਚੋਰ....ਚਾਪਲੂਸ....ਡਾਕੂ ਬਲਾਤਕਾਰੀ.....ਕਾਤਲ ਆਦਮੀ ਨੂੰ ਆਪਣਾ ਨੇਤਾ ਚੁਣ ਕੇ ਉਹਨੂੰ ਗੱਦੀ ਤੇ ਬਿਠਾ ਸਕਦੇ ਹੋ.... ਜਿਵੇਂ ਕਿ ਕਿੰਨੇ ਦਹਾਕਿਆਂ ਤੋਂ ਤੁਸੀਂ ਬਿਠਾਉਂਦੇ ਆਏ ਹੋ...ਪਰ ਤੁਸੀਂ ਕਦੇ ਵਿਦਰੋਹ ਕਰਨ ਦੀ ਕੋਸ਼ਿਸ਼ ਨਹੀਂ ਕੀਤੀ ਕਿ ਸਾਡੀ ਬਿੱਲੀ ਸਾਨੂੰ ਈ ਮਿਆਊਂ ਕਿਉਂ? ਹਰ ਪੰਜਾਂ ਸਾਲਾਂ ਬਾਦ ਤੁਸੀਂ ਮੂਰਖ ਬਣ ਜਾਂਦੇ ਹੋ....ਇਹ ਚੁਣੇ ਹੋਏ ਨੇਤਾ ਫੇਰ ਏਸ ਸਭਾਗਾਰ ਵਿੱਚ ਤੁਹਾਡੀ ਐਂਟਰੀ ਤੱਕ ਬੈਨ ਕਰ ਦਿੰਦੇ ਨੇ.....ਹਰ ਪੰਜਾਂ ਸਾਲਾਂ ਬਾਦ ਤੁਹਾਨੂੰ ਸਬਜ਼ ਬਾਗ ਦਿਖਾਉਂਦੇ ਨੇ....ਤੁਹਾਨੂੰ ਆਦਮੀ ਦੀ ਜੂਨ ਭੋਗਣ ਦੇ ਮੌਕੇ ਮੁਹੱਈਆ ਕਰਾਉਣ ਦਾ ਲਾਲਚ ਦਿੰਦੇ ਨੇ.....ਤੁਹਾਨੂੰ ਬੰਦਿਆਂ ਦੀ ਤਰ੍ਹਾਂ ਰੱਖਣ ਦੇ ਵਾਅਦੇ ਕਰਦੇ ਨੇ.....ਪਰ ਇਲੈਕਸ਼ਨ ਜਿੱਤਣ ਬਾਦ....'ਕੇਰਾਂ ਏ. ਸੀ. ਕਮਰੇ 'ਚ ਵੜੇ ਨਹੀਂ....ਤੇ ਫੇਰ ਪੰਜ ਸਾਲ ਥੋਡਾ ਖੂਨ ਚੂਸਿਆ ਨਹੀਂ....।

ਥੋਡੇ ਨਾਲ ਕੀਤੇ ਵਾਅਦੇ ਭੁੱਲ ਭੁਲਾ ਕੇ ਆਪਣੀਆਂ ਆਉਣ ਵਾਲੀਆਂ ਦਸ ਪੁਸ਼ਤਾਂ ਦੀਆਂ ਰੋਟੀਆਂ ਬਣਾਉਣ 'ਚ ਮਸ਼ਗੂਲ ਹੋ ਜਾਂਦੇ ਨੇ....ਤੁਸੀਂ ਇਹਨਾਂ ਨੇਤਾਵਾਂ ਨੂੰ ਮਿਲਣ ਲਈ ਏਸ ਸਭਾਗਾਰ ਦੇ ਗੇਟ ਕੀਪਰ ਤੋਂ ਈ ਤ੍ਰਹਿ ਜਾਂਦੇ ਹੋ....ਫੇਰ ਪੰਜਾਂ ਸਾਲਾਂ ਬਾਦ ਉਹ ਗਿਰਗਟ ਵਾਂਗ ਰੰਗ ਬਦਲ ਕੇ ਤੁਹਾਡੇ ਘਰੀਂ ਚੱਕਰ....ਤੁਸੀਂ ਫੇਰ ਉਹਨਾਂ ਦੀਆਂ ਚਿਕਣੀਆਂ ਚੋਪੜੀਆਂ 'ਚ ਆ ਜਾਂਦੇ ਹੋ....ਜਿੱਥੋਂ ਤੱਕ ਮੈਨੂੰ ਯਾਦ ਐ....ਪੰਦਰਾਂ ਕੁ ਵਾਰੀ ਤੁਸੀਂ ਇਹਨਾਂ ਚਿੱਟ ਕੱਪੜੀਆਂ....ਨੀਲਿਆਂ....ਪੀਲਿਆਂ.....ਭਗਵਿਆਂ ਹੱਥੋਂ ਠੱਗੇ ਜਾ ਚੁਕੇ ਹੋ.....ਹਰ ਪੰਜਾਂ ਸਾਲਾਂ ਬਾਦ ਇਹ ਨੇਤਾ ਥੋਡਾ ਉਲੂ ਬਣਾ ਲੈਂਦੇ ਨੇ....ਬਈ ਜਨਤਾ ਜਨਾਰਧਨ.....ਤੁਸੀਂ ਕਿਸ ਮਿੱਟੀ ਦੇ ਬਣੇ ਹੋਏ ਹੋ....ਤੁਹਾਨੂੰ ਕਦ ਹੋਸ਼ ਆਵੇਗੀ....ਕਦ ਜਾਗੋਗੇ ਤੁਸੀਂ? ਦੇਖੋ ਮੇਰਾ ਫਰਜ਼ ਸੀ ਥੋਨੂੰ ਆਗਾਹ ਕਰਨਾ....ਹੁਣ ਥੋਡੀ ਮਰਜ਼ੀ....ਮੈਂ ਥੋਨੂੰ ਇਸ ਸਭਾਗਾਰ ਦਾ ਹਾਲ ਤੇ ਆਪਣੀ ਜੀਵਨ ਕਥਾ ਦੱਸਣ ਲੱਗੀ ਸੀ....ਲਓ ਸੁਣੋ...!

ਜਦੋਂ ਤੋਂ ਅੰਗਰੇਜ਼ ਲੋਕ ਭਾਰਤ ਛੱਡ ਕੇ ਗਏ ਨੇ....ਤੇ ਆਪਣਾ ਸੰਵਿਧਾਨ ਲਾਗੂ

ਹੋਇਆ ਹੈ.....ਤੇ ਜਦੋਂ ਦੀਆਂ ਤੁਸੀਂ ਆਪਣੀਆਂ ਸਰਕਾਰਾਂ ਬਣਾ ਕੇ ਸਥਾਪਤ ਕਰਨੀਆਂ ਸ਼ੁਰੂ ਕੀਤੀਆਂ ਨੇ....ਮੈਂ ਉਦੋਂ ਤੋਂ ਹੀ ਦੇਸ਼ ਦੇ ਮੁਖੀਆਂ....ਪ੍ਰਦੇਸ਼ ਦੇ ਮੁਖੀਆਂ ਦੀਆਂ ਤਸਵੀਰਾਂ ਦਾ ਬੋਝਾ ਢੋਂਦੀ ਆ ਰਹੀ ਹਾਂ....ਤੁਸੀਂ ਇਹ ਮੱਤ ਸੋਚਣਾ ਕਿ ਫੋਟੋ ਫਰੇਮ ਨਿਰਜੀਵ ਚੀਜ਼ ਹੈ....ਨਹੀਂ....ਮੈਂ ਵੀ ਥੋਡੇ ਵਾਂਗ ਬੋਝ ਮਹਿਸੂਸ ਕਰਦੀ ਹਾਂ....ਸਗੋਂ ਥੋਡੇ ਨਾਲੋਂ ਜ਼ਿਆਦਾ ਮਹਿਸੂਸ ਕਰਦੀ ਹਾਂ....ਪਹਿਲਾਂ ਪਹਿਲਾਂ...ਸ਼ੁਰੂਆਤੀ ਦੌਰ ਵਿੱਚ ਤਾਂ ਇਹ ਬੋਝਾ ਐਨਾ ਜ਼ਿਆਦਾ ਨਹੀਂ ਸੀ ਹੁੰਦਾ....ਤੁਹਾਡੇ ਚੁਣੇ ਹੋਏ ਨੇਤਾ ਹਲਕੇ ਫੁਲਕੇ....ਸਾਫ ਸੁਥਰੇ ...ਸਾਫ ਸੁਥਰੀ ਜ਼ਮੀਰ ਤੇ ਸਾਫ਼ ਸੁਥਰੀ ਛਵੀ ਵਾਲੇ ਹੁੰਦੇ ਸਨ....ਬੱਸ ਉਹਨਾਂ ਦੇ ਹਲਕੇ ਜਿਸਮ ਦਾ ਬੋਝਾ ਈ ਮੈਨੂੰ ਚੱਕਣਾ ਪੈਂਦਾ ਸੀ....ਆਜ਼ਾਦੀ ਤੋਂ ਬਾਦ ਦੇ ਨੇਤਾਵਾਂ ਦੀ ਗੱਲ ਹੈ ਇਹ....।

ਫੇਰ ਪਤਾ ਨੀ ਕੀ ਭਾਣਾ ਵਰਤਿਆ....ਇਹ ਨੇਤਾ ਲੋਕ....ਇਹਨਾਂ ਦੀਆਂ ਤਸਵੀਰਾਂ ਬੋਝਲ ਹੋਣੀਆਂ ਸ਼ੁਰੂ ਹੋ ਗਈਆਂ....ਮੈਂ ਥੋਨੂੰ ਇੱਕ ਭੇਦ ਦੀ ਗੱਲ ਦੱਸਦੀ ਹਾਂ....ਕਿ ਜਦੋਂ ਕੋਈ ਨੇਤਾ ਪਹਿਲੀ ਵਾਰ ਰਾਜਨੀਤੀ ਵਿੱਚ ਆਉਂਦਾ ਹੈ...ਤਾਂ ਉਹ ਐਨਾ ਗੱਦਰ ਨੀ ਹੁੰਦਾ ਕਿ ਮੈਂ ਉਹਦੀ ਤਸਵੀਰ ਦਾ ਬੋਝਾ ਨਾ ਢੋਅ ਸਕਾਂ.... ਪਰ ਦਿਨਾਂ ਵਿੱਚ ਈ ਉਹ ਸਰੀਰ ਪੱਖੋਂ ਤਾਂ ਖੈਰ ਫੁੱਲਦਾ ਹੀ ਹੈ...ਲੋਕਾਂ ਦਾ ਖ਼ੂਨ ਚੂਸ ਚੂਸ ਕੇ ...ਬਗਾਨਾ ਮਾਲ ਖਾ ਖਾ ਕੇ....ਰਿਸ਼ਵਤਾਂ ਦਾ ਪੈਸਾ ਖਾ ਕੇ....ਸਰੀਰ ਤਾਂ ਉਹਦਾ ਫੈਲਦਾ ਹੀ ਹੈ....ਨਾਲ ਦੀ ਨਾਲ ਉਹਦਾ ਗਿਰਿਆ ਚਰਿੱਤਰ....ਉਹਦੀ ਗੰਦੀ ਸੋਚ....ਉਹਦੀ ਗੰਦੀ ਕਾਰਗੁਜ਼ਾਰੀ....ਉਹਦੀ ਜਾਇਦਾਦ.... ਸਭਨਾਂ 'ਚ ਇਜਾਫ਼ਾ ਹੋਣਾ ਸ਼ੁਰੂ ਹੋ ਜਾਂਦਾ ਹੈ....ਉਹਦੀ ਜਾਇਦਾਦ ਐਨੀ ਸਪੀਡ ਨਾਲ ਵਧਣੀ ਸ਼ੁਰੂ ਹੋ ਜਾਂਦੀ ਹੈ ਕਿ ਉਹਨੂੰ ਸਾਂਭਣ ਦੇ ਕਿੰਨੇ ਈ ਗਲਤ ਤਰੀਕੇ ਈਜਾਦ ਕੀਤੇ ਜਾਂਦੇ ਹਨ....ਆਪਣੇ ਭਰੋਸੇਮੰਦਾਂ ਦੇ ਨਾ ਰਜਿਸਟਰੀਆਂ ਕਰਾਈਆਂ ਜਾਂਦੀਆਂ ਹਨ....ਫੇਰ ਇਹਨਾਂ ਨੂੰ ਦੇਸ ਪ੍ਰਦੇਸ ਦੇ ਮੰਨੇ ਪ੍ਰਮੰਨੇ ਗੁੰਡੇ ਬਦਮਾਸ਼ਾਂ ਦੀ ਲੋੜ ਪੈਂਦੀ ਐ...ਇਹ ਸਭ ਏਥੇ ਏਸ ਸਭਾਗਾਰ 'ਚ....ਮੇਰੀਆਂ ਅੱਖਾਂ ਸਾਹਮਣੇ ਵਾਪਰਦਾ ਹੈ.....ਤੇ ਮੈਂ ਅੱਖਾਂ ਫਾੜ ਫਾੜ ਕੇ ਅਵਾਕ ਤੱਕਦੀ ਰਹਿੰਦੀ ਹਾਂ....ਪਹਿਲਾਂ ਤਾਂ ਮੈਨੂੰ ਬਹੁਤ ਹੈਰਾਨੀ ਹੁੰਦੀ ਸੀ....ਦੁੱਖ ਵੀ ਪੁੱਜ ਕੇ ਹੁੰਦਾ ਸੀ.....ਪਰ ਹੁਣ ਤਾਂ ਮੈਨੂੰ ਆਦਤ ਜਿਹੀ ਪੈ ਗਈ ਐ....ਪਰ ਮੈਂ ਦੁਖੀ ਅਜੇ ਵੀ ਹੁੰਦੀ ਹਾਂ.....ਕਦੇ ਕਦੇ ਐਨੀ ਬੇਇਨਸਾਫ਼ੀ....ਘੋਰ ਪਾਪ ਦੇਖ ਕੇ ਮੈਂ ਅੱਖਾਂ ਬੰਦ ਕਰ ਲੈਂਦੀ ਹਾਂ....ਪਰ ਕੰਨ ਬੰਦ ਨੀ ਕਰ ਸਕਦੀ....ਸੁਣਦਾ ਸਭ ਕੁਝ ਰਹਿੰਦਾ ਹੈ.....।

ਅੱਛਾ ਸੱਚ....ਇੱਕ ਗੱਲ ਹੋਰ....ਸਭਾਗਾਰ ਦੀਆਂ ਖੁੱਲ੍ਹੀਆਂ ਡੁੱਲ੍ਹੀਆਂ... ਮਹਿੰਗੀਆਂ ਤੇ ਆਰਾਮਦਾਇਕ ਕੁਰਸੀਆਂ ਵਿੱਚ....ਹਰਾਮ ਦਾ ਮਾਲ ਖਾਂਦੇ ਇਹ ਲੋਕ ਇਹਨਾਂ ਖੁੱਲ੍ਹੀਆਂ ਮੋਕਲੀਆਂ ਗੱਦੇਦਾਰ ਕੁਰਸੀਆਂ ਵਿੱਚ ਵੀ ਨਹੀਂ ਸਮਾਉਂਦੇ....।

ਏਸ ਸਭਾਗਾਰ 'ਚ ਬੈਠ ਕੇ ਇਹ ਲੋਕ....ਤੁਹਾਡੀਆਂ ਵੋਟਾਂ ਸਦਕਾ ਉੱਚੀਆਂ ਪਦਵੀਆਂ ਤੇ ਸੁਸ਼ੋਭਿਤ ਲੋਕ....ਜੋ ਜੋ ਸਕੀਮਾਂ ਬਣਾਉਂਦੇ ਨੇ....ਜੋ ਜੋ ਫੈਸਲੇ ਕਰਦੇ ਨੇ....ਹਾਥੀ ਦੇ ਦੰਦ ਖਾਣ ਦੇ ਹੋਰ ਦਖਾਣ ਦੇ ਹੋਰ ਵਾਲੀ ਕਹਾਵਤ ਨੂੰ ਚਰਿਤਾਰਥ ਕਰਦੇ ਨੇ....ਇਹਨਾਂ ਸਕੀਮਾਂ ਵਿੱਚ ਜਨਤਾ ਜਨਾਰਧਨ ਬਾਰੇ....ਆਪਣੇ ਠਗੇ ਠਗੇ ਵੋਟਰਾਂ ਬਾਰੇ....ਅੰਨਦਾਤੇ ਕਿਸਾਨਾਂ ਬਾਰੇ ਕੁਝ ਵੀ ਨਹੀਂ ਹੁੰਦਾ.....।

ਨੀਲੀਆਂ ਪੀਲੀਆਂ ਤੇ ਲਾਲ ਬੱਤੀ ਵਾਲੀਆਂ ਹੂਟਰ ਮਾਰਦੀਆਂ ਏ. ਸੀ. ਗੱਡੀਆਂ 'ਚ ਬਹਿ ਕੇ ਆਉਂਦੇ ਭਾਰੀ ਭਰਕਮ ਜਿਸਮਾਂ ਵਾਲੇ ਇਹ ਦਾਨੇ ਲੋਕ ਕਈ ਕਈ ਮਖੌਟੇ ਲਾ

ਕੇ ਰੱਖਦੇ ਨੇ....ਐਨੀਆਂ ਵੱਡੀਆਂ-ਵੱਡੀਆਂ ਗੋਗੜਾਂ ਵਾਲੇ ਥੁਲਥੁਲ ਕਰਦੇ ਜਿਸਮ ਮਹਿੰਗੀ ਤੋਂ ਮਹਿੰਗੀ ਖੱਦਰ ਦੀ ਪੁਸ਼ਾਕ ਪਹਿਨ ਕੇ ਵੀ ਬੇਢਬੇ ਲਗਦੇ ਨੇ.....।

ਮੈਂ ਪਤਾ ਨੀ ਏਸ ਸਭਾਗਾਰ 'ਚ ਕਿੰਨੀਆਂ ਈ ਮੀਟਿੰਗਾਂ....ਫਜ਼ੂਲ ਖਰਚੀਆਂ.... ਮਿੱਠੀਆਂ ਗੋਲੀਆਂ ਦਿੰਦੀਆਂ ਪਾਲਿਸੀਆਂ...ਕਾਗਜ਼ੀ ਕਰਵਾਈਆਂ ਤੇ ਜਨਤਾ ਜਨਾਰਧਨ ਨਾਲ ਫਰੇਬੀਆਂ...ਦਗੇਬਾਜ਼ੀਆਂ....ਲੋਕਾਂ ਨਾਲ ਵਾਦਾ ਖਿਲਾਫ਼ੀਆਂ ਕਰਦੀਆਂ ਸਕੀਮਾਂ ਪ੍ਰਵਾਨ ਚੜ੍ਹਦੀਆਂ ਦੇਖੀਆਂ ਨੇ....ਤੇ ਤੁਸੀਂ ਜਨਤਾ ਜਨਾਰਧਨ ਬੜੇ ਆਗਿਆਕਾਰ....ਦੱਬੂ... ਭਰੋਸੇਮੰਦ ਸੇਵਕ ਹੋ ...ਪਤਾ ਨੀ ਆਪਣੇ ਹੱਕਾਂ ਪ੍ਰਤੀ ਕਦ ਜਾਗੋਗੇ....?

ਇਹ ਲੋਕ ਸਭਾਗਾਰ ਦੇ ਬੰਦ ਦਰਵਾਜ਼ੇ 'ਚ ਫੈਸਲੇ ਲੈਂਦੇ ਨੇ.....ਇਹ ਪੂਰੀ ਸੀਕਰੇਸੀ ਰੱਖਦੇ ਨੇ....ਕਾਨੂੰਨ ਦੇ ਪੋਥੇ ਪੜ੍ਹੇ ਹੋਏ ਕਾਨੂੰਨੀ ਮਾਹਰਾਂ ਤੋਂ ਰਾਇ ਲੈਂਦੇ ਨੇ....ਬੋਚ ਬੋਚ ਪੱਬ ਧਰਦੇ ਨੇ....ਲਏ ਗਏ ਊਟ ਪਟਾਂਗ ਫੈਸਲਿਆਂ ਦੀਆਂ ਫਾਈਲਾਂ ਜਾਨ ਤੋਂ ਵੱਧ ਸੰਭਾਲ ਕੇ ਕੱਛਾਂ 'ਚ ਦਬਾਈ ਫਿਰਦੇ ਨੇ.....ਉਂਜ ਤਾਂ ਇਹਨਾਂ ਲੋਕਾਂ ਦੇ ਰੁਮਾਲ ਤੱਕ ਚੱਕਣ ਨੂੰ ਨੌਕਰ ਚਾਹੀਦੇ ਨੇ....ਪਰ ਫੈਸਲਿਆਂ ਵਾਲੀਆਂ ਫਾਈਲਾਂ ਇਹ ਖੁਦ ਚੱਕਦੇ ਨੇ ...ਭਰੋਸਾ ਨੀ ਕਰਦੇ ਕਿਸੇ ਉੱਤੇ.....।

ਪਰ ਇਹਨਾਂ ਲੋਕਾਂ ਨੂੰ ਇਹ ਚਿੱਤ ਚੇਤੇ ਵੀ ਨਹੀਂ ਆ ਸਕਦਾ ਕਿ ਕਦੇ ਫੋਟੋ ਫਰੇਮ ਵਰਗੀ ਅਦਨੀ ਜਿਹੀ ਬੇ-ਜਾਨ ਚੀਜ਼ ਵੀ ਲੋਕਾਂ ਨੂੰ ਉਹਨਾਂ ਦੀਆਂ ਕਾਰਗੁਜ਼ਾਰੀਆਂ ਤੋਂ ਵਾਕਫ਼ ਕਰਾ ਸਕਦੀ ਐ....।

ਹਰ ਸਾਲ ਇਸ ਸਭਾਗਾਰ ਦੀਆਂ ਦੀਵਾਰਾਂ ਨੂੰ ਕਲੀ ਕੂਚੀ ਕੀਤੀ ਜਾਂਦੀ ਹੈ.....ਪਰ ਤੁਹਾਨੂੰ ਸੁਣ ਕੇ ਤਾਜੁਬ ਹੋਵੇਗਾ....ਮੇਰੇ ਅਗਲ ਬਗਲ ਸਫੇਦੀ ਦੀ ਕੂਚੀ ਚੱਲਦੀ ਰਹਿੰਦੀ ਐ.....ਪਰ ਮੈਨੂੰ ਉਤਾਰ ਕੇ ਮੇਰੇ ਜਿਸਮ ਦੇ ਹੇਠਾਂ ਸਫੇਦੀ ਕਰਨ ਦੀ....ਮੈਨੂੰ ਉਤਾਰ ਕੇ ਸਫੇਦੀ ਕਰਨ ਦੀ ਜਹਿਮਤ ਕੋਈ ਨੀ ਉਠਾਉਂਦਾ.....ਕਹਿੰਦੇ ਇਹ ਅੰਗਰੇਜ਼ਾਂ ਦੇ ਵੇਲੇ ਦੀ ਫਰੇਮ ਐ....ਬਹੁਤ ਭਾਰੀ ਐ....ਕਿਹੜਾ ਉਤਾਰੇ ਤੇ ਦੋਬਾਰਾ ਟੰਗੇ.... ਮੇਰੇ ਕਿਨਾਰੇ ਵੀ ਸਫੇਦੀ ਨਾਲ ਲਿੱਬੜ ਜਾਂਦੇ ਨੇ....ਸਫੇਦੀ ਨਾਲ ਗੰਦੇ ਹੋ ਜਾਂਦੇ ਨੇ...ਉੱਤੋਂ ਮੈਨੂੰ ਸਾਫ ਕਰ ਦਿੱਤਾ ਜਾਂਦੈ...ਪਰ ਹੇਠਾਂ ਕਦੇ ਕਿਸੇ ਨੇ....ਖ਼ੈਰ! ਕਈ ਸਾਲ ਹੋਏ....ਇਕ ਵਾਰੀ ਮੈਨੂੰ ਲਾਹ ਕੇ ਸਫੇਦੀ ਹੋਈ ਸੀ....ਬੱਸ ਇੱਕ ਵਾਰ....ਜੇ ਕਿਸੇ ਸਫਾਈ ਕਰਮਚਾਰੀ ਦੇ ਮਨ 'ਚ ਮਿਹਰ ਆ ਜਾਵੇ.... ਤਾਂ ਕਦੇ ਕਦਾਈਂ ਮੇਰੀ ਚੰਗੀ ਝਾੜ ਪਛੋੜ ਵੀ ਕੀਤੀ ਜਾਂਦੀ ਐ....ਪਰ ਅਜਿਹਾ ਕਦੀ ਕਦਾਈਂ ਈ ਵਾਪਰਦੈ....ਸ਼ੀਸ਼ਾ ਜ਼ਰੂਰ ਤਹੱਮਲ ਨਾਲ ਸਾਫ਼ ਕੀਤਾ ਜਾਂਦੈ....ਭਲਾ ਕਿਉਂ? ਕਿਉਂਕਿ ਮੇਰੇ ਅੰਦਰ ਬਿਰਾਜਮਾਨ ਨੇਤਾ ਲੋਕਾਂ ਦੀਆਂ ਤਸਵੀਰਾਂ ਚੰਗੀ ਤਰ੍ਹਾਂ ਨਜ਼ਰ ਆਉਣੀਆਂ ਚਾਹੀਦੀਆਂ ਨੇ.....।

ਇੱਕ ਹੋਰ ਭੇਤ ਵਾਲੀ ਗੱਲ ਦੱਸਾਂ? ਕਾਗਜ਼ਾਂ ਵਿੱਚ ਮੈਂ ਸਾਲ ਦੋ ਸਾਲ ਬਾਦ ਸੀਸ਼ੇ ਸਮੇਤ ਬਦਲ ਦਿੱਤੀ ਜਾਂਦੀ ਹਾਂ...ਬਿਲ ਪਾਸ ਹੋ ਜਾਂਦੇ ਨੇ....ਕਾਗਜ਼ਾਂ ਦਾ ਪੇਟਾ ਭਰ ਦਿੱਤਾ ਜਾਂਦਾ ਹੈ.....ਪਰ ਮੈਨੂੰ ਵਾਰਨਿਸ਼ ਕਰ ਕੇ....ਜਾਲੇ ਜੂਲੇ ਉਤਾਰ ਕੇ....ਸ਼ੀਸ਼ੇ ਸਾਫ਼ ਕਰ ਕੇ ਦੋਬਾਰਾ ਉਸੇ ਥਾਂ ਟੰਗ ਦਿੱਤਾ ਜਾਂਦਾ ਹੈ....ਤਾਂ ਜੋ ਮੈਂ ਨਵੀਂ ਨੁੱਕ ਨਜ਼ਰ ਆਵਾਂ...ਪੁਰਾਣੀ ਨਾ ਲੱਗਾਂ....ਕਹਿੰਦੇ ਇਤਿਹਾਸ ਵਿੱਚ ਪਹਿਲੀ ਵਾਰੀ ਉੱਪਰਲੀ ਸਰਕਾਰ ਤੇ ਹੇਠਲੀਆਂ ਸਰਕਾਰਾਂ ਨੇ ਸਫਾਈ ਅਭਿਆਨ ਚਲਾਇਐ...ਵੱਡੇ ਵੱਡੇ ਨੇਤਾ ਝਾੜੂ ਮਾਰਦੇ ਹੋਏ ਤਸਵੀਰਾਂ ਖਿਚਵਾ

ਕੇ ਗਰਵ ਨਾਲ ਫੁੱਲੇ ਨਹੀਂ ਸਮਾਉਂਦੇ....ਹਾਅ ਦੇਖ ਲਓ ਝਾੜੂ ਮਾਰਦੇ ਸਭ ਤੋਂ ਵੱਡੇ ਨੇਤਾ ਦੀ ਫੋਟੋ ਤਾਂ ਮੇਰੇ ਸ਼ੀਸ਼ੇ ਦੇ ਅੰਦਰ ਵੀ ਹੈ...ਮੇਰੇ ਸਾਹਮਣੇ ਸਵੱਛ ਭਾਰਤ ਦਾ ਫੈਸਲਾ ਲਿਆ ਗਿਐ....ਪਰ ਮੇਰੇ ਹੇਠਾਂ ਤਾਂ ਥੋਨੂੰ ਜਾਲੇ...ਧੂੜ ....ਮਿੱਟੀ....ਜਰਮ ਪਤਾ ਨੀ ਕੀ ਕੀ ਮਿਲੇਗਾ.....।

ਉਂਜ ਜਦੋਂ ਸਵੱਛ ਭਾਰਤ ਵਰਗਾ ਅਭਿਆਨ ਚਲਾਇਆ ਗਿਆ....ਤਾਂ ਥੋਨੂੰ ਸਵਾਲ ਕਰਨਾ ਚਾਹੀਦਾ ਸੀ ਕਿ ਅਜੇ ਭਾਰਤ ਵਰਗੇ ਦੇਸ਼ ਵਿੱਚ ਬਹੁਤ ਸਾਰੇ ਅਹਿਮ ਮੁੱਦੇ ਵਿਚਾਰਨ ਵਾਲੇ ਨੇ...ਭੁੱਖਮਰੀ....ਬੇਰੁਜ਼ਗਾਰੀ....ਦਿਨੋ ਦਿਨ ਵਧਦੀ ਬੇ-ਲਗਾਮ ਆਬਾਦੀ... ਭ੍ਰਿਸ਼ਟਾਚਾਰ.....ਆਤੰਕਦਵਾਦ.....ਇਹ ਮੁੱਦੇ ਪਹਿਲਾਂ ਵਿਚਾਰਨ ਵਾਲੇ ਹਨ....ਜੇ ਇਹ ਮੁੱਖ ਸਮੱਸਿਆਵਾਂ ਖ਼ਤਮ ਹੋ ਜਾਣ ਤਾਂ ਸਫਾਈ ਅਭਿਆਨ ਚਲਾਉਣ ਦੀ ਲੋੜ ਈ ਨਾ ਪਵੇ....ਲੋਕੀ ਆਪੇ ਸਫਾਈ ਰੱਖਣ....ਪਰ ਭੁੱਖੇ ਪੇਟ....ਬੀਮਾਰੀਆਂ ਨਾਲ ਗ੍ਰਸਤ.... ਭਰਿਸ਼ਟਾਚਾਰ ਦੀ ਮਾਰ ਝੱਲਦੀ ਜਨਤਾ ਜਨਾਰਧਨ ਨੂੰ ਸਫਾਈ ਅਭਿਆਨ ਨਾਲ ਕੀ ਲੈਣਾ ਦੇਣਾ? ਤੁਸੀਂ ਪੁੱਛ ਸਕਦੇ ਸੀ ਕਿ ਮਾਲਕੋ....ਸਫਾਈ ਅਭਿਆਨ ਦੀ ਤਾਂ ਭਾਰਤ ਵਿੱਚ ਕੋਈ ਖਾਸ ਜ਼ਰੂਰਤ ਨਹੀਂ ਹੈ....ਜਿਹੜੀਆਂ ਭਿਅੰਕਰ ਸਮੱਸਿਆਵਾਂ ਨੇ....ਉਹਨਾਂ ਦੇ ਉਨਮਲੂਨ ਲਈ ਅਭਿਆਨ ਚਲਾਓ...ਕਿਸਾਨ ਖੁਦਕੁਸ਼ੀਆਂ ਕਰ ਰਹੇ ਨੇ....ਨੌਜੁਆਨ ਬੇਰੁਜ਼ਗਾਰੀ ਸਦਕਾ ਕੁਰਾਹੇ ਪੈ ਰਹੇ ਨੇ.....ਨਸ਼ਿਆਂ ਵੱਲ ਰੁਝਾਨ ਵਧ ਰਿਹੈ....ਆਬਾਦੀ ਦੀ ਸਮੱਸਿਆ ਸਭ ਤੋਂ ਭਿਅੰਕਰ ਹੈ..... ਪਰ ਮੈਂ ਆਖਿਐ ਨਾ...ਕਿ ਤੁਸੀਂ ਬੋਲਣਾ ਈ ਨੀ ਚਾਹੁੰਦੇ .....ਤੁਸੀਂ ਤੀਜਾ ਨੇਤਰ ਖੋਲ੍ਹਣਾ ਈ ਨੀ ਚਾਹੁੰਦੇ....ਤੁਸੀਂ ਸਭ ਸਹਿ ਲੈਣ ਦੇ ਆਦੀ ਹੋ....ਹੁਣ ਕੀ ਕਹਾਂ....ਜੇ ਜ਼ਿਆਦਾ ਕਿਹਾ ਤਾਂ ਤੁਸੀ ਮੇਰੇ ਨਾਲ ਨਾਰਾਜ਼ ਈ ਹੋ ਜਾਣੈ...ਪਰ ਮੈਂ ਥੋਨੂੰ ਥੋਡੇ ਭਲੇ ਦੀ ਕਹਿ ਰਹੀ ਹਾਂ। ਜੇ ਭਾਈ ਤੁਸੀਂ ਨਹੀਂ ਸੁਣਨੀ ਤਾਂ ਥੋਡੀ ਮਰਜ਼ੀ....ਖੈਰ!

ਅੱਛਾ ਇੱਕ ਗੱਲ ਹੋਰ...ਵੈਸੇ ਤਾਂ ਤੁਸੀਂ ਖੁਦ ਸਮਝਦਾਰ ਹੋ....ਭਲੀ ਭਾਂਤ ਜਾਣਦੇ ਹੋ ਕਿ ਲੱਕੜੀ ਨੂੰ ਘੁਣ ਜਾਂ ਸਿਉਂਕ ਲੱਗ ਜਾਂਦੀ ਐ....ਪਰ ਮੈਨੂੰ ਇਹ ਦੋਵੇਂ ਅਲਾਮਤਾਂ ਕਦੇ ਨੀ ਲੱਗੀਆਂ....ਸਿਉਂਕ ਕਦੇ ਕਦੇ ਕੋਲੋਂ ਦੀ ਲੰਘ ਜਾਂਦੀ ਐ....ਮੈਂ ਉਹਨੂੰ ਪੁੱਛਦੀ ਹੁੰਨੀ ਆਂ ਕਿ ਭੈਣੇ ਕੀ ਗੱਲ ਲਾਮ੍ਹ ਲਾਮ੍ਹ ਤੋਂ ਲੰਘੀ ਜਾਨੀ ਐਂ....ਮਿਲਣਾ ਨੀ?? ਮਿੱਥ ਐ ਬਈ ਸਿਉਂਕ ਅੰਨ੍ਹੀ ਹੁੰਦੀ ਐ....ਅੰਨ੍ਹੀ ਹੋਣ ਦੇ ਬਾਵਜੂਦ ਮੇਰੀ ਗੱਲ ਸੁਣ ਕੇ ਆਖਦੀ ਹੁੰਦੀ ਐ....ਕਿ ਦੇਖ ਬਈ ਤੂੰ ਤਾਂ ਮੇਰੀ ਖੁਰਾਕ ਹੁੰਨੀ ਐ....ਮੇਰਾ ਪਸੰਦੀਦਾ ਭੋਜਨ....ਪਰ ਜਿਹੜੇ ਸਪੋਲੀਆਂ ਨਾਲੋਂ ਵੀ ਜ਼ਹਿਰੀਲੇ ਚਿਹਰੇ ਤੇਰੇ ਅੰਦਰ ਬਿਰਾਜਮਾਨ ਨੇ....ਕਿਤੇ ਤੇਰੇ ਨਾਲ ਨਾਲ ਇਹਨਾਂ ਦਾ ਭੋਰਾ ਜਿੰਨਾ ਟੁਕੜਾ ਵੀ ਮੈਥੋਂ ਖਾ ਹੋ ਗਿਆ ਤਾਂ ਕੀਹਦੀ ਮਾਂ ਨੂੰ ਮਾਸੀ ਕਹਾਂਗੇ....ਫੇਰ ਬਚਣਾ ਮੁਸ਼ਕਲ ਐ....ਸੱਪ ਦੀ ਜ਼ਹਿਰ ਦਾ ਤਾਂ ਕੋਈ ਨਾ ਕੋਈ ਤੋੜ ਹੁੰਦਾ ਈ ਹੋਣੈ...ਪਰ ਇਹਨਾਂ ਚਿਹਰਿਆਂ ਦੀ ਜ਼ਹਿਰ ਤਾਂ ਅਗਲਾ ਸਾਹ ਨਾ ਲੈਣ ਦਊ....ਇਸ ਕਰਕੇ ਮੈਂ ਤੈਥੋਂ ਦੂਰ ਈ ਭਲੀ ਆਂ....ਤੈਨੂੰ ਭੈਣੇ ਦੂਰੋਂ ਈ ਸਲਾਮ.....।

ਤੇ ਸਿਉਂਕ ਕਾਫ਼ੀ ਅੱਗੇ ਤੁਰ ਜਾਂਦੀ ਐ....ਫੇਰ ਪਤਾ ਨੀ ਉਹਦੇ ਚਿੱਤ 'ਚ ਕੀ ਆਈ....ਉਹ ਵਾਪਸ ਪਰਤੀ....ਤੇ ਮੇਰੇ ਕੰਨ ਦੇ ਐਨ ਲਾਗੇ ਹੋ ਕੇ ਬੋਲੀ....ਬਈ ਫਰੇਮ ਭੈਣੇ...ਇਕ ਗੱਲ ਹੋਰ ਵੀ ਐ...ਉਹ ਇਹ ਕਿ ਛੇ ਸੱਤ ਦਹਾਕਿਆਂ ਤੋਂ ਇਹਨਾਂ ਜ਼ਹਿਰੀਲੇ ਚਿਹਰਿਆਂ ਦੀਆਂ ਮੂਰਤਾਂ ਦੇ ਸੰਗ ਨਾਲ ਤੂੰ ਵੀ ਜ਼ਹਿਰੀਲੀ ਹੋ ਗਈ ਹੋਵੇਂਗੀ....ਕਿਉਂਕਿ ਐਨੀ ਨੇੜਤਾ ਨਾਲ ਜ਼ਹਿਰ ਦਾ ਅਸਰ ਹੋਣਾ ਸੁਭਾਵਕ ਐ.....ਮੈਂ ਤੈਥੋਂ ਦੂਰ ਈ ਭਲੀ....।

ਫੇਰ ਮੈਂ ਹੱਸਦੀ ਹਾਂ....ਸੋਚਦੀ ਹਾਂ ਕਿ ਤੈਨੂੰ ਮਨਾਖੀ ਨੂੰ ਵੀ ਇਹ ਸਭ ਪਤੈ ਪਰ ਜਨਤਾ ਜਨਾਰਧਨ....? ਮੈਨੂੰ ਸਿਉਂਕ ਦੀ ਗੱਲ ਦਾ ਬੁਰਾ ਨੀ ਲੱਗਦਾ।

ਸਿਉਂਕ ਦੀ ਗੱਲ ਸੁਣ ਕੇ ਮੇਰਾ ਧਿਆਨ ਪਲਟਦਾ ਹੈ....ਮੈਂ ਸੋਚਦੀ ਹਾਂ ਕਿ ਮੇਰੀ ਜੂਨ ਵੀ ਕੀ ਜੂਨ ਐ....ਜਿਵੇਂ ਬਾਕੀ ਜੀਵ ਜੰਤ ਚੁਰਾਸੀ ਭੋਗ ਰਹੇ ਨੇ...ਉਵੇਂ ਈ ਮੈਂ ਵੀ ਭੋਗ ਰਹੀ ਹਾਂ....ਇੱਕ ਫਰੇਮ ਦੀ ਜੂਨ...ਥੋਨੂੰ ਪਤੈ ਮੇਰੀ ਜੂਨ ਦਾ ਦਰਦ....?? ਫੋਟੋ ਫਰੇਮ ਹੋਣ ਦੀ ਸਜ਼ਾ??

ਮੇਰੀ ਜੂਨ ਉਦੋਂ ਪਲਟਦੀ ਐ ਜਦੋਂ ਤੁਸੀਂ ਸਰਕਾਰਾਂ ਬਦਲ ਦਿੰਨੇ ਓਂ...ਉਂਜ ਤਾਂ ਹਰ ਪੰਜਾਂ ਸਾਲਾਂ ਬਾਦ ਇਹ ਵਰਤਾਰਾ ਵਾਪਰਦਾ ਹੈ....ਪਰ ਕਦੇ ਕਦੇ ਵਿੱਚ ਬਚਾਲੇ ਵੀ ਗੜਬੜ ਹੋ ਜਾਂਦੀ ਐ....ਫੇਰ ਮੇਰੀ ਉਧੇੜ ਬੁਣ ਸ਼ੁਰੂ ਹੁੰਦੀ ਐ.....ਮੇਰੇ ਸ਼ੀਸ਼ੇ ਦੇ ਨੀਚੇ ਜੜਿਆ ਤਾਰੀਖਾਂ ਦੱਸਦਾ ਕੈਲੰਡਰ ਉਤਾਰ ਦਿੱਤਾ ਜਾਂਦਾ ਹੈ...ਫੇਰ ਕੁਝ ਨਵੇਂ ਚਿਹਰਿਆਂ ਵਾਲਾ ਕੈਲੰਡਰ ਦੋਬਾਰਾ ਫਿੱਟ ਕੀਤਾ ਜਾਂਦਾ ਹੈ....ਤੁਸੀਂ ਮਨ ਵਿੱਚ ਸੋਚ ਰਹੇ ਹੋਵੋਗੇ ਕਿ ਤੇਰੇ ਵਿਚਲਾ ਕੈਲੰਡਰ ਤਾਂ ਹਰ ਸਾਲ ਬਦਲਿਆ ਜਾਂਦਾ ਹੈ....ਤੁਸੀਂ ਵੀ ਠੀਕ ਸਵਾਲ ਕਰ ਰਹੇ ਹੋ....ਪਰ ਉਹ ਪ੍ਰਕਿਰਿਆ ਤਾਂ ਰੁਟੀਨ ਵਾਲੀ ਪ੍ਰਕਿਰਿਆ ਹੁੰਦੀ ਐ.....ਕਿਉਂਕਿ ਨਵੇਂ ਸਾਲ ਦਾ ਤਾਰੀਖਾਂ ਵਾਲਾ ਹਿੱਸਾ ਬਦਲਣਾ ਹੁੰਦਾ ਹੈ....ਪਰ ਮੈਂ ਤਾਂ ਤਾਰੀਖਾਂ ਦੇ ਨਾਲ ਨਾਲ ਮੂਰਤਾਂ ਦੇ ਬਦਲਣ ਦੀ ਪ੍ਰਕਿਰਿਆ ਦੀ ਗੱਲ ਕਰ ਰਹੀ ਹਾਂ.....ਇਹ ਹਰ ਸਾਲ ਬਦਲਿਆ ਜਾਂਦਾ ਕੈਲੰਡਰ ਤਾਂ ਅੱਧਾ ਈ ਤਬਦੀਲ ਹੁੰਦੈ....ਉਹ ਕੋਈ ਓਪਰਾ ਨਹੀਂ ਲਗਦਾ.....।

ਪਰ ਫਰਕ ਉਦੋਂ ਪੈਂਦੈ ਜਦੋਂ ਉਪਰੋਂ ਥੱਲੇ ਤੱਕ ਸਮੁੱਚਾ ਕੈਲੰਡਰ ਬਦਲਿਆ ਜਾਂਦੈ.... ਫੇਰ ਮੇਰੇ ਨਾਂ ਦੀ ਨਵੀਂ ਖਰੀਦ ਹੋਣ ਦੇ ਬਿਲ ਪਾਸ ਹੁੰਦੇ ਨੇ.....ਪਹਿਲਾਂ ਵਾਲਾ ਕੈਲੰਡਰ ਉਤਾਰ ਕੇ ਰੱਦੀ ਦੀ ਟੋਕਰੀ 'ਚ ਸੁੱਟ ਦਿੱਤਾ ਜਾਂਦਾ ਹੈ ਤੇ ਨਵੇਂ ਚਿਹਰਿਆਂ ਵਾਲਾ ਕੈਲੰਡਰ ਜੜ ਕੇ ਮੈਨੂੰ ਮੇਰੀ ਥਾਂ ਤੇ ਟੰਗ ਦਿੱਤਾ ਜਾਂਦਾ ਹੈ....ਜਿਵੇਂ ਇਹ ਕੈਲੰਡਰ ਥੋਡੀਆਂ ਨਜ਼ਰਾਂ ਨੂੰ ਓਪਰਾ ਲਗਦੈ...ਉਵੇਂ ਈ ਮੈਨੂੰ ਵੀ ਸ਼ੁਰੂ ਸ਼ੁਰੂ 'ਚ ਇਹ ਉਪਰਾ ਲਗਦੈ....।

ਮੈਂ ਕਦੇ ਕਦੇ ਹੈਰਾਨ ਹੁੰਦੀ ਹਾਂ ਕਿ ਇਹ ਕਦੇ ਚਿੱਟੇ....ਕਦੇ ਭਗਵੇਂ ਕਦੇ ਨੀਲੇ....ਕਦੇ ਪੀਲੇ ਕੱਪੜਿਆਂ ਵਾਲੇ ਨੇਤਾਵਾਂ ਦੀਆਂ ਤਸਵੀਰਾਂ ਮੇਰੇ ਸ਼ੀਸ਼ੇ ਦਾ ਸ਼ਿੰਗਾਰ ਬਣਦੀਆਂ ਨੇ....ਬੱਸ ਰੰਗ ਈ ਬਦਲੇ ਹੁੰਦੇ ਨੇ....ਉਂਜ ਬੰਦੇ ਸਾਰੇ ਇੱਕੋ ਜਿਹੇ ਹੁੰਦੇ ਨੇ....ਉਹੀਓ ਆਦਤਾਂ....ਉਹੀਓ ਕਾਰਗੁਜ਼ਾਰੀ....ਉਹੀਓ ਭ੍ਰਿਸ਼ਟਾਚਾਰ....ਬੇਈਮਾਨੀ, ਚਰਿੱਤਰਹੀਣਤਾ.... ਉਹੀਓ ਧੋਖੇਬਾਜ਼ੀ....ਫਰੇਬ....ਸਭ ਕੁਝ ਉਹੀਓ....।

ਕਦੇ ਕਦੇ ਬੜੀ ਅਜੀਬ ਸਥਿਤੀ ਹੁੰਦੀ ਐ....ਜਦੋਂ ਮੇਰੇ ਸ਼ੀਸ਼ੇ ਦੇ ਅੰਦਰਲੇ ਕੈਲੰਡਰ ਤੇ ਕਈ ਰੰਗਾਂ ਦੇ ਚਿਹਰੇ ਸਜਦੇ ਨੇ....ਪਹਿਲੇ ਦਾ ਰੰਗ ਹੋਰ....ਬਚਾਲੜੇ ਦਾ ਹੋਰ ਤੇ ਅਖੀਰ ਵਾਲੇ ਦਾ ਹੋਰ... ਮੇਰਾ ਇਸ਼ਾਰਾ ਤੁਸੀਂ ਸਮਝ ਗਏ ਹੋਵੋਗੇ....ਬਈ ਜਦੋਂ ਉਪਰਲੀ ਸਰਕਾਰ ਕਿਸੇ ਹੋਰ ਰੰਗ ਦੀ ਹੁੰਦੀ ਐ ਤੇ ਹੇਠਲੀ ਕਿਸੇ ਹੋਰ ਦੀ....ਉਦੋਂ ਬੜੀ ਤਣਾਤਣੀ ਦੀ ਸਥਿਤੀ ਹੁੰਦੀ ਐ....ਹਰ ਰੰਗ ਦੂਸਰੇ ਰੰਗ ਨੂੰ ਬਾਹਰ ਕਰਨ ਦੀ ਕੋਸ਼ਿਸ਼ ਕਰਦਾ ਹੈ....ਧੱਕਾ ਮੁੱਕੀ....ਜ਼ੋਰਾ ਜ਼ੋਰੀ....ਗਾਲੋ ਗਾਲੀ.... ਲਿੱਤਰੋ ਲਿੱਤਰੀ....ਤੁਸੀਂ ਸੱਚ ਨੀ ਮੰਨਣਾ....ਇਹ ਤਸਵੀਰੀ ਚਿਹਰੇ ਵੀ ਆਪੋ ਵਿੱਚੀਂ ਜੂਤ ਪਤੈਣ ਹੁੰਦੇ ਨੇ....ਇੱਕ ਦੂਜੇ ਨੂੰ ਪਾੜ ਖਾਣੀਆਂ ਨਜ਼ਰਾਂ ਨਾਲ ਨਿਹਾਰਦੇ ਨੇ.....।

ਜਿਹੜਾ ਰੰਗ ਮੇਰੇ ਸ਼ੀਸ਼ੇ 'ਚ ਜੜਿਆ ਜਾਂਦੈ ਉਹ ਬਾਹਰ ਕਰ ਦਿੱਤੇ ਗਏ ਰੰਗ ਨੂੰ ਨੀਚਾ ਦਖਾਉਣ ਲਈ ਅੱਡੀ ਚੋਟੀ ਦਾ ਜ਼ੋਰ ਲਾਉਂਦਾ ਹੈ....ਫੇਰ ਸ਼ੁਰੂ ਹੁੰਦੇ ਨੇ ਝੂਠੇ ਸੱਚੇ ਦੋਸ਼....ਆਰੋਪ....ਪ੍ਰਤੀਆਰੋਪ....ਏਸ ਸਭਾਗਾਰ 'ਚ ਮੇਰੇ ਸ਼ੀਸ਼ੇ ਦੇ ਅੰਦਰ ਲੱਗੇ ਕੈਲੰਡਰ ਦੇ ਰੰਗ ਵਿੱਚ ਰੰਗੇ ਨੇਤਾ....ਆਹਲਾ ਅਫਸਰ...ਪ੍ਰਭਾਵੀ ਲੋਕ....ਮਿਲ ਕੇ ਮੀਟਿੰਗਾਂ ਕਰਦੇ ਨੇ..... ਸਕੀਮਾਂ ਬਣਾਉਂਦੇ ਨੇ....ਸੱਤਾਰੂੜ ਪਾਰਟੀ ਦੇ ਤਜਰਬੇਕਾਰ ਨੇਤਾ ਬਾਹਰ ਹੋ ਗਈ ਪਾਰਟੀ ......ਵਿਰੋਧੀ ਧਿਰ....ਜਿਸ ਨੂੰ ਤੁਸੀਂ ਆਪੋਜੀਸ਼ਨ ਕਹਿੰਦੇ ਹੋ....ਉਸ ਦੀਆਂ ਕਮੀਆਂ ਲੱਭਣ ਲਈ ਰੋਜ਼ ਦਿਨ ਦਾ ਅੱਧਾ ਹਿੱਸਾ ਖਰਾਬ ਕਰ ਦਿੰਦੇ ਹਨ....ਆਪੋਜੀਸ਼ਨ ਦੇ ਕਾਰਜ ਕਾਲ ਸਮੇਂ ਦੀਆਂ ਫਾਈਲਾਂ ਖੰਘਾਲੀਆਂ ਜਾਂਦੀਆਂ ਨੇ....ਕੀਤੇ ਗਏ ਗੜਬੜ ਘੁਟਾਲੇ ਉਜਾਗਰ ਕੀਤੇ ਜਾਂਦੇ ਹਨ....ਉਹਨਾਂ ਦੇ ਚਹੇਤੇ....ਉਹਨਾਂ ਦੇ ਵਫਾਦਾਰ ਅਫਸਰਾਂ ਉੱਤੇ ਝੂਠੇ ਕੇਸ...ਮੁਕੱਦਮੇਬਾਜ਼ੀਆਂ....ਨਾ ਜਾਣੇ ਕੀ ਕੀ ਕੀਤਾ ਜਾਂਦਾ ਹੈ। ਆਪੋਜੀਸ਼ਨ ਦੇ ਵਫਾਦਾਰਾਂ ਦੀਆਂ ਲਿਸਟਾਂ ਤਿਆਰ ਕੀਤੀਆਂ ਜਾਂਦੀਆਂ ਨੇ....ਫੇਰ ਉਹਨਾਂ ਉਤੇ ਕੇਸ ਬਣਾਉਣ ਲਈ ਏਸ ਸਭਾਗਾਰ 'ਚ ਗੁਪਤ ਮੀਟਿੰਗਾਂ ਚੱਲਦੀਆਂ ਨੇ....।

ਕਦੇ ਕਦੇ ਮੇਰਾ ਜੀ ਕਰਦੈ....ਕਿ ਮੈਂ ਇਹਨਾਂ ਭਲੇ ਮਾਣਸਾਂ ਨੂੰ ਕਹਾਂ ਕਿ ਜਿੰਨੀ ਐਨਰਜੀ....ਸਮਾਂ ਤੇ ਖੋਪੜੀ ਤੁਸੀਂ ਪਹਿਲੜਿਆਂ ਨੂੰ ਨੀਵਾਂ ਦਿਖਾਉਣ ਲਈ ਬਰਬਾਦ ਕਰਦੇ ਹੋ....ਉਨੀ ਕਿਸੇ ਚੱਜ ਦੇ ਕੰਮ 'ਚ ਖਰਚ ਕਰੋ....ਜਨਤਾ ਜਨਾਰਧਨ ਦੇ ਫਾਇਦੇ ਲਈ....ਆਮ ਆਦਮੀ ਦੀ ਭਲਾਈ ਲਈ....ਪਰ ਮੇਰੀ ਆਵਾਜ਼ ਉਹਨਾਂ ਤੱਕ ਕਿੱਥੇ ਪਹੁੰਚਦੀ ਐ....ਨਗਰਖਾਨੇ 'ਚ ਤੂਤੀ ਦੀ ਕੌਣ ਸੁਣਦਾ ਹੈ....ਜਾਂ ਇਹ ਵੀ ਹੋ ਸਕਦੈ ਕਿ ਉਹਨਾਂ ਨੇ ਕੰਨਾਂ 'ਚ ਡਾਟ ਦੇ ਰੱਖੇ ਹੋਣ....ਤੇ ਉਹ ਮੇਰੀ ਆਵਾਜ਼ ਸੁਣਨਾ ਈ ਨਾ ਚਾਹੁੰਦੇ ਹੋਣ.....।

ਪੰਜਾਂ ਸਾਲਾਂ ਬਾਦ ਉਪਰਲੀ ਤੇ ਪੰਜਾਂ ਈ ਸਾਲਾਂ ਬਾਦ ਹੇਠਲੀ ਸਰਕਾਰ ਦੀਆਂ ਚੋਣਾਂ ਹੁੰਦੀਆਂ ਨੇ....ਇਹੀ ਨੇਤਾ ਜਿਹੜੇ ਪੂਰੇ ਪੰਜ ਸਾਲ ਤੁਹਾਡੇ ਲਈ ਈਦ ਦਾ ਚੰਨ ਬਣੇ ਰਹੇ ਨੇ....ਤੁਹਾਨੂੰ ਇਹਨਾਂ ਦੇ ਦਰਸ਼ਨ ਵੀ ਦੁਰਲੱਭ ਰਹੇ ਨੇ....ਹੁਣ ਇਹ ਫੇਰ ਥੋਡੇ ਘਰੋਂ ਘਰੀਂ ਤੁਰੇ ਫਿਰਦੇ ਨੇ....ਤੇ ਤੁਸੀਂ ਹਰ ਬਾਰ ਇਹਨਾਂ ਦੀਆਂ ਚਿਕਣੀਆਂ ਚੋਪੜੀਆਂ ਗੱਲਾਂ ਦੇ ਕਾਇਲ ਹੋ ਜਾਂਦੇ ਹੋ...ਫੇਰ ਸੜਕਾਂ ਉਤੇ ਧੂਮ ਧੜਾਕਾ....ਸ਼ੋਰ ਸ਼ਰਾਬਾ....ਰੋਡ ਸ਼ੋਅ.... ਰੈਲੀਆਂ..ਸਭਾਵਾਂ....ਭਾਸ਼ਣਾਂ ਦੇ ਪ੍ਰਭਾਵ 'ਚ ਆ ਕੇ ਸਭ ਭੁੱਲ ਜਾਂਦੇ ਹੋ....ਤੁਸੀਂ ਭੁੱਲ ਜਾਂਦੇ ਹੋ....ਸਭਾਗਾਰ ਦੇ ਗੇਟ ਤੇ ਤਣ ਕੇ ਖੜ੍ਹੇ ਗੇਟ ਕੀਪਰ ਦੀ ਰੁੱਖੀ ਆਵਾਜ਼....ਹੈਂਕੜ....ਉਹਨੂੰ ਕੀਤੀਆਂ ਮਿੰਨਤਾਂ....ਤੁਸੀਂ ਭੁੱਲ ਜਾਂਦੇ ਹੋ ਪਿਛਲੀਆਂ ਚੋਣਾਂ....ਪਿਛਲੀਆਂ ਤੋਂ ਪਿਛਲੀਆਂ ....ਫੇਰ ਉਦੋਂ ਵੀ ਪਿਛਲੀਆਂ ਚੋਣਾਂ ਦੀ ਕਹਾਣੀ....ਕੀਤੇ ਗਏ ਵਾਦੇ ਤੇ ਵਾਦਾ ਖਿਲਾਫੀ...ਪਰ ਇੱਕ ਗੱਲ ਹੈ....ਚੋਣਾਂ 'ਚ ਸ਼ਰਾਬੀਆਂ ਨਸ਼ੇੜੀਆਂ ਦੇ ਤੀਆਂ ਵਰਗੇ ਦਿਨ ਆਏ ਹੁੰਦੇ ਨੇ...ਖੁੱਲ੍ਹੀ ਦਾਰੂ...ਮਨ ਭਾਉਂਦੇ ਨਸ਼ੇ....ਤੇ ਖਰਚਾ ਪਾਣੀ ਵੀ....ਚੋਰ ਉਚੱਕਿਆਂ.... ਵਿਹਲੜਾਂ ਸਟੋਰੀਆਂ ਦੀਆਂ ਵੀ ਮੌਜਾਂ ਲੱਗ ਜਾਂਦੀਆਂ ਨੇ.....।

ਜਿਹਨਾਂ ਗਰੀਬਾਂ ਦੇ ਪਸੀਨੇ ਦੀ ਬਦਬੋ ਇਹਨਾਂ ਅਹਿਲਕਾਰਾਂ ਦੀਆਂ ਨਾਸਾਂ ਨੂੰ ਕੋਹ ਕੋਹ ਦੀ ਦੂਰੀ ਤੋਂ ਚੜ੍ਹਦੀ ਹੁੰਦੀ ਸੀ...ਹੁਣ ਚੋਣਾਂ ਦੇ ਦਿਨਾਂ 'ਚ ਇਹਨਾਂ ਨੂੰ ਜੱਫੀਆਂ ਪਾ ਪਾ ਮਿਲਦੇ ਨੇ....ਲੋੜ ਪੈਣ ਤੇ ਗਧੇ ਨੂੰ ਬਾਪ ਬਣਾ ਲੈਣ ਦੀ ਕਲਾ ਇਹਨਾਂ ਨੂੰ ਬਖੂਬੀ ਆਉਂਦੀ ਐ....ਇਹ ਧਰਮਾਂ ਫਿਰਕਿਆਂ ਦੀ....ਜਾਤਾਂ ਦੀ ਰਾਜਨੀਤੀ ਦੇ ਮਾਹਰ ਖਿਲਾੜੀ

ਹੁੰਦੇ ਨੇ....ਜਿੱਥੇ ਜਾਤਾਂ ਪਾਤਾਂ ਧਰਮਾਂ ਫਿਰਕਿਆਂ ਦੇ ਮਸਲਿਆਂ ਤੋਂ ਇਹਨਾਂ ਦਾ ਉਲੂ ਸਿੱਧ ਹੁੰਦਾ ਹੋਵੇ ਉਥੇ ਇਹ ਉਹਨਾਂ ਦੇ ਹਮਦਰਦ ਬਣ ਖਲੋਂਦੇ ਨੇ....।

ਚੱਲਦੇ ਚੱਲਦੇ ਮੈਂ ਥੋਨੂੰ ਇੱਕ ਗੱਲ ਹੋਰ ਦੱਸ ਦਿਆਂ....ਇਹ ਮੈਨੂੰ ਸ਼ੁਰੂ 'ਚ ਈ ਦੱਸ ਦੇਣੀ ਚਾਹੀਦੀ ਸੀ....ਪਰ ਆਪਾਂ ਹੋਰ ਮਸਲਿਆਂ 'ਚ ਈ ਉਲਝ ਗਏ.....ਗੱਲ ਇਹ ਐ ਬਈ ਇਹ ਜਿਹੜੇ ਉਮਰ ਦਰਾਜ ਨੇਤਾ...ਜਾਂ ਛੋਟੀ ਉਮਰ ਦੇ ਨੇਤਾ....ਇੱਕ ਪਾਰਟੀ ਛੱਡ ਕੇ ਦੂਸਰੀ 'ਚ ਜਾ ਰਲਦੇ ਨੇ ਉਹ ਤਾਂ ਨਿਰਲੱਜ....ਬੇਹਯਾ ਤੇ ਸੁਆਰਥੀ ਲੋਕ ਨੇ....ਤੁਸੀਂ ਯਾਦ ਕਰੋ....ਬਈ ਕਦੇ ਅਜਿਹਾ ਹੋਇਆ ਹੈ ਕਿ ਇਹਨਾਂ ਨੇਤਾਵਾਂ...ਲੀਡਰਾਂ ਦੇ ਕਦੇ ਜਨ ਹਿੱਤ ਲਈ ਦਲ ਬਦਲਿਆ ਹੋਵੇ....ਇਹਨਾਂ ਨੂੰ ਜਦੋਂ ਇੱਕ ਪਾਰਟੀ ਵਿੱਚ ਮਨ ਚਾਹੀ ਥਾਂ ਨਹੀਂ ਮਿਲਦੀ.....ਮਨ ਚਾਹੇ ਆਹੁਦੇ ਨਹੀਂ ਮਿਲਦੇ....ਉਦੋਂ ਇਹ ਦਲ ਬਦਲਦੇ ਨੇ....ਇਹ ਦਲ ਬਦਲੂ ਲੋਕ ਹਮੇਸ਼ਾ ਈ ਬੇਵਫਾ ਲੋਕ ਹੁੰਦੇ ਨੇ...ਨਮਕ ਹਰਾਮੀ ਕਰਦੇ ਨੇ। ਸਾਰੀ ਉਮਰ ਇੱਕ ਪਾਰਟੀ ਦੇ ਮੈਨੀਫੈਸਟੋ...ਵਿਚਾਰਧਾਰਾ ਉਤੇ ਚੱਲਦੇ ਹੋਏ ਕਿਵੇਂ ਦਸਾਂ ਵੀਹਾਂ ਚਾਲੀਆਂ ਸਾਲਾਂ ਬਾਦ ਉਸ ਪਾਰਟੀ 'ਚ ਰਲ ਜਾਂਦੇ ਨੇ ਜਿਸ ਦੀ ਕਾਰਗੁਜ਼ਾਰੀ ਦੀ ਸਾਰੀ ਉਮਰ ਨਿਖੇਧੀ ਕਰਦੇ ਰਹੇ ਹੋਣ....ਵਿਰੋਧ ਕਰਦੇ ਰਹੇ ਹੋਣ.....ਸੋਚੋ ਜਨਤਾ ਜਨਾਰਧਨ ਜ਼ਰਾ ਸੋਚੋ....ਇਹਨਾਂ ਨੂੰ ਕਦੇ ਪੁੱਛਿਐ ਤੁਸੀਂ....ਕਦੇ ਸੁਆਲ ਕੀਤਾ ਐ....ਬਈ ਜਦੋਂ ਇਹ ਪਾਰਟੀ ਥੋਡੇ ਮੁਤਾਬਕ ਨਹੀਂ ਚੱਲੀ....ਜਦੋਂ ਥੋਡੇ ਮਨਸੂਬੇ ਏਥੇ ਪੂਰੇ ਨਹੀਂ ਹੋਏ....ਤਾਂ ਤੁਸੀਂ ਐਨੇ ਸਾਲ ਪਾਰਟੀ ਦਾ ਖਾਧਾ ਨਮਕ ਭੁੱਲ ਕੇ ਉਸ ਪਾਰਟੀ 'ਚ ਰਲ ਗਏ ਜਿਸ ਨੇ ਥੋਡੀਆਂ ਸਾਰੀਆਂ ਸ਼ਰਤਾਂ ਮੰਨੀਆਂ....।

ਕੋਈ ਇੱਕ ਉਦਾਹਰਣ ਐਸੀ ਦੱਸੋ ਜਦੋਂ ਤੁਸੀਂ ਇਸ ਤਰ੍ਹਾਂ ਦੀ ਘਿਨਾਉਣੀ ਹਰਕਤ ਦਾ ਵਿਰੋਧ ਕੀਤਾ ਹੋਵੇ....ਤੁਸੀਂ ਕਿਉਂ ਭੁੱਲ ਜਾਂਦੇ ਹੋ ਕਿ ਇਹ ਨੇਤਾ ਲੋਗ ਥੋਡੇ ਪੈਦਾ ਕੀਤੇ ਹੋਏ ਨੇ....ਥੋਡੀ ਵੋਟ ਨੇ ਇਹਨਾਂ ਨੂੰ ਐਸ ਮੁਕਾਮ ਤੱਕ ਪਹੁੰਚਾਇਐ....ਇਹਨਾਂ ਦੀ ਜਵਾਬਦੇਹੀ ਬਣਦੀ ਹੈ....ਤੁਸੀਂ ਇਹਨਾਂ ਨੂੰ ਪੁੱਛ ਸਕਦੇ ਹੋ....ਕਟਹਿਰੇ 'ਚ ਖੜ੍ਹਾ ਕਰ ਸਕਦੇ ਹੋ.....ਪਰ ਤੁਸੀਂ ਆਪਣੀ ਅਹਿਮੀਅਤ ਆਪਣੀ ਕੀਮਤ ਨਹੀਂ ਪਛਾਣਦੇ....ਚਲੋ ਖੈਰ....।

ਪਿੱਛੇ ਜਿਹੇ ਸੁਣਨ 'ਚ ਆਇਆ ਕਿ ਕੁਝ ਨਵਾਂ ਵਾਪਰਨ ਵਾਲਾ ਹੈ....ਮੈਂ ਤਾਂ ਸ਼ੁਰੂ ਤੋਂ ਚਿੱਟੇ ਨੀਲੇ ਭਗਵੇਂ ਤੇ ਹਰੇ....ਬੱਸ ਇਹੀ ਰੰਗ ਵੇਖਦੀ ਤੇ ਹੰਢਾਉਂਦੀ ਆਈ ਹਾਂ।....ਪਰ ਇਸ ਵਾਰ ਕਹਿੰਦੇ ਕੋਈ ਸੂਰਮਾ ਮੈਦਾਨ 'ਚ ਨਿਤਰਿਐ...ਕੱਪੜੇ ਤਾਂ ਭਾਂਤ ਭਾਂਤ ਦੇ ਨੇ ...ਪਰ ਟੋਪੀ ਨਿਆਰੀ ਐ...ਸੁਣਿਐ ਉਹ ਜ਼ਮੀਨ ਨਾਲ ਜੁੜੇ ਲੋਕਾਂ ਦੀ ਪਾਰਟੀ ਐ....ਤੇ ਜ਼ਮੀਨ ਨਾਲ ਜੁੜੇ ਹੋਏ ਲੋਕ ਈ ਇਹਦੇ ਆਗੂ ਨੇ....ਸਾਫ ਸੁਥਰੀ ਛਵੀ ਵਾਲੇ ਈਮਾਨਦਾਰ....ਚੰਗੇ ਚਰਿੱਤਰ ਵਾਲੇ....ਹੱਥਾਂ 'ਚ ਝਾੜੂ ਲਈ...ਲੋਕਾਂ ਦੀ ਸੇਵਾ ਵਾਸਤੇ ਚੋਣ ਮੈਦਾਨ 'ਚ ਉਤਰੇ ਨੇ....ਤੇ ਲੋਕਾਂ ਨੂੰ ਇੱਕ ਆਸ ਬੱਝੀ ਐ....।

ਲੋਕ ਇਹਨਾਂ ਚਿੱਟਿਆਂ ਨੀਲਿਆਂ ਭਗਵਿਆਂ ਤੇ ਹਰਿਆਂ ਕੋਲੋਂ ਤੰਗ ਆ ਚੁਕੇ ਨੇ...ਹੁਣ ਤੱਕ ਲੋਕਾਂ ਕੋਲ ਇਹਨਾਂ ਰੰਗਾਂ ਤੋਂ ਇਲਾਵਾ ਕੋਈ ਵਿਕਲਪ ਹੀ ਨਹੀਂ ਸੀ....ਹੁਣ ਲੋਕਾਂ ਨੂੰ ਇੱਕ ਵਿਕਲਪ ਮਿਲਿਐ....ਬਦਲਾਓ ਚਾਹੁੰਦੇ ਨੇ ਲੋਕ....ਮੈਂ ਤਾਂ ਖੈਰ ਏਸ ਸਭਾਗਾਰ 'ਚੋਂ ਕਦੇ ਬਾਹਰ ਨੀ ਗਈ.... ਮੈਂ ਤਾਂ ਏਥੇ ਇਹਨਾਂ ਲੋਕਾਂ ਤੋਂ ਈ ਸਭ ਸੁਣਦੀ ਆਈ ਆਂ....। ਪਰ ਤੁਸੀਂ ਤਾਂ ਬਾਹਰ ਦੇਖਦੇ ਈ ਰਹੇ ਓਂ....ਬਈ ਕਿਸ ਤਰ੍ਹਾਂ ਰਿਕਸ਼ਾ ਥਰੀਵੀਲਰ...ਟਾਂਗੇ

ਵਾਲਿਆਂ...ਮਜ਼ਦੂਰਾਂ ਕਿਸਾਨਾਂ ਉਤੇ ਇਸ ਨਵੀਂ ਪਾਰਟੀ ਦਾ ਖੁਮਾਰ ਚੜ੍ਹਿਆ....ਕਿਸ ਤਰ੍ਹਾਂ ਇਸ ਪਾਰਟੀ ਦਾ ਜਾਦੂ ਲੋਕਾਂ ਦੇ ਸਿਰ ਚੜ੍ਹ ਕੇ ਬੋਲਿਆ....ਸਿਰ ਉਤੇ ਕਾਗਜ਼ਾਂ ਦੀਆਂ ਟੋਪੀਆਂ ਪਾਈ ਲੋਕ ਉਤਸ਼ਾਹਤ ਹੋ ਕੇ ਇੱਕ ਆਸ ਲਾਈ ਤੁਰੇ ਫਿਰੇ....।

ਤੇ ਏਧਰ ਮੈਂ ਵੀ ਖੁਸ਼ ਬਈ ਮੈਂ ਵੀ ਛੇ ਸੱਤ ਦਹਾਕਿਆਂ ਬਾਦ ਕੋਈ ਬਦਲਾਓ ਦੇਖਾਂਗੀ....ਹਲਕੇ ਫੁਲਕੇ ਨੇਤਾਵਾਂ ਦੀਆਂ ਮੂਰਤਾਂ ਦਾ ਫੁੱਲਾਂ ਵਰਗਾ ਭਾਰ ਚੱਕਦੀ ਹੋਈ ਮੈਂ ਵੀ ਚਾਰ ਦਿਨ ਆਰਾਮ ਦੇ ਕੱਟਾਂਗੀ....ਮੈਂ ਵੀ ਅਸਲ 'ਚ ਇਹਨਾਂ ਚਿੱਟਿਆਂ, ਨੀਲਿਆਂ...ਪੀਲਿਆਂ ਹਰਿਆਂ ਦੀਆਂ ਤਸਵੀਰਾਂ ਦਾ ਬੋਝਾ ਢੋਂਦੀ ਢੋਂਦੀ ਥੱਕ ਲੱਥੀ ਆਂ....।

ਤੇ ਐਨੇ ਦਿਨਾਂ ਦੀ....ਚੰਗੇ ਵਕਤ ਦੇ ਆਉਣ ਦੀ ਆਸ ਰੱਖਦੀ ਹੋਈ ਮੈਂ ਵੀ ਖੁਸ਼ ਹੋਈ...ਮੈਂ ਤਾਂ ਚੰਗੇ ਲੋਕਾਂ ਦੀ ਆਮਦ ਨੂੰ ਈ ਤਰਸ ਗਈ ਆਂ....ਅੱਕਲਕਾਨ ਹੋ ਗਈ ਆਂ...ਇਸ ਪਾਰਟੀ ਦਾ ਮੈਨੀਫੈਸਟੋ ਵੀ ਜਨਤਾ ਜਨਾਰਧਨ ਦੇ ਹਿੱਤ ਦੀ ਗੱਲ ਕਰਦਾ ਸੀ....ਇਸ ਵੱਖਰੀ ਦਿੱਖ ਵਾਲੀ ਪਾਰਟੀ ਤੋਂ ਲੋਕਾਂ ਨੂੰ ਆਸ ਬੱਝੀ....ਕਿ ਹੁਣ ਇਹ ਝਾੜੂ ਵਾਲੇ ਸਮਾਜਕ ਬੁਰਾਈਆਂ ਨੂੰ....ਭ੍ਰਿਸ਼ਟਾਚਾਰ ਨੂੰ, ਗੰਦੀ ਰਾਜਨੀਤੀ ਨੂੰ...ਬੇਰੁਜ਼ਗਾਰੀ....ਭੁੱਖਮਰੀ ਵਰਗੀਆਂ ਸਮੱਸਿਆਵਾਂ ਨੂੰ ਝਾੜੂ ਮਾਰ ਦੇਣਗੇ....ਇਹ ਸੂਰਮੇ ਕੁਝ ਕਰ ਦਿਖਾਉਣਗੇ....।

ਪਰ ਨਹੀਂ....ਮੈਂ ਤੇ ਜਨਤਾ ਜਨਾਰਧਨ ਨੇ ਫੋਕੀ ਆਸ ਲਾ ਲਈ....ਇਹ ਪਾਰਟੀ ਵੀ ਦੂਜੀਆਂ ਪਾਰਟੀਆਂ ਵਾਂਗ ਭਟਕ ਗਈ....ਕੁਰਾਹੇ ਪੈ ਗਈ....ਇਹਨਾਂ ਦੀ ਤਾਂ ਛੇਤੀਓ ਜੁੱਤੀਆਂ 'ਚ ਦਾਲ ਵੰਡ ਗਈ....ਉਹੀ ਈਗੋ...ਅਹੰ ਦੀ ਭਾਵਨਾ...ਇਕ ਦੂਜੇ ਨੂੰ ਨੀਚਾ ਦਿਖਾਉਣ ਦੀ ਭਾਵਨਾ.....ਤੇ ਇਸ ਤਰ੍ਹਾਂ ਪਾਰਟੀ ਫੁੱਟ ਦਾ ਸ਼ਿਕਾਰ ਹੋ ਗਈ....ਬਿਖਰ ਗਈ...ਝਾੜੂ ਤੀਲ੍ਹ ਤੀਲ੍ਹ ਹੋ ਗਿਆ....ਜਨਤਾ ਜਨਾਰਧਨ ਦੀ ਚਿੰਤਾ ਤੋਂ ਬੇਖਬਰ ਆਪਸੀ ਝਗੜਿਆਂ ਵਿੱਚ ਉਲਝ ਕੇ ਰਹਿ ਗਈ....ਸ਼ਾਇਦ ਇਹ ਅਨਾੜੀ ਲੋਕ ਸਨ...ਰਾਜਨੀਤੀ ਦੀ ਸਮਝ ਨਹੀਂ ਸੀ....ਬਿਨਾਂ ਤਜ਼ਰਬੇ ਤੋਂ ਟੋਪੀਆਂ ਪਹਿਨ ਬੈਠੇ....ਹਾਲੇ ਇਹਨਾਂ ਦੀਆਂ ਜੜ੍ਹਾਂ ਨੇ ਮਜ਼ਬੂਤੀ ਨਹੀਂ ਫੜੀ....ਇਹ ਗਮਲਿਆਂ ਦੇ ਬੂਟੇ ਬਣ ਕੇ ਰਹਿ ਗਏ...ਆਡੋ ਪਾਟ ਹੋਈ ਪਾਰਟੀ ਨੇ ਲੋਕਾਂ ਦਾ ਭਰੋਸਾ ਛੇਤੀ ਓ ਖੋ ਲਿਆ....ਲੋਕਾਂ ਦੀਆਂ ਉਮੀਦਾਂ ਟੁੱਟ ਗਈਆਂ....ਸ਼ਾਇਦ ਇਹਨਾਂ ਨੂੰ ਸੱਤਾ ਰਾਸ ਨਹੀਂ ਆਈ....ਪਚੀ ਨਹੀਂ....ਸਾਰੇ ਅਨਾੜੀ ਕੱਠੇ ਹੋ ਗਏ....।

ਇਹ ਵੀ ਦੂਜੀਆਂ ਪਾਰਟੀਆਂ ਵਾਂਗ ਜਨਤਾ ਨਾਲ ਵਾਅਦਾ ਖਿਲਾਫੀ ਕਰ ਗਏ....ਲੋਕਾਂ ਨੂੰ ਦਿਖਾਏ ਸਬਜ਼ ਬਾਗ ਕੇਵਲ ਸਬਜ਼ ਬਾਗ ਹੀ ਰਹਿ ਗਏ।

ਖੈਰ ਬਹੁਤ ਹੋ ਗਈ....ਮੈਂ ਥੱਕ ਗਈ ਆਂ ਥੋਨੂੰ ਹਲੂਣਦੀ...ਝੰਜੋੜਦੀ.....ਏਸ ਵਾਰੀ ਫੇਰ ਮੇਰੇ ਸ਼ੀਸ਼ੇ 'ਚ ਭਗਵਾਂ ਰੰਗ ਸਜ ਗਿਐ....ਪਹਿਲੀ ਦੂਜੀ ਤੇ ਤੀਜੀ....ਸਾਰੀਆਂ ਫੋਟੋਆਂ ਭਗਵੇਂ ਰੰਗ ਦੀਆਂ....ਇਹਨਾਂ ਭਗਵਿਆਂ ਨੂੰ ਬੜੀ ਸਹਿਕ ਸਹਿਕ ਕੇ....ਅੱਡੀਆਂ ਰਗੜ ਰਗੜ ਕੇ ਦਹਾਕਿਆਂ ਬਾਦ ਚੌਧਰ ਮਿਲੀ ਐ....ਕਹਿੰਦੇ ਦੇਸ਼ ਦਾ ਮੁਖੀਆ ਤਾਂ ਹਿੰਦੁਸਤਾਨ 'ਚ ਰਹਿੰਦਾ ਈ ਨੀ....ਪ੍ਰਦੇਸ਼ਾਂ 'ਚ ਈ ਘੁੰਮਦਾ ਰਹਿੰਦੈ....ਤੇ ਉਹਨੇ ਜਿਹੜਾ ਪ੍ਰਦੇਸ ਦਾ ਮੁਖੀਆ ਬਣਾਇਆ ਹੈ ਨਾਅ....ਉਹ ਉਹਦਾ ਖਾਸਮ ਖਾਸ ਹੈ....ਪਰ ਰਾਜਨੀਤੀ 'ਚ ਅਨਾੜੀ.....ਪ੍ਰਦੇਸ ਦੀ ਪਾਰਟੀ ਦਾ ਮੁਖੀਆ ਪਹਿਲੀ ਵਾਰ ਐਨੇ ਵੱਡੇ ਪਦ ਉਤੇ ਬੈਠਿਆ

ਹੈ.....ਕਦੇ ਪਿੰਡ ਦਾ ਸਰਪੰਚ ਵੀ ਨਹੀਂ ਰਿਹਾ...ਸਿੱਧਾ ਸਭਾਗਾਰ 'ਚ ਮੁਖੀਏ ਦੀ ਕੁਰਸੀ ਤੇ ਬਿਠਾ ਦਿੱਤਾ....।

ਹੁਣ ਮੈਂ ਸਾਰੀਆਂ ਕਾਰਗੁਜ਼ਾਰੀਆਂ ਦੀ ਚਸ਼ਮਦੀਦ ਗਵਾਹ ਤੁਹਾਨੂੰ ਆਖਰੀ ਬਾਰ ਸੁਚੇਤ ਕਰ ਰਹੀ ਆਂ....ਕਿ ਕੱਲ੍ਹ ਦਾ ਤਾਂ ਮੈਨੂੰ ਪਤਾ ਨਹੀਂ....ਪਰ ਤੁਹਾਡਾ ਅੱਜ ਧੁੰਦਲਾ ਹੈ....ਤੁਹਾਡੇ ਨਾਲ ਠੱਗੀ ਹੋ ਰਹੀ ਐ...ਤੁਹਾਡੇ ਨਾਲ ਫਰੇਬ ਹੋ ਰਿਹਾ ਹੈ....ਵਾਅਦਾ ਖਿਲਾਫ਼ੀ ਹੋ ਰਹੀ ਐ....ਸਿਰਫ ਤੇ ਸਿਰਫ਼ ਚਿੱਟਿਆਂ ਅਤੇ ਹਰਿਆਂ ਤੋਂ ਬਦਲੇ ਦੀ ਭਾਵਨਾ ਦੀ ਰਾਜਨੀਤੀ ਹੋ ਰਹੀ ਐ....ਉਹਨਾਂ ਨੂੰ ਜੇਲ੍ਹਾਂ 'ਚ ਡੱਕਣ ਲਈ ਅੱਡੀ ਚੋਟੀ ਦਾ ਜ਼ੋਰ ਲਾਇਆ ਜਾ ਰਿਹਾ ਹੈ....ਬੇਰੁਜ਼ਗਾਰ ਨੌਜਵਾਨ ਠਗੇ ਠਗੇ ਮਹਿਸੂਸ ਕਰ ਰਹੇ ਨੇ...ਚਿੱਟਿਆਂ ਤੋਂ ਬਦਲਾ ਲੈਣ ਲਈ ਕਰਮਚਾਰੀਆਂ ਤੋਂ ਦੋ ਸਾਲ ਉਮਰ ਖੋਹ ਲਈ ਐ....ਕਰਮਚਾਰੀ ਨੌਕਰੀਓਂ ਬਾਹਰ ਕਰ ਦਿੱਤੇ ਨੇ....ਸਭ ਬਦਲੇ ਦੀ ਭਾਵਨਾ....ਸਾਹਨਾਂ ਦਾ ਭੇੜ ਤੇ ਝਾੜੀਆਂ ਦਾ ਖਹੁ....।

ਸਭ ਤੋਂ ਮਨਹੂਸ ਕਾਰਗੁਜ਼ਾਰੀ....ਇਹਨਾਂ ਨੇ ਲੇਖਕਾਂ ਪਾਠਕਾਂ ਕੋਲੋਂ ਸਾਹਿਤ ਅਕੈਡਮੀਆਂ ਖੋਹ ਲਈਆਂ.....ਘੱਖਰ ਭੱਖਰ ਕਰ ਦਿੱਤੀਆਂ.....ਅਖੇ ਸਾਹਿਤ ਅਕੈਡਮੀਆਂ ਤੋਂ ਕਿਹੜਾ ਸਰਕਾਰ ਨੂੰ ਕੋਈ ਆਮਦਨ ਹੁੰਦੀ ਐ.....ਨਾਲੇ ਸਾਹਿਤਕਾਰਾਂ ਪਾਠਕਾਂ ਨੇ ਪ੍ਰਦੇਸ ਲਈ ਕੀ ਕਰਨਾ ਐ....ਵਾਧੂ ਦਾ ਖਰਚਾ....ਇਹਨਾਂ ਦੀ ਇਹ ਨਾਂਹਪੱਖੀ ਸੋਚ ਲੇਖਕਾਂ ਵਿੱਚ ਵਿਦਰੋਹ ਪੈਦਾ ਕਰ ਰਹੀ ਐ.....ਸ਼ਾਇਦ ਇਹ ਸਰਕਾਰ ਭੁੱਲ ਰਹੀ ਹੈ ਕਿ ਕਲਮ ਦਾ ਵਾਰ ਤਲਵਾਰ ਦੇ ਵਾਰ ਨਾਲੋਂ ਕਿਤੇ ਵੱਧ ਘਾਤਕ ਹੁੰਦਾ ਹੈ.....ਜੇ ਲੇਖਕਾਂ ਨੇ ਕਲਮ ਏਧਰ ਨੂੰ ਚੱਕ ਲਈ ਤਾਂ....ਔਖਾ ਹੋ ਜਾਣਾ ਐ.....ਕਲਮਾਂ ਸਰਕਾਰਾਂ ਗੇਰਨ ਵਿੱਚ ਵੀ ਅਹਿਮ ਰੋਲ ਅਦਾ ਕਰ ਸਕਦੀਆਂ ਨੇ.....।

ਜਨਤਾ ਜਨਾਰਧਨ....ਹੁਣ ਤਾਂ ਜਾਗੋ....ਜਦ ਤੱਕ ਤੁਸੀਂ ਆਪਣੀ ਕੀਮਤ ਨਹੀਂ ਪਰਖਦੇ....ਆਪਣੀ ਅਹਿਮੀਅਤ ਨਹੀਂ ਸਮਝਦੇ.....ਉਦੋਂ ਤੱਕ ਏਵੇਂ ਈ ਚੱਲਦਾ ਰਹਿਣੈ......ਥੋਡੇ ਖ਼ੂਨ ਪਸੀਨੇ ਦੀ ਕਮਾਈ ਸਵਿਸ ਬੈਂਕਾਂ 'ਚ ਜਾਂਦੀ ਰਹਿਣੀ ਐ....ਖ਼ੂਨ ਪੀਣੀਆਂ ਜੋਕਾਂ ਨੇ ਥੋਡਾ ਖ਼ੂਨ ਚੂਸਦੇ ਰਹਿਣੈ....ਤੁਸੀਂ ਕਾਲੇ ਬੌਲ੍ਹਦ ਵਾਂਗ ਕਮਾਉਂਦੇ ਰਹਿਣਾ....ਤੇ ਇਹਨਾਂ ਨੇ ਵਿਹਲੇ ਖਾਂਦੇ ਰਹਿਣੈ....।

ਮੈਂ ਚਸ਼ਮਦੀਦ ਗਵਾਹ....ਏਸ ਸਭਾਗਾਰ ਦੀਆਂ ਕਾਰਗੁਜ਼ਾਰੀਆਂ ਤੋਂ....ਕਾਰਸਤਾਨੀਆਂ ਤੋਂ ਤੁਹਾਨੂੰ ਆਗਾਹ ਕਰ ਰਹੀ ਹਾਂ....ਅੱਗੇ ਥੋਡੀ ਮਰਜ਼ੀ....।

ਧਰਤੀ ਮਾਂ

ਮਨਸਾ ਮੇਰੇ ਘਰ ਪਿਛਲੇ ਵੀਹ ਸਾਲਾਂ ਤੋਂ ਕੰਮ ਕਰਦੀ ਆ ਰਹੀ ਐ। ਲੋਕ ਤਾਂ ਉਸ ਨੂੰ ਦੋ ਤਿੰਨ ਮਹੀਨਿਆਂ ਬਾਦ ਈ ਹਟਾ ਦਿੰਦੇ ਨੇ.....ਪਰ ਮੇਰੇ ਘਰ ਉਹ ਬੀਹ ਬਾਈ ਸਾਲਾਂ ਤੋਂ ਲਗਾਤਾਰ ਲੱਗੀ ਹੋਈ ਐ। ਨਾ ਮੈਨੂੰ ਕਦੇ ਉਹਦੇ ਤੋਂ ਕੋਈ ਸ਼ਿਕਾਇਤ ਹੋਈ ਐ ਤੇ ਨਾ ਹੀ ਉਸ ਨੂੰ ਮੇਰੇ ਨਾਲ ਕਦੇ ਕੋਈ ਗਿਲਾ ਸ਼ਿਕਵਾ ਹੋਇਆ ਹੈ।

ਹੁਣ ਤਾਂ ਉਸ ਨੂੰ ਘਰ ਦੇ ਸਾਰੇ ਜੀਆਂ ਦੀਆਂ ਆਦਤਾਂ ਪਤਾ ਨੇ....ਉਹਨਾਂ ਦੇ ਟੇਸਟ ਪਤਾ ਨੇ। ਮੇਰੇ ਪਤੀ ਸੁਖਜੀਤ ਨੂੰ ਨਾਸ਼ਤੇ 'ਚ ਕੀ ਦੇਣਾ ਐ....ਬੇਟੇ ਰਮਿੰਦਰ ਨੂੰ ਕੀ ਪਸੰਦ ਐ.... ਮੈਨੂੰ ਕਿਸ ਵੇਲੇ ਕਿਹੋ ਜਿਹੀ ਚਾਹ ਦੇਣੀ ਐ....ਊਂ ਕਈ ਵਾਰੀ ਤਾਂ ਕਮਾਲ ਈ ਹੋ ਜਾਂਦੀ ਐ। ਜੇ ਕਦੇ ਮਨਸਾ ਛੁੱਟੀ ਚਲੀ ਜਾਵੇ....ਉਂਝ ਉਹ ਥੋੜੇ ਕੀਤਿਆਂ ਛੁੱਟੀ ਕਰਦੀ ਨਹੀਂ ਪਰ ਫੇਰ ਵੀ ਕਦੇ ਕਦਾਈਂ....।

ਤੇ ਮੈਂ ਰਸੋਈ 'ਚ ਜਾ ਕੇ ਜਿੰਨੀ ਮਰਜ਼ੀ ਰੀਝ ਨਾਲ ਖਾਣਾ ਬਣਾਮਾ.... ਕਿਸੇ ਨੂੰ ਪਸੰਦ ਈ ਨੀ ਆਉਂਦਾ...ਸਾਰੇ ਜਣੇ ਜਿਵੇਂ ਬੱਧੇ ਰੁੰਨ੍ਹੇ ਅੰਨ ਪੇਟ 'ਚ ਸਿੱਟਦੇ ਨੇ.... ਤੇ ਰਮਿੰਦਰ ਪੁੱਛਦਾ ਹੈ "ਮਾਂ! ਮਨਸਾ ਕਦ ਤੱਕ ਛੁੱਟੀ...." ਮੈਂ ਉਹਦਾ ਵਾਕ ਪੂਰਾ ਹੋਣ ਤੋਂ ਪਹਿਲਾਂ ਈ ਗੱਲ ਸਾਂਭ ਲੈਂਦੀ ਹਾਂ ਕਿ ਮਨਸਾ ਸਵੇਰੇ ਆ ਜੂ ਗੀ....ਕੀ ਗੱਲ ਰੋਟੀ ਪਸੰਦ ਨੀ ਆਈ?

"ਨਹੀਂ ਮਾਂ...ਮੈਨੂੰ ਤਾਂ ਪਸੰਦ ਆ 'ਗੀ....ਆਹ ਪਾਪਾ ਕਹਿ ਰਹੇ ਨੇ ਬਈ ਮਨਸਾ ਦੇ ਹੱਥਾਂ ਦੀ ਰੋਟੀ ਸਬਜ਼ੀ ਦਾ ਕੋਈ ਜਵਾਬ ਨਹੀਂ....।"

ਮੇਰੇ ਪਤੀ ਰਮਿੰਦਰ ਨੂੰ ਮੁਖਾਤਬ ਹੁੰਦੇ ਨੇ...."ਯਾਰ ਮੇਰਾ ਨਾਂ ਕਿਉਂ ਬਦਨਾਮ ਕਰੀ ਜਾਨੈ....ਠੀਕ ਕਹਿ ਬਈ ਮੈਨੂੰ ਨੀ ਪਸੰਦ ਆਈ ਮਾਂ ਦੇ ਹੱਥਾਂ ਦੀ ਬਕਲੀ ਜੀ ਸਬਜ਼ੀ...।"

ਤੇ ਫੇਰ ਮੇਰੇ ਘਰ 'ਚ ਖੂਬ ਹਾਸਾ ਠੱਠਾ ਹੁੰਦਾ ਹੈ। ਅਗਲੇ ਦਿਨ ਕੰਮ ਤੇ ਆਈ ਮਨਸਾ ਨੂੰ ਸਾਰੇ ਜਣੇ ਘੇਰ ਲੈਂਦੇ ਨੇ, "ਮਨਸਾ ਤੂੰ ਛੁੱਟੀ ਨਾ ਕਰਿਆ ਕਰ....ਅਸੀਂ ਤਾਂ ਸਹੁੰ ਰੱਬ ਦੀ ਭੁੱਖੇ ਮਰ ਜਾਨੇ ਆਂ....।"

ਫੇਰ ਕਈ ਵਾਰੀ ਐਂਜ ਵੀ ਹੁੰਦਾ ਹੈ ਕਿ ਬੀਮਾਰ ਹੋਣ ਦੇ ਬਾਵਜੂਦ ਵੀ ਮਨਸਾ ਮੇਰੇ ਘਰ ਕੰਮ ਕਰਨ ਆਉਂਦੀ ਹੈ। ਜੇ ਮੈਂ ਮਨ੍ਹਾਂ ਕਰਾਂ ਕਿ ਮਨਸਾ ਤੂੰ ਤਾਂ ਬੀਮਾਰ ਐਂ .....ਆਰਾਮ ਕਰ ਲੈਣਾ ਸੀ। ਅੱਜ ਛੁੱਟੀ ਕਰ ਲੈਂਦੀ ਤਾਂ ਅੱਗਿਉਂ ਮਨਸਾ ਹੱਸ ਕੇ ਜਵਾਬ ਦਿੰਦੀ ਹੁੰਦੀ ਐ,

"ਬੇ ਜੀ ਆਪ ਕੋ ਕਹਾਂ ਖਾਨਾ ਪਕਾਨਾ ਆਵਤ ਹੈ...ਸਰਦਾਰ ਔਰ ਰਮਿੰਦਰ ਬਬੂਆ ਭੁੱਖੇ ਰਹਿ ਜਾਏਂਗੇ...ਆਪ ਮੇਰੀ ਫਿਕਰ ਨਾ ਕਰੇਂ....।"

ਮੈਂ ਨਿਰੁੱਤਰ ਹੋ ਜਾਂਦੀ ਹਾਂ। ਉਹ ਸਾਨੂੰ ਘਰ ਦੀ ਮੈਂਬਰ ਈ ਲੱਗਣ ਲੱਗ ਪਈ ਐ...

ਉਹ ਦੋ ਬੱਚਿਆਂ ਦੀ ਮਾਂ ਹੈ। ਦੋਨੋਂ ਬੱਚੇ ਉਸ ਨੇ ਮਿਹਨਤ ਕਰ ਕੇ ਪੜ੍ਹਾਏ ਲਿਖਾਏ....ਦੋਵੇਂ ਲੜਕੇ ਨੌਕਰੀ ਕਰ ਰਹੇ ਨੇ.....ਦੋਨੋਂ ਬੱਚੇ ਮਨਸਾ ਨੂੰ ਧਰਤੀ ਮਾਂ ਕਹਿ ਕੇ ਸੱਦਦੇ ਨੇ....ਕਦੇ ਕਦੇ ਮਾਈ ਬਾਪ ਵੀ।

ਕਿਸੇ ਨੂੰ ਇਹ ਨੀ ਪਤਾ ਕਿ ਉਹਦਾ ਪਤੀ ਕਿੱਥੇ ਰਹਿੰਦਾ ਹੈ। ਉਹ ਇਕੱਲੀ ਦੋ ਬੱਚਿਆਂ ਨਾਲ ਇੱਕ ਝੌਂਪੜੀ 'ਚ ਰਹਿੰਦੀ ਐ। ਉਹਦੀ ਵਫ਼ਾਦਾਰੀ ਸਦਕਾ ਮੇਰੇ ਪਤੀ ਅਤੇ ਬੇਟੇ ਨੇ ਉਹਦੇ ਬੱਚਿਆਂ ਦੀ ਪੜ੍ਹਨ ਵਿੱਚ ਪੂਰੀ ਸਹਾਇਤਾ ਕੀਤੀ ਐ....ਨੌਕਰੀ ਤੇ ਵੀ ਦੋਵੇਂ ਮੁੰਡੇ ਮੇਰੇ ਪਤੀ ਨੇ ਈ ਕਿਸੇ ਪ੍ਰਾਈਵੇਟ ਕੰਪਨੀ 'ਚ ਲਵਾਏ ਨੇ। ਆਰਥਿਕ ਸਹਾਇਤਾ ਵੀ ਕੀਤੀ ਐ। ਏਸ ਗੱਲ ਦਾ ਮਨਸਾ ਐਨਾ ਅਹਿਸਾਨ ਮੰਨਦੀ ਐ। ਹਮੇਸ਼ਾ ਅਸੀਸਾਂ ਈ ਦਿੰਦੀ ਰਹਿੰਦੀ ਐ।

ਵੀਹ ਬਾਈ ਸਾਲ ਪਹਿਲਾਂ ਪੰਦਰਾਂ ਕੁ ਵਰ੍ਹਿਆਂ ਦੀ ਮਨਸਾ ਜਦੋਂ ਨਿੱਕੇ ਨਿੱਕੇ ਦੋ ਜੁਆਕਾਂ ਨੂੰ ਲੈ ਕੇ ਝੌਂਪੜੀ ਬਣਾ ਕੇ ਏਥੇ ਰਹਿਣ ਲੱਗੀ ਤਾਂ ਸਭ ਤੋਂ ਪਹਿਲਾਂ ਉਹ ਸਾਡੇ ਘਰ ਈ ਕੰਮ ਮੰਗਣ ਆਈ ਸੀ.... ਚੁੱਪ ਚੁਪੀਤੀ ਬਾਕੀ ਨੌਕਰਾਣੀਆਂ ਵਾਂਗ ਕੰਮ ਕਰ ਕੇ ਵਾਪਸ ਪਰਤ ਜਾਂਦੀ।

ਲੋਕੀਂ ਤਰ੍ਹਾਂ-ਤਰ੍ਹਾਂ ਦੇ ਸੁਆਲ ਕਰਦੇ। ਉਹਦੇ ਪਤੀ ਬਾਰੇ ਤੇ ਐਨੀ ਛੋਟੀ ਉਮਰ ਵਿੱਚ ਦੋ ਬੱਚਿਆਂ ਦੀ ਮਾਂ ਹੋਣ ਬਾਰੇ....ਪਰ ਮੈਂ ਮਨਸਾ ਨੂੰ ਕਦੇ ਉਹਦੇ ਪਤੀ ਬਾਰੇ ਜਾਂ ਬੱਚਿਆਂ ਬਾਰੇ ਕੁਝ ਨੀ ਪੁੱਛਿਆ। ਇੱਕ ਤਾਂ ਕਿਸੇ ਨੂੰ ਕੁਰੇਦਣ ਫਰੋਲਣ ਦਾ ਮੇਰਾ ਸੁਭਾਅ ਈ ਹੈ ਨੀ.... ਦੂਜਾ ਕੰਮ ਵਾਲੀ ਨਾਲ ਗੱਲਾਂ ਕਰਨ ਦੀ ਮੇਰੇ ਕੋਲ ਕਦੇ ਫੁਰਸਤ ਵੀ ਨਹੀਂ ਹੁੰਦੀ।

ਕੰਮ ਵਾਲੀ ਨਾਲ ਤਾਂ ਕੀ....ਆਸ ਪੜੌਸ 'ਚ ਵੀ ਕਿਸੇ ਨਾਲ ਗੱਲ ਕਰਨ ਦੀ ਵਿਹਲ ਹੈ ਨੀ....ਜ਼ਿੰਦਗੀ ਐਨੀ ਰੁਝੇਵਿਆਂ ਭਰੀ ਐ ਬਈ ਘਰ ਦੇ ਜੀਆਂ ਨੂੰ ਆਪਸ 'ਚ ਗੱਲ ਕਰਨ ਦਾ ਟਾਈਮ ਹੈ ਨੀ....ਭੱਜੋ ਭੱਜ.....।

ਜਦੋਂ ਮਨਸਾ ਨੂੰ ਆਇਆਂ ਚਾਰ ਕੁ ਸਾਲ ਹੋਏ ਤਾਂ ਉਹ ਬੱਚਿਆਂ ਨਾਲ ਖਹੁਜਲਦੀ ਹੋਈ ਤੇ ਗਰੀਬੀ ਦੇ ਥਪੇੜੇ ਸਹਿੰਦੀ ਹੋਈ ਚਿੜਚਿੜੀ ਹੋ ਗਈ ਸੀ। ਉਹ ਕਦੇ ਕਦੇ ਫਜ਼ੂਲ ਬੋਲਦੀ ਰਹਿੰਦੀ....ਕਦੇ ਕਦੇ ਅਜਿਹਾ ਕੁਝ ਬੋਲਦੀ ਰਹਿੰਦੀ ਜਿਸਦਾ ਨਾ ਤਾਂ ਕੋਈ ਮਤਲਬ ਹੁੰਦਾ ਸੀ ਤੇ ਨਾ ਈ ਲੋੜ। ਮੈਂ ਉਸਦੇ ਇਸ ਤਰ੍ਹਾਂ ਬਦਲਦੇ ਸੁਭਾਅ ਤੋਂ ਖ਼ਫ਼ਾ ਤਾਂ ਹੋ ਜਾਂਦੀ ਸਾਂ ਪਰ ਮਨਸਾ ਨੂੰ ਕਦੇ ਟੋਕਣ ਦੀ ਕੋਸ਼ਿਸ਼ ਨਹੀਂ ਕੀਤੀ। ਸ਼ਾਇਦ ਮਨ ਵਿੱਚ ਇੱਕ ਡਰ ਸੀ ਕਿ ਜੇ ਮਨਸਾ ਕੰਮ ਛੱਡ ਕੇ ਤੁਰ ਗਈ ਤਾਂ ਦੂਸਰੀ ਨੌਕਰਾਣੀ ਲੱਭਣ ਵਿੱਚ ਬੜੀ ਦਿੱਕਤ ਆਊਗੀ।

ਮੇਰੇ ਲਈ ਮਨਸਾ ਇੱਕ ਕੰਮ ਕਰਨ ਵਾਲੀ ਮਾਈ ਸੀ ਤੇ ਇੱਕ ਮਾਈ ਲਈ ਮੇਰੇ ਮਨ ਵਿੱਚ ਕੋਈ ਬਹੁਤੀ ਸੰਵੇਦਨਾ ਨਹੀਂ ਸੀ। ਉਂਜ ਹਮਦਰਦੀ ਤਾਂ ਸੀ.... ਮੈਂ ਇੱਕ ਡਾਕਟਰ ਹੋਣ ਦੇ ਨਾਤੇ ਉਸ ਦੀ ਮਾਨਸਿਕ ਅਵਸਥਾ ਜਾਣਦੀ ਸਾਂ। ਉਹ ਗਰੀਬੀ ਸਦਕਾ ਅਤੇ ਬੱਚਿਆਂ ਸਦਕਾ ਥੋੜੀ ਰੁੱਖੀ ਰੁੱਖੀ ਹੋ ਗਈ ਸੀ।

ਅੱਜ ਪਹਿਲਾ ਮੌਕਾ ਸੀ ਜਦੋਂ ਮਨਸਾ ਬਿਨਾਂ ਦੱਸਿਆਂ ਛੁੱਟੀ ਕਰ ਗਈ ਸੀ। ਮਨ ਵਿੱਚ ਤੌਖਲਾ ਜਿਹਾ ਹੋਇਆ। ਫੇਰ ਰਮਿੰਦਰ ਨੂੰ ਆਵਾਜ਼ ਮਾਰ ਕੇ ਕਿਹਾ, "ਬੱਚੇ! ਮਨਸਾ ਨੀ ਆਈ ਅੱਜ....ਉਹਨੂੰ....।"

ਮੇਰੀ ਗੱਲ ਪੂਰੀ ਹੋਣ ਤੋਂ ਪਹਿਲਾਂ ਈ ਰਮਿੰਦਰ ਬੋਲਿਆ, "ਮਾਂ ਮੈਂ ਮਨਸਾ ਨੂੰ ਫੋਨ ਕੀਤਾ ਐ....ਪਰ ਉਹਨੇ ਚੱਕਿਆ ਈ ਨੀ...ਸਵੇਰ ਤੋਂ ਮੈਂ ਕਈ ਬਾਰ ਫ਼ੋਨ ਕੀਤਾ ਐ....ਤੇ ਆਉਂਦਿਆਂ ਹੋਇਆਂ ਮੈਂ ਉਹਦੀ ਝੁੱਗੀ ਦੇ ਨੇੜੇ ਕਾਰ ਰੋਕ ਕੇ ਕਈ ਦਫਾ ਹਾਰਨ ਵੀ ਦਿੱਤਾ...ਪਰ ਨਾ ਮਨਸਾ ਤੇ ਨਾ ਕੋਈ ਬੱਚਾ ਬਾਹਰ ਆਇਆ।" ਥੋੜ੍ਹਾ ਰੁਕ ਕੇ ਉਹ ਦੋਬਾਰਾ ਬੋਲਿਆ,

"ਚਲੋ ਮੈਂ ਦੇਖ ਕੇ ਆਉਨਾਂ....ਕੀ ਪਤਾ...।"

ਮੇਰਾ ਰਮਿੰਦਰ ਦੇ ਕੰਨ ਨੂੰ ਲੱਗੇ ਫੋਨ ਵੱਲ ਧਿਆਨ ਸੀ....ਸੋਚ ਰਹੀ ਸਾਂ ਕਿ ਮਨਸਾ ਫ਼ੋਨ ਚੁੱਕ ਲਵੇ....ਪਰ ਕਿਸੇ ਤਰ੍ਹਾਂ ਦਾ ਬੁਰਾ ਖਿਆਲ ਮੇਰੇ ਮਨ 'ਚ ਨਹੀਂ ਆਇਆ। ਮੈਂ ਸੋਚਿਆ ਮਨਸਾ ਨੂੰ ਕੋਈ ਕੰਮ ਹੋ ਸਕਦੈ....ਉਹਨੂੰ ਕਿਤੇ ਅਚਾਨਕ ਜਾਣਾ ਵੀ ਪੈ ਸਕਦਾ ਹੈ।

ਪਰ ਮੈਂ ਰਮਿੰਦਰ ਦੇ ਆਉਣ ਦਾ ਬੇਸਬਰੀ ਨਾਲ ਇੰਤਜ਼ਾਰ ਕਰ ਰਹੀ ਸਾਂ। ਸੋਚ ਰਹੀ ਸਾਂ ਕਿ ਪਤੀ ਦੇਵ ਨੂੰ ਕਹਾਂਗੀ ਬਈ ਅੱਜ ਲੰਚ ਬਾਹਰ ਕਰ ਕੇ ਆਵਾਂਗੇ ਤੇ ਡਿਨਰ ਪੈਕ ਕਰਾ ਕੇ ਲਿਆਵਾਂਗੇ। ਚਲੋ ਨਾਸ਼ਤਾ ਤਾਂ ਮੈਂ ਬਣਾ ਈ ਦਿਆਂਗੀ।

ਮੇਰੇ ਪਤੀ ਤੇ ਰਮਿੰਦਰ ਇਕੱਠੇ ਹੀ ਘਰ 'ਚ ਦਾਖਲ ਹੋਏ। ਮੇਰਾ ਜਿਵੇਂ ਸਾਰਾ ਜਿਸਮ ਸੁਆਲ ਕਰ ਰਿਹਾ ਸੀ।

"ਮਾਂ ਮਨਸਾ ਦੀ ਝੁੱਗੀ ਤਾਂ ਖਾਲੀ ਐ....ਜੁਆਕ ਵੀ ਨਹੀਂ ਦਿਸੇ....ਮੈਂ ਅੰਦਰ ਵੀ ਝਾਕਿਆ...ਤੇ ਨਾਲ ਦੀ ਝੁੱਗੀ ਵਾਲਿਆਂ ਨੂੰ ਪੁੱਛਿਆ। ਉਹਨਾਂ ਨੂੰ ਵੀ ਮਨਸਾ ਬਾਰੇ ਕੋਈ ਵਾਕਫੀ ਨਹੀਂ....ਕਹਿੰਦੇ ਅੱਜ ਸਵੇਰ ਦੀ ਹੈ ਨੀ ਮਨਸਾ ਇੱਥੇ...।"

ਹੁਣ ਮੈਨੂੰ ਥੋੜੀ ਚਿੰਤਾ ਹੋਈ। ਮੈਂ ਕਿਹਾ ਸੀ ਕਿ ਮੈਨੂੰ ਮਨਸਾ ਨਾਲ ਕੋਈ ਬਹੁਤੀ ਸੰਵੇਦਨਾ ਤਾਂ ਨਹੀਂ ਹੈ ਪਰ ਹਮਦਰਦੀ ਜ਼ਰੂਰ ਐ। ਮੇਰੇ ਮਨ 'ਚ ਖਿਆਲ ਆਇਆ ਕਿ ਮੈਂ ਬਗਲ ਵਾਲੀ ਮਿਸਿਜ਼ ਬੱਤਰਾ ਨੂੰ ਪੁੱਛਾਂ ਕਿ ਮਨਸਾ ਅੱਜ ਆਈ ਜਾਂ ਨਹੀਂ...ਪਰ ਮੈਂ ਦੱਸਿਆ ਸੀ ਨਾ ਸ਼ੁਰੂ 'ਚ ਕਿ ਮੈਂ ਮਹੱਲੇ 'ਚ ਬਹੁਤਾ ਕਿਸੇ ਨਾਲ ਰਿਸ਼ਤਾ ਰੱਖਦੀ ਵੀ ਨਹੀਂ। ਨਾਲੇ ਮਨਸਾ ਦੀ ਜੋ ਸਾਂਝ ਮੇਰੇ ਪਰਿਵਾਰ ਨਾਲ ਐ ਉਹ ਕਿਸੇ ਹੋਰ ਨਾਲ ਨਹੀਂ। ਜੇ ਮਨਸਾ ਨੇ ਅੱਜ ਨਾ ਆਉਣਾ ਹੁੰਦਾ ਤਾਂ ਉਹ ਘੱਟੋ ਘੱਟ ਮੈਨੂੰ ਫ਼ੋਨ ਜ਼ਰੂਰ ਕਰਦੀ।

ਰਮਿੰਦਰ ਤੇ ਸੁਖਜੀਤ ਵੀ ਮਨਸਾ ਦੀ ਚਿੰਤਾ ਕਰ ਰਹੇ ਸਨ। ਪਰ ਸੱਚ ਦੱਸਦੀ ਹਾਂ ਅੱਜ ਖਾਣੇ ਸਦਕਾ ਨਹੀਂ ਸਗੋਂ ਸੱਚੀਂ ਮਨਸਾ ਦੀ ਚਿੰਤਾ ਕਰ ਰਹੇ ਸਨ। ਰਾਤ ਐਵੇਂ ਭੰਨਾਂ ਘੜਤਾਂ 'ਚ ਨਿਕਲੀ। ਅੱਜ ਮੈਨੂੰ ਪਹਿਲੀ ਬਾਰ ਅਹਿਸਾਸ ਹੋਇਆ ਕਿ ਮੈਂ ਕਦੇ ਮਨਸਾ ਨੂੰ ਉਹਦੇ ਪਿਛੋਕੜ ਬਾਰੇ ਉਹਦੇ ਪਤੀ ਬਾਰੇ....ਮਾਂ ਬਾਪ ਸੱਸ ਸਹੁਰੇ ਤੇ ਹੋਰ ਸਾਕ ਸੰਬੰਧੀਆਂ ਬਾਰੇ ਕਿਉਂ ਨੀ ਪੁੱਛਿਆ। ਆਖਰ ਵੀਹ ਬਾਈ ਵਰ੍ਹਿਆਂ ਤੋਂ ਮਨਸਾ ਮੇਰੇ ਘਰ ਕੰਮ ਕਰ ਰਹੀ ਐ...ਐਨਾ ਕੁ ਤਾਂ ਮੈਨੂੰ ਚਾਹੀਦਾ ਈ ਸੀ। ਐਨਾ ਵੀ ਬੰਦਾ ਕੀ ਸੰਵੇਦਨਹੀਣ ਹੋ ਜਾਵੇ ਕਿ ਉਹਨੂੰ ਵੀਹ ਬਾਈ ਸਾਲਾਂ ਤੋਂ ਕੰਮ ਕਰਦੀ ਵਫਾਦਾਰ ਨੌਕਰਾਣੀ ਬਾਰੇ ਕੁਝ ਅਤਾ ਪਤਾ ਈ ਨਾ ਹੋਵੇ। ਏਨੀ ਕੁ ਸਾਂਝ ਤਾਂ ਬੱਸ ਟਰੇਨ 'ਚ ਨਾਲ ਬੈਠੀ ਸੁਆਰੀ ਨਾਲ ਵੀ ਹੋ ਜਾਂਦੀ ਐ...ਖੈਰ!

ਮੈਂ ਸਵੇਰੇ ਸਾਝਰੇ ਉਠੀ...ਮਨਸਾ ਦੇ ਘਰ ਜਾਣ ਲਈ ਅਜੇ ਗੇਟ ਦਾ ਤਾਲਾ ਅਜੇ ਖੋਲ੍ਹਿਆ ਈ ਸੀ ਕਿ ਮਨਸਾ ਪੋਲੇ ਪੋਲੇ ਪੈਰ ਧਰਦੀ ਬੀਹੀ 'ਚੋਂ ਆਉਂਦੀ ਦਿਸੀ। ਮੇਰੀਆਂ

ਨਜ਼ਰਾਂ 'ਚ ਕਿੰਨੇ ਈ ਸੁਆਲ ਸਨ ਤੇ ਸ਼ਾਇਦ ਮਨਸਾ ਨੇ ਸਾਰੇ ਈ ਪੜ੍ਹ ਲਏ। ਮੇਰੇ ਪੈਰ ਛੂੰਹਦੀ ਬੋਲੀ,

"ਬਤਾਤੀ ਹੂੰ....ਸਭ ਬਤਾਤੀ ਹੂੰ....ਅੰਦਰ ਚਲੀਏ....।" ਉਹਨੂੰ ਮੇਰੇ ਵਾਂਗ ਮਿਸਿਜ਼ ਬੱਤਰਾ ਵੀ ਮੀਂਹ ਵਾਂਗ ਉਡੀਕ ਰਹੀ ਸੀ। ਮਨਸਾ ਦੀ ਆਵਾਜ਼ ਸੁਣ ਕੇ ਉਹ ਭੱਜੀ ਆਈ।

"ਨੀ ਮਨਸਾ ਮੋਈਏ....ਕਿੱਥੇ ਮਰ ਖਪ ਗਈ ਸੈਂ....ਬਿਨਾਂ ਡੱਸਿਆਂ ਕੱਲ੍ਹ ਛੁੱਟੀ ਕਰ ਲਈ ਸੂ....ਤਨਖਾਹ ਲੈਵਣ ਵੇਲੇ ਤੈਨੂੰ ਸ਼ਰਮ ਨੀ ਆਂਦੀ....ਤੇ ਨਾਗੇ ਤੂੰ ਇਤਨੇ ਕਰਨੀ ਏਂ....ਤੇਰੀ ਮੈਂ ਕੱਲ੍ਹ ਦੀ ਤਨਖਾਹ ਕੱਟ ਲੈਸਾਂ...ਵੱਲ ਡੱਸ ਡਿੱਤਾ ਸੂ...ਝਬਦੇ ਆ ਪਹਿਲਾਂ ਸਾਡਾ ਘਰ ਕਰ ਕੇ ਫੇਰ ਡਾਕਟਰਨੀ ਦੇ ਘਰ ਵੜੀਂ....ਨਹੀਂ ਤੇ ਮੈਂ ਕੰਮ ਤੋਂ ਕੱਢ ਈ ਡੇਸਾਂ...ਮੈਂ ਬੜੀ ਡੁਖੀ ਹੋਈ ਪਈ ਆਂ ਤੇਰੇ ਕੋਲੂੰ...।"

"ਮੈਡਮ ਜੀ ਹਮ ਖੁਦ ਈ ਆਪਕਾ ਕਾਮ ਛੋਰ ਦਿਆ...ਆਪ ਕੱਲ੍ਹ ਕੀ ਤਨਖਾਹ ਕਿਆ ਕਾਟੋਗੀ...ਹਮ ਸਾਰੀ ਤਨਖਾਹ ਛੋਰੇ ਦਿਏ...ਆਪ ਕਿਸੀ ਦੂਸਰੀ ਮਾਈ ਕੋ ਢੂੰਡ ਲੋ....।" ਨਿਮਰਤਾ ਨਾਲ ਹੱਥ ਜੋੜ ਕੇ ਮਨਸਾ ਬਹੁਤ ਹਲੀਮੀ ਨਾਲ ਬੋਲੀ।

"ਹਾਇ...ਹਾਇ...ਨੀ ਵੇਖੋ ਰੰਨ ਦੀ ਜ਼ੁਬਾਨ ਕਿਵੇਂ ਕੈਂਚੀ ਮਾਂਗ ਚਲਦੀ ਏ...ਬੜੀ ਧਮਕੀ ਦੇਣ ਲੱਗੀ ਏਂ...ਤੇਰੇ ਜਿਹੀਆਂ ਬੀਹ ਕੰਮ ਆਲੀਆਂ ਅੱਗੇ ਪਿੱਛੇ ਟੁਰੀਆਂ ਫਿਰਦੀਆਂ ਨੇ....ਨੱਖਰਾ ਤੇ ਵੇਖੋ ਨਾ....ਤੂੰ ਹੈਅ ਕੇ ਚੀਜ਼....ਹਿੱਕ ਮਾਮੂਲੀ ਮਾਈ....।"

"ਮੈਡਮ ਜੀ ਹਮ ਨੇ ਕਬ ਕਹਾ ਕਿ ਹਮ ਬਹੁਤ ਬਰੇ ਆਦਮੀ ਹੈਂ....ਹਮ ਤੋ ਬਹੁਤ ਛੋਟਾ ਆਦਮੀ ਹੈਅ...ਲੇਕਿਨ ਝਗਰਾ ਨਾ ਕਰੋ....ਹਮ ਬਹੁਤ ਮੁਸੀਬਤ ਮੇਂ ਹੈਅ...." ਦੋਵੇਂ ਹੱਥ ਜੋੜ ਕੇ ਮੱਥੇ ਤੇ ਟਿਕਾਉਂਦੀ ਹੋਈ ਮਨਸਾ ਗਿੜਗਿੜਾਈ।

"ਚੰਗਾ ਹੋਇਆ...ਤੇਰੇ ਜਿਹੀਆਂ ਬਦਤਮੀਜ਼ਾਂ ਮੁਸੀਬਤ ਦੇ ਹੱਥੇ ਚੜ੍ਹੀਆਂ ਚੰਗੀਆਂ ਨੇ...ਭਗਵਾਨ ਨੇ ਠੀਕ ਈ ਕੀਤਾ ਸੂ....।" ਪਹਿਲਾਂ ਨਾਲੋਂ ਵੀ ਕੁਰੱਖਤ ਆਵਾਜ਼ ਵਿੱਚ ਮਿਸਿਜ਼ ਬੱਤਰਾ ਨੇ ਜਿਵੇਂ ਗਰੀਬ ਮਨਸਾ ਨੂੰ ਰੱਜ ਕੇ ਬਦ ਦੁਆ ਦਿੱਤੀ। ਮੈਂ ਚੁੱਪ ਦੀ ਚੁੱਪ ਡੇਢ ਕੁਵਿੰਟਲ ਦੀ ਮਿਸਿਜ਼ ਬੱਤਰਾ ਦੇ ਥੁਲ ਥੁਲ ਕਰਦੇ ਢਿੱਡ ਨੂੰ ਤੇ ਤਿੰਨ ਹਿੱਸਿਆਂ 'ਚ ਵੰਡੀ ਠੋਡੀ ਨੂੰ ਵੇਖ ਰਹੀ ਸਾਂ....ਪਰ ਮੈਂ ਮੂੰਹ ਫੱਟ ਬੱਤਰਾ ਦੇ ਮੂੰਹ ਨਾ ਲੱਗੀ ਕਿਉਂਕਿ ਮੈਨੂੰ ਉਸ ਵਕਤ ਮਨਸਾ ਦੀ ਚਿੰਤਾ ਸੀ।

ਮਿਸਿਜ਼ ਬੱਤਰਾ ਨੂੰ ਦਹਾੜਦੀ ਸੁਣ ਕੇ ਆਂਢੀ-ਗੁਆਂਢੀ ਵੀ ਬਾਹਰ ਨਿਕਲ ਆਏ ਪਰ ਲੜਾਕੀ ਮਿਸਿਜ਼ ਬੱਤਰਾ ਨੂੰ ਕਿਸੇ ਨੇ ਕੁਝ ਕਹਿਣ ਦੀ ਹਿੰਮਤ ਨਾ ਜੁਟਾਈ। ਸੁਖਜੀਤ ਤੇ ਰਮਿੰਦਰ ਵੀ ਅੱਭੜਵਾਹੇ ਬਾਹਰ ਨਿਕਲੇ। ਉਹਨਾਂ ਨੂੰ ਕੁਝ ਸਮਝ ਨਹੀਂ ਸੀ ਲੱਗ ਰਿਹਾ ਕਿ ਹੋਇਆ ਕੀ ਐ।

ਜਦੋਂ ਮਿਸਿਜ਼ ਬੱਤਰਾ ਜੇਤੂ ਭਾਵ ਨਾਲ ਅੰਦਰ ਚਲੀ ਗਈ ਤਾਂ ਮਨਸਾ ਨੂੰ ਬਾਹੋਂ ਫੜ ਕੇ ਮੈਂ ਅੰਦਰ ਲਿਆਈ। ਅੰਦਰ ਆ ਕੇ ਉਹ ਪੀਹੜੀ ਤੇ ਬਹਿ ਕੇ ਪਹਿਲਾਂ ਤਾਂ ਉੱਚੀ ਉੱਚੀ ਰੋਣ ਲੱਗੀ ਤੇ ਫੇਰ ਇਕ ਦਮ ਤਾੜੀ ਮਾਰ ਕੇ ਖਿੜਖਿੜਾ ਕੇ ਹੱਸਣ ਲੱਗ ਪਈ। ਮੈਂ ਬਾਕੀ ਸਾਰਾ ਕੁਝ ਭੁੱਲ ਗਈ....ਇਹ ਵੀ ਭੁੱਲ ਗਈ ਕਿ ਮਨਸਾ ਕੱਲ੍ਹ ਕਿਉਂ ਨੀ ਆਈ।

ਮੈਂ ਸੋਚਿਆ ਮਿਸਿਜ਼ ਬੱਤਰਾ ਦੀਆਂ ਗੱਲਾਂ ਤੋਂ ਦੁਖੀ ਹੋ ਕੇ ਮਨਸਾ ਰੋਣ ਲੱਗ ਪਈ ਐ। ਮੈਂ ਉਹਨੂੰ ਚੁੱਪ ਕਰਾਉਂਦਿਆਂ ਕਿਹਾ,

"ਕੋਈ ਗੱਲ ਨੀ ਮਨਸਾ...ਇਹ ਔਰਤ ਤਾਂ ਹੈ ਈ ਲੜਾਕੀ....ਤੂੰ ਏਸ ਦੀਆਂ ਗੱਲਾਂ ਦਾ ਬੁਰਾ ਨਾ ਮਨਾ...ਦਫਾ ਕਰ ਪਰੇ....ਇਹੋ ਜਿਹੇ ਬੰਦੇ ਪਿੱਛੇ ਕਿਉਂ ਰੋਣਾ.....।"

ਉਸ ਨੇ ਸਿਰ ਹਿਲਾ ਕੇ ਸਾੜ੍ਹੀ ਦੇ ਪੱਲੂ ਨਾਲ ਮੂੰਹ ਪੂੰਝਦਿਆਂ ਕਿਹਾ, "ਬੀ ਜੀ ਈਹ ਬਾਤ ਨਾ ਹੈ...ਹਮ ਮੈਡਮ ਜੀ ਕੀ ਬਾਤ ਸੇ ਪ੍ਰੇਸ਼ਾਨ ਨਾ ਹੈਂ...ਉਹ ਕੋਈ ਦੂਸਰਾ ਕਾਰਣ ਹੈ ਹਮਾਰੇ ਰੋਨੇ ਕਾ...." ਪਲ ਕੁ ਰੁਕ ਕੇ ਮਨਸਾ ਨੇ ਮੇਰੇ ਵੱਲ ਬੜੀ ਲਾਚਾਰੀ ਨਾਲ ਤੱਕਿਆ...ਫੇਰ ਮੇਰਾ ਹੱਥ ਫੜ ਕੇ ਆਖਣ ਲੱਗੀ,

"ਏਕ ਕਾਮ ਥਾ ਮੁਝੇ....ਔਰ ਏਕ ਬਾਤ ਬੀ ਕਰਨੀ ਥੀ....ਬੱਸ ਆਪ ਹੀ ਸੇ ਕਰਨੀ ਹੈ....ਬਾਕੀ ਲੋਕ ਭਰੋਸੇ ਕਾਬਲ ਨਹੀਂ ਹੈ...ਆਪ ਪਰ ਹੀ ਭਰੋਸਾ ਹੈ....ਆਪ ਹੀ ਮੇਰੀ ਦਸਾ ਸਮਝੇਂਗੀ...ਆਪ ਮੁਝੇ ਗਲਤ ਨਹੀਂ ਸਮਝੇਂਗੀ...ਔਰ ਸਹੀ ਸੇ ਰਾਇ ਭੀ ਦੇਂਗੀ....।" ਬੁੱਲ੍ਹ ਟੁੱਕਦਿਆਂ ਉਸ ਪਲ ਉਸ ਨੇ ਮੇਰੇ ਵੱਲ ਐਂਜ ਤੱਕਿਆ ਜਿਵੇਂ ਮੇਰੇ ਉਤੇ ਭਰੋਸਾ ਕਰਨ ਦੀ ਰਹੀ ਖੁਹੀ ਸ਼ੰਕਾ ਦੀ ਗੁੰਜਾਇਸ਼ ਵੀ ਖਤਮ ਕਰ ਲੈਣੀ ਚਾਹੁੰਦੀ ਹੋਵੇ।

ਮੈਂ ਵੀ ਜਿਵੇਂ ਵਰਤਮਾਨ 'ਚ ਪਰਤੀ। ਹੁਣ ਮੈਨੂੰ ਯਾਦ ਆਇਆ ਕਿ ਵਾਕਈ ਮਨਸਾ ਦੇ ਰੋਣ ਦਾ ਕਾਰਨ ਮਿਸਿਜ਼ ਬੱਤਰਾ ਨਹੀਂ ਸਗੋਂ ਕੁਝ ਹੋਰ ਹੈ...ਜਿਸ ਕਰਕੇ ਉਹ ਕੱਲ੍ਹ ਕੰਮ ਕਰਨ ਨਹੀਂ ਆਈ।

ਸ਼ਾਇਦ ਇਹ ਪਹਿਲੀ ਵਾਰ ਸੀ ਕਿ ਮੈਂ ਉੱਠ ਕੇ ਮਨਸਾ ਦੇ ਸਿਰ ਉਤੇ ਹੱਥ ਧਰ ਕੇ ਭਾਵੁਕ ਹੁੰਦਿਆਂ ਉਸ ਨੂੰ ਹੌਸਲਾ ਦੇਣ ਦੀ ਬਜਾਇ ਊਟ ਪਟਾਂਗ ਸਵਾਲ ਪੁੱਛ ਮਾਰਿਆ ਸੀ,

"ਮਨਸਾ ਪਰ ਤੂੰ ਤਾਂ ਬੜੇ ਘਰਾਂ 'ਚ ਕੰਮ ਕਰਦੀ ਐਂ...ਤੈਨੂੰ ਸਿਰਫ਼ ਮੇਰੇ ਉਤੇ ਈ ਕਿਉਂ ਭਰੋਸਾ ਐ....ਮਨਸਾ...ਮਨਸਾ?"

ਤੇ ਫੇਰ ਆਪੇ ਇਹ ਬੇਮਤਲਬ ਦਾ ਸੁਆਲ ਪੁੱਛ ਕੇ ਮੈਂ ਸ਼ਰਮਿੰਦੀ ਜਿਹੀ ਹੋ ਗਈ ਸਾਂ। ਚਾਹੀਦਾ ਤਾਂ ਇਹ ਸੀ ਕਿ ਜੇ ਮਨਸਾ ਮੇਰੇ ਉਤੇ ਐਨਾ ਭਰੋਸਾ ਕਰਦੀ ਐ ਤਾਂ ਮੈਂ ਉਹਦੇ ਦੁੱਖ ਨੂੰ ਵੰਡਾਵਾਂ ਪਰ ਪਤਾ ਨੀ ਮੈਥੋਂ ਅਚੇਤ ਈ ਕੀ ਪੁੱਛ ਹੋ ਗਿਆ।

"ਬੇ ਜੀ....ਏਕ ਆਪ ਹੀ ਮੁਝੇ ਕੁਰੇਦ ਕੁਰੇਦ ਕੇ ਮੇਰੇ ਘਰ ਬਾਰ....ਘਰ ਵਾਲੇ ਯਾ ਔਰ ਰਿਸ਼ਤੇ ਨਾਤੋਂ ਕੇ ਬਾਰੇ ਮੇਂ ਨਹੀਂ ਪੂਛਤੇ ਹੋ....ਆਪ ਕੇ ਘਰ ਮੇ ਕੋਈ ਬੀ ਮੁਝੇ ਊਟ ਪਟਾਂਗ ਸਵਾਲ ਨਹੀਂ ਪੂਛਤਾ....ਬਾਕੀ ਔਰਤੇਂ ਔਰ ਉਨ ਕੇ ਘਰ ਕੇ ਲੋਗ ਤੋ ਮੁਝੇ ਨਾ ਜਾਨੇ ਕਿਆ ਕਿਆ ਪੂਛਤੇ ਰਹਿਤੇ ਹੈਂ....ਕਭੀ ਕਭੀ ਤੋ ਬਹੁਤ ਗੰਦਾ ਗੰਦਾ ਭੀ....ਉਨਕੇ ਆਦਮੀ ਭੀ ਮੁਝ ਕੋ ਗੰਦੀ ਗੰਦੀ ਨਜ਼ਰੋਂ ਸੇ ਤਾਕਤੇ ਹੈਂ...ਏਕ ਬਾਰ ਵੋ ਤੀਨ ਸੌ ਬਾਈ ਵਾਲੇ ਮਹਿਰੇ ਨੇ ਪਗੜੀ ਕੀ ਰੱਸੀ (ਪੂਣੀ) ਬਨਾਨੇ ਕੇ ਬਦਲੇ ਮੁਝੇ....ਆਗੇ ਕਿਆ ਬਤਾਊਂ....ਆਪ ਮੇਰੀ ਬੀ ਜੀ ਹੈਂ...।"

ਉਹ ਆਪਣੇ ਨਾਲ ਹੋਈ ਬੀਤੀ ਕਹਾਣੀ ਬੇਸ਼ੱਕ ਸ਼ਬਦਾਂ ਰਾਹੀਂ ਦੱਸ ਨਹੀਂ ਸੀ ਪਾ ਰਹੀ ਪਰ ਉਹਦੀਆਂ ਮੀਚੀਆਂ ਹੋਈਆਂ ਮੁੱਠੀਆਂ ਅਤੇ ਨਜ਼ਰਾਂ 'ਚ ਆਏ ਰੋਹ ਤੋਂ ਸਾਫ ਨਜ਼ਰ ਆ ਰਿਹਾ ਸੀ ਕਿ ਉਸ ਸਮੇਂ ਮਨਸਾ ਨਾਲ ਜ਼ਰੂਰ ਧੱਕੇਸ਼ਾਹੀ ਹੋਈ ਹੋਵੇਗੀ....ਕੁਝ ਪਲ ਰੁਕ ਕੇ ਉਹ ਦੋਬਾਰਾ ਦੱਸਣ ਲੱਗੀ,

"ਬੇ ਜੀ...ਹਮ ਅਪਨੇ ਬੱਚੋਂ ਕੀ ਕਸਮ ਖਾ ਕਰ ਬੋਲਤੇ ਹੈਂ ਕਿ ਹਮ ਐਸੀ ਔਰਤ ਨਾ ਹੈਂ...ਮਹਿਰੇ ਕੀ ਘਰ ਵਾਲੀ ਆਈ ਤੋ ਮਹਿਰੇ ਨੇ ਉਲਟਾ ਮੁਝ ਪਰ ਹੀ ਇਲਜ਼ਾਮ ਥੋਪ

ਦੀਆ...ਜਬ ਹਮ ਨੇ ਕਹਾ ਕਿ ਇਹ ਜੋ ਆਪ ਕੇ ਗੁਰੂ ਹੈਂ....ਜਿਨਕੀ ਬਾਣੀ ਕੀ ਪਵਿੱਤਰ ਪੋਥੀ ਰੋਜ਼ ਪੜ੍ਹਤੇ ਹੋ ...ਉਸ ਪਰ ਹਾਥ ਰੱਖ ਕਰ ਕਹੋ ਕਿ ਕਿਸ ਕਾ ਕਸੂਰ ਹੈ ...ਮੈਨੇ ਮਹਿਰਾ ਕੋ ਖੀਂਚ ਕਰ ਉਸ ਕਮਰੇ ਮੇਂ ਚਲਨੇ ਕੋ ਕਹਾ ਜਹਾਂ ਵੋ ਘੰਟਾ ਭਰ ਸੁਭਾ ਸ਼ਾਮ ਪਾਠ ਕਰਤਾ ਥਾ...ਬੇ ਜੀ...ਫੇਰ ਵੋ ਡਰ ਗਯਾ...ਉਸ ਨੇ ਬਾਤ ਟਾਲ ਦੀ....ਉਸ ਕੀ ਘਰ ਵਾਲੀ ਵੀ ਝੇਂਪ ਗਈ....ਫਿਰ ਮੈਨੇ ਉਸੇ ਮਾਫ਼ ਕਰ ਦਿਯਾ ...ਏਹ ਸੋਚ ਕਰ....ਬਈ ਇਸ ਕੇ ਸਾਥ ਭਲਾ ਮੇਰਾ ਕਿਆ ਰਿਸ਼ਤਾ ਨਾਤਾ ਹੈ...ਮੁਝੇ ਤੋ ਬ੍ਰਹਮਾ ਨੇ ਬੀ ਨਾ ਛੋੜਾ....ਉਸ ਨੇ ਭੀ...ਬੇ ਜੀ ਔਰਤੇਂ ਮੁਝ ਸੇ ਮੇਰੇ ਪਤੀ ਕੇ ਬਾਰੇ ਮੇਂ ਪੂਛਤੀ ਹੈਂ....ਤੋ ਮੈਂ ਕਹੇ ਦੇਤੀ ਹੂੰ....ਕਿ ਵੋ ਮਰ ਗਿਆ....ਗਾੜੀ ਨੇ ਕੁਚਲ ਡਾਲਾ ਥਾ....ਪਰ ਬੀ ਜੀ....ਕਭੀ ਕਭੀ ਮੁਝੇ ਆਪ ਪਰ ਤੋ ਬਹੁਤ ਗੁੱਸਾ ਆਤੀ ਥੀ...ਨਾਰਾਜ਼ਗੀ ਹੋਤੀ ਥੀ....ਬਈ ਆਪ ਨੇ ਕਭੀ ਮੁਝ ਸੇ ਮੇਰੇ ਘਰ, ਪ੍ਰੀਵਾਰ.....ਮੇਰੇ ਪਤੀ ਕੇ ਬਾਰੇ ਮੇਂ ਨਹੀਂ ਪੂਛਾ...ਆਪ ਕੋ ਪੂਛਣਾ ਚਾਹੀਏ ਥਾ ਨਾ....ਮੈਂ ਆਪ ਕੇ ਘਰ ਬਰਸੋਂ ਸੇ ਕਾਮ ਕਰ ਰਹੀ ਹੂੰਅ....।"

ਮਨਸਾ ਠੀਕ ਕਹਿ ਰਹੀ ਸੀ। ਐਨੇ ਸਾਲ ਇਕੱਠੇ ਰਹਿੰਦਿਆਂ ਮੈਂ ਇਕ ਵਾਰੀ ਵੀ ਉਹਦੇ ਪਤੀ ਬਾਰੇ ਕੋਈ ਜ਼ਿਕਰ ਨਹੀਂ ਕੀਤਾ....ਮੈਂ ਪਲ ਕੁ ਰੁਕ ਕੇ ਕੋਰਾ ਝੂਠ ਬੋਲਦਿਆਂ ਜਵਾਬ ਦਿੱਤਾ,

"ਮਨਸਾ ਮੈਨੂੰ ਲਗਦਾ ਕਿ ਕਿਤੇ ਤੂੰ ਬੁਰਾ ਨਾ ਮੰਨ ਜਾਵੇਂ....ਨਾਲੇ ਮੈਨੂੰ ਲੱਗਿਆ ਕਿ ਇਹ ਗੱਲ ਪੁੱਛ ਕੇ ਮੈਂ ਤੇਰਾ ਦੁਖ ਨਾ ਛੇੜ ਦਿਆਂ....ਫੇਰ ਤੈਂ ਵੀ ਕਦੇ ਜ਼ਿਕਰ ਨੀ ਕੀਤਾ....ਕਦੇ....ਕਦੇ ਸੋਚਦੀ ਸਾਂ ਕਿ ਪੁੱਛਾਂ....ਪਰ ਹਰ ਵਾਰ ਝਕ ਜਾਂਦੀ ਸਾਂ। ਮੈਂ ਤਾਂ ਰੋਜ਼ ਪੁੱਛਣਾ ਚਾਹੁੰਦੀ ਸਾਂ...ਪਰ।"

ਲੇਕਿਨ ਸਚਾਈ ਇਹ ਸੀ ਕਿ ਮੈਂ ਕਦੇ ਉਸ ਨੂੰ ਪੁੱਛਣ ਦੀ ਜ਼ਰੂਰਤ ਈ ਨੀ ਸਮਝੀ...ਮਨਸਾ ਮੇਰੇ ਲਈ ਸਿਰਫ਼ ਘਰ ਦੀ ਨੌਕਰਾਣੀ ਹੀ ਨਹੀਂ ਸੀ ਸਗੋਂ ਘਰ ਦੀ ਮੈਂਬਰ ਵੀ ਸੀ....ਪੋਚੇ ਲਾਉਂਦੀ....ਭਾਂਡੇ ਮਾਂਜਦੀ....ਕਣਕ ਧੋਂਦੀ...ਰੋਟੀ ਸਬਜ਼ੀ ਬਣਾਉਂਦੀ....ਰੱਜ ਕੇ ਈਮਾਨਦਾਰ। ਘਰ 'ਚ ਕਦੇ ਸੂਈ ਤੱਕ ਨੀ ਗੁਆਚੀ ਹੋਣੀ। ਸਗੋਂ ਉਹ ਤਾਂ ਮੇਰੇ ਨਾਲੋਂ ਵੀ ਵੱਧ ਘਰ ਦੀਆਂ ਚੀਜ਼ਾਂ ਸਾਂਭ ਸਾਂਭ ਰੱਖਦੀ। ਮੈਂ ਤਾਂ ਭੁਲੱਕੜ ਸੁਭਾਅ ਸਦਕਾ ਕਦੇ ਕਦਾਈਂ ਪੈਸੇ ਗਹਿਣੇ ਜਾਂ ਕੋਈ ਹੋਰ ਕੀਮਤੀ ਸਮਾਨ ਰੱਖ ਕੇ ਭੁੱਲ ਜਾਂਦੀ ਪਰ ਮਨਸਾ ਹਮੇਸ਼ਾ ਉਹ ਸਾਮਾਨ ਮੈਨੂੰ ਫੜਾਉਂਦੀ ਹੋਈ ਘਰ ਦੇ ਜੀਅ ਵਾਂਗ ਡਾਂਟਦੀ,

"ਬੇ ਜੀ ਆਪ ਭੀ ਕਮਾਲ ਕਰਤੇ ਹੋ ...ਪਤਾ ਨੀ ਕਹਾਂ ਕਹਾਂ ਸੋਨਾ ਚਾਂਦੀ ਗਿਰਾਤੇ ਰਹਿਤੇ ਹੋ....ਕੋਈ ਔਰ ਲੇ ਜਾਵੇ ਤੋ ਨਾਮ ਤੋ ਮਨਸਾ ਕਾ ਈ ਲਗੇਗਾ ਨਾਅ....ਮੈਂ ਨੀ ਕੱਲ੍ਹ ਸੇ ਆਪ ਕਾ ਕਾਮ ਕਰਨੇ ਆਤੀ.....ਮੈਨੇ ਛੋੜ ਦੀਆ ਸਮਝੋ ....ਆਪ ਸਮਝਦੇ ਹੋ ਕਿ ਮਨਸਾ ਕੀ ਈਮਾਨਦਾਰੀ ਪਰ ਛੀਂਟੇ ਪੜ ਜਾਵੇਂ....।"

ਤੇ ਉਹ ਸੱਚੀਂ ਅਗਲੇ ਦਿਨ ਕੰਮ ਤੇ ਨਾ ਆਉਂਦੀ....ਫੇਰ ਮੈਂ ਉਹਦੇ ਕੋਲੋਂ ਮਾਫੀ ਮੰਗ ਕੇ ਝੁੱਗੀ 'ਚੋਂ ਲੈਣ ਜਾਂਦੀ। ਉਹ ਮੈਨੂੰ ਤਾੜਨਾ ਕਰਦੀ ਕਿ ਮੈਂ ਅੱਗੇ ਤੋ ਇਹ ਗਲਤੀ ਨਾ ਦੁਹਰਾਵਾਂ। ਪਰ ਇਹ ਘਟਨਾ ਸਾਲ ਛੇ ਮਹੀਨੇ 'ਚ ਦੋਬਾਰਾ ਵਾਪਰ ਈ ਜਾਂਦੀ। ਫੇਰ ਸੁਖਜੀਤ ਤੇ ਰਮਿੰਦਰ ਵੀ ਮਜ਼ੇ ਲੈਂਦੇ,

"ਆਹੋ ਮਨਸਾ....ਤੇਰੀ ਬੇ ਜੀ ਤੈਨੂੰ ਬਦਨਾਮ ਕਰ ਕੇ ਪੁਲਸ 'ਚ ਫੜਾਉਣਾ

ਚਾਹੁੰਦੀ ਐ....ਤਾਂ ਹੀ ਸੋਨਾ ਚਾਂਦੀ ਸਿੱਟਦੀ ਰਹਿੰਦੀ ਐ...।"

ਅੱਗੋਂ ਮਨਸਾ ਹੱਥ ਜੋੜ ਕੇ ਆਖਦੀ,

"ਬਾਊ ਜੀ...ਹਮਾਰ ਬੇਜੀ ਐਸੀ ਨਹੀਂ ਹੈ....ਆਪ ਚਟਕਾਰੇ ਲੇਵਤ ਹੋ...ਵੋ ਭੁਲੱਕੜ ਹੈ....ਉਨਕੀ ਇੱਛਾ ਮੁਝੇ ਬਦਨਾਮ ਕਰਨ ਕੀ ਨਾ ਹੈ....।"

ਛੋਟੇ ਹੁੰਦਿਆਂ ਮਨਸਾ ਦੇ ਦੋਨੋਂ ਬੱਚੇ ਉਹਦੇ ਨਾਲ ਰਹਿੰਦੇ ਪਰ ਮਜਾਲ ਐ ਕਦੇ ਉਚੀ ਆਵਾਜ਼ ਵੀ ਕੱਢੀ ਹੋਵੇ। ਮਨਸਾ ਕੰਮ ਕਰਦੀ ਰਹਿੰਦੀ ਤੇ ਬੱਚੇ ਆਰਾਮ ਨਾਲ ਵਿਹੜੇ 'ਚ ਬੈਠੇ ਰਹਿੰਦੇ। ਐਂਜ ਬੈਠੇ ਰਹਿੰਦੇ ਜਿਵੇਂ ਬੁੱਤ ਹੋਣ। ਇੱਕ ਮੇਰਾ ਘਰ ਸੀ ਜਿੱਥੇ ਉਹ ਥੋੜ੍ਹਾ ਖੇਡਦੇ...ਬੋਲਦੇ ਚੱਲਦੇ ਤੇ ਕੁਝ ਖਾਣ ਨੂੰ ਮੰਗਦੇ। ਇਸ ਗੱਲ ਦਾ ਮਨਸਾ ਅਕਸਰ ਅਹਿਸਾਨ ਮੰਨਦੀ ਹੋਈ ਆਖਦੀ,

"ਬੇ ਜੀ ਆਪ ਕਾ ਘਰ ਹਮੇਂ ਮਾਂ ਕੇ ਘਰ ਜੈਸਾ ਲਗਦਾ ਹੈ....ਯਹਾਂ ਬੱਚੇ ਨਾਨੀ ਮਾਂ ਕੇ ਘਰ ਕੀ ਤਰ੍ਹਾਂ ਖੇਲ੍ਹ ਲੇਤੇ ਹੈਂ...ਖਾ ਲੇਤੇ ਹੈਂ...ਨਹੀਂ ਤੋ....।" ਤੇ ਅੱਗੇ ਸ਼ੁਕਰਾਨੇ ਦੇ ਹੰਝੂ ਅੱਖਾਂ 'ਚ ਭਰ ਕੇ ਉਹ ਹਮੇਸ਼ਾ ਮੇਰੇ ਪੈਰਾਂ ਵੱਲ ਝੁਕਦੀ ਜਾਂਦੀ।

ਮੈਂ ਵੀ ਕਦੇ ਬੱਚਿਆਂ ਤੋਂ ਕਾਹਲੀ ਨਹੀਂ ਸਾਂ ਪਈ....ਸ਼ਾਇਦ ਇਸ ਦਾ ਕਾਰਨ ਇਹ ਵੀ ਸੀ ਕਿ ਮਨਸਾ ਦੇ ਬੱਚੇ ਬਾਕੀ ਕੰਮ ਵਾਲੀਆਂ ਦੇ ਬੱਚਿਆਂ ਵਾਂਗ ਨਾ ਤਾਂ ਗੰਦੇ ਮੰਦੇ ਸਨ ਨਾ ਸ਼ਰਾਰਤੀ ਤੇ ਨਾ ਲਾਲਚੀ। ਮੈਨੂੰ ਨੀ ਯਾਦ ਕਿ ਉਹਨਾਂ ਨੇ ਕਦੇ ਬਗੀਚੀ 'ਚੋਂ ਕੋਈ ਫੁੱਲ ਵੀ ਤੋੜਿਆ ਹੋਵੇ ਜਾਂ ਘਰ ਦੀ ਕੋਈ ਹੋਰ ਚੀਜ਼ ਤੋੜੀ ਹੋਵੇ ਤੇ ਜਾਂ ਕਿਸੇ ਹੋਰ ਤਰ੍ਹਾਂ ਦਾ ਨੁਕਸਾਨ ਕੀਤਾ ਹੋਵੇ....ਸਧੇ ਹੋਏ ਨਿਆਣੇ ਨੇ ਮਨਸਾ ਦੇ....।

ਕਦੇ ਕਦੇ ਮੈਂ ਉਹਨਾਂ ਨੂੰ ਬੈਠਿਆਂ ਵੇਖ ਕੇ ਸੋਚਦੀ ਹੁੰਦੀ ਕਿ ਮਨਸਾ ਦੇ ਨਿਆਣਿਆਂ ਨੇ ਕਦੇ ਬਚਪਨ ਦੇਖਿਆ ਈ ਨਹੀਂ....ਉਹ ਤਾਂ ਜਿਵੇਂ ਜੰਮਦੇ ਈ ਸਿਆਣੇ ਸਿਆਣੇ ਹੋ ਗਏ ਸਨ। ਮੈਂ ਕਦੇ ਕਦੇ ਮਨਸਾ ਨੂੰ ਡਾਂਟਦੀ ਹੋਈ ਕਹਿੰਦੀ,

"ਨੀ ਮਨਸਾ ਮਰ ਜਾਣੀਏ....ਤੈਂ ਨਿਆਣੇ ਕੁਸ ਜ਼ਿਆਦਾ ਈ ਤਾੜ ਕੇ ਰੱਖੇ ਹੋਏ ਨੇ...ਐਨਾ ਬੀ ਨਾ ਘੂਰ ਕੇ ਰੱਖਿਆ ਕਰ....ਬਚਾਰੇ ਉੱਚੀ 'ਵਾਜ ਈ ਨੀ ਕੱਢਦੇ...।"

"ਬੇ ਜੀ ਆਪ ਜੈਸੇ ਸਭੀ ਨਾ ਹੈਂ....ਬਾਕੀ ਲੋਗ ਤੋ ਸ਼ਰਾਰਤੀ ਬੱਚੋਂ ਕੋ ਘਰ ਮੇ ਨਾ ਘੁਸਣੇ ਦੇਤੇ....ਫਿਰ ਕਿਆ ਫਾਈਦਾ....ਰੋਜ ਕਲੇਸ ਹੋਵੇ ਤੋ...ਬੇ ਜੀ ਲੋਗ ਤੋ ਹਮਾਰੇ ਗਰੀਬ ਲੋਗੋਂ ਕੇ ਬੱਚੋਂ ਸੇ ਵੈਸੇ ਈ ਨਫ਼ਰਤ ਕਰੇਂ ਹੈਂ....।"

ਸ਼ੁਰੂ ਸ਼ੁਰੂ 'ਚ ਬੱਚੇ ਮੈਨੂੰ ਆਂਟੀ ਕਹਿ ਕੇ ਬੁਲਾਉਂਦੇ....ਅੱਗੋਂ ਮਨਸਾ ਉਹਨਾਂ ਨੂੰ ਝਈ ਲੈ ਕੇ ਪੈਂਦੀ, "ਅਰੇ ਭਾਈ ਲੋਗੋਂ....ਇਹ ਤੁਮਾਰੀ ਅੰਟੀ ਨਾ ਹੈ...ਇਹ ਤੁਮਾਰੀ ਬੇ ਜੀ ਹੈ....ਵੋ ਬਾਊ ਜੀ ਔਰ ਯੇਹ ਭਈਆ ਜੀ ਹੈਂ....ਸਮਝੇ ਕਾ?"

ਫੇਰ ਬੱਚਿਆਂ ਨੇ ਮੈਨੂੰ ਮਨਸਾ ਦੀ ਰੀਸੇ ਬੇ ਜੀ ਕਹਿ ਕੇ ਬੁਲਾਉਣਾ ਸ਼ੁਰੂ ਕਰ ਦਿੱਤਾ। ਸੁਖਜੀਤ ਨੂੰ ਬਾਊ ਜੀ ਤੇ ਰਮਿੰਦਰ ਨੂੰ ਬੀਰਾ....ਮੇਰਾ ਕਦੇ ਕਦੇ ਜੀ ਕਰਦਾ ਕਿ ਮੈਂ ਮਨਸਾ ਨੂੰ ਪੁੱਛਾਂ ਬਈ ਤੇਰੇ ਬੱਚੇ ਤੈਨੂੰ ਧਰਤੀ ਮਾਂ...ਮਾਈ ਬਾਪ ਜਾਂ ਮਨਸਾ ਕਿਉਂ ਬੁਲਾਉਂਦੇ ਨੇ? ਪਰ ਮੈਂ ਦੱਸਿਆ ਹੈ ਨਾਅ ਬਈ ਮੇਰੀ ਆਦਤ ਨਹੀਂ ਕਿਸੇ ਨੂੰ ਕੁਰੇਦਣ ਦੀ। ਕਦੇ ਕਦੇ ਮੈਂ ਐਂਜ਼ ਬੀ ਸੋਚਦੀ ਕਿ ਕੀ ਪਤਾ ਇਹਨਾਂ ਦੇ ਪਾਸੇ ਲੋਕੀਂ ਮਾਂ ਨੂੰ ਐਸੇ ਤਰ੍ਹਾਂ ਬੁਲਾਉਂਦੇ ਹੋਣ।

ਤੇ ਅੱਜ ਜਦੋਂ ਮਨਸਾ ਨੇ ਮੇਰੀਆਂ ਅੱਖਾਂ 'ਚ ਤੱਕਦਿਆਂ ਮੇਰੇ ਉਤੇ ਭਰੋਸਾ ਕਰਨ

ਦੀ ਪੱਕ ਕਰ ਲਈ...ਤਸੱਲੀ ਕਰ ਲਈ ਤਾਂ ਅੱਖਾਂ ਪੂੰਝਦਿਆਂ ਪੁੱਛਣ ਲੱਗੀ,

"ਬੇ ਜੀ ਮੂਏ ਬੰਦੇ ਕੀ ਚਿਤਾ ਕੋ ਕੌਣ ਅਗਨੀ ਦਿਖਾਏ ਹੈ ਭਲੇ?" ਇਹ ਕਿਹੋ ਜਿਹਾ ਸੁਆਲ ਮਨਸਾ ਨੇ ਪੁੱਛ ਲਿਆ? ਮੈਂ ਹੈਰਾਨ ਹੋਈ ਮਨਸਾ ਦੇ ਹੋਰ ਵੀ ਨੇੜੇ ਹੁੰਦਿਆਂ ਬੋਲੀ,

"ਪਰ ਮਨਸਾ ਕੀ ਗੱਲ ਹੋ 'ਗੀ....ਸਭ ਸੁੱਖ ਤਾਂ ਹੈ ਨਾਅ? ਤੇਰਾ ਘਰ ਪਰਿਵਾਰ...ਤੇਰਾ ਪਤੀ....ਮਾਂ ਬਾਪ....।" ਬੱਸ ਮੈਨੂੰ ਉਸ ਵਕਤ ਏਹੀ ਔੜਿਆ। ਮੈਂ ਘਬਰਾ ਕੇ ਮਨਸਾ ਦੇ ਰੁਆਂਸੇ ਮੂੰਹ ਵੱਲ ਦੇਖਿਆ,

"ਸੁੱਖ ਤੋ ਹੈ...ਸੁੱਖ ਤੋ ਨਾਹੀ ਹੈਅ ਬੇ ਜੀ....ਹਮਾਰਾ ਬਾਪ ਔਰ ਪਤੀ ਦੋਨੋਂ ਚਲ ਬਸੇ....ਆਜ ਨਹੀਂ ਕੱਲ ਮੂਏ ਹੈ....ਕਾਕਾ ਆਏ ਹੈਂ ਲੇਨੇ ਪਰ ਹਮ ਨਹੀਂ ਜਾਨਾ ਮਾਂਗਤਾ... ਅਭੀ ਕਾਕਾ ਝੂਪੜੀ ਮੇ ਈ ਹੈਂ....ਮੈਂ ਭਾਗੀ ਭਾਗੀ ਆਪ ਕੇ ਪਾਸ ਆਈ ਹੂੰ....ਬੇ ਜੀ ਆਪ ਕੇ ਬਗੈਰ ਹਮਾਰ ਇਸ ਦੁਨੀਆਂ ਮੇਂ ਕੌਣ ਅਪਨਾ ਹੈ?" ਮਨਸਾ ਦੇ ਦੋਵੇਂ ਹੱਥ ਫੜ ਕੇ....ਮੈਂ ਜਿੰਨੇ ਜੋਗੀ ਸਾਂ...ਉਹਨੂੰ ਧਰਵਾਸ ਦਿੰਦੀ ਹੋਈ ਬੋਲੀ,

"ਚਿਤਾ ਨੂੰ ਅਗਨੀ ਤਾਂ ਪੁੱਤ ਈ ਦਖਾਉਂਦੇ ਹੁੰਦੇ ਨੇ...ਹਿੰਦੂ ਸਿੱਖ ਧਰਮ ਮੁਤਾਬਕ ਤਾਂ.....ਤੇਰੇ ਬਾਪ ਨੂੰ ਤੇਰਾ ਭਰਾ ਤੇ ਤੇਰੇ ਪਤੀ ਨੂੰ ਤੇਰਾ ਬੇਟਾ ਅਗਨੀ ਦੇਵੇ....ਪਰ ਪਹਿਲਾਂ ਐਂ ਦੱਸ...ਦੋਏਂ ਇਕੱਠੇ ਈ ਕਿਵੇਂ ਚਲ ਬਸੇ....ਐਕਸੀਡੈਂਟ ਹੋ ਗਿਆ ਸੀ ਜਾਂ....।"

ਮੇਰੇ ਕੋਲ ਮਨਸਾ ਨੂੰ ਧਰਵਾਸ ਦੇਣ ਲਈ ਉਪਯੁਕਤ ਸ਼ਬਦ ਨਹੀਂ ਸਨ...ਕਿਉਂਕਿ ਜਿਸ ਔਰਤ ਦਾ ਬਾਪ ਤੇ ਪਤੀ ਇਕੱਠੇ ਈ ਮਰ ਗਏ ਹੋਣ....ਉਸ ਦੇ ਦੁੱਖ ਨੂੰ ਕਿਹੜੇ ਸ਼ਬਦਾਂ ਰਾਹੀਂ ਵੰਡਾਇਆ ਜਾ ਸਕਦਾ ਹੈ? ਕਿਹੜੇ ਸ਼ਬਦਾਂ ਰਾਹੀਂ ਉਸ ਨੂੰ ਧਰਵਾਸ ਦਿੱਤਾ ਜਾ ਸਕਦਾ ਹੈ? ਮੈਂ ਮਨਸਾ ਨੂੰ ਫੜ ਕੇ ਅੰਦਰ ਬੈੱਡ ਤੇ ਲੈ ਗਈ। ਮੇਰੀਆਂ ਤਾਂ ਆਪਣੀਆਂ ਲੱਤਾਂ ਥਿੜਕ ਰਹੀਆਂ ਸਨ। ਮੈਂ ਉਹਨੂੰ ਕੀ ਹੌਸਲਾ ਦਿੰਦੀ? ਮੇਰੇ ਵਿੱਚ ਤਾਂ ਐਨੀ ਵੀ ਹਿੰਮਤ ਨਹੀਂ ਸੀ ਕਿ ਆਪਣੇ ਆਪਣੇ ਕਮਰਿਆਂ 'ਚ ਬੈਠੇ ਸੁਖਜੀਤ ਜਾਂ ਰਮਿੰਦਰ ਨੂੰ ਆਵਾਜ਼ ਮਾਰ ਸਕਾਂ।

"ਬੇ ਜੀ...ਯੇ ਤੋ ਬਿਧਾਤਾ ਕਾ ਲਿਖਾ ਈ ਹੂਆ ਥਾ...ਕਿ ਦੋਨੋਂ ਇਕੱਠੇ ਹੀ ਮਰੇਂਗੇ....ਦੋਨੋਂ ਏਕ ਸਾਥ ਪ੍ਰਾਣ ਛੋੜੇਂਗੇ....ਦੋਨੋਂ ਕੋ ਏਕ ਦਮ ਹੀ ਮਰਨਾ ਥਾ....ਸਾਥ.... ਸਾਥ....।" ਇੱਕ ਲੰਬਾ ਹਾਉਕਾ ਭਰ ਕੇ ਮਨਸਾ ਸਿਰ ਹਿਲਾਉਂਦਿਆਂ ਬੋਲੀ। ਮੈਂ ਸੋਚਿਆ ਕਿ ਮਨਸਾ ਦਾ ਦੁੱਖ ਐਨਾ ਵੱਡਾ ਹੈ ਕਿ ਉਹਨੂੰ ਕੁਝ ਨੀ ਸੁੱਝ ਰਿਹਾ....ਅੱਖਾਂ ਮੀਚੀ ਬੈਠੀ ਮਨਸਾ ਦੇ ਮੋਢਿਆਂ ਤੇ ਹੱਥ ਧਰਦਿਆਂ ਮੈਂ ਇੱਕ ਹੋਰ ਅਟਪਟਾ ਸੁਆਲ ਪੁੱਛ ਬੈਠੀ,

"ਮਨਸਾ ਕੀ ਗੱਲ....ਦੋਹਾਂ ਨੇ ਇਕੱਠੇ ਹੀ ਕਿਉਂ ਪ੍ਰਾਣ ਛੱਡਣੇ ਸੀਗੇ? ਉਹ ਅੱਗੜ ਪਿੱਛੜ ਵੀ ਤਾਂ ਮਰ ਸਕਦੇ ਸੀਗੇ....ਤੇਰਾ ਬਾਪ ਤਾਂ ਚਲੋ ਬੁੱਢਾ ਹੋਣਾ....ਪਰ ਪਤੀ ਨੂੰ ਕੀ ਪਈ ਸੀ ਤੇਰੇ ਬਾਪ ਦੇ ਨਾਲ ਮਰਨ ਦੀ।" ਇਹੋ ਜਿਹਾ ਹਾਸੋਹੀਣਾ ਸੁਆਲ ਪੁੱਛ ਕੇ ਮੈਂ ਖੁਦ ਈ ਝੇਂਪ ਗਈ....ਤੇ ਫੇਰ ਸੁਚੇਤ ਹੁੰਦਿਆਂ ਮਨਸਾ ਦੇ ਅੱਥਰੂ ਪੂੰਝੇ।

ਨਾ ਮੈਂ ਕਦੇ ਮਨਸਾ ਦਾ ਬਾਪ ਦੇਖਿਆ ਸੀ ਤੇ ਨਾ ਹੀ ਪਤੀ....ਤੇ ਨਾ ਹੀ ਕਦੇ ਮਨਸਾ ਨੇ ਇਹਨਾਂ ਦਾ ਕਦੇ ਜ਼ਿਕਰ ਕੀਤਾ। ਖ਼ਿਆਲ ਆਇਆ ਕਿ ਕੀ ਪਤਾ ਉਧਰ ਬਿਹਾਰ 'ਚ...ਜਾਂ ਜਿਥੋਂ ਦੀ ਵੀ ਮਨਸਾ ਹੈ....ਦੋਹਾਂ ਨੇ ਕੋਈ ਜੁਰਮ ਕਰ ਦਿੱਤਾ ਹੋਵੇ....ਕੋਈ ਕਤਲ ਜਾਂ ਡਾਕਾ....ਦੋਹਾਂ ਨੂੰ ਜੇਲ੍ਹ ਹੋਈ ਵੀ ਹੋਵੇ ਤੇ ਹੁਣ ਦੋਹਾਂ ਨੂੰ ਉਸ ਜੁਰਮ ਬਦਲੇ ਫਾਂਸੀ ਮਿਲੀ

ਹੋਵੇ। ਕਿਉਂਕਿ ਮਨਸਾ ਜੋ ਕਹਿ ਰਹੀ ਐ ਕਿ ਪਤਾ ਈ ਸੀ ਬਈ ਦੋਵੇਂ ਇਕੱਠੇ ਈ ਪ੍ਰਾਣ ਤਿਆਗੇਂਗੇ...।

ਮੈਨੂੰ ਸਸ਼ੋਪੰਜ 'ਚ ਪਈ ਦੇਖ ਕੇ ਮਨਸਾ ਰੁਆਂਸੀ ਹੋਈ ਬੋਲੀ, "ਬੇ ਜੀ ਕਈ ਬਾਤੇਂ ਹਮ ਗਰੀਬ ਲੋਗੋਂ ਕੋ ਪਤਾ ਈ ਹੋਤੀ ਹੈਂ....ਦੋਨੋਂ ਨੇ ਏਕ ਸਾਥ ਈ ਮਰਨਾ ਥਾ....ਯਹੀ ਤੋ ਦੁਖ ਕੀ ਬਾਤ ਹੈ....ਪਰ ਪਹਿਲੇ ਆਪ ਜਲਦੀ ਸੇ ਬਤਾਓ...ਕਿ ਅਗਰ ਕਿਸੀ ਕੀ ਚਿਤਾ ਕੋ ਬੇਟਾ ਅਗਨੀ ਨਾ ਦੇ...ਤੋ ਕਿਆ ਮੁਏ ਬੰਦੇ ਕੀ ਆਤਮਾ ਭਟਕਤੀ ਕੀ ਭਟਕਤੀ ਰਹੇਗੀ...ਉਸ ਕਾ ਮੁਕਤੀ ਨਾ ਹੋਗਾ ਕਿਆ?"

ਜਿੰਨਾ ਕੁ ਮੈਨੂੰ ਗਿਆਨ ਸੀ ਤੇ ਜਿੰਨਾ ਕੁ ਮੈਂ ਪੜ੍ਹ ਸੁਣ ਰੱਖਿਆ ਸੀ...ਉਸ ਦੇ ਆਧਾਰ ਉਤੇ ਮੈਂ ਮਨਸਾ ਨੂੰ ਧੀਰਜ ਬੰਨ੍ਹਾਉਂਦਿਆਂ ਹੋਇਆਂ ਕਿਹਾ,

"ਮਨਸਾ ਦਸਤੂਰ ਤਾਂ ਆਹੀ ਐ....ਦੇਖ ਜੇ ਕਿਸੇ ਕੋਲ ਪੁੱਤ ਨਾ ਹੋਵੇ...ਫੇਰ ਤਾਂ ਗੱਲ ਈ ਹੋਰ ਐ....ਪਰ ਜੇ ਪੁੱਤ ਹੋਵੇ....ਉਹੀ ਸਭ ਕਿਰਿਆ ਕਰਮ ਕਰਦਾ ਹੁੰਦਾ ਐ....ਸ਼ਾਸਤਰਾਂ 'ਚ ਵੀ ਇਹੀ ਲਿਖਿਆ ਹੋਇਐ....।"

ਕਹਿ ਤਾਂ ਮੈਂ ਐਂਜ ਦਿੱਤਾ ਜਿਵੇਂ ਕਿਤੇ ਮੈਂ ਸਾਰੇ ਸ਼ਾਸਤਰ ਪੜ੍ਹੇ ਹੋਏ ਹੁੰਦੇ ਨੇ....ਫੇਰ ਪਲ ਕੁ ਰੁਕ ਕੇ ਮੈਂ ਜਿਵੇਂ ਆਪਣਾ ਤੇ ਮਨਸਾ ਦਾ ਮਨ ਹਲਕਾ ਕਰਨ ਲਈ ਕਿਹਾ,

"ਮਨਸਾ ਊਂ ਤਾਂ ਬੰਦਾ ਮਰਨ ਤੋਂ ਬਾਦ ਪਤਾ ਨੀ ਕਿੱਥੇ ਤੁਰ ਜਾਂਦੈ....ਪ੍ਰਮਾਤਮਾ ਦੀਆਂ ਪ੍ਰਮਾਤਮਾ ਈ ਜਾਣੇ....ਬਈ ਉਹ ਮਰਨ ਬਾਦ ਬੰਦੇ ਨਾਲ ਕੀ ਕਰਦਾ ਐ....ਪਰ ਫੇਰ ਵੀ ਬੰਦੇ ਦੇ ਮਰਨ ਤੋਂ ਬਾਦ ਉਹਦੀ ਗਤੀ ਮੁਕਤੀ ਲਈ ਸਾਰੇ ਢਕਵੰਜ ਤਾਂ ਮਗਰਲਿਆਂ ਨੂੰ ਕਰਨੇ ਈ ਪੈਂਦੇ ਨੇ ...।"

"ਬੇ ਜੀ ਏਕ ਬਾਤ ਔਰ ਪੂਛਨੀ ਥੀ....ਬੇ ਜੀ ਮਰੇ ਹੁਏ ਆਦਮੀ ਕੇ ਖ਼ੂਨ ਸੇ ਉਸ ਕੇ ਬੱਚੇ ਕੇ ਖ਼ੂਨ ਕਾ ਮਿਲਾਣ ਹੋ ਸਕਤਾ ਹੈ ਕਿਆ? ਮਾਅਨੇ ...ਮਰੇ ਆਦਮੀ ਕੇ ਖ਼ੂਨ ਕੇ ਟੈਸਟ ਸੇ ਮਾਲੂਮ ਪੜ ਸਕਦਾ ਹੈ ਕਿਆ....ਬਈ ਇਹ ਬੱਚੇ ਇਸ ਕੇ ਹੈਂ ਯਾ ਨਹੀਂ....।"

ਇਹ ਵੀ ਅਜੀਬ ਸੁਆਲ ਮਨਸਾ ਨੇ ਪੁੱਛਿਆ। ਮਨਸਾ ਮੈਨੂੰ ਸਸ਼ੋਪੰਜ 'ਚ ਪਈ ਦੇਖ ਕੇ ਇਕਦਮ ਬੋਲੀ,

"ਬੇ ਜੀ ਆਪ ਤੋ ਡਾਕਟਰ ਹੈਂ ਨਾਅ....ਰਮਿੰਦਰ ਬਾਬੂ ਵੀ ਔਰ ਬਾਊ ਜੀ ਭੀ...ਸਭੀ ਡਾਕਟਰ ਹੈਂ....ਆਪ ਤੋ ਜਾਨਤੇ ਹੀ ਹੈਂਅ" ਮੈਂ ਮਨਸਾ ਦੇ ਸ਼ੰਕਿਆਂ ਨੂੰ ਸੁਣ ਰਹੀ ਸਾਂ। ਭੰਬਲਭੂਸਿਆਂ 'ਚ ਪਈ ਹੋਈ ਨੇ ਜਵਾਬ ਦਿੱਤਾ,

"ਆਹੋ ਮਨਸਾ.....ਮਰੇ ਹੋਏ ਆਦਮੀ ਦੇ ਖ਼ੂਨ ਤੋਂ ਵੀ ਟੈਸਟ ਹੋ ਸਕਦੈ ਤੇ ਪਤਾ ਲੱਗ ਸਕਦੈ ਬਈ ਏਹ ਬੱਚਾ ਏਸ ਆਦਮੀ ਦਾ ਹੈ ਜਾਂ ....ਡੀ. ਐਨ. ਏ. ਟੈਸਟ ਕਹਿੰਦੇ ਨੇ ਉਸ ਨੂੰ....ਪਰ ਤੂੰ....?"

ਮਨਸਾ ਉਠ ਕੇ ਜਾਣ ਲਈ ਤਿਆਰ ਹੋਈ ਤਾਂ ਮੈਂ ਉਹਨੂੰ ਪੁੱਛਿਆ,

"ਮਨਸਾ ਤੇਰੇ ਭਾਈ ਤਾਂ ਹੋਣਗੇ?"

"ਨਾ ਬੇ ਜੀ...ਮੇਰੇ ਕੋਈ ਭਾਈ ਨਾ ਹੈ....ਬਹਿਨ ਹੈ ਏਕ....ਨਹੀਂ ਦੋ ਬਹਿਨੇ ਹੈਂ ਮੇਰੀ....।"

ਉਂਜ ਮੈਂ ਹੈਰਾਨ ਸਾਂ ਕਿ ਬਾਪ ਅਤੇ ਪਤੀ ਦੀ ਮੌਤ ਸੁਣ ਕੇ ਮਨਸਾ ਧਾਹਾਂ ਮਾਰ ਮਾਰ

ਕੇ ਰੋਣ ਦੀ ਥਾਂ ਇਹ ਤੁੱਛ ਜਿਹੇ ਸਵਾਲ ਕਿਉਂ ਪੁੱਛ ਰਹੀ ਐ। ਫੇਰ ਆਪੇ ਈ ਸੋਚਿਆ ਕਿ ਕੀ ਪਤਾ ਐਨਾ ਵੱਡਾ ਸਦਮਾ ਨਾ ਸਹਾਰਦੀ ਹੋਈ ਮਨਸਾ ਪੱਥਰ ਬਣ ਗਈ ਹੋਵੇ। ਨਾਲੇ ਚੰਗਾ ਹੈ ਜੇ ਸੰਭਲੀ ਹੋਈ ਐ.....ਜੇ ਰੋ ਰੋ ਕੇ ਬੁਰਾ ਹਾਲ ਕਰ ਲੈਂਦੀ ਤਾਂ ਕਿਹੜਾ ਕੁਸ਼ ਬਣ ਜਾਂਦਾ। ਨਾਲੇ ਗਰੀਬਣੀ ਨੇ ਪੇਟ ਤਾਂ ਕੰਮ ਕਰ ਕੇ ਈ ਪਾਲਣਾ ਐ....ਜੇ ਰੋਂਦੀ ਈ ਰਹੀ ਤਾਂ ਕੰਮ ਕਿਵੇਂ ਕਰਨਾ ਐ....ਫੇਰ ਰੋ ਕੇ ਕਿਹੜਾ ਮਰੇ ਹੋਏ ਵਾਪਸ ਆ ਜਾਣਗੇ....।

"ਮਨਸਾ ਤੂੰ ਹੁਣੇ ਕਿਹਾ ਸੀ....ਬਈ ਤੂੰ ਜਾਣਾ ਨੀ ਚਾਹੁੰਦੀ...ਕੀ ਗੱਲ ਤੇਰੇ ਨਾਲ਼ ਤੇਰੇ ਬਾਪੂ ਤੇ ਪਤੀ ਦੇ ਸੰਬੰਧ ਚੰਗੇ ਨਹੀਂ ਸੀਗੇ....?"

"ਸੰਬੰਧ ਤੋ ਬਹੁਤ ਅੱਛੇ ਥੇ ਬੇ ਜੀ....ਇਤਨੇ ਅੱਛੇ ਕਿ....।" ਗੱਲ ਕਰਦੀ ਕਰਦੀ ਮਨਸਾ ਨੇ ਥਮਲੇ ਨਾਲ ਠਾਹ ਸਿਰ ਮਾਰਿਆ। ਮੈਂ ਭੱਜ ਕੇ ਉਹਨੂੰ ਫੜਿਆ। ਉਹਦੇ ਮੱਥੇ 'ਚੋਂ ਲਹੂ ਵਗ ਰਿਹਾ ਸੀ। ਮੈਂ ਜ਼ੋਰ ਦੀ ਚੀਕ ਮਾਰੀ। ਮੇਰੀ ਚੀਕ ਸੁਣ ਕੇ ਸੁਖਜੀਤ ਤੇ ਰਮਿੰਦਰ ਭੱਜ ਕੇ ਬਾਹਰ ਆਏ। ਮਨਸਾ ਦੇ ਮੱਥੇ 'ਚੋਂ ਖ਼ੂਨ ਵਗਦਾ ਦੇਖ ਕੇ ਰਮਿੰਦਰ ਤੇ ਸੁਖਜੀਤ ਨੇ ਸੈਂਕੜੇ ਸੁਆਲ ਪੁੱਛਦੀਆਂ ਅੱਖਾਂ ਨਾਲ ਮੇਰੇ ਵੱਲ ਤੱਕਿਆ। ਮੈਂ ਹੜਬੜਾਈ ਹੋਈ ਬੋਲੀ,

"ਰਮਿੰਦਰ ਛੇਤੀ ਦੇ ਕੇ ਪੱਟੀ ਲਿਆ....ਮਨਸਾ ਦੇ ਬਾਪ ਤੇ ਪਤੀ ਪੂਰੇ ਹੋ ਗਏ ਨੇ....ਇਹਨੂੰ ਸਦਮਾ ਲੱਗਿਐ....।"

ਰਮਿੰਦਰ ਨੇ ਝੱਟ ਫਸਟ ਏਡ ਬਾਕਸ ਲਿਆ ਕੇ ਮਨਸਾ ਦੇ ਮੱਥੇ 'ਚੋਂ ਵਗਦੇ ਖ਼ੂਨ ਨੂੰ ਸਾਫ਼ ਕਰ ਕੇ ਪੱਟੀ ਬੰਨ੍ਹੀ ਤੇ ਦੋਹਾਂ ਨੇ ਮਨਸਾ ਨੂੰ ਸੰਭਾਲਦਿਆਂ ਕੁਰਸੀ ਤੇ ਬਿਠਾਇਆ। ਪੰਜ ਕੁ ਮਿੰਟ ਬਾਦ ਉਹ ਸੰਭਲੀ ਤੇ ਜਾਣ ਲਈ ਉਠੀ। ਉਂਜ ਜੇ ਕਿਤੇ ਮਨਸਾ ਨੇ ਟੱਕਰ ਮਾਰ ਕੇ ਮੱਥਾ ਲਹੂ ਲੁਹਾਨ ਨਾ ਕੀਤਾ ਹੁੰਦਾ ਫੇਰ ਤਾਂ ਸ਼ਾਇਦ ਮੈਂ ਇਕੱਲੀ ਹੀ ਉਹਦੇ ਨਾਲ ਚਲੀ ਜਾਂਦੀ ਪਰ ਹੁਣ ਮੈਂ ਸੁਖਜੀਤ ਤੇ ਰਮਿੰਦਰ ਨੂੰ ਨਾਲ ਚੱਲਣ ਲਈ ਕਿਹਾ।

"ਮਨਸਾ ਤੇਰਾ ਬਾਪੂ ਤੇ ਪਤੀ ਕਿੱਥੇ ਨੇ....ਚੱਲ ਝੌਂਪੜੀ 'ਚੋਂ ਬੱਚਿਆਂ ਨੂੰ ਨਾਲ ਲੈ....ਅਸੀਂ ਤੇਰੇ ਨਾਲ ਚੱਲਦੇ ਆਂ....।" ਸੁਖਜੀਤ ਨੇ ਕਿਹਾ।

"ਪ੍ਰੇਮ ਨਗਰ ਕੇ ਪਾਰ ਟੇਸਣ ਕੀ ਬਗਲ ਵਾਲੀ ਝੁੱਗੀਆਂ ਮੇਂ ਰਹਿਤੇ ਹੈਂ.....ਮੇਰੇ ਕਾਕਾ....ਮੇਰੇ ਚਾਚਾ ਮੁਝ ਸੇ ਬਹੁਤ ਲਗਾਵ ਰੱਖਤੇ ਹੈਂ...ਉਨਹੋਂ ਨੇ ਈ ਮੁਝੇ ਬਤਲਾਇਆ ਥਾ...ਪਰ ਮੈਂ ਕਭੀ ਉਨਕੋ ਮਿਲਨੇ ਨੀ ਗਈ....ਕਾਕਾ ਕਭੀ ਕਭਾਰ ਮੁਝੇ ਮਿਲਨੇ ਆਤਾ ਹੈ....ਕਭੀ ਸਾਲ ਦੋ ਸਾਲ ਮੇਂ ਏਕ ਬਾਰ....ਲੇਕਿਨ ਬਿਰਾਦਰੀ ਕੇ ਲੋਗੋਂ ਕੋ ਕਾਕਾ ਕਾ ਮੁਝੇ ਮਿਲਣਾ ਪਸੰਦ ਨਹੀਂ ਥਾ...ਇਸ ਲੀਏ....ਵੋ ਕਭੀ ਕਭਾਰ ਈ ਮਿਲਨੇ ਆਤਾ....ਅਸਲ ਮੇਂ ਕੱਲ੍ਹ ਸੇ ਵੋ ਕੁਝ ਬਹੁਤ ਹੀ ਬੀਮਾਰ ਥੇ....ਕਾਕਾ ਲੇਨੇ ਆਇਆ ਥਾ....ਵੋ ਬੇਸੁੱਧ ਥੇ....ਮੈਂ ਬੈਠੀ ਰਹੀ....ਉਨਕੋ ਹੋਸ ਨਹੀਂ ਥਾ....ਰਾਤ ਕੋ ਮੈਂ ਵਾਪਸ ਆ ਗਈ....ਵਹਾਂ ਹਮਾਰ ਬੀਰਾਦਰੀ ਕੇ ਲੋਗ ਨਹੀਂ ਚਾਹਤੇ ਥੇ ਕਿ ਹਮ ਰੁਕੇਂ....ਫਿਰ ਸੁਭਾ ਪਾਚ ਬਜੇ ਕਾਕਾ ਆ ਗਿਆ....ਕਹਿਨੇ ਲਗਾ....ਵੋ ਮਰ ਗਏ....ਖਤਮ.....।"

ਕਈ ਸੁਆਲ ਜ਼ਿਹਨ 'ਚ ਉਭਰੇ....ਬਈ ਇਹ ਕਿਉਂ ਛੱਡ ਕੇ ਆ ਗਈ ਹੋਣੀ ਆਪਣੇ ਬਾਪ ਤੇ ਪਤੀ ਨੂੰ? ਇਹਦੇ ਮਾਂ-ਬਾਪ ਤੇ ਘਰ ਵਾਲੇ ਨੇ ਇਹਦੇ ਨਾਲੋਂ ਸੰਬੰਧ ਕਿਉਂ ਤੋੜੇ? ਇਹਦੀ ਬਰਾਦਰੀ ਵਾਲੇ ਕਿਉਂ ਇਹਨੂੰ ਨਫਰਤ ਕਰਦੇ ਨੇ? ਮਨਸਾ ਦੇ ਚਾਲ ਚੱਲਣ ਬਾਰੇ ਵੀ ਕਈ ਸ਼ੰਕੇ ਮਨ 'ਚ ਉੱਠੇ.....ਅੱਜ ਮਨਸਾ ਪੂਰੀ ਦੀ ਪੂਰੀ ਇੱਕ ਬੁਝਾਰਤ ਬਣੀ ਹੋਈ

ਸੀ ਮੇਰੇ ਲਈ....ਇੱਕ ਅਣਸੁਲਝੀ ਪਹੇਲੀ....।

ਪਰ ਇਹ ਮੌਕਾ ਸਵਾਲਾਂ ਜਵਾਬਾਂ ਦਾ ਜਾਂ ਸ਼ੰਕਿਆਂ ਦੀ ਨਵਿਰਤੀ ਦਾ ਨਹੀਂ ਸੀ। ਸਗੋਂ ਇਹ ਮਨਸਾ ਨੂੰ ਧੀਰਜ ਬੰਨ੍ਹਾਉਣ ਦਾ ਮੌਕਾ ਸੀ, ਉਸ ਦੀ ਸਹਾਇਤਾ ਕਰਨ ਦਾ।

ਰਮਿੰਦਰ ਤੇ ਸੁਖਜੀਤ ਗੱਡੀ 'ਚ ਬਹਿ ਗਏ। ਮੈਂ ਤੇ ਮਨਸਾ ਉਹਦੀ ਝੌਂਪੜੀ ਵੱਲ ਤੁਰ ਪਈਆਂ।

ਮਨਸਾ ਦਾ ਚਾਚਾ ਕਿਧਰੇ ਦੂਰ ਖਲਾਅ 'ਚ ਤੱਕਦਾ ਹੋਇਆ ਸਾਨੂੰ ਦੇਖ ਕੇ ਸੰਭਲਿਆ। ਉਹਨੇ ਪੈਡਲ ਉਤੇ ਧਰਿਆ ਪੈਰ ਪੂਰਾ ਜ਼ੋਰ ਲਾ ਕੇ ਦਬਾਇਆ ਤੇ ਰਿਕਸ਼ਾ ਸਾਡੇ ਲਾਗੇ ਲਿਆ ਕੇ ਖਲ੍ਹਾਰ ਦਿੱਤੀ। ਮੈਂ ਤੇ ਮਨਸਾ ਰਿਕਸ਼ਾ ਵਿੱਚ ਬੈਠ ਗਈਆਂ।

ਬੜੀ ਖਸਤਾਹਾਲ ਰਿਕਸ਼ਾ ਢੀਚਕ ਢੀਚਕ ਕਰ ਕੇ ਚੱਲ ਰਹੀ ਸੀ...ਰਾਹ 'ਚ ਕਈ ਵਾਰ ਉਹਦੀ ਚੈਨ ਉਤਰੀ...ਪਹੀਆਂ ਦੇ ਕੁੱਤੇ ਵੀ ਫੇਲ ਹੋਏ ਵੇ ਸਨ ਜਿਸ ਕਰਕੇ ਰਿਕਸ਼ਾ ਦਾ ਪਹੀਆ ਡੇਢ ਗੇੜੇ 'ਚ ਇੱਕ ਗੇੜਾ ਕੱਢਦਾ ਸੀ।

ਐਨ ਝੌਂਪੜੀ ਦੇ ਬਾਹਰ ਜਾ ਕੇ ਜਦੋਂ ਰਿਕਸ਼ਾ ਰੁਕੀ ਤਾਂ ਮੈਂ ਆਪਣੇ ਆਪ 'ਚ ਪਰਤੀ। ਪਤਾ ਨੀ ਮੈਂ ਮਨਸਾ ਨੂੰ ਸਹਾਰਾ ਦੇ ਰੱਖਿਆ ਸੀ ਜਾਂ ਲੈ ਰੱਖਿਆ ਸੀ...ਅਸੀਂ ਸਾਰੇ ਜਣੇ ਅੰਦਰ ਵੱਲ ਜਾ ਰਹੇ ਸਾਂ। ਦਰਵਾਜ਼ੇ ਤੋਂ ਥੋੜਾ ਹਟ ਕੇ ਇੱਕ ਅਰਥੀ ਕੋਲ ਮਨਸਾ ਦੇ ਦੋਹੇ ਲੜਕੇ ਤੇ ਦਸ ਬਾਰਾਂ ਲੋਕ ਬੈਠੇ ਸਨ। ਮਨਸਾ ਦੇ ਚਾਚੇ ਨੇ ਧਾਹ ਮਾਰੀ...ਦੇਖਾ ਦੇਖੀ ਬਾਕੀ ਲੋਕ ਵੀ ਰੋਣ ਲੱਗ ਪਏ। ਪਰ ਮਨਸਾ ਚੁੱਪ ਸੀ।

ਮੈਂ ਫੇਰ ਕਈ ਸੁਆਲ ਅੱਖਾਂ 'ਚ ਭਰ ਕੇ ਆਸੇ ਪਾਸੇ ਝਾਕਿਆ...ਇਹ ਤਾਂ ਇੱਕ ਅਰਥੀ ਹੈ....ਦੂਜੀ ਕਿੱਥੇ ਐ?

ਫੇਰ ਆਪੇ ਕਿਆਸ ਲਾਇਆ ਕਿ ਸ਼ਾਇਦ ਗਰੀਬੀ ਸਦਕਾ ਦੋਵਾਂ ਦੀ ਇਕੋ ਅਰਥੀ ਬਣਾ ਦਿੱਤੀ ਹੋਵੇ। ਇਹ ਗਰੀਬ ਲੋਕ ਸ਼ਾਇਦ ਦੋਵੇਂ ਲਾਸ਼ਾਂ ਨੂੰ ਇਕੋ ਅਰਥੀ ਤੇ ਪਾ ਕੇ ਲੈ ਜਾਣਗੇ। ਮੇਰਾ ਜੀ ਕੀਤਾ ਕਿ ਮਨਸਾ ਨੂੰ ਪੁੱਛਾਂ ਕਿ ਦੂਜੀ ਅਰਥੀ ਕਿੱਥੇ ਐ....ਪਰ ਇਹ ਮੌਕਾ ਇਹੋ ਜਿਹਾ ਕੋਈ ਸਵਾਲ ਪੁੱਛਣ ਦਾ ਨਹੀਂ ਸੀ....।

ਮਨਸਾ ਦੇ ਰਿਸ਼ਤੇਦਾਰ ਰੋ ਰਹੇ ਸਨ ਪਰ ਮਨਸਾ ਚੁੱਪ ਸੀ...ਚੁੱਪ ਵੀ ਤੇ ਸ਼ਾਂਤ ਵੀ। ਉਹਦੇ ਚਿਹਰੇ ਉਤੇ ਕਿਸੇ ਤਰ੍ਹਾਂ ਦਾ ਕੋਈ ਹਾਵ-ਭਾਵ ਨਹੀਂ ਸੀ। ਫੇਰ ਉਹਨਾਂ ਲੋਕਾਂ ਨੇ ਆਪਣੀ ਭਾਸ਼ਾ 'ਚ ਪਤਾ ਨੀ ਕੀ ਕੀ ਗੱਲਾਂ ਕੀਤੀਆਂ ਤੇ ਕੀ ਅਰਦਾਸ ਜਿਹੀ ਕੀਤੀ....ਚੌਲਾਂ ਨਾਲ...ਦੁੱਬ, ਹਲਦੀ ਤੇ ਦੁੱਧ ਨਾਲ ਕੁਝ ਰਸਮਾਂ ਕੀਤੀਆਂ...ਤੇ ਅਰਥੀ ਨੂੰ ਸ਼ਮਸ਼ਾਨ ਘਾਟ ਲੈ ਕੇ ਜਾਣ ਲੱਗੇ। ਸ਼ਾਂਤ ਖੜ੍ਹੀ ਮਨਸਾ ਆਪੇ ਤੋਂ ਬਾਹਰ ਦੁਹੱਥੜੀਂ ਪਿੱਟਦੀ ਹੋਈ ਚੀਕੀ,

"ਅਰੇ ਮਿਹਰਬਾਨ ਲੋਗੋ....ਖਤਮ ਹੋ ਗਿਆ...ਸਭ ਖਤਮ ਹੋ ਗਿਆ...ਇਹ ਜੋ ਸਤ ਨਰੈਣ ਨਾਮ ਕਾ ਆਦਮੀ ਆਜ ਚਲ ਬਸਾ ਇਹ ਮੇਰਾ ਬੀ ਬਾਪ ਥਾ ਔਰ ਮੇਰੇ ਬੱਚੋਂ ਕਾ ਬੀ...ਇਸ ਨਾਤੇ ਇਹ ਮੇਰਾ ਪਿਤਾ ਵੀ ਹੁਆ ਔਰ ਪਤੀ ਬੀ....ਅਰੇ ਲੋਗੋ....ਤੁਮਨੇ ਮੇਰਾ ਦਰਦ ਨਹੀਂ ਜਾਨਾ....ਮੈਂ ਸਾਤ ਸਾਲ ਕੀ ਥੀ ਤੋ ਮਾਂ ਚਲ ਬਸੀ...ਬਾਪ ਨੇ ਇਤਨੀ ਛੋਟੀ ਉਮਰ ਮੇ ਹਵਸ ਕਾ ਸ਼ਿਕਾਰ ਬਣਾਨਾ ਸ਼ੁਰੂ ਕਰ ਦੀਆ ਕਿ ਮੁਝੇ ਇਸ ਸਭ ਕੁਸ ਕਾ ਪਤਾ ਤੱਕ ਨਹੀਂ ਥਾ....ਬਾਰਾਂ ਬਰਸ ਕੀ ਉਮਰ ਮੇਂ ਬਾਪ ਕੇ ਜੁੜਵਾ ਬੱਚੇ ਪੈਦਾ ਕਰ ਦੀਏ....ਔਰ ਜ਼ੁਲਮ ਦੇਖੋ....ਇਸ ਕਪਟੀ ਆਦਮੀ ਕੀ ਚਲਾਕੀ ਦੇਖੋ....ਆਪ ਤੋ ਸਾਫ਼ ਬਚ ਗਿਆ...ਬੋਲਾ ਇਹ

ਸਾਲੀ ਮਨਸਾ ਬਦਲਚਨ ਹੈ....ਪਤਾ ਨੀ ਕਿਸ ਕਾ ਪਾਪ ਲਿਏ ਹੁਏ ਹੈ...ਮੁਝੇ ਤੋ ਤਬ ਯੇਹ ਮਾਲੂਮ ਹੀ ਨਾ ਥਾ ਕਿ ਮੇਰੇ ਸਾਥ ਕਿਆ ਹੋ ਰਹਾ ਹੈ। ਬਾਪ ਮੁਝੇ ਪੀਟਤਾ ਤੋ ਮੁਝੇ ਸਮਝ ਹੀ ਨਾ ਆਤਾ ਕਿ ਵੋ ਮੁਝੇ ਕਿਉਂ ਮਾਰ ਰਹਾ ਹੈ....ਇਹ ਤੁਮ ਹੀ ਲੋਕ ਥੇ ਜਿਨਹੋਂ ਨੇ ਬਾਪ ਕੀ ਬਾਤੋਂ ਮੇ ਆ ਕਰ ਮੁਝੇ ਬਦਲਚਨ ਕਹਿ ਕਰ ਮੇਰਾ ਸਰ ਮੁੰਡਵਾ ਕੇ ਦੇਸ ਨਿਕਾਲਾ ਦੀਆ....ਅਬ ਮੌਕਾ ਆਇਆ ਹੈ...ਮੁਝ ਪਰ ਲਗੇ ਕਲੰਕ ਧੁਲਨੇ ਕਾ....ਮੇਰੇ ਸਾਥ ਡਾਕਟਰ ਬਾਊ ਜੀ ਆਏ ਹੈਂ ਵੋ ਟੈਸਟ ਕਰਾਏਂਗੇ....ਇਸ ਸਤ ਨਰੈਣ ਕੋ ਜਲਾਨੇ ਸੇ ਪਹਿਲੇ ਇਸ ਕੇ ਖ਼ੂਨ ਸੇ ਮੇਰੇ ਬੱਚੋਂ ਕੇ ਖ਼ੂਨ ਕਾ ਮਿਲਾਨ ਹੋਗਾ....ਫਿਰ ਦੂਧ ਕਾ ਦੂਧ ਔਰ ਪਾਨੀ ਕਾ ਪਾਨੀ ਅਲੱਗ ਹੋ ਜਾਏਗਾ....ਫਿਰ ਤੁਮ੍ਹੇ ਮਾਲੂਮ ਪਰੇਗਾ ਕਿ ਸਤ ਨਰੈਣ ਕਿਤਨਾ ਘਟੀਆ ਆਦਮੀ ਥਾ....।"

ਮਨਸਾ ਮੇਰੇ ਬੇਟੇ ਨੂੰ ਮੁਖਾਤਬ ਹੁੰਦਿਆਂ ਫੇਰ ਗਰਜੀ, "ਡਾ. ਬਾਬੂ ਜੀ...ਆਪ ਇਸ ਮੂਏ ਹੁਏ ਆਦਮੀ ਕੇ ਖ਼ੂਨ ਕਾ ਮਿਲਾਨ ਮੇਰੇ ਬੱਚੋਂ ਕੇ ਖ਼ੂਨ ਸੇ ਕਰਾਏਂ....ਔਰ ਸਚਾਈ ਸਭ ਕੇ ਸਾਹਮਣੇ ਲਾਏਂ....ਬੇ ਜੀ ਕਹਿ ਰਹੇ ਥੇ ਨਾ ਕਿ ਮਰੇ ਆਦਮੀ ਕੇ ਖ਼ੂਨ ਸੇ ਭੀ ਮਿਲਾਨ ਹੋ ਸਕਤਾ ਹੈ....।"

ਮੈਂ ਤੇ ਸੁਖਜੀਤ ਨੇ ਮਨਸਾ ਨੂੰ ਸ਼ਾਂਤ ਕਰਨ ਲਈ ਪੂਰਾ ਜ਼ੋਰ ਲਾਇਆ। ਮਨਸਾ ਚੁੱਪ ਤਾਂ ਹੋ ਗਈ ਪਰ ਹਫੀ ਪਈ ਸੀ। ਫੇਰ ਸੁਖਜੀਤ ਨੂੰ ਮੁਖਾਤਬ ਹੁੰਦਿਆਂ ਬੋਲੀ,

"ਬਾਊ ਜੀ ਯੇਹ ਲੋਕ ਹਮਾਰ ਗੁਨਾਹਗਾਰ ਹੈਂ...ਇਨ ਲੋਗੋਂ ਨੇ ਮੁਝੇ ਜਲੀਲ ਕੀਆ...ਦੇਸ ਨਿਕਾਲਾ ਦੀਆ...ਯੇ ਦੋ ਬੇਟੇ ਇਸੀ ਸਤ ਨਰੈਣ ਕੇ ਹੈਂ...ਔਰ ਬਾਊ ਜੀ ਆਪ ਕਾ ਨਿਮਕ ਖਾਏ ਹੂੰ....ਆਪ ਕੇ ਆਗੇ ਝੂਠ ਨਹੀਂ ਬੋਲੂੰਗੀ.... ਹਮ ਸੱਚ ਬੋਲਤ ਹੈਂ.....।"

ਸੁਖਜੀਤ ਤੇ ਰਮਿੰਦਰ ਸਾਰੇ ਲੋਕਾਂ ਵੱਲ ਤੱਕ ਰਹੇ ਸਨ। ਮੈਂ ਮਨਸਾ ਨੂੰ ਗੋਦੀ 'ਚ ਸੰਭਾਲਿਆ ਹੋਇਆ ਸੀ....ਸਭ ਲੋਗ ਪਛਤਾਵੇ ਦੀ ਅੱਗ 'ਚ ਜਲ ਰਹੇ ਸਨ ਲੋਕਾਂ ਨੇ ਅਰਥੀ ਵੱਲੋਂ ਧਿਆਨ ਮੋੜ ਕੇ ਮਨਸਾ ਦੁਆਲੇ ਝੁਰਮਟ ਪਾ ਲਿਆ...ਸਾਰੇ ਹੱਥ ਜੋੜ ਕੇ ਰੋ ਰਹੇ ਸਨ ਤੇ ਮਨਸਾ ਕੋਲੋਂ ਮਾਫੀ ਮੰਗ ਰਹੇ ਸਨ....ਮਨਸਾ ਦੀਆਂ ਅੱਖਾਂ 'ਚ ਅਜੇ ਵੀ ਰੋਹ ਸੀ। ਮੈਂ ਮਨਸਾ ਨੂੰ ਕਿਹਾ,

"ਮਨਸਾ ਤੂੰ ਤਾਂ ਸੱਚਮੁੱਚ ਧਰਤੀ ਮਾਤਾ ਹੈਂ....ਧਰਤੀ ਮਾਤਾ ਸਾਰਿਆਂ ਨੂੰ ਮਾਫ ਕਰਦੀ ਐ...ਆਪਾਂ ਧਰਤੀ ਮਾਤਾ ਨਾਲ ਕੀ ਕੀ ਅਨਰਥ ਨਹੀਂ ਕਰਦੇ ਪਰ ਉਹ ਮਾਫ ਕਰਦੀ ਐ ਨਾ ਸਾਨੂੰ..... ਪਰ ਨਹੀਂ....ਉਫ਼! ਤੇਰੇ ਬਾਪ ਦਾ ਇਹ ਗੁਨਾਹ ਮਾਫ ਕਰਨ ਯੋਗ ਨਹੀਂ ਹੈ...।"

ਮਨਸਾ ਮੇਰੀ ਝੋਲੀ 'ਚ ਡਿੱਗ ਕੇ ਰੋ ਰਹੀ ਸੀ....ਬੇਤਹਾਸ਼ਾ...ਉੱਚੀ ਉੱਚੀ....।

"ਬੇ ਜੀ ਅਗਰ ਖ਼ੂਨ ਕਾ ਮਿਲਾਨ ਨਹੀਂ ਹੂਆ ਤੋ ਕੌਣ ਚਸ਼ਮਦੀਦ ਗਵਾਹ ਹੋਗਾ ਜੋ ਹਮਾਰੇ ਮਾਥੇ ਕਾ ਕਲੰਕ ਧੋ ਸਕੇਗਾ...ਕਲੰਕ ਧੋਨੇ ਕੇ ਲੀਏ ਚਸ਼ਮਦੀਦ ਗਵਾਹ ਤੋ ਚਾਹੀਏ ਹੀ ਨਾ....।"

ਮੈਂ, ਸੁਖਜੀਤ ਤੇ ਰਮਿੰਦਰ ਨੇ ਮਨਸਾ ਦੇ ਸਿਰ ਤੇ ਹੱਥ ਧਰਿਆ, ਬਾਕੀ ਲੋਕਾਂ ਨੇ ਵੀ ਉਹਨੂੰ ਗਲ ਲਾਇਆ....ਅਰਥੀ ਦੇ ਪਿੱਛੇ ਪਿੱਛੇ ਜਾਂਦੇ ਸਾਰੇ ਲੋਕ ਹੁਣ ਰੋ ਨਹੀਂ ਸਨ ਰਹੇ।

ਕੁਲ ਦੀ ਬੋਲੀ

ਪਿੰਡ ਦੇ ਛਿਪਦੇ ਕੰਨੀ ਹਾਅ ਜਿਹੜਾ ਟੱਪਰੀਵਾਸਾਂ ਦਾ ਕਬੀਲਾ ਝੁੱਗੀਆਂ ਬਣਾ ਕੇ ਬੈਠਿਆ ਹੋਇਆ ਹੈ, ਇਹ ਬੁੱਕਣ ਸਿਕਲੀਗਰ ਦਾ ਕੋੜਮਾ ਹੈ।

ਨਿਆਣਿਆਂ ਸਮੇਤ ਕੁੱਲ ਮਿਲਾ ਕੇ ਪੰਜਾਹ ਸੱਠ ਜੀਅ ਹੋਣਗੇ ਲੇਖੇ ਨਾਲ। ਪੰਦਰਾਂ ਸੋਲਾਂ ਝੁੱਗੀਆਂ ਦਾ ਇੱਕੋ ਜਿਹਾ ਸਾਈਜ਼ ਤੇ ਇੱਕੋ ਜਿਹਾ ਹੁਲੀਆ।

ਗਰੀਬੀ, ਦਰਿਦਰਤਾ, ਗੰਦਗੀ...ਬਦਹਾਲੀ ਦਾ ਮੰਜ਼ਰ। ਭਾਦੋਂ ਦੀ ਹੁੰਮਸ 'ਚ ਹਾਲ ਹੋਰ ਵੀ ਬੁਰਾ। ਖੇਸੀ ਭਿੱਜਮਾ ਮੀਂਹ ਪੈ ਕੇ ਹਟਿਆ ਤਾਂ ਭੜਦੈਅ ਹੋਰ ਵੀ ਵਧ ਗਈ।

ਜਦੋਂ ਛੇ ਮਹੀਨੇ ਪਹਿਲਾਂ ਬੁੱਕਣ ਨੇ ਇੱਥੇ ਆ ਕੇ ਡੇਰਾ ਲਾਇਆ ਸੀ ਤਾਂ ਆਸੇ ਪਾਸੇ ਅਤੇ ਸੜਕ ਦੇ ਕਿਨਾਰੇ ਸਫੈਦੇ ਦੇ ਸੰਘਣੇ ਜੰਗਲ ਸਨ। ਪਰ ਜਦੋਂ ਸਰਕਾਰ ਵੱਲੋਂ ਸੜਕ ਚੌੜੀ ਕਰਨ ਦਾ ਪ੍ਰੋਜੈਕਟ ਪਾਸ ਹੋਇਆ ਤਾਂ ਦਿਨਾਂ ਵਿੱਚ ਈ ਸੜਕ ਕਿਨਾਰੇ ਲੱਗੇ ਸਾਰੇ ਦਰਖਤ ਵੱਢ ਦਿੱਤੇ ਗਏ।

ਹੁਣ ਦੂਰ ਦੂਰ ਤੱਕ ਕੋਈ ਦਰਖਤ ਨਹੀਂ ਸੀ ਰਹਿ ਗਿਆ। ਫੇਰ ਗਰੀਬ ਆਦਮੀ ਰੋਜ਼ ਰੋਜ਼ ਜੁੱਲੀ ਤੱਪੜੀ ਚੁੱਕ ਕੇ ਕਿੱਥੇ ਤੁਰਿਆ ਫਿਰੇ। ਰੋਜ਼ ਝੁੱਗੀਆਂ ਬਣਾਉਣਾ ਕਿਹੜਾ ਖਾਲਾ ਜੀ ਦਾ ਬਾੜਾ ਐ...।

ਇੱਕ ਦਿਨ ਨਿਕਲ ਜਾਂਦਾ ਤਾਂ ਬੁੱਕਣ ਕਬੀਲੇ ਵਾਲਿਆਂ ਨੂੰ ਕਹਿੰਦਾ ਕਿ ਗਰਮੀ ਤਾਂ ਬਸ ਗਈ ਸਮਝੋ...ਅੱਧੀ ਭਾਦੋਂ ਨਿਕਲ ਗਈ।

ਝੁੱਗੀਆਂ ਦੇ ਇਰਦ-ਗਿਰਦ ਖੋਤੇ ਖਰਮਸਤੀਆਂ ਕਰਦੇ ਫਿਰ ਰਹੇ ਨੇ। ਮਿੱਟੀ 'ਚ ਲੋਟ ਪੋਟ ਹੋ ਕੇ ਹਿਣਕ ਰਹੇ ਨੇ...ਆ...ਆ...ਆਊਂ...ਅ...ਆਊਂ...ਕੁਝ ਉਦਾਸ ਉਦਾਸ ਖੜ੍ਹੇ ਸਿਰਫ ਸਿਰ ਹਿਲਾ ਰਹੇ ਨੇ.....ਬੇਵਜ੍ਹਾ।

ਆਸ-ਪਾਸ ਮੁਰਗੀਆਂ ਚੋਗਾ ਚੁਗਦੀਆਂ ਫਿਰ ਰਹੀਆਂ ਨੇ। ਬੁੱਕਣ ਦੇ ਕੁੱਤੇ ਬੜੇ ਵਫਾਦਾਰ ਨੇ....ਮਜ਼ਾਲ ਐ ਕੋਈ ਕੁੱਤਾ ਬਿੱਲਾ ਮੁਰਗੀਆਂ ਦੇ ਨੇੜੇ ਵੀ ਫਟਕ ਜਾਵੇ।

ਕਬੂਤਰ ਵੀ ਝੁੱਗੀਆਂ ਦੇ ਪਿਛਵਾੜੇ ਮਟਰ ਮਸਤੀਆਂ ਕਰ ਰਹੇ ਨੇ। ਗੁਟਰ...ਗੂੰ... ਗੁਟਰ ਗੂੰ ਦੀ ਆਵਾਜ਼ ਹੁੰਮਸ ਵਿੱਚ ਵੀ ਕੰਨਾਂ ਨੂੰ ਸੋਹਣੀ ਲੱਗ ਰਹੀ ਐ।

ਬੁੱਕਣ ਦਾ ਕਬੀਲਾ ਉਹਦੇ ਪੂਰੇ ਕਹਿਣੇ 'ਚ ਐ। ਮਜ਼ਾਲ ਐ ਉਹਦੀ ਮਰਜ਼ੀ ਬਿਨਾਂ ਕੋਈ ਜੀਅ ਛਿੱਕ ਵੀ ਮਾਰ ਜਾਵੇ। ਪਿਛਲੇ ਹਫਤੇ ਉਹਦੇ ਪੋਤੇ ਠੁੱਲੇ ਨੇ ਉਹਨੂੰ ਬਿਨਾਂ ਪੁੱਛਿਆਂ ਪੱਟਾਂ ਤੇ ਮੋਰਨੀਆਂ ਪਵਾ ਲਈਆਂ ਸਨ। ਦੇਖ ਕੇ ਬੁੱਕਣ ਦੀਆਂ ਅੱਖਾਂ 'ਚੋਂ ਅੱਗ ਦੀਆਂ ਲਾਟਾਂ ਨਿਕਲ ਆਈਆਂ। ਉਹਨੇ ਰੋਹ 'ਚ ਆਏ ਨੇ ਮੁੰਡੇ ਦੇ ਤਾਜ਼ੇ ਖੁਣਾਏ ਮੋਰਨੀਆਂ ਵਾਲੇ ਪੱਟਾਂ ਉਤੇ ਤੇਜ਼ਾਬ ਦਾ ਪੋਚਾ ਘਸਾ ਦਿੱਤਾ ਸੀ। ਮੁੰਡੇ ਦੀਆਂ ਬਹੁੜੀਆਂ ਨਿਕਲ ਗਈਆਂ। ਉਹਦੇ ਕੋਲੋਂ ਪੀੜ ਸਹਾਰੀ ਨਹੀਂ ਸੀ ਜਾ ਰਹੀ।

ਬੁੱਕਣ ਦੇ ਮੁੰਡੇ ਨੇ ਬਥੇਰੀਆਂ ਮਿੰਨਤਾਂ ਕੀਤੀਆਂ ਕਿ ਬਾਪੂ ਕੋਈ ਨਾ...ਆਪਣੇ ਖਾਨਦਾਨ 'ਚ ਤਾਂ ਖਣਾਉਣ ਦਾ ਰਬਾਜ ਐ...ਇਹ ਤਾਂ ਆਪਣੀ ਪਛਾਣ ਐ...ਸਗੋਂ ਦੀ ਮੱਥਾ....ਠੋਡੀ...ਗਰਦਨ...ਗੁੱਟ...ਬਾਹਾਂ ਤੇ ਗੋਦਨੇ ਗੁਦਾਉਣਾ ਤਾਂ ਆਪਣਾ ਛੰਗਾਰ ਐ, ਪਰ ਬੁੱਕਣ ਨੇ ਉਹਦੀ ਗੱਲ ਕੱਟਦਿਆਂ ਛਾਤੀ ਠੋਕਦਿਆਂ ਹੋਇਆਂ ਗਰਜ ਕੇ ਕਿਹਾ,

"ਠੀਕ ਐ ਜੈਮਲਾ...ਸਰੀਰ ਖੁਦਾਉਣਾ ਸਾਡਾ ਸ਼ਿੰਗਾਰ ਐ...ਪਰ ਇਸ ਕਮੀਣ ਨੇ ਮੈਥੋਂ 'ਜਾਜ਼ਤ ਕਿਉਂ ਨਾ ਲਈ...ਅੱਜ ਇਹ ਬਿਨਾਂ ਮੈਨੂੰ ਪੁੱਛਿਆਂ ਦੱਸਿਆਂ ਪੱਟਾਂ 'ਤੇ ਮੋਰਨੀਆਂ ਪੁਆ ਆਇਆ...ਕੱਲ੍ਹ ਨੂੰ...ਕੱਲ੍ਹ ਨੂੰ...।"

ਬੁੱਕਣ ਨੂੰ ਗੁੱਸੇ 'ਚ ਕੁਝ ਨਾ ਸੁੱਝਿਆ ਕਿ ਕੱਲ੍ਹ ਨੂੰ ਉਹ ਕੀ ਕਰ ਸਕਦਾ ਹੈ। ਉਹ ਪਹਿਲਾਂ ਤਾਂ ਕੁਝ ਨਾ ਅਹੁੜਨ ਕਰਕੇ ਛਿੱਥਾ ਪਿਆ ਪਰ ਫੇਰ ਕੋੜਮੇ ਦੇ ਮੁਖੀਆ ਵਾਲੇ ਅੰਦਾਜ਼ 'ਚ ਗੱਲ ਸਾਂਭਦਿਆਂ ਬੋਲਿਆ:

"ਪੱਟਾਂ ਤੇ ਮੋਰਨੀਆਂ ਤਾਂ ਨਚਾਰ ਖੁਣਵਾਉਂਦੇ ਹੁੰਦੇ ਨੇ ..ਜਾਂ ਫੇਰ ਭਲਮਾਨ...ਪਰ ਅਸੀਂ ਸਿਕਲੀਗਰ ਹੋਈਏ ਤੇ ਨਚਾਰਾਂ ਆਲੇ ਕੰਮ ਕਰੀਏ...ਇਹ ਕੋਈ ਬਹਾਦਰੀ ਐ...?"

ਪਤਾ ਨੀ ਆਪਣੇ ਆਪ ਨੂੰ ਨਚਾਰਾਂ ਨਾਲੋਂ ਵੱਖਰਾ ਦਰਸਾਉਣ ਸਦਕਾ ਤੇ ਪਤਾ ਨੀ ਅੰਤਾਂ ਦੀ ਹੁੰਮਸ ਸਦਕਾ ਉਹਦੀਆਂ ਅੱਖਾਂ ਮੂਹਰੇ ਨ੍ਹੇਰਾ ਆ ਗਿਆ। ਅੱਖਾਂ ਝਪਕ ਕੇ ਆਪਣੇ ਆਪ ਨੂੰ ਸੰਭਾਲਦਿਆਂ ਉਹ ਅੱਗੇ ਬੋਲਿਆ:

"ਆਪਣੇ ਕਬੀਲੇ ਦਾ ਗੱਭਰੂ ਪੱਟਾਂ ਤੇ ਸ਼ੇਰ ਸ਼ੇਰਨੀਆਂ ਪੁਆਵੇ...ਕੁਲ ਦੇਵੀ ਦਾ ਤਰਸ਼ੂਲ ਪੁਆਵੇ ਜਾਂ ਆਪਣਾ ਨਾਉਂ...ਪੁਆ 'ਲੀਆਂ ਮੋਰਨੀਆਂ....ਹੂੰਅ...!"

ਜੈਮਲ ਚੁੱਪ ਕਰ ਗਿਆ। ਉਹਨੂੰ ਬਾਪ ਦੇ ਅੜਬ ਸੁਭਾਅ ਦਾ ਪਤਾ ਸੀ ਸੋ ਉਹ ਬਾਪ ਨਾਲ ਬਹਿਸ ਕਰਨੀ ਫਜ਼ੂਲ ਸਮਝਦਿਆਂ ਹੋਇਆਂ ਉਥੋਂ ਪਾਸਾ ਵੱਟ ਗਿਆ। ਮੁੰਡਾ ਅਜੇ ਵੀ ਤੇਜ਼ਾਬ ਦੀ ਜਲਣ ਸਦਕਾ ਹਟਕੋਰੇ ਲੈ ਰਿਹਾ ਸੀ।

ਜੈਮਲ ਨੂੰ ਦੇਖ ਕੇ ਮੁੰਡਾ ਡੁਸਕਣ ਲੱਗ ਪਿਆ। ਜੈਮਲ ਨੇ ਚੁੱਪ ਚੁਪੀਤੇ ਈ ਮੁੰਡੇ ਦੀ ਬਾਂਹ ਫੜੀ ਤੇ ਉਹਨੂੰ ਬੋਅ ਮਾਰਦੇ ਛੱਪੜ ਕੋਲ ਲੈ ਗਿਆ। ਬੜੀ ਦੇਰ ਤੱਕ ਉਹ ਜੁਆਨ ਹੋ ਰਹੇ ਮੁੰਡੇ ਦੀਆਂ ਗੱਲ੍ਹਾਂ ਉੱਤੇ ਅੱਥਰੂਆਂ ਦੀਆਂ ਸੁੱਕੀਆਂ ਘਰਾਲਾਂ ਦੇ ਨਿਸ਼ਾਨ ਤੱਕਦਾ ਰਿਹਾ ਤੇ ਉਹਦੇ ਹੁਭਕੀਂ ਹੁਭਕੀਂ ਰੋਂਦੇ ਦੇ ਮੂੰਹ ਨੂੰ ਦੁਲਾਰਦਾ ਰਿਹਾ।

"ਸਹੁਰੀ ਦਿਆ...ਕਦੇ ਪਿੰਡੇ ਨੂੰ ਪਾਣੀ ਲਾ ਲਿਆ ਕਰ...ਦੇਖ ਕਿਮੇ ਬੋਅ ਮਾਰਦੀ ਐ...ਸਪੜ ਸਪੜ ਕਰਦੀਆਂ ਜੂੰਆਂ ਫਿਰਦੀਆਂ ਹੋਣੀਆਂ ਝਾਟੇ 'ਚ...।"

ਉਹਦੀ ਗੱਲ ਕੱਟਦਿਆ ਠੁੱਲ੍ਹਾ ਭੁੜਕਿਆ,

"ਭਾਪੇ ਨਾਹੁਣ ਨੂੰ ਪਾਣੀ ਤਾਂ ਹੈ ਨੀ ਕਿਤੇ...ਛੱਪੜ ਦਾ ਪਾਣੀ ਤਾਂ ਮੁਸ਼ਕਿਆ ਪਿਐ...ਲਾਗ ਦੀ ਲੰਘਦਿਆਂ ਬੀ ਸੜ੍ਹਿਆਂਦ ਮਾਰਦੈ...ਇਹਦੇ 'ਚ ਨਾਹ ਕੇ ਤਾਂ ਬੰਦਾ ਊਈਂ...ਨਾਲੇ ਇੱਕ ਦਿਨ ਮੈਂ ਬਾਪੂ ਨੂੰ ਪੁੱਛਿਆ ਸੀ ਬਈ ਜਾ ਕੇ ਨਹਿਰ 'ਤੇ ਨਾਹ ਆਮਾਂ...ਮੈਨੂੰ ਬੁੜ੍ਹਕ ਕੇ ਪਿਆ...ਅਖੇ ਮੇਰੀਆਂ ਨਜ਼ਰਾਂ ਤੋਂ ਦੂਰ ਨੀ ਜਾਣਾ...ਇਹਦੀ ਮਰਜ਼ੀ ਬਿਨਾਂ ਬੰਦਾ ਸਾਹ ਵੀ ਨੀ ਲੈ ਸਕਦਾ...।"

"ਫੇਰ ਜਦ ਤਈਨੂੰ ਬਾਪੂ ਦੇ ਸਭੌਅ ਦਾ ਇਲਮ ਐ ਤਾਂ 'ਕੇਰਾਂ ਉਸ ਨੂੰ ਪੁੱਛ ਲੈਂਦਾ...ਉਹਨੇ ਕਿਹੜਾ ਤਈਨੂੰ ਰੋਕਣਾ ਸੀ....।"

"ਇਹ ਵੀ ਕੀ ਗਜਬ ਹੋਇਆ ਕਿ ਇਹਦੀ ਮਰਜ਼ੀ ਬਿਨਾਂ ਬੰਦਾ ਖਾਜ ਵੀ ਨਾ ਕਰ ਸਕੇ.....ਭਾਪੇ ਮੈਂ ਮੇਲੇ ਤੇ ਗਿਆ...ਤਾਂ ਉਥੇ ਕਈ ਲੋਕ ਖੁਣਾਈ ਜਾਂਦੇ ਸੀਗੇ....ਮੇਰਾ ਬੀ ਜੀਅ ਕਰ ਗਿਆ...ਮੈਂ ਸੋਚਿਆ ਕਿ ਸਾਡੇ ਡੇਰੇ 'ਚ ਸਾਰੇ ਮੁੰਡਿਆਂ ਦੇ ਹੱਥ ਗੁੱਟ ਤੇ ਪੱਟ ਖੁਣੇ ਹੋਏ ਨੇ....ਦਾਦੀ ਦੀ ਤਾਂ ਗਰਦਨ ਵੀ ਖੁਣੀ ਹੋਈ ਐ। ਸਾਰੀਆਂ ਤੀਮੀਆਂ ਮੱਥੇ, ਠੋਡੀ ਤੇ ਗੁੱਟ ਖੁਣਵਾਈ ਫਿਰਦੀਆਂ ਨੇ ...ਫੇਰ ਜੇ ਮੈਂ ਮੋਰਨੀਆਂ ਪੁਆ 'ਲੀਆਂ ਪੱਟਾਂ ਤੇ...ਤਾਂ ਕਿਹੜਾ ਕੋਈ ਗੁਨਾਹ ਕਰ 'ਤਾ...।"

"ਸ਼ੀ...ਈ..ਈ...ਅ..." ਠੁੱਲ੍ਹੇ ਦੇ ਮੂੰਹ 'ਤੇ ਉਂਗਲ ਰੱਖ ਕੇ ਜੈਮਲ ਨੇ ਉਹਨੂੰ ਨੇੜੇ ਲਾਇਆ...ਕਿਉਂਕਿ ਮੁੰਡੇ ਦੀਆਂ ਅੱਖਾਂ 'ਚੋਂ ਵਿਦਰੋਹ ਤੇ ਗੁੱਸਾ ਸਾਫ ਝਲਕ ਰਹੇ ਸਨ।

ਜੈਮਲ ਨੇ ਗਰਦਨ ਉੱਚੀ ਕਰ ਕੇ ਘੁੰਮਾਂਦਿਆਂ ਤੇ ਆਲਾ-ਦੁਆਲਾ ਭਾਂਪਦਿਆਂ ਕਿਹਾ,

"ਕੋਈ ਨੀ...ਆਪਣਾ ਬਾਪੂ ਐ...ਆਪਣੇ ਵਾਸਤੇ ਜੱਫਰ ਜਾਲਦੈ...ਸਾਰੇ ਕਬੀਲੇ ਦਾ ਧਿਆਨ ਰੱਖਦੈ....ਮੁਖੀਆ ਐ ਆਪਣਾ...।"

"ਕੀ ਜੱਫਰ ਜਾਲਦੈ...ਹਰੇਕ ਜਣਾ ਆਪਣੀ ਰੋਜ਼ੀ ਰੋਟੀ ਖੁਦ-ਬ-ਖੁਦ ਕਮਾਉਣ ਤੁਰਿਆ ਹੁੰਦੈ....ਸਾਰਾ ਕਬੀਲਾ ਪਿੰਡ-ਪਿੰਡ ਘੁੰਮ ਕੇ ਤਮਾਸ਼ੇ ਕਰਦੈ...ਕੁੜੀਆਂ ਜਾਨ ਜੋਖੋਂ 'ਚ ਪਾ ਕੇ ਰੱਸੇ ਤੇ ਤੁਰਦੀਆਂ ਨੇ....ਅੱਖਾਂ ਦੀਆਂ ਪਲਕਾਂ ਨਾਲ ਪਿਛਾਂਹ ਮੁੜ ਕੇ ਗੋਲ ਗੋਲ ਹੁੰਦਿਆਂ ਅੰਗੂਠੀ ਚੱਕਦੀਆਂ ਨੇ...ਅੱਗ ਦੇ ਬਲਦੇ ਲੋਹੇ ਦੇ ਚੱਕਰ 'ਚੋਂ ਪਾਰ ਹੁੰਦੀਆਂ ਨੇ ..ਇਹ ਤਾਂ ਬੱਸ ਅਹਿਰਨ ਤੇ ਬੈਠਿਆ ਜਾਂ ਚਿਲਮ ਪੀਂਦਾ ਰਹਿੰਦਾ ਜਾਂ ਥੁੱਕ ਥੁੱਕ ਕੇ ਗੰਦ ਪਾਉਂਦਾ...।"

ਕਚਹਿਣ ਜਿਹੀ ਮੰਨਦਿਆਂ ਠੁੱਲ੍ਹਾ ਧੁੜਧੁੜੀ ਲੈਂਦਿਆਂ ਫੇਰ ਬੋਲਿਆ, "ਭਾਪੇ ਦੇਖ ਲੈ ਕੂਨੀ ਪਿਛਲੇ ਦਿਨੀਂ ਰੱਸੇ ਤੋਂ ਡਿੱਗੀ ਤਾਂ ਉਹਦੀ ਲੱਤ ਟੁੱਟ 'ਗੀ 'ਤੀ... ਕਿੰਨੇ ਦਿਨ ਬਚਾਰੀ ਲੱਕੜੀ ਦੀਆਂ ਫੱਟੀਆਂ ਬੰਨ੍ਹੀ ਤੁਰੀ ਫਿਰਦੀ ਰਹੀ...ਬਚਾਰੀ ਦੀ ਹੱਡੀ ਟੇਢੀ ਮੇਢੀ ਜੁੜ ਗਈ...ਤੇ ਹੁਣ ਕਜ ਮਾਰੀ ਲੰਗੜੀ ਲੰਗੜੀ ਤੁਰਦੀ ਐ...ਇਹ ਹਸਪਤਾਲ ਦੇ ਡਾਕਟਰ ਕੋਲੋਂ ਪਲੱਸਤਰ ਨੀ ਸੀ ਕਰਾ ਸਕਦਾ? ਅਜੇ ਬਚਾਰੀ ਦਾ ਬਿਆਹ ਹੋਣੈ...ਕੌਣ ਲਊ ਬੱਜ ਮਾਰੀ ਨੂੰ...ਭਾਪੇ ਬਾਪੂ ਬੜਾ ਰਾਕਸ ਬੁੱਧੀ ਐ...ਰੌਣ ਐ ਨਿਰਾ...ਆਵਦੀ ਮਨਵਾਉਂਦੈ ਹਮੇਸ਼ਾ...।"

ਮੁੰਡੇ ਨੂੰ ਪੁਚਕਾਰਦਿਆਂ ਜੈਮਲ ਸੋਚ ਰਿਹਾ ਸੀ ਕਿ ਇਹਨਾਂ ਜੁਆਕਾਂ ਨੂੰ ਖਬਰੇ ਕੀ ਹੋ ਗਿਐ....ਮੁੰਡੇ ਦੀ ਵਿਦਰੋਹੀ ਸੁਰ ਉਸ ਨੂੰ ਭੈਅ ਭੀਤ ਕਰ ਰਹੀ ਸੀ। ਐਨੇ ਨੂੰ ਘੋਨੀ ਅੱਖਾਂ 'ਚ ਰੋਹ ਭਰ ਕੇ ਆਈ ਤੇ ਆਉਂਦਿਆਂ ਹੀ ਗਰਜੀ ਬਈ ਮੈਂ ਨੀ ਪਿੰਡੋ ਪਿੰਡ ਜਾ ਕੇ ਤਮਾਸ਼ੇ ਕਰ ਸਕਦੀ। ਉਹ ਸੋਚ ਰਿਹਾ ਸੀ ਕਿ ਪਤਾ ਨੀ ਜ਼ਮਾਨੇ ਨੂੰ ਕੀ ਅੱਗ ਲੱਗ ਗਈ। ਉਹਨੇ ਤਾਂ ਕਦੇ ਬਾਪੂ ਮੂਹਰੇ ਭਰ ਕੇ ਸਾਹ ਵੀ ਨਹੀਂ ਲਿਆ ਹੋਣਾ। ਇਹ ਨਿਆਣੇ ਦੇਖ ਲਉ...ਕਮਰ ਕਸ ਕੇ ਕੋਈ ਜੰਗ ਜਿੱਤਣ ਵਾਲਿਆਂ ਵਾਂਗ ਤਿਆਰ ਬਰ ਤਿਆਰ। ਬਾਂਸ ਅਤੇ ਰੱਸਾ ਜੈਮਲ ਦੇ ਪੈਰਾਂ ਕੋਲ ਸਿੱਟਦਿਆਂ ਉਹ ਸ਼ੇਰਨੀਆਂ ਵਾਂਗ ਬਿੱਫਰੀ,

"ਚਾਚਾ ਵਿਹਨਾਂ ਪਿਐਂ ਨਾ...ਰੱਸਿਆਂ ਤੇ ਤੁਰ ਕੇ ਕਮਾਈ ਕਰਨ ਦਾ ਤਨੀਜਾ... (ਨਤੀਜਾ) ਕੂਨੀ ਰੱਸੇ ਤੇ ਤੁਰਦੀ ਲੜਖੜਾ ਕੇ ਡਿੱਗੀ ਤਾਂ ਧੜੰਮ ਧਰਤੀ ਤੇ ਆ ਗਿਰੀ...ਲੱਤ ਦੀ ਹੱਡੀ ਤੁੜਵਾ ਬੈਠੀ...ਤੇ ਬਚਾਰੀ ਅੰਮਾਂ ਨੇ ਫੱਟੀਆਂ ਬੰਨ੍ਹ ਕੇ ਲੱਤ ਜੋੜ ਦਿੱਤੀ...ਹੱਡੀ

ਟੇਢੀ ਮੇਢੀ ਜੁੜ ਗਈ...ਹੁਣ ਉਹ ਲੰਗੜਾਅ ਕੇ ਤੁਰਨ ਲੱਗ ਪਈ ਐ...ਆਹੀ ਕੂਨੀ ਦਿਹਾੜੀ ਦਾ ਸੌ ਸਵਾ ਸੌ ਰੁਪਈਆ ਕਮਾ ਕੇ ਬਾਪੂ ਦੇ ਹੱਥ ਧਰਦੀ ਹੁੰਦੀ ਸੀ...ਹੁਣ ਬਚਾਰੀ ਆੜੀ ਹੋਈ ਪਈ ਐ...ਹੁਣ ਕੋਈ ਉਹਦੀ ਸਾਰ ਨੀ ਲੈਂਦਾ....ਬਾਪੂ ਨੂੰ ਬੀਹ ਵਾਰੀ ਤਰਲੇ ਕੀਤੇ ਬਈ ਕੂਨੀ ਦੀ ਲੱਤ ਨੂੰ ਹਸਪਤਾਲ ਲਜਾ ਕੇ ਪਲੱਸਤਰ ਕਰਾ ਦੇ...ਪਰ ਬਾਪੂ ਹਮੇਸ਼ਾ ਘੇਸਲ ਮਾਰ ਜਾਦਾ ਰਿਹੈ....ਹੁਣ ਕਿਸੇ ਅਪਾਹਜ ਨੇ ਬੀ ਨੀ ਲੈਣੀ...ਕਮੈਂਣ ਜੋਕਰੀ ਜੁ ਨਹੀਂ ਰਹੀ....ਚਾਚਾ ਨਕਾਰੀ ਕੁੜੀ ਨੂੰ ਕੀਹਨੇ ਬਿਆਹ ਕੇ ਲਜਾਣੈ...ਰਹਿਗੀ ਉਰੇ ਜੋਕਰੀ....ਦੇਖ ਲਿਆ ਸੁਆਦ ਰੱਸਿਆਂ ਤੇ ਤੁਰ ਕੇ ਕਮਾਈ ਕਰਨ ਦਾ....?"

ਘੋਨੀ ਨੂੰ ਫਾੜ ਫਾੜ ਬੋਲਦਿਆਂ ਸੁਣ ਕੇ ਜੈਮਲ ਅੰਦਰ ਤੱਕ ਕੰਬ ਗਿਆ। ਸ਼ੁਕਰ ਐ ਬਾਪੂ ਦੂਰ ਚਰ੍ਹੀ ਦੇ ਖੇਤਾਂ ਕੰਨੀ ਤੁਰਿਆ ਜਾ ਰਿਹਾ ਸੀ...ਜੇ ਕਿਤੇ ਸੁਣ ਲੈਂਦਾ ਤਾਂ...?

ਜੈਮਲ ਨੇ ਠੁੱਲ੍ਹੇ ਨੂੰ ਛੱਡ ਕੇ ਘੋਨੀ ਨੂੰ ਪੁਚਕਾਰਿਆ...ਪਰ ਘੋਨੀ ਨੇ ਉਹਦੇ ਹੱਥ ਛੰਡਕ ਕੇ ਪਰ੍ਹਾਂ ਵਗਾਹ ਕੇ ਮਾਰੇ।

"ਆਹ ਚੱਕ ਚਾਚਾ ਰੱਸਾ ਤੇ ਬਾਂਸ....ਮੈਂ ਨੀ ਤੁਰਨਾ ਬਸਾਂ 'ਤੇ....ਤੇ ਤਮਾਸ਼ੇ ਬੀ ਨੀ ਕਰਨੇ....ਨਾਲੇ ਬਾਪੂ ਨੂੰ ਕਹਿ ਦਈਂ ਮੈਂ ਨੀ ਚੱਕਰ ਆਸਣ ਕਰ ਕੇ ਅੱਖਾਂ ਦੀਆਂ ਪਲਕਾਂ ਨਾਲ 'ਗੂਠੀਆਂ ਚੱਕਦੀ...ਮੈਂ ਨੀ ਕੂਨੀ ਮਾਂਗ ਲੰਗੜੀ ਹੋਣਾ...ਮੈਂ ਤਾਂ ਹੁਣ ਪੜ੍ਹਾਈ ਕਰਨੀ ਐ...।"

ਜੈਮਲ ਕਈ ਦਿਨਾਂ ਦਾ ਕਬੀਲੇ ਦੀਆਂ ਕੁੜੀਆਂ ਦੇ ਬਦਲਦੇ ਰਵੱਈਏ ਨੂੰ ਭਾਂਪ ਰਿਹਾ ਸੀ। ਕੁੜੀਆਂ ਦੱਬੀ ਸੁਰ 'ਚ ਪੜ੍ਹਾਈ ਕਰਨ ਦਾ ਵੇਰਵਾ ਪਾਉਂਦੀਆਂ।

ਅੱਗੇ ਕਦੇ ਕਬੀਲੇ ਦੀਆਂ ਔਰਤਾਂ ਨੇ ਪੜ੍ਹਨ ਪੜ੍ਹਾਉਣ ਦੀ ਗੱਲ ਨਹੀਂ ਸੀ ਕੀਤੀ। ਸਾਰੀਆਂ ਪੁਸ਼ਤੈਨੀ ਧੰਦੇ ਸਿੱਖਦੀਆਂ.....ਤਮਾਸ਼ੇ ਕਰਨੇ, ਅਖਾੜਿਆਂ 'ਚ ਨੱਚਣਾ, ਬਾਂਸਾਂ ਤੇ ਬੰਨ੍ਹੇ ਰੱਸੇ ਉੱਤੇ ਡੰਡੇ ਨਾਲ ਸੰਤੁਲਨ ਬਣਾ ਕੇ ਚੱਲਣਾ, ਬਾਂਸ ਦੇ ਸਿਰੇ 'ਤੇ ਲੱਗੀ ਚਰਖੜੀ ਉੱਤੇ ਢਿੱਡ ਦੇ ਬਲ ਸੰਤੁਲਨ ਬਣਾ ਕੇ ਤੇਜ਼ ਗਤੀ ਨਾਲ ਘੁਮੇਰੀਆਂ ਖਾਣੀਆਂ ਬਗੈਰਾ ਬਗੈਰਾ ਪਰ ਆਹ ਹੁਣ?

ਘਾਬਰਿਆ ਹੋਇਆ ਜੈਮਲ ਵਿਦਰੋਹੀ ਸੁਰ 'ਚ ਆਈ ਘੋਨੀ ਨੂੰ ਹੱਥ ਲਾਉਣ ਤੋਂ ਵੀ ਡਰ ਰਿਹਾ ਸੀ। ਜਿਵੇਂ ਉਹਨੂੰ ਹੱਥ ਲਾ ਕੇ ਸੜ ਜਾਊਗਾ...ਝੁਲਸਿਆ ਜਾਊਗਾ।

ਫੇਰ ਉਹਨੂੰ ਚੇਤੇ ਆਇਆ ਕਿ ਕੁੜੀਆਂ ਦੀ ਵਿਦਰੋਹੀ ਸੁਰ ਉਦੋਂ ਤੋਂ ਹੀ ਨਿਕਲਣੀ ਸ਼ੁਰੂ ਹੋਈ ਐ ਜਦੋਂ ਦੀਆਂ ਇਹ ਦੋ ਮਾਸਟਰਨੀਆਂ ਡੇਰੇ 'ਚ ਆਉਣ ਲੱਗੀਆਂ ਨੇ। ਉਹਨੇ ਸਿਰ ਹਿਲਾਉਂਦਿਆਂ ਆਪਣੇ ਆਪ ਨੂੰ ਭਰੋਸਾ ਦਿਵਾਇਆ ਕਿ ਹੋਵੇ ਨਾ ਹੋਵੇ ਇਸ ਸਾਰੇ ਸਿਆਪੇ ਦੀ ਜੜ ਇਹ ਮਾਸਟਰਨੀਆਂ ਈ ਨੇ...ਉਹਨੇ ਭਮੰਤਰੇ ਜਿਹੇ ਨੇ ਘੋਨੀ ਨੂੰ ਪੁੱਛਿਆ, "ਘੋਨੀਏ ਭਲਾਂ ਦੀ ਹਾਅ ਦੋ ਭੈਣ ਜੀਆਂ ਝੁੱਗੀਆਂ 'ਚ ਕੀ ਕਰਨ ਆਉਂਦੀਆਂ ਨੇ?"

"ਇਹ ਸਾਨੂੰ ਪੜ੍ਹਾਉਣ ਆਉਂਦੀਆਂ ਨੇ ...ਚੰਗੀਆਂ ਚੰਗੀਆਂ ਬਾਤਾਂ ਸਿਖਾਉਣ ਆਉਂਦੀਆਂ ਨੇ....ਕਿਤਾਬਾਂ ਦੇ ਕੇ ਜਾਂਦੀਆਂ ਨੇ....ਘਰੇ ਬੈਠੇ ਬੈਠੇ ਚੀਜ਼ਾਂ ਬਣਾ ਕੇ ਬੇਚਣ ਦੇ ਤਰੀਕੇ ਸਖਾਉਂਦੀਆਂ ਨੇ....ਬਾਪੂ ਤਾਂ ਬੈਠਾ ਬੈਠਾ ਚਿਲਮ ਪੀਂਦਾ ਰਹਿੰਦੈ....ਸਾਰਾ ਦਿਨ ਟੱਬਰ ਨੂੰ ਬਗਾਰ ਬੁੱਤੀਆਂ ਤੇ ਲਾਈ ਰੱਖਦੈ.....ਕਦੇ ਛੜਕ ਤੱਕ ਗਿਆ ਨੀ....ਉਹਨੂੰ ਕੀ ਪਤਾ ਦੁਨੀਆਂ ਕਿੱਥੇ ਦੀ ਕਿੱਥੇ ਪਹੁੰਚ 'ਗੀ ਐ.....ਸਾਥੋਂ ਤਮਾਸ਼ੇ ਈ ਕਰਾਈ ਜਾਂਦੈ....ਭੈਣ

ਜੀਆਂ ਦੱਸਦੀਆਂ ਨੇ ਬਈ ਸਰਕਾਰ ਗਰੀਬਾਂ ਵਾਸਤੇ ਕਈ ਚੰਗੇ ਕੰਮ ਕਰ ਰਹੀ ਐ....ਸਾਨੂੰ ਕੰਮੂਟਰ ਮਿਲਣਗੇ....ਫਰੀ...ਈ....ਈ...।" ਘੋਨੀ ਨੇ ਫਰੀ ਸ਼ਬਦ ਨੂੰ ਲਮਿਆਰ ਕੇ ਕਿਹਾ। ਫੇਰ ਜੈਮਲ ਦੇ ਹੋਰ ਨੇੜੇ ਹੋ ਕੇ ਬੋਲੀ,

"ਪਤੈ ਕੰਮੂਟਰ ਸਿੱਖ ਕੇ ਅਸੀਂ ਕਿੰਨਾ ਪੈਸਾ ਕਮਾ ਸਕਦੇ ਆਂ....ਮੈਨੂੰ ਟੈਲੀਫੋਨ ਤਾਂ ਕਰਨਾ ਆਉਂਦੈ....ਭੈਣ ਜੀ ਦੱਸਦੇ ਸੀਗੇ ਬਈ ਕੰਮੂਟਰ ਬੀ ਟੈਲੀਫੋਨ ਵਾਂਗ ਈ ਸਿੱਖੀਦੈ....ਉਹ ਸਾਨੂੰ ਸਲਾਈਆਂ ਬੁਣਨੀਆਂ ਤੇ ਕਢਾਈ ਸਲਾਈ ਵੀ ਸਖਾਉਣਗੀਆਂ....ਮਸ਼ੀਨਾਂ ਵੀ ਮੁਫ਼ਤ ਦੇਣਗੀਆਂ...ਅਚਾਰ ਮਰੱਬੇ ਚਟਣੀਆਂ ਪਾਉਣੀਆਂ ਬੀ ਸਖਾਉਣਗੀਆਂ....ਚਾਚਾ ਸਾਡੀ ਜੂਨ ਪਲਟਣ ਆਲੀ ਐ...ਤੂੰ ਦੇਖਦਾ ਜਾਈਂ...ਅਸੀਂ ਹੁਣ ਪੜ੍ਹ ਲਿਖ ਕੇ ਚੰਗੇ ਤਰੀਕੇ ਨਾਲ ਪੈਸੇ ਕਮਾਵਾਂਗੀਆਂ....ਫੇਰ ਹਾਅ ਤਮਾਸ਼ੇ-ਰੌਸਿਆਂ ਦੇ ਸਿਆਪੇ, ਖਾੜੇ ਸਭ ਬੰਦ। ਉਹ ਤਾਂ ਕਹਿੰਦੀਆਂ ਸੀਗੀਆਂ ਅੰਮਾਂ ਨੂੰ .....ਬਈ ਜੇ ਉਹ ਚਾਹੁਣ ਤਾਂ ਕੂਨੀ ਦੀ ਲੱਤ ਠੀਕ ਹੋ ਸਕਦੀ ਐ....ਸਰਕਾਰੀ ਹਸਪਤਾਲਾਂ 'ਚ ਗਰੀਬਾਂ ਦਾ ਮੁਖਤ 'ਲਾਜ ਹੁੰਦੈ....ਪਰ ਅੰਮਾ ਸੈਂਤ ਬਾਪੂ ਕੋਲੋਂ ਡਰ ਗਈ....ਮੈਂ ਕਹੂੰ ਭੈਣ ਜੀ ਨੂੰ...ਬਈ ਕੂਨੀ ਦੀ ਲੱਤ ਠੀਕ ਕਰਾਉ...ਬਚਾਰੀ ਕੂਨੀ...ਅਜੇ ਬਿਆਹ ਬੀ ਹੋਣੈ ਉਸਦਾ...।"

ਘੋਨੀ ਜਿਸ ਸੁਪਨ ਸੰਸਾਰ ਦੀ ਗੱਲ ਕਰ ਰਹੀ ਸੀ, ਉਹ ਜੈਮਲ ਵਾਸਤੇ ਅਚੰਭੇ ਵਾਲੀ ਗੱਲ ਸੀ....ਅਸੰਭਵ। ਪਰ ਕੁੜੀ ਕਿੰਨੇ ਭਰੋਸੇ ਨਾਲ ਕਹਿ ਰਹੀ ਸੀ, ਜਿਵੇਂ ਇਹ ਸਭ ਐਨਾ ਈ ਆਸਾਨ ਹੁੰਦੈ....।

"ਚਾਚਾ ਚੱਲ ਤੈਨੂੰ ਕਿਤਾਬਾਂ ਦਖਾਮਾ....ਨਾਲੇ ਕਾਪੀਆਂ ਪਿਲਸਣਾਂ ਤੇ ਪਿਲਸਣ ਤਰਾਸ ਬੀ...ਸਲਾਈਆਂ ਤੇ ਉਨ ਬੀ....।"

ਬੜੇ ਉਮਾਹ ਲਾਲ ਘੋਨੀ ਜੈਮਲ ਨੂੰ ਖਿੱਚ ਕੇ ਝੁੱਗੀਆਂ 'ਚ ਲੈ ਗਈ। ਸੁੱਕ ਬਰੂਰੀ ਰੋਟੀ ਚੱਬਦੀ ਕੂਨੀ ਵੀ ਅੱਜ ਤੱਪੜ ਤੇ ਖੁਸ਼ ਖੁਸ਼ ਬੈਠੀ ਸੀ।

ਕਿਤਾਬਾਂ ਕਾਪੀਆਂ ਤੇ ਹੋਰ ਨਿੱਕ ਸੁੱਕ ਦੇਖਦਾ ਜੈਮਲ ਜਿਵੇਂ ਪਲ ਦੀ ਪਲ ਕਿਸੇ ਹੋਰ ਈ ਜਹਾਨ ਵਿੱਚ ਪਹੁੰਚ ਗਿਆ। ਨਵੀਆਂ ਨੁੱਕ ਕਿਤਾਬਾਂ ਦੇਖ ਕੇ ਉਹਦੀਆਂ ਅੱਖਾਂ ਚੁੰਧਿਆ ਗਈਆਂ।

ਪਰ ਉਹ ਡਰ ਵੀ ਰਿਹਾ ਸੀ....ਕਿਤੇ ਬਾਪੂ ਨਾ ਇੱਧਰ ਨੂੰ ਆ ਜਾਵੇ। ਉਹਨੇ ਝੁੱਗੀ ਤੋਂ ਬਾਹਰ ਨਿਕਲ ਕੇ ਬਿੜਕ ਭੰਨੀ, ਕਿਤੇ ਬਾਪੂ ਆ ਤਾਂ ਨਹੀਂ ਰਿਹਾ ਪਰ ਬਾਪੂ ਤਾਂ ਉਹਦੇ ਸਾਹਮਣੇ ਖੜ੍ਹਿਆ ਸੀ।

ਉਹਨੂੰ ਜਿਵੇਂ ਸੱਪ ਸੁੰਘ ਗਿਆ। ਉਹਦੀ ਜੀਭ ਤਾਲੂ ਨਾਲ ਜਾ ਲੱਗੀ...ਉਹ ਥਥਲਾਅ ਕੇ ਬੋਲਿਆ:

"ਬਾਪੂ...ਬਾਪੂ...ਆਹ ਕੁੜੀਆਂ...ਆਹ ਕਤਾਬਾਂ...ਆਹ ਭੈਣ ਜੀਆਂ....ਆਹ ਸਭ ਕੁਸ...ਆਹ ਮੈਂ ਨੀ ਕਿਹਾ...ਬਾਪੂ ਆਹ ਤਾਂ...।"

ਉਹਦੀ ਕੋਈ ਵੀ ਗੱਲ ਬਾਪੂ ਦੇ ਪੱਲੇ ਨਹੀਂ ਪਈ। ਉਹਦੇ ਭਾਣੇ ਜੈਮਲ ਜੱਭਲੀਆਂ ਮਾਰ ਰਿਹੈ। ਫੇਰ ਦੋਆਂ ਦਾ ਧਿਆਨ ਦੂਰ ਸੜਕ ਤੋਂ ਡੇਰੇ ਵੱਲ ਆਉਂਦੀਆਂ ਦੋ ਅਧਿਆਪਿਕਾਵਾਂ ਵੱਲ ਗਿਆ।

ਬੁੱਕਣ ਨੂੰ ਇਹਨਾਂ ਅਧਿਆਪਿਕਾਵਾਂ ਤੋਂ ਕਬੀਲੇ ਦੇ ਜੁਆਨ ਮੁੰਡੇ ਕੁੜੀਆਂ ਦੇ

ਵਿਗੜਨ ਦਾ ਭੈਅ ਨਜ਼ਰ ਆ ਰਿਹਾ ਸੀ। ਸ਼ਾਇਦ ਇਹਨਾਂ ਦੇ ਸਿੱਖੇ ਸਿਖਾਏ ਈ ਠੁੱਲ੍ਹੇ ਨੇ ਪੱਟਾਂ 'ਤੇ ਮੋਰਨੀਆਂ.... ਤੇ ਫੇਰ ਭਮੰਤਰਿਆਂ ਵਾਂਗ ਉੱਛਲ ਕੇ ਬੋਲਿਆ।

"ਉਇ ਜੈਮਲਾ...ਮੈਂ ਤਈਨੂੰ ਪੁੱਛਨਾ ਵਾਂ...ਬਈ ਆਹ ਮਾਸਟਰਨੀਆਂ ਸਾਡੇ ਡੇਰੇ 'ਚ ਕੀ ਕਰਨ ਆਉਂਦੀਆਂ ਨੇ...ਇਹ ਪੜ੍ਹੇ ਲਿਖੇ ਲੋਕ ਬੜੇ ਛਾਤਰ ਹੁੰਦੇ ਜੇ....ਵੇਖੀਂ ਕਿਤੇ ਜੁਆਕਾਂ ਨੂੰ ਕੋਈ ਪੁੱਠੀ ਪੜ੍ਹਤੀ ਪੜ੍ਹਾ ਜਾਣ....ਜ਼ਮਾਨਾ ਬੜਾ ਈ ਔਂਤਰਾ ਹੁੰਦਾ ਜਾਂਦਾ ਜੇ....।"

ਅਧਿਆਪਿਕਾਵਾਂ ਨੇ ਨੇੜੇ ਆ ਕੇ ਬੜੇ ਅਦਬ ਨਾਲ ਉਹਨਾਂ ਨੂੰ ਹੱਥ ਜੋੜ ਕੇ ਸਤਿ ਸ੍ਰੀ ਅਕਾਲ ਬੁਲਾਈ।

ਘੋਨੀ ਨੇ ਭੱਜ ਕੇ ਉਹਨਾਂ ਲਈ ਟੁੱਟੀ ਹੋਈ ਦਮੈਣ ਵਾਲਾ ਮੰਜਾ ਡਾਹ ਕੇ ਟੁੱਟੇ ਹੋਏ ਪਾਵੇ ਹੇਠਾਂ ਇੱਟਾਂ ਧਰ ਕੇ ਸੰਤੁਲਨ ਬਣਾ ਕੇ ਹੱਥ ਝਾੜੇ। ਉਹਦੇ ਚਿਹਰੇ 'ਤੇ ਇੱਕ ਅਨੋਖੀ ਚਮਕ ਸੀ।

"ਅੰਕਲ ਜੀ ਅਸੀਂ ਸਰਵ ਸਿੱਖਿਆ ਅਭਿਆਨ ਵੱਲੋਂ ਆਈਆਂ ਹਾਂ....ਤੇ ਤੁਹਾਡੇ ਬੱਚਿਆਂ ਨੂੰ ਰਾਈਟ ਟੂ ਐਜੂਕੇਸ਼ਨ ਭਾਵ ਪੜ੍ਹਾਈ ਸਭਨਾਂ ਦਾ ਅਧਿਕਾਰ ਵਰਗੀ ਸਰਕਾਰੀ ਸਕੀਮ ਨੂੰ ਸਾਕਾਰ ਕਰਨ ਲਈ....ਇਹਨਾਂ ਕੁੜੀਆਂ ਨੂੰ ਪੜ੍ਹਾਉਣ ਲਈ ਆਈਆਂ ਹਾਂ...।"

"ਬੀਬੀ ਹਾਅ ਸਰਕਾਰੀ ਸਕੀਮਾਂ ਤੁਸੀਂ ਆਵਦੇ ਕੋਲ ਰੱਖੋ...ਅਸੀਂ ਹੋਏ ਮਿਹਨਤਕਸ ਲੋਕ...ਮਿਹਨਤ ਕਰਾਂਗੇ ਤਾਂ ਰੋਟੀ ਜੁੜੇਗੀ...ਕਿਸੇ ਸਰਕਾਰ ਨੇ ਸਾਨੂੰ ਥਾਲ ਪਰੋਸ ਕੇ ਘਰੇ ਨੀ ਦੇ ਜਾਣੇ...ਮੈਂ ਊਈਂ ਨੀ ਧੁੱਪੇ ਵਾਲ ਸਪੈਦ ਕਰੀਂ ਫਿਰਦਾ...ਨਾਲੇ ਜਿਹੜੇ ਐਮ ਆ, ਬੀ ਆ ਕਰੀ ਫਿਰਦੇ ਨੇ...ਉਹ ਕਿਹੜੇ ਮਜਿਸਟਰ ਲੱਗ ਗਏ ਨੇ....ਧਾਂਦਲੀ ਐ ਬੀਬੀ ਸਰਕਾਰ ਦੇ ਘਰੇ ਪੂਰੀ ਧਾਂਦਲੀ....।"

ਪਲ ਕੁ ਰੁਕ ਕੇ ਬੁੱਢਾ ਥੋੜ੍ਹੀ ਹਲੀਮੀ ਨਾਲ ਬੋਲਿਆ,

"ਨਾਲੇ ਬੀਬੀ ਕੁੜੀਆਂ ਚਿੜੀਆਂ ਆਪਣੀ ਕੁਲ ਦੀ ਬੋਲੀ ਬੋਲਦੀਆਂ ਈ ਚੰਗੀਆਂ ਲੱਗਦੀਆਂ ਨੇ...ਕਾਂ ਹੰਸ ਦੀ ਚਾਲ ਚੱਲਦਾ ਆਪਣੀ ਵੀ ਭੁੱਲ ਬਹਿੰਦੈ....ਏਸ ਕਰਕੇ...ਏਸ ਕਰਕੇ ਇਹਨਾਂ ਛੋਕਰੀਆਂ ਨੂੰ ਖਾਨਦਾਨੀ ਧੰਦਾ ਈ ਕਰਨ ਦਿਉ...ਤਮਾਸ਼ੇ ਕਰ ਕੇ ਰੁਜ਼ਗਾਰ ਕਮਾਉਣਾ ਸਾਡੀਆਂ ਔਰਤਾਂ ਦਾ ਖਾਨਦਾਨੀ ਕੰਮ ਐ....ਤਮਾਸ਼ੇ ਕਰ ਕੇ ਇਹ ਚੰਗਾ ਢਿੱਡ ਤੋਰ ਲੈਂਦੀਆਂ ਨੇ ....।"

ਦੋਵੇਂ ਅਧਿਆਪਿਕਾਵਾਂ ਨੂੰ ਬਜ਼ੁਰਗ ਦੀ ਗੱਲ ਸੋਲਾਂ ਆਨੇ ਸੱਚ ਜਾਪੀ। ਸਰਵ ਸਿੱਖਿਆ ਅਭਿਆਨ ਦੇ ਤਹਿਤ ਸਰਕਾਰਾਂ ਅਰਬਾਂ ਰੁਪੱਈਏ ਬਰਬਾਦ ਕਰ ਰਹੀਆਂ ਨੇ.....ਹਰ ਅਧਿਕਾਰੀ ਕਰਮਚਾਰੀ ਕਾਗਜ਼ ਪੂਰੇ ਕਰ ਰਿਹਾ ਹੈ। ਅਸਲੀਅਤ ਅਤੇ ਕਾਗਜ਼ੀ ਡਾਟਿਆਂ 'ਚ ਜ਼ਮੀਨ ਅਸਮਾਨ ਦਾ ਅੰਤਰ ਹੈ। ਬਜ਼ੁਰਗ ਨੇ ਜ਼ਮਾਨਾ ਦੇਖਿਆ ਹੋਇਐ...ਇਹਨੂੰ ਸਮਝਾਉਣਾ ਸੌਖਾ ਨਹੀਂ ਹੈ। ਉਹਨਾਂ ਨੇ ਬਾਪੂ ਨੂੰ ਪਿਆਰ ਨਾਲ ਸਮਝਾਉਣ ਦੀ ਲੱਖ ਕੋਸ਼ਿਸ਼ ਕੀਤੀ ਪਰ ਸਭ ਬੇਕਾਰ।

ਅਧਿਆਪਿਕਾਵਾਂ ਸੋਚ ਰਹੀਆਂ ਸਨ ਕਿ ਸਰਕਾਰੀ ਤੰਤਰ ਅਤੇ ਅਫਸਰਸ਼ਾਹੀ ਦੀਆਂ ਭ੍ਰਿਸ਼ਟ ਕਾਰਗੁਜ਼ਾਰੀਆਂ ਸਦਕਾ ਜਿਹੜਾ ਆਮ ਆਦਮੀ ਦਾ ਸਰਕਾਰੀ ਸਕੀਮਾਂ ਤੋਂ ਭਰੋਸਾ ਉਠ ਗਿਐ, ਉਹਨੂੰ ਬਹਾਲ ਕਰਨ ਵਿਚ ਅਤੇ ਜਨਤਾ ਦਾ ਭਰੋਸਾ ਜਿੱਤਣ ਵਿੱਚ ਪਤਾ ਨੀ ਕਿੰਨਾ ਸਮਾਂ ਹੋਰ ਲੱਗੂਗਾ।

ਬਾਪੂ ਦਾ ਰਵੱਈਆ ਵੇਖ ਕੇ ਸਾਰਿਆਂ ਦੇ ਮੂੰਹਾਂ ਤੇ ਮੁਰਦੇਹਾਣ ਛਾ ਗਈ। ਜਿਵੇਂ ਬਣਿਆ ਬਣਾਇਆ ਮਹਿਲ ਬਾਪੂ ਨੇ ਫੂਕ ਮਾਰ ਕੇ ਢਾਹ ਦਿੱਤਾ। ਸਾਰੇ ਜਿਸਮ ਦੀ ਆਂਗਸ ਕੱਠੀ ਕਰ ਕੇ ਜ਼ੁਬਾਨ ਤੇ ਲਿਆਉਂਦੀ ਹੋਈ ਘੋਨੀ ਨੇ ਕੂਨੀ ਵੱਲ ਇਸ਼ਾਰਾ ਕਰਦਿਆਂ ਬਾਪੂ ਨੂੰ ਤਰਲਾ ਲਿਆ।

"ਬਾਪੂ...ਬਾਪੂ...ਵੇਖੇਂ ਨਾ ਬਾਪੂ....ਵਿਹਨਾ ਪਿਐਂ ਨਾ....ਤਮਾਸ਼ਿਆ ਦਾ ਤਨੀਜਾ...ਕੂਨੀ ਅਪਾਹਜ ਹੋ ਗਈ ਐ....ਬਾਪੂ ਭੈਣ ਜੀਆਂ ਸਹੀ ਆਂਹਦੀਆਂ ਨੇ....ਸਾਡੀ ਜੂਨ ਸੰਵਰ ਜੂ....ਨਹੀਂ ਤਾਂ ਪਤਾ ਨੀ ਕਦੋਂ ਕਬੀਲੇ ਦੀਆਂ ਔਰਤਾਂ 'ਚੋਂ ਕੋਈ ਜਣੀ ਫੇਰ ਰੱਸੇ ਤੇ ਤੁਰਦੀ ਤੁਰਦੀ...ਡਿੱਗ....ਬਾਪੂ ਇੱਕ ਵਾਰੀ ਵੇਖ....ਭੈਣ ਜੀ ਆਂਹਦੇ ਨੇ ਉਹ ਕੂਨੀ ਨੂੰ ਸਰਕਾਰੀ ਹਸਪਤਾਲ 'ਚ ਲਜਾ ਕੇ ਉਹਦੀ ਟੇਢੀ ਜੁੜੀ ਹੱਡੀ ਠੀਕ ਕਰਵਾ ਦੇਣਗੀਆਂ...ਤੇ ਪਈਸਾ ਵੀ ਕੋਈ ਨੀ ਜੇ ਲੱਗਣਾ.....।"

ਬਾਪੂ ਨੇ ਇੱਕ ਵਾਰੀ ਲੰਗੜੀ ਤੁਰਦੀ ਕੂਨੀ ਵੱਲ ਤੱਕਿਆ....।

ਫੇਰ ਘੋਨੀ ਵੱਲ ਤੇ ਫੇਰ ਭੈਣ ਜੀਆਂ ਵੱਲ ਤੱਕਦਿਆਂ ਮੂੰਹੋਂ ਤਾਂ ਕੁਝ ਨਾ ਬੋਲਿਆ ਪਰ ਸਿਰ ਹਿਲਾ ਕੇ ਨਜ਼ਰਾਂ ਈ ਨਜ਼ਰਾਂ ਨਾਲ ਜਿਵੇਂ ਹਾਮੀ ਪਰ ਦਿੱਤੀ.....।

ਘੋਨੀ ਤੇ ਕੂਨੀ ਦੀਆਂ ਅੱਖਾਂ 'ਚ ਅੱਥਰੂ ਸਨ....ਖ਼ੁਸ਼ੀ ਦੇ ਅੱਥਰੂ।

ਮੈਨਰਜ਼

ਮਜ਼ਬੀਆਂ ਦੀ ਬਸਤੀ 'ਚ ਇੱਕ ਭਜਨਾ ਈ ਸੀ ਸ਼ਾਇਦ ਜਿਸ ਨੇ ਕਦੇ ਪਿੰਡ ਦੇ ਜ਼ਿਮੀਂਦਾਰਾਂ ਨਾਲ ਸੀਰ ਨਹੀਂ ਸੀ ਕੀਤਾ। ਉਹ ਹਮੇਸ਼ਾ ਪੰਚਾਇਤੀ ਜ਼ਮੀਨ ਠੇਕੇ ਲੈ ਕੇ ਵਾਹੀ ਕਰਦਾ ਰਿਹਾ ਹੈ।

ਉਹ ਸੱਤਰਾਂ ਨੂੰ ਪਾਰ ਕਰ ਚੁੱਕਿਆ ਹੈ। ਪਰ ਦੇਖਣ ਨੂੰ ਅਜੇ ਤਕੜਾ ਲਗਦਾ ਹੈ। ਫੁਰਤੀਲਾ ਵੀ ਬਹੁਤ ਹੈ ਉਹ। ਪੂਰਾ ਗੁਰਸਿੱਖ-ਨਿੱਤਨੇਮ ਕਰਨ ਵਾਲਾ ਤੇ ਦਾਨਾ ਸਾਨਾ ਜਿਹਾ।

ਸ਼ਾਇਦ ਸਾਰੀ ਬਸਤੀ 'ਚ ਇੱਕ ਭਜਨਾ ਈ ਐ ਜਿਹੜਾ ਕਿਸੇ ਕਿਸਮ ਦਾ ਨਸ਼ਾ ਪੱਤਾ ਵੀ ਨੀ ਕਰਦਾ। ਉਹਦੀ ਸਿਹਤ ਦਾ ਇੱਕ ਕਾਰਣ ਇਹ ਵੀ ਹੈ।

ਉਹ ਜ਼ਮੀਨ ਵਿੱਚ ਦੇਹ ਤੋੜ ਮਿਹਨਤ ਕਰਦਾ। ਲੋਕ ਅਕਸਰ ਈਰਖਾ ਕਰਦੇ ਕਿ ਭਜਨੇ ਦੇ ਖੇਤਾਂ 'ਚ ਰੱਬ ਸੋਨਾ ਉਗਾਉਂਦਾ ਹੈ। ਪਰ ਭਜਨ ਸਿੰਘ ਜਾਣਦਾ ਸੀ ਕਿ ਉਸਦੇ ਖੇਤਾਂ 'ਚ ਰੱਬ ਨੀ ਸੋਨਾ ਉਗਾਉਂਦਾ ਸਗੋਂ ਉਹਦੀ ਕਰੜੀ ਮਿਹਨਤ ਦਾ ਫਲ ਐ ਇਹ।

ਉਹਦੀ ਘਰ ਵਾਲੀ ਮੇਲੋ ਵੀ ਬੜੀ ਭਾਗਮਾਨ ਔਰਤ ਹੈ। ਭਜਨੇ ਦੇ ਬਰੋਬਰ ਮਿਹਨਤ ਮਜ਼ਦੂਰੀ ਕਰਦੀ। ਉਹ ਵੀ ਸੀਰਤ ਦੀ ਮਿੱਠੀ, ਈਮਾਨਦਾਰ, ਨਿੰਦਿਆ ਚੁਗਲੀ ਤੋਂ ਪਰ੍ਹੇ ਰਹਿਣ ਵਾਲੀ ਧਾਰਮਿਕ ਬਿਰਤੀ ਦੀ ਮਾਲਕ ਹੈ।

ਉਹਨਾਂ ਦੇ ਇੱਕ ਲੜਕੀ ਅਤੇ ਦੋ ਲੜਕੇ ਹਨ। ਉਹਨਾਂ ਨੇ ਤਿੰਨੋਂ ਬੱਚਿਆਂ ਨੂੰ ਬਰਾਬਰ ਦੀ ਸਿੱਖਿਆ ਦਿੱਤੀ। ਵੱਡਾ ਲੜਕਾ ਦਲਬੀਰ ਤਸੀਲਦਾਰ ਲੱਗ ਗਿਆ। ਲੜਕੀ ਨਰਸਿੰਗ ਕਰ ਕੇ ਵਿਦੇਸ਼ ਤੁਰ ਗਈ ਤੇ ਉਥੇ ਈ ਵਿਆਹ ਕਰਵਾ ਕੇ ਸੈੱਟ ਹੋ ਗਈ। ਇਸ ਗੱਲੋਂ ਵੀ ਪਿੰਡ ਦੇ ਵੱਡੇ ਵੱਡੇ ਜ਼ਿਮੀਂਦਾਰ ਸੜਦੇ ਸਨ ਕਿ ਭਜਨੇ ਨੇ ਜੁਆਕ ਚੰਗੇ ਸੈੱਟ ਕਰ ਦਿੱਤੇ। ਮੂੰਹ ਉੱਤੇ ਤਾਂ ਸਾਰੇ ਉਸਨੂੰ ਵਧਾਈਆਂ ਦਿੰਦੇ ਪਰ ਪਿੱਠ ਪਿੱਛੇ ਜਾਤੀ ਸੂਚਕ ਵਿਗੜੇ ਹੋਏ ਨਾਂ ਲੈ ਕੇ ਉਹਨੂੰ ਚੰਗਾ ਮੰਦਾ ਬੋਲਦੇ। ਕਦੇ ਕਦੇ ਰੱਬ ਨੂੰ ਵੀ ਕੋਸਦੇ ਬਈ ਦਿਆਲ ਹੋਇਆ ਵੀ ਐ ਤਾਂ ਕੀਹਦੇ ਉੱਤੇ।

ਛੋਟਾ ਲੜਕਾ ਅਜੇ ਕਾਲਜ ਵਿੱਚ ਪੜ੍ਹ ਰਿਹਾ ਸੀ। ਇਹ ਛੋਟਾ ਲੜਕਾ ਮਨਦੀਪ ਪੜ੍ਹਾਈ 'ਚ ਹੁਸ਼ਿਆਰ ਹੋਣ ਸਦਕਾ ਸਾਰੇ ਪਿੰਡ ਦੀਆਂ ਅੱਖਾਂ 'ਚ ਰੜਕਦਾ ਸੀ। ਇਹ ਵੱਡੇ ਜ਼ਿਮੀਂਦਾਰ ਹੋਰ ਤਾਂ ਭਜਨੇ ਦਾ ਕੁਸ਼ ਨਾ ਵਿਗਾੜ ਸਕੇ। ਬੱਸ ਦੋਹਾਂ ਮੁੰਡਿਆਂ ਤੇ ਕੁੜੀ ਦੇ ਨਾਮ ਵਿਗਾੜ ਕੇ ਲੈਣ ਲੱਗ ਪਏ।

ਵੱਡੇ ਤਹਿਸੀਲਦਾਰ ਕੋਲ ਜਦੋਂ ਲੋਕ ਕਿਸੇ ਕੰਮ ਸਿਰ ਜਾਂਦੇ ਫੇਰ ਤਾਂ ਉਹਨੂੰ ਬੇਟਾ ਬੇਟਾ ਕਰਦੇ ਪਰ ਅੱਗੋਂ ਪਿੱਛੋਂ ਉਹਨੂੰ ਦੱਲਾ, ਫਤਹਿਜੀਤ ਨੂੰ ਫੱਤੂ ਤੇ ਲੜਕੀ ਲਖਬੀਰ ਨੂੰ

ਲੀਖੋਂ ਆਖਦੇ। ਕਦੇ ਕਦੇ ਗਾਲ ਕੱਢ ਕੇ ਆਖਦੇ ਕਿ ਦੇਖ ਭਜਨੇ ਨੇ ਨਿਆਣਿਆਂ ਦੇ ਨਾਂ ਕੀ ਸਰਦਾਰਾਂ ਆਲੇ ਰੱਖੇ ਨੇ....।

ਪਰ ਭਜਨਾ ਕਿਸੇ ਨੂੰ ਕੁਝ ਨਾ ਕਹਿੰਦਾ। ਮਨ ਈ ਮਨ ਸੋਚਦਾ ਕਿ ਸਦੀਆਂ ਤੋਂ ਸਾਨੂੰ ਦਲਿੱਤਾਂ ਨੂੰ ਹੋਰ ਨਜ਼ਰਾਂ ਨਾਲ ਦੇਖਣ ਦੇ ਆਦੀ ਲੋਕਾਂ ਨੂੰ ਸੋਚ ਬਦਲਣ ਲਈ ਸਮਾਂ ਲੱਗੇਗਾ-

ਬੰਤ ਜੈਲਦਾਰ ਤਾਂ ਹਮੇਸ਼ਾ ਭਜਨੇ ਨੂੰ ਟੋਕਦਾ,

"ਭਜਨਿਆਂ ਕੀ ਕੱਢਦੇ ਨੇ ਮੁੰਡੇ ਸਕੂਲਾਂ ਕਾਲਜਾਂ 'ਚੋਂ.....ਜਿਹੜਾ ਥੋਡਾ ਕਸਬ ਐ ਉਹੀ ਕਰਿਆ ਕਰੋ....ਲਿਆ ਮੁੰਡਿਆਂ ਨੂੰ ਸਾਡੇ ਨਾਲ ਸੀਰੀ ਰਲਾ ਦੇ। ਬਾਕੀਆਂ ਨਾਲੋਂ ਦੁਆਨੀ ਬੱਧ ਈ ਦਊਂ...।"

ਤੇ ਭਜਨਾ ਹਰ ਬਾਰ ਆਖ ਦਿੰਦਾ,

"ਲਾਣੇਦਾਰਾ ਕੀ ਕਰੀਏ...ਨਿਆਣੇ ਹੁਣ ਕਿਹੜਾ ਮਾਂ ਬਾਪ ਦਾ ਕਿਹਾ ਮੰਨਦੇ ਨੇ....ਨਾਲੇ....ਨਾਲੇ.....।"

ਊਂ ਭਜਨਾ ਕਈ ਕੁਝ ਕਹਿਣਾ ਚਾਹੁੰਦਾ ਹੁੰਦਾ ਪਰ ਕਿਸੇ ਕਿਸਮ ਦੀ ਬਹਿਸ ਤੋਂ ਬਚਣ ਲਈ ਚੁੱਪ ਰਹਿਣ 'ਚ ਭਲਾਈ ਸਮਝਦਾ।

ਲਖਬੀਰ ਦੇ ਵਿਦੇਸ਼ ਜਾਣ ਤੋਂ ਪਹਿਲਾਂ ਤਾਂ ਪਿੰਡ ਦੇ ਬਹੁਤੇ ਲੋਕ ਉਹਨੂੰ ਕਿਹਾ ਕਰਦੇ ਸਨ ਕਿ "ਕੁੜੀਆਂ ਨੂੰ ਨੀ ਘਰੋਂ ਬਾਹਰ ਕੱਢੀਦਾ....ਕੁੜੀਆਂ ਤਾਂ ਘਰ 'ਚ ਡੱਕੀਆਂ ਈ ਠੀਕ ਰਹਿੰਦੀਆਂ ਨੇ....ਕੱਲ੍ਹ ਕਲੋਂਣ ਨੂੰ ਕੋਈ ਹੋਰ....।"

ਭਜਨਾ ਫੇਰ ਵੀ ਚੁੱਪ। ਉਂਜ ਅੰਦਰੋਂ ਗੱਲ ਇਹ ਸੀ ਕਿ ਪਿੰਡ ਵਿੱਚ ਕਿਸੇ ਵੱਡੇ ਜ਼ਿਮੀਂਦਾਰ ਦੀ ਲੜਕੀ ਵੀ ਬਾਹਰ ਨਹੀਂ ਸੀ ਗਈ।

ਦਲਬੀਰ ਸ਼ਹਿਰ 'ਚ ਰਹਿਣ ਲੱਗ ਪਿਆ ਸੀ। ਭਜਨੇ ਨੂੰ ਯਾਦ ਹੈ ਕਿ ਦਲਬੀਰ ਦੀ ਪੜ੍ਹਾਈ ਪੂਰੀ ਹੋਣ ਤੱਕ ਉਸਨੇ ਕਿਵੇਂ ਹੱਡ ਭੰਨਵੀਂ ਮਿਹਨਤ ਕੀਤੀ ਤੇ ਕਿਵੇਂ ਆਪਣੀਆਂ ਸਾਰੀਆਂ ਇੱਛਾਵਾਂ ਮਾਰ ਕੇ ਮੁੰਡੇ ਦੀਆਂ ਫੀਸਾਂ ਤੇ ਹੋਸਟਲ ਦੇ ਖਰਚੇ ਪੂਰੇ ਕੀਤੇ। ਇੱਕ ਸਾਲ ਦਲਬੀਰ ਦੀ ਫੀਸ ਭਰਨ ਲਈ ਉਹਨਾਂ ਨੇ ਦੁੱਧ ਦਿੰਦੀ ਬੱਕਰੀ ਵੇਚ ਦਿੱਤੀ ਸੀ ਤੇ ਆਪ ਸਾਰਾ ਸਾਲ ਮਾਰੂ ਚਾਹ ਪੀਂਦੇ ਰਹੇ ਸਨ।

ਦਲਬੀਰ ਸ਼ਹਿਰ ਜਾ ਕੇ ਹੌਲੀ-ਹੌਲੀ ਸ਼ਹਿਰ ਦੀ ਆਬੋ ਹਵਾ 'ਚ ਢਲਣਾ ਸ਼ੁਰੂ ਹੋ ਗਿਆ। ਦੂਜਾ ਉਹਨੇ ਕਿਸੇ ਉੱਚੀ ਜਾਤ ਦੀ ਲੜਕੀ ਨਾਲ ਮਨ ਪਸੰਦ ਦਾ ਵਿਆਹ ਕਰ ਲਿਆ। ਉਸ ਲੜਕੀ ਨੇ ਸੁਰਤ ਰੱਖੀ ਕਿ ਉਹ ਕਦੇ ਦਲਬੀਰ ਦੇ ਪਿੰਡ ਨਹੀਂ ਜਾਵੇਗੀ।

ਭਜਨੇ ਅਤੇ ਮੇਲੋ ਨੇ ਸ਼ੁਰੂ ਸ਼ੁਰੂ ਵਿੱਚ ਬਥੇਰਾ ਕਿਹਾ ਕਿ ਇੱਕ ਵਾਰੀ ਬਹੂ ਨੂੰ ਪਿੰਡ ਲੈ ਆ ਪਰ ਦਲਬੀਰ ਹਮੇਸ਼ਾ ਟਾਲ ਮਟੋਲ ਕਰ ਦਿੰਦਾ ਰਿਹਾ। ਫੇਰ ਉਹ ਆਪੇ ਪਿੰਡ ਦੀਆਂ ਖਾਸ ਨੇਹਮਤਾਂ ਦੁੱਧ ਮੱਖਣ, ਸਾਗ, ਤਾਜ਼ੀਆਂ ਸਬਜ਼ੀਆਂ, ਮੱਕੀ ਦਾ ਆਟਾ ਬਗੈਰਾ ਲੈ ਕੇ ਆਪਣੇ ਬੇਟੇ ਕੋਲ ਚਲੇ ਜਾਂਦੇ।

ਉਹਨਾਂ ਨੂੰ ਅਹਿਸਾਸ ਤਾਂ ਸੀ ਕਿ ਦਲਬੀਰ ਦਾ ਟੱਬਰ ਉਹਨਾਂ ਨੂੰ ਪਸੰਦ ਨਹੀਂ ਕਰਦਾ ਪਰ ਫੇਰ ਵੀ ਪਤਾ ਨਹੀਂ ਕਿਉਂ ਮਮਤਾ ਦੇ ਬੱਧੇ ਉਹ ਮਿਲਣ ਤੁਰ ਜਾਂਦੇ। ਕਦੇ ਕਦੇ ਕਣਕ, ਦਾਲਾਂ ਅਤੇ ਹੋਰ ਲਟਰਮ ਪਟਰਮ ਚੁੱਕ ਕੇ ਜਦੋਂ ਉਹ ਰਿਕਸ਼ਾ ਵਿੱਚ ਬਹਿ ਕੇ

ਤਹਿਸੀਲਦਾਰ ਦੀ ਕੋਠੀ ਮੂਹਰੇ ਜਾ ਕੇ ਰੁਕਦੇ ਤਾਂ ਦਲਬੀਰ ਦੀ ਬੀਵੀ ਤੇ ਬੱਚੇ ਸਾਮਾਨ ਨੂੰ ਦੇਖ ਕੇ ਤਾਂ ਖੁਸ਼ ਹੁੰਦੇ ਪਰ ਮਾਂ ਬਾਪ ਨੂੰ ਘਰੇ ਰੱਖਣ ਵਿੱਚ ਉਹਨਾਂ ਨੂੰ ਬਹੁਤ ਦਿੱਕਤ ਆਉਂਦੀ। ਬੇਸ਼ੱਕ ਬਜ਼ੁਰਗਾਂ ਨੇ ਕਦੇ ਉਹਨਾਂ ਦੀ ਜ਼ਿੰਦਗੀ ਵਿੱਚ ਦਖਲ ਅੰਦਾਜ਼ੀ ਨਹੀਂ ਸੀ ਕੀਤੀ। ਦੋਵੇਂ ਚੁੱਪ ਚੁਪੀਤੇ ਉਪਰ ਵਾਲੀ ਪੜਛੱਤੀ ਵਿੱਚ ਬੈਠੇ ਰਹਿੰਦੇ ਪਰ ਦਲਬੀਰ ਦੇ ਟੱਬਰ ਨੂੰ ਲਗਦਾ ਕਿ ਐਵੇਂ ਬੁੱਢਿਆਂ ਦੇ ਆਉਣ ਨਾਲ ਉਹਨਾਂ ਦੀ ਆਜ਼ਾਦੀ ਖ਼ਤਮ ਹੋ ਗਈ ਐ।

ਫੇਰ ਬਜ਼ੁਰਗਾਂ ਦੀ ਅਣਪੜ੍ਹਤਾ, ਸਿੱਧਾ ਸਾਦਾ ਆਚਰਣ ਅਤੇ ਦਰਵੇਸ਼ੀ ਉਹਨਾਂ ਲਈ ਬੇਜ਼ੱਤੀ ਦਾ ਸਬੱਬ ਬਣ ਜਾਂਦੀ। ਬਜ਼ੁਰਗਾਂ ਦਾ ਸਿੱਧਾ ਸਾਦਾ ਪੇਂਡੂਆਂ ਵਾਲਾ ਸੁਭਾਅ, ਉੱਠਣ ਬੈਠਣ ਤੇ ਖਾਣ ਪੀਣ ਦੇ ਸਰਲ ਤੌਰ ਤਰੀਕੇ, ਅਕਸਰ ਪੋਤੇ ਪੋਤੀਆਂ ਲਈ ਬੇਜ਼ੱਤੀ ਦੇ ਨਾਲ ਨਾਲ ਉਹਨਾਂ ਦੇ ਸਟੇਟਸ ਨੂੰ ਵੀ ਖੋਰਾ ਲਾਉਂਦੇ।

ਨੂੰਹ ਅਤੇ ਪੋਤੇ ਪੋਤੀਆਂ ਬਜ਼ੁਰਗਾਂ ਦੇ ਹਰ ਵਰਤਾਰੇ ਉਤੇ ਪੈਨੀ ਨਜ਼ਰ ਰੱਖਦੇ। ਉਹ ਚਮਚੇ ਜਾਂ ਕਾਂਟੇ ਛੁਰੀ ਨਾਲ ਖਾਣਾ ਖਾਣ ਦੀ ਬਜਾਇ ਹੱਥਾਂ ਨਾਲ ਕਿਉਂ ਖਾਣਾ ਖਾਂਦੇ ਨੇ। ਉਹਨਾਂ ਨੂੰ ਚਮਚੇ ਛੁਰੀ ਕਾਂਟਿਆਂ ਦੀ ਵਰਤੋਂ ਕਿਉਂ ਨਹੀਂ ਆਉਂਦੀ। ਉਹ ਕਿਉਂ ਘਰ ਦੇ ਰਸੋਈਏ ਨੂੰ ਬੇਟਾ ਬੇਟਾ ਕਹਿ ਕੇ ਬੁਲਾਉਂਦੇ ਨੇ। ਉਹ ਕਿਉਂ ਡਰਾਈਵਰਾਂ ਨਾਲ ਘਰ ਦੇ ਜੀਆਂ ਵਾਂਗ ਗੱਲਾਂ ਕਰਦੇ ਨੇ।

ਗੱਲੇ ਗੱਲੇ ਨੂੰਹ ਤੇ ਪੋਤੇ-ਪੋਤੀਆਂ ਬਜ਼ੁਰਗਾਂ ਨੂੰ ਆਖਦੇ ਕਿ ਇਹਨਾਂ ਨੂੰ ਕਿਸੇ ਨੇ ਮੈਨਰਜ਼ ਈ ਨੀ ਸਿਖਾਏ। ਇਹਨਾਂ ਗਾਮੜੀਆਂ ਨੂੰ ਮੈਨਰਜ਼ ਕਿੱਥੇ। ਜੇ ਕਿਤੇ ਇਹਨਾਂ ਨੂੰ ਮੈਨਰਜ਼ ਆ ਜਾਣ ਤਾਂ ਇਹ ਬੰਦੇ ਨਾ ਬਣ ਜਾਣ। ਤੇ ਫੇਰ ਇੱਕ ਦਿਨ ਮੇਲੋ ਨੇ ਚਾਹ ਦੇਣ ਆਈ ਨੌਕਰਾਣੀ ਨੂੰ ਪੁੱਛਿਆ,

"ਕੁੜੇ ਮਾਲਤੀ....ਆਹ ਮੈਨਰਜ਼ ਕੀ ਹੁੰਦੇ ਨੇ। ਕੀ ਮਤਲਬ ਐ ਮੈਨਰਸ ਦਾ ਭਲਾ...ਦੱਸੇਂਗੀ ਪੁੱਤ ਮੈਨੂੰ....।"

ਮਟਕਦੀ ਹੋਈ ਮਾਲਤੀ ਨੇ ਪੋਜ਼ ਬਣਾਉਂਦਿਆਂ ਦੱਸਿਆ,

"ਮਾਂ ਜੀ! ਮੈਨਰਜ਼ ਦੇ ਅਰਥ ਹੋਤੇ ਹੈਂ....ਐਂ...ਐਂ..." ਥੋੜ੍ਹਾ ਰੁਕ ਕੇ ਚੰਗੀ ਤਰ੍ਹਾਂ ਦੱਸਣ ਲਈ ਤਿਆਰ ਹੁੰਦਿਆਂ ਉਹ ਅੱਗੇ ਬੋਲੀ, "ਮੈਨਰਜ ਦੇ ਅਰਥ ਹੋਤੇ ਹੈਂ...ਕੁੱਤੇ ਕੋ ਡਾਗੀ ਬੋਲਣਾ ਜਾਂ ਉਸ ਕਾ ਨਾਮ ਲੇ ਕਰ ਪਿਆਰ ਮੇਂ ਬਾਤ ਕਰਨਾ....ਸਾਬ ਕੇ ਘਰ ਹੋਤੇ ਹੂਏ ਭੀ ਫੋਨ ਪਰ ਕਹਿਣਾ ਕਿ ਵੋ ਘਰ ਪਰ ਨਹੀਂ ਹੈ ਫਿਰ ਨੌਕਰ ਲੋਗੋਂ ਕੋ ਮੂੰਹ ਨਾ ਲਗਾਨਾ....ਉਨਕੋ ਬਿਨਾ ਵਜ੍ਹਾ ਡਾਂਟਦੇ ਰਹਿਨਾ ਮਾਂ ਜੀ! ਆਪ ਕੁੱਤੇ ਕਾ ਨਾਮ ਆਦਰ ਸੇ ਨਹੀਂ ਲੇਤੇ....ਕੁੱਤੇ ਕਾ ਨਾਮ ਸੋਮੀ ਐ....ਸੋਮੀ...।"

"ਅੱਛਿਆ ਅੱਛਿਆ....ਮੈਨਰਸ ਦਾ ਮਤਲਬ ਐ ਸਹੂਰ....ਅਕਲ ਸਹੂਰ....ਪਰ ਮਾਲਤੀ ਸੋਮੀ ਤਾਂ ਮੇਰੇ ਬਾਪ ਦਾ ਨਾਉਂ ਐ.....ਦਲਬੀਰ ਦੇ ਨਾਨੇ ਦਾ....ਕੀ ਹੋਇਆ ਭਾਈ ਜੇ ਅਸੀਂ ਗਰੀਬ...ਮਤਲਬ ਮੇਰਾ ਬਾਪੂ ਗਰੀਬ ਐ। ਪਰ ਕੋਈ ਬੀ ਧੀ ਆਪਣੇ ਬਾਪ ਦਾ ਨਾਉਂ ਤਾਂ ਨੀ ਲੈ ਸਕਦੀ....ਮਾਲਤੀ! ਬੇਟਾ....ਤੂੰ ਦੱਸ.....ਤੂੰ ਆਪਣੇ ਬਾਪ ਦਾ...ਨਾਂ ਲੈ ਕੇ....।"

"ਸੀ ਈ...ਈ....।" ਮੂੰਹ ਤੇ ਉਂਗਲੀ ਰੱਖਦੀ ਮਾਲਤੀ ਬੋਲੀ....ਕਿਉਂਕਿ ਦਲਬੀਰ ਦੀ ਪਤਨੀ.....ਮੇਮ ਸਾਹਬ ਲਾਅਨ 'ਚੋਂ ਉਠ ਕੇ ਅੰਦਰ ਆ ਰਹੀ ਸੀ।

"ਮਾਤਾ ਜੀ! ਆਪ ਚਾਏ ਪੀ ਲੀਜੀਏ....ਫਿਰ ਥੋੜਾ ਬਾਹਰ ਬੈਠ ਜਾਏਂ ਮੈਂ ਆਪ

ਕਾ ਕਮਰਾ ਠੀਕ ਸੇ ਸਜਾ ਦੂੰ....।" ਮਾਲਤੀ ਨੇ ਗੱਲ ਬਦਲਦਿਆਂ ਉੱਚੀ ਆਵਾਜ਼ 'ਚ ਕਿਹਾ ਤਾਂ ਜੋ ਮੇਮ ਸਾਹਿਬ ਨੂੰ ਸ਼ੱਕ ਨਾ ਪੈ ਜਾਵੇ ਕਿ ਉਹ ਬੁੱਢੀ ਨਾਲ ਘੋਰ ਮਸੋਰੀ ਕਰ ਰਹੀ ਐ....।

"ਪੁੱਤ ਕਮਰਾ ਤਾਂ ਮੈਂ ਆਪੇ ਠੀਕ ਕਰ ਲੈਨੀ ਆਂ। ਤੂੰ ਕਾਹਤੋਂ ਖੇਚਲ ਕਰਦੀ ਐਂ...।" ਉਸੇ ਧੀਮੀ ਆਵਾਜ਼ ਵਿੱਚ ਮੇਲੋ ਨੇ ਕਿਹਾ।

ਮਾਲਤੀ ਬਾਹਰ ਨਿਕਲੀ...ਸ਼ੇਰ ਵਰਗਾ ਕੁੱਤਾ ਰੋਮੀ ਸੰਗਲ ਤੁੜਾਉਣ ਨੂੰ ਹੋ ਰਿਹਾ ਸੀ ਤੇ ਨਿੱਕਾ ਸੋਮੀ ਘੁੰਮੀ ਘੁੰਮੀ ਕਰਨ ਲਈ ਨੌਕਰ ਬੀਰੂ ਵੱਲ ਤੱਕ ਤੱਕ ਕੇ ਪੂੰਛ ਹਿਲਾ ਰਿਹਾ ਸੀ। ਮੇਮ ਸਾਹਿਬ ਅੰਦਰ ਚਲੀ ਗਈ। ਮਾਲਤੀ ਫੇਰ ਮੇਲੋ ਦੇ ਕੋਲ ਆਈ ਤੇ ਇਸ ਵਾਰੀ ਬੜੀ ਹਮਦਰਦੀ ਨਾਲ ਦੱਸਣ ਲੱਗੀ, "ਮਾਤਾ ਜੀ! ਵੈਸੇ ਤੋ ਮੈਨਰਜ ਕਾ ਮਤਲਬ ਹੋਤਾ ਹੈ ਅੱਛੇ ਗੁਣ...ਅੱਛੀ ਆਦਤੇਂ....ਸੱਚ ਬੋਲਣਾ...ਕਿਸੀ ਕੇ ਸਾਥ ਧੋਖਾ ਨਾ ਕਰਨਾ...ਅੱਛੇ ਇਨਸਾਨ ਬਣ ਕਰ ਰਹਿਨਾ....ਕਿਸੀ ਕੋ ਨੀਚਾ ਨਾ ਸਮਝਨਾ....ਬਗੈਰਾ ਬਗੈਰਾ ਪਰ...।"

ਫੇਰ ਆਪੇ ਕੁਝ ਪਲ ਰੁਕ ਕੇ ਅੱਖਾਂ ਸਿਕੋੜਦੀ ਹੋਈ ਅੱਗੇ ਬੋਲੀ,

"ਮਾਂ ਜੀ...ਆਪ ਕੋ ਨਹੀਂ ਪਤਾ....ਇਨ ਬੜੇ ਲੋਗੋਂ ਕੇ ਲਿਏ ਮੈਨਰਸ ਕਾ ਮਤਲਬ ਅਲੱਗ ਈ ਹੋਤਾ ਹੈ। ਬਾਤ ਬਾਤ ਪਰ ਝੂਠ ਬੋਲਣਾ...ਨਕਲੀ ਬਾਤੇਂ ਕਰਨਾ। ਝੂਠੀ ਡੀਗੇਂ ਹਾਕਨਾ....ਦਿਖਾਵਾ ਕਰਨਾ ਹੋਤਾ ਹੈ.....ਸ਼ੁਰੂ ਸ਼ੁਰੂ ਮੇਂ ਜਬ ਮੇਮ ਸਾਹਬ ਸਾਦੀ ਕਰ ਕੇ ਇਸ ਕੋਠੀ ਮੇਂ ਆਈ ਤੋ ਸਾਹਬ ਕੀ ਅਲਮਾਰੀ ਮੇਂ ਕੁਛ ਫੋਟੋ ਪੜੀ ਥੀ। ਉਨ੍ਹ ਮੇਂ ਏਕ ਆਪ ਕੇ ਪਿਤਾ ਕੀ ਫੋਟੋ ਭੀ ਥੀ। ਹਾਥ ਮੇਂ ਸੋਟੀ ਪਕੜੇ ਹੂਏ ਔਰ ਪੁਰਾਨਾ ਸਾ ਕੰਬਲ ਲਪੇਟੇ ਹੂਏ। ਸਾਥ ਮੇ ਸਾਹਬ ਖੜ੍ਹੇ ਹੈਂ....ਸੋਟੀ ਕੋ ਪਕੜ ਕਰ....ਫੋਟੋ ਕੇ ਨੀਚੇ ਉਨਕਾ ਨਾਮ ਲਿਖਾ ਹੂਆ ਥਾਂ ਸੋਮੀ। ਉਸ ਫੋਟੋ ਕੋ ਦੇਖ ਕਰ ਮੇਮ ਸਾਹਬ ਬਹੁਤ ਹੰਸੀ। ਔਰ ਪੂਛਾ ਕਿ ਇਹ ਕਿਸਕਾ ਫੋਟੋ ਹੈ....ਤੋ ਸਾਹਬ ਨੇ ਬਤਾਇਆ ਕਿ ਯੇ ਮੇਰੇ ਨਾਨਾ ਕਾ ਫੋਟੋ ਹੈ। ਉਸ ਦਿਨ ਸਾਹਬ ਨੇ ਯੇ ਡੌਗੀ ਖਰੀਦਾ ਥਾਂ। ਅਭੀ ਇਸ ਕਾ ਨਾਮਕਰਣ ਨਹੀਂ ਹੂਆ ਥਾ। ਹੰਸਤੀ ਹੰਸਤੀ ਮੇਮ ਸਾਹਬ ਬੋਲੀ ਕਿ ਆਪ ਕੇ ਨਾਨਾ ਕਾ ਨਾਮ ਤੋਂ ਬਹੁਤ ਪਿਆਰਾ ਹੈ ਸੋਮੀ....ਕਿਉਂ ਨਾ ਹਮ ਕੁੱਤੇ ਕਾ ਨਾਮ ਸੋਮੀ ਰੱਖ ਦੇਂ। ਤੋ ਸਾਹਬ ਨੇ ਆਪ ਕੇ ਬੇਟੇ ਨੇ ਭੀ ਕਹਾ ਕਿ ਠੀਕ ਹੈ। ਔਰ ਇਸ ਕੁੱਤੇ ਕਾ ਨਾਮ ਸੋਮੀ....ਰੱਖ ਦੀਆ....ਵੈਸੇ ਮਾਤਾ ਜੀ ਹਮ ਸਬ ਨੌਕਰ ਨੌਕਰਾਣੀਆਂ ਉਸ ਦਿਨ ਬਹੁਤ ਦੁਖੀ ਹੂਏ....ਪਰ ਬੋਲ ਤੋ ਨਹੀਂ ਸਕਦੇ।"

ਮੇਲੋ ਸੁਣ ਰਹੀ ਸੀ। ਉਹਨੂੰ ਦੁਖ ਨਹੀਂ ਹੋਇਆ। ਸੋਚਿਆ ਅੱਜ ਕੱਲ੍ਹ ਸਾਰਿਆਂ ਦੀ 'ਲਾਦ ਐਈਂ ਕਰਦੀ ਐ। ਪਰ ਮੈਨਰਜ਼ ਦਾ ਮਤਲਬ ਉਹਦੇ ਚੰਗੀ ਤਰ੍ਹਾਂ ਸਮਝ ਆ ਗਿਆ ਸੀ। ਬੈਠੀ ਬੈਠੀ ਉਹ ਪਤਾ ਨੀ ਕੀ ਕੀ ਸੋਚ ਗਈ। ਮੈਨਰਸ....ਸਹੂਰ....ਅਕਲ.....।

ਜਦੋਂ ਕਿਤੇ ਮੇਮ ਸਾਹਬ ਘਰ 'ਚ ਕਿੱਟੀ ਪਾਰਟੀ ਕਰਦੀ ਤਾਂ ਦੋਵੇਂ ਬਜ਼ੁਰਗ ਨਫ਼ਰਤ, ਨਿਰਾਦਰੀ ਤੇ ਤ੍ਰਿਸਕਾਰ ਦਾ ਪਾਤਰ ਬਣਦੇ। ਉਹ ਸਿੱਧੇ ਪੱਧਰੇ ਪੱਛਮੀ ਤੇ ਸ਼ਹਿਰੀ ਜੀਵਨ ਦੇ ਤੌਰ ਤਰੀਕੇ ਨਾ ਜਾਣਨ ਸਦਕਾ ਜਦੋਂ ਘਰ ਆਈਆਂ ਮਾਡਰਨ ਲੇਡੀਜ਼ ਦਾ ਸਿਰ ਪਲੋਸ ਦਿੰਦੇ ਤਾਂ ਉਹਨਾਂ ਦੇ ਨੂੰਹ ਪੁੱਤ ਨੂੰ ਖਿਝ ਚੜ੍ਹਦੀ ਕਿ ਸਾਡੀਆਂ ਖਾਸ ਮਹਿਮਾਨਾਂ ਦੇ ਵਾਲਾਂ ਦਾ ਸਟਾਈਲ ਖਰਾਬ ਕਰ ਦਿੱਤਾ ਹੈ। ਖਾਸ ਕਰ ਜਦੋਂ ਮੇਲੋ ਮੋਹ ਭਿੱਜੀਆਂ ਅਸੀਸਾਂ ਦਿੰਦੀ ਹੋਈ ਕਿਸੇ ਮਹਿਮਾਨ ਲੇਡੀ ਦਾ ਦੋਹਾਂ ਹੱਥਾਂ ਨਾਲ ਹੁੱਝਵਾਂ ਸਿਰ ਪਲੋਸਦੀ ਤਾਂ ਅਗਲੀ ਨੂੰ ਬੜੀ

ਕੋਫ਼ਤ ਹੁੰਦੀ ਕਿ ਦਿਹਾਤੀ ਬੁੱਢੜੀ ਨੇ ਬਿਊਟੀਸ਼ੀਅਨ ਕੋਲੋਂ ਸੈੱਟ ਕਰਾਏ ਵਾਲਾਂ ਦਾ ਸੱਤਿਆਨਾਸ਼ ਕਰ ਦਿੱਤਾ ਹੈ। ਕਦੇ ਕਦੇ ਉਹ ਮਹਿਮਾਨਾਂ ਨਾਲ ਆਏ ਬੱਚਿਆਂ ਨੂੰ ਦਾਦੀ ਮਾਂ ਵਾਂਗ ਚੁੰਮ ਲੈਂਦੀ ਤਾਂ ਦਲਬੀਰ ਔਖਾ ਹੋ ਕੇ ਬੋਲਦਾ।

"ਬੇਬੇ ਇਹ ਪਿੰਡ ਨਹੀਂ.....ਸ਼ਹਿਰ ਐ....ਏਥੇ ਐਂਜ ਬੱਚਿਆਂ ਨੂੰ ਚੁੰਮਣਾ ਚੱਟਣਾ ਮਾੜਾ ਸਮਝਿਆ ਜਾਂਦੈ....ਕਿਉਂਕਿ ਬੰਦੇ ਦੇ ਮੂੰਹ ਦੇ ਕਿਟਾਣੂ ਬੱਚਿਆਂ ਨੂੰ ਲੱਗ ਜਾਂਦੇ ਨੇ....ਇਹੋ ਜਿਹੀਆਂ ਹਰਕਤਾਂ ਤੁਸੀਂ ਪਿੰਡ ਰਹਿ ਕੇ ਈ ਕਰਿਆ ਕਰੋ।"

ਪੁੱਤ ਦੀ ਗੱਲ ਸੁਣ ਕੇ ਮੇਲੋ ਚੁੱਪ ਕਰ ਜਾਂਦੀ ਪਰ ਅੰਦਰੋਂ ਉਹ ਸੋਚਦੀ ਕਿ ਬੇਟਾ ਮਾਂ ਦੇ ਮੂੰਹ ਦੇ ਕੀਟਾਣੂ ਤਾਂ ਸਗੋਂ ਬੱਚੇ ਦੀ ਹਿਫ਼ਾਜ਼ਤ ਕਰਦੇ ਨੇ....ਉਹਨੂੰ ਲਾਡ ਪਿਆਰ ਦੇ ਕੇ ਜਿਊਣ ਜੋਕਰਾ ਬਣਾਉਂਦੇ ਨੇ....।

ਇੱਕ ਦਿਨ ਭਜਨੇ ਨੇ ਨਹਾ ਕੇ ਕੁੜਤਾ ਪਾ ਲਿਆ ਤੇ ਤੇੜ ਚਾਦਰਾ ਬੰਨ੍ਹ ਲਿਆ। ਉਸਦਾ ਵੱਡਾ ਪੋਤਾ ਜਦੋਂ ਸਕੂਲੋਂ ਆਇਆ ਤਾਂ ਉਹ ਦਾਦੇ ਨੂੰ ਚਾਦਰਾ ਪਾਈ ਖੜ੍ਹਿਆ ਦੇਖ ਕੇ ਆਪਣੀ ਮੰਮੀ ਨੂੰ ਬੋਲਿਆ,

"ਮੰਮੀ....ਬੁੱਢੇ ਨੂੰ ਕਹੋ ਕੋਈ ਚੱਜ ਦੀ ਡਰੈਸ ਪਾ ਲੈਣ... ਉਹ ਉਰੇ ਆ ਕੇ ਸਾਡੀ ਬੇਜ਼ਤੀ ਕਰਦੇ ਨੇ....ਨੌਕਰ ਚਾਕਰ ਦੇਖਦੇ ਨੇ...।"

ਬੱਚੇ ਦੀ ਗੱਲ ਸੁਣ ਕੇ ਮੇਮ ਸਾਹਬ ਅੱਗ ਬਬੂਲਾ ਹੋਈ ਬਾਹਰ ਆਈ ਤੇ ਦੇਖਿਆ ਕਿ ਭਜਨਾ ਚਿੱਟੀ ਦਾਹੜੀ ਤੇ ਕੇਸ ਸੁਕਾਉਂਦਾ ਹੋਇਆ ਕਿਸੇ ਸੰਤ ਮਹਾਤਮਾ ਵਰਗਾ ਲੱਗ ਰਿਹਾ ਸੀ। ਉਹਨੂੰ ਸਹੁਰੇ ਦੀ ਪੁਸ਼ਾਕ ਵਿੱਚ ਬੇਸ਼ੱਕ ਕੋਈ ਕਮੀ ਨਜ਼ਰ ਨਾ ਆਈ ਪਰ ਆਪਣੇ ਮੁੰਡੇ ਦੀ ਹਉਮੈ ਨੂੰ ਵੀ ਉਹ ਠੇਸ ਨਹੀਂ ਸੀ ਪੁਚਾਉਣੀ ਚਾਹੁੰਦੀ। ਅੰਦਰ ਆ ਕੇ ਲੜਕੇ ਨੂੰ ਬੋਲੀ,

"ਜਾਹ ਜਾ ਕੇ ਤੂੰ ਹੀ ਸਮਝਾ ਕਿ....।"

ਮਾਂ ਦਾ ਹੁਕਮ ਪਾ ਕੇ ਮੁੰਡਾ ਹੂਸ ਹੂਸ ਕਰਦਾ ਬਾਹਰ ਗਿਆ ਤੇ ਪੈਂਦੀ ਸੱਟੇ ਦਾਦਾ ਜੀ ਨੂੰ ਬੋਲਿਆ, "ਗਰੈਂਡ ਪਾਪਾ....ਤੁਸੀਂ ਆਹ ਕੀ ਸਕਰਟ ਜਿਹੀ ਪਾ ਕੇ ਖੜ੍ਹੇ ਹੋ ਗਏ ਹੋ....ਕੋਈ ਢੰਗ ਦੀ ਡਰੈਸ ਪਾਓ....ਲੋਕ ਦੇਖਣਗੇ ਤਾਂ ਕੀ ਸੋਚਣਗੇ....ਤਹਿਸੀਲਦਾਰ ਦੇ ਘਰ ਇਹ ਕੌਣ ਪੇਂਡੂ ਆ ਗਿਆ.....ਮੇਰੇ ਦੋਸਤ ਵੀ ਆ ਸਕਦੇ ਨੇ.....ਤੁਸੀਂ ਵੀ ਨਾ ਬੱਸ.....।"

ਭਜਨੇ ਨੇ ਆਪਣੇ ਕੱਪੜਿਆਂ ਵੱਲ ਦੇਖਿਆ....ਤੇ ਨਿੱਕੇ ਜਿਹੇ ਮੁੰਡੇ ਦੀ ਡਾਂਟ ਨੂੰ ਸਮਝਦਿਆਂ ਅੰਦਰ ਜਾ ਕੇ ਪਜਾਮਾ ਪਹਿਨ ਕੇ ਬਾਹਰ ਆ ਗਿਆ। ਸ਼ੁਰੂ ਸ਼ੁਰੂ 'ਚ ਤਾਂ ਉਸ ਨੂੰ ਜਦੋਂ ਉਸਦੇ ਪੋਤੇ ਗਰੈਂਡ ਪਾਪਾ ਕਹਿ ਕੇ ਬੁਲਾਉਂਦੇ ਤਾਂ ਉਹਨੂੰ ਸਮਝ ਨਾ ਆਉਂਦੀ ਕਿ ਉਹ ਉਸ ਨੂੰ ਕੀ ਕਹਿ ਕੇ ਬੁਲਾ ਰਹੇ ਨੇ। ਫੇਰ ਉਹਨੇ ਆਪੇ ਲੇਖਣ ਲਾਇਆ ਕਿ ਦਾਦੇ ਨੂੰ ਅੰਗਰੇਜ਼ੀ ਵਿੱਚ ਆਹੀ ਕਹਿੰਦੇ ਹੋਣਗੇ।

ਮੇਲੋ ਨੂੰਹ ਪੁੱਤ ਤੇ ਪੋਤੇ ਪੋਤੀਆਂ ਦੀ ਸੁਖ ਸੁਵਿਧਾ ਦਾ ਪੂਰਾ ਖਿਆਲ ਰੱਖਦੀ ਪਰ ਉਹ ਹਮੇਸ਼ਾ ਉਸ ਨੂੰ ਤ੍ਰਿਸਕਾਰ ਹੀ ਦਿੰਦੇ। ਅਜੇ ਕੱਲ੍ਹ ਮਾਲਤੀ ਬੀਮਾਰ ਹੋ ਗਈ ਤਾਂ ਖਾਣਾਂ ਮੇਲੋ ਨੇ ਈ ਬਣਾਇਆ। ਨੱਕ ਬੁੱਲ੍ਹ ਸਿਕੋੜਦੀ ਮੇਮ ਸਾਹਬ ਨੇ ਜਦੋਂ ਪਹਿਲੀ ਹੀ ਬੁਰਕੀ ਦਾਲ ਨੂੰ ਲਾਈ ਤਾਂ ਦਾਲ 'ਚੋਂ ਵਾਲ ਨਿਕਲ ਆਇਆ। ਘਰ 'ਚ ਜੋ ਤੂਫਾਨ ਮੱਚਿਆ...ਤੋਬਾ ਤੋਬਾ।

ਪਲੇਟ 'ਚ ਬੁਰਕੀ ਰੱਖ ਕੇ ਮੇਮ ਸਾਹਬ ਨੇ ਘਰ ਸਿਰ ਤੇ ਚੱਕ ਲਿਆ। ਦਲਬੀਰ ਰੌਲਾ ਰੱਪਾ ਸੁਣ ਕੇ ਅੰਦਰ ਆਇਆ ਤਾਂ ਮੇਮ ਸਾਹਿਬ ਬਿੱਫਰੀ,

"ਮੈਂ ਤੁਹਾਨੂੰ ਬਾਰ ਬਾਰ ਕਹਿਨੀ ਆਂ....ਬਈ ਇਹਨਾਂ ਖੜੂਸ ਪੇਂਡੂਆਂ ਨੂੰ ਨਾ ਘਰੇ ਆਉਣ ਦਿਆ ਕਰੋ... ਇਹ ਜਿਹੋ ਜਿਹੇ ਹੈਣ ਉਥੇ ਪਿੰਡ ਈ ਠੀਕ ਨੇ। ਦੇਖੋ ਦਾਲ 'ਚੋਂ ਵਾਲ ਨਿਕਲਿਐ....ਅੱਜ ਮਾਲਤੀ ਬੀਮਾਰ ਐ ਤੇ ਖਾਣਾ ਥੋਡੀ ਮਾਤਾ ਸ੍ਰੀ ਨੇ ਬਣਾਇਐ....ਆਹ ਦੇਖੋ ਵਾਲ....।"

ਦਲਬੀਰ ਨੇ ਵਾਲ ਦੇਖਿਆ...ਪਲ ਦੀ ਪਲ ਠਿਠਕਿਆ....ਵਾਲਾ ਕਾਲਾ ਸੀ...ਤੇ ਬੇਬੇ ਦੇ ਸਿਰ 'ਚ ਇੱਕ ਵੀ ਵਾਲ ਕਾਲਾ ਨਹੀਂ ਸੀ....ਇਹ ਬੇਬੇ ਦੇ ਸਿਰ ਦਾ ਵਾਲ ਨਹੀਂ ਹੈ। ਇਹ ਮੇਮ ਸਾਹਬ ਦੇ ਸਿਰ ਦਾ ਈ ਵਾਲ ਸੀ। ਖਾਣਾ ਬਣਾਉਂਦੀ ਬੇਬੇ ਨੂੰ ਬਾਰ ਬਾਰ ਇਨਸਟਰਕਸ਼ਨ ਦੇਣ ਲਈ ਵਾਲ ਵਾਹੁੰਦੀ ਹੋਈ ਮੇਮ ਸਾਹਬ ਕਿੰਨੀਓ ਬਾਰ ਰਸੋਈ 'ਚ ਗਈ ਸੀ...ਹੋ ਸਕਦੈ...ਹੋ ਸਕਦੈ....ਪਰ ਉਹ ਬੋਲਿਆ ਕੁਝ ਨਾ। ਸਰੇਸਰੀ ਨਿਰਦੋਸਸ਼ ਮਾਂ ਲਈ ਇੱਕ ਸ਼ਬਦ ਵੀ ਨਾ ਬੋਲਿਆ। ਗੂੰਗਾ ਬਾਟਾ ਬਣ ਕੇ ਖੜ੍ਹਾ ਰਿਹਾ...ਖੋਇਆ ਖੋਇਆ। ਪਤਨੀ ਦੇ ਅਗਲੇ ਫ਼ੁਰਮਾਨ ਨੇ ਉਹਦੀ ਸਮਾਧੀ ਤੋੜੀ,

"ਮੈਂ ਬਾਹਰ ਜਾ ਰਹੀ ਆਂ ਖਾਣਾ ਖਾਣ.....ਤੁਸੀਂ ਖਾਂਦੇ ਰਹਿਣਾ ਮਾਂ ਦੇ ਹੱਥਾਂ ਦੀ ਵਾਲਾਂ ਵਾਲੀ ਗੰਦੀ ਦਾਲ....।"

ਅਜੇ ਉਹ ਬੋਲ ਹੀ ਰਹੀ ਸੀ ਕਿ ਬੈੱਲ ਵੱਜੀ....ਨੌਕਰ ਨੇ ਦਰਵਾਜ਼ਾ ਖੋਲ੍ਹਿਆ ਤਾਂ ਕੀ ਦੇਖਦੇ ਨੇ ਬਈ ਕੁਝ ਮਹਿਮਾਨਾਂ ਨੇ ਘਰ 'ਚ ਦਸਤਕ ਦਿੱਤੀ। ਇੱਕ ਦਮ ਮਖੌਟਾ ਬਦਲ ਕੇ ਮੇਮ ਸਾਹਬ ਦੇ ਮੂੰਹੋਂ ਸ਼ਹਿਦ ਟਪਕਿਆ,

"ਅਰੇ...ਕਮਾਲ ਹੋ ਗਈ....ਅਸੀਂ ਤਾਂ ਤੁਹਾਨੂੰ ਯਾਦ ਈ ਕਰ ਰਹੇ ਸਾਂ.....।" ਫੇਰ ਘਰ 'ਚ ਬਣੀ ਵਾਲ ਵਾਲੀ ਦਾਲ ਨੂੰ ਯਾਦ ਕਰਦਿਆਂ ਗੱਲ ਬਦਲੀ,

"ਐਕਚੁਅਲੀ ਅੱਜ ਬੱਚੇ ਬਾਹਰ ਖਾਣਾ ਖਾਣ ਦੀ ਜ਼ਿੱਦ ਕਰ ਰਹੇ ਸਨ....ਚੰਗਾ ਹੋਇਆ ਤੁਸੀਂ ਲੰਚ ਵੇਲੇ ਆਏ ਹੋ...ਹੁਣ ਇਕੱਠੇ ਲੰਚ ਕਰਨ ਗਲੈਕਸੀ ਰੈਸਟੋਰੈਂਟ ਚੱਲਾਂਗੇ....ਬੜਾ ਲਜ਼ੀਜ਼ ਖਾਣਾ ਐ ਉਥੋਂ ਦਾ.....ਗੁੱਡ...ਗੁੱਡ....ਵੈਰੀ ਗੁੱਡ....।"

ਤੇ ਪ੍ਰੋਗਰਾਮ ਬਣਿਆ ਬਈ ਸਾਰੇ ਜਣੇ ਲੰਚ ਕਰਨ ਗਲੈਕਸੀ ਰੈਸਟੋਰੈਂਟ 'ਚ ਚੱਲਾਂਗੇ। ਇਹ ਮਹਿਮਾਨ ਅੱਗੇ ਵੀ ਭਜਨੇ ਤੇ ਮੇਲੋ ਦੇ ਹੁੰਦਿਆਂ ਆਉਂਦੇ ਰਹੇ ਨੇ। ਇੱਕ ਇਹੀ ਪਰਿਵਾਰ ਹੈ ਜਿਹੜਾ ਭਜਨੇ ਤੇ ਮੇਲੋ ਦੇ ਪੈਰੀਂ ਹੱਥ ਲਾ ਕੇ ਅਸ਼ੀਰਵਾਦ ਲੈ ਕੇ ਖੁਸ਼ ਹੁੰਦਾ ਹੈ। ਉਹਨਾਂ ਨਾਲ ਦੋ ਘੜੀਆਂ ਗੱਲ ਬਾਤ ਵੀ ਕਰਦਾ ਹੈ। ਇਹ ਕੋਈ ਨੇਕ ਘਰ ਦੇ ਬੰਦੇ ਨੇ.... ਆਹੂਜਾ ਫੈਮਿਲੀ।

ਜਦੋਂ ਸਾਰੇ ਚੱਲਣ ਲਈ ਤਿਆਰ ਹੋ ਗਏ ਤਾਂ ਮਿਸਟਰ ਆਹੂਜਾ ਨੇ ਕਿਹਾ, "ਬੀ ਜੀ ਤੇ ਬਾਪੂ ਜੀ ਵੀ ਚੱਲਣਗੇ....ਚਲੋ ਜਲਦੀ ਤਿਆਰ ਹੋ ਜਾਓ...।"

ਭਜਨੇ ਤੇ ਮੇਲੋ ਨੇ ਤਾਂ ਕਦੇ ਹੋਟਲਾਂ ਵਿੱਚ ਜਾਣ ਦੀ ਸੋਚੀ ਵੀ ਨਹੀਂ ਸੀ ਪਰ ਆਏ ਮਹਿਮਾਨ ਧੱਕਾ ਕਰਨ ਲੱਗੇ। ਮਿਸਿਜ਼ ਆਹੂਜਾ ਬੋਲੀ,

"ਬਈ ਬਜ਼ੁਰਗਾਂ ਨੂੰ ਤਾਂ ਸਗੋਂ ਮੌਜ ਕਰਾਉਣੀ ਚਾਹੀਦੀ ਐ। ਇਹਨਾਂ ਨੇ ਸਾਨੂੰ ਏਸ ਕਾਬਲ ਬਣਾਇਆ ਹੈ ਤਾਂ ਸਾਨੂੰ ਵੀ ਉਹਨਾਂ ਦਾ ਆਦਰ ਕਰਨਾ ਚਾਹੀਦਾ ਹੈ।"

ਉਹਨਾਂ ਦੇ ਨੂੰਹ ਪੁੱਤ ਤੇ ਪੋਤੇ ਪੋਤੀਆਂ ਦਿਲੋਂ ਤਾਂ ਬਿਲਕੁਲ ਨਹੀਂ ਸਨ ਚਾਹੁੰਦੇ ਕਿ ਬੁੱਢੇ ਉਹਨਾਂ ਦੇ ਨਾਲ ਜਾਣ ਪਰ ਮਹਿਮਾਨਾਂ ਦੇ ਧੱਕੇ ਅੱਗੇ ਉਹਨਾਂ ਦੀ ਇੱਕ ਨਾ ਚੱਲੀ।

ਜਦੋਂ ਹੋਟਲ ਦਾ ਵੇਟਰ ਮੀਨੂੰ ਲੈ ਕੇ ਉਹਨਾਂ ਦੀ ਟੇਬਲ ਤੇ ਆਇਆ ਤਾਂ ਉਹਨੂੰ ਥੋੜਾ ਵਿੱਥ ਤੇ ਲਿਜਾ ਕੇ ਉਹਨਾਂ ਦੇ ਪੋਤੇ ਨੇ ਕਿਹਾ,

"ਐਸਾ ਖਾਣਾ ਲਿਆ ਜਿਹੜਾ ਹੱਥਾਂ ਨਾਲ ਖਾਧਾ ਜਾ ਸਕੇ....ਹੱਥਾਂ ਨਾਲ...।"

ਵੇਟਰ ਨੇ ਸਵਾਲੀਆ ਨਜ਼ਰਾਂ ਨਾਲ ਉਹਨਾਂ ਵੱਲ ਦੇਖਿਆ ਜਿਵੇਂ ਉਹ ਉਹਨਾਂ ਦੀ ਗੱਲ ਨਾ ਸਮਝਿਆ ਹੋਵੇ। ਫੇਰ ਬੌਖਲਾਇਆ ਜਿਹਾ ਬੋਲਿਆ, "ਸਾਹਬ ਖਾਣਾ ਤੋ ਹਾਥੋਂ ਸੇ ਈ ਖਾਇਆ ਜਾਤਾ ਹੈ....ਪਾਓਂ ਸੇ ਤੋ ਕੋਈ ਨਹੀਂ ਖਾਤਾ ਦੇਖਾ....ਹਮਾਰੇ ਯਹਾਂ ਤੋ ਸਾਰਾ ਖਾਣਾ ਹਾਥੋਂ ਸੇ ਈ ਖਾਨੇ ਵਾਲਾ ਹੈ....ਸਭੀ ਦੇਖੋ ਹਾਥੋਂ ਸੇ ਈ ਖਾ ਰਹੇ ਹੈਂ।".....ਬਹਿਰੇ ਨੇ ਹੱਥ ਦੇ ਇਸ਼ਾਰੇ ਨਾਲ ਖਾਣਾ ਖਾਂਦੇ ਲੋਕਾਂ ਵੱਲ ਉਹਦਾ ਧਿਆਨ ਦਿਵਾਇਆ।

"ਅਰੇ ਨਾਮਾਕੂਲ....ਕਹਿਣ ਦਾ ਭਾਵ ਐ....ਅੱਜ ਅਜਿਹਾ ਖਾਣਾ ਖੁਆ ਜਿਹੜਾ ਛੁਰੀ ਕਾਂਟਿਆਂ ਨਾਲ ਨਾ ਖਾਣਾ ਪਵੇ...ਕਿਉਂਕਿ ਇਹ ਬੁੱਢੇ ਖੁਸੜ ਅੱਜ ਸਾਡੇ ਨਾਲ ਕਬਾਬ 'ਚ ਹੱਡੀ ਬਣਨ ਆ ਗਏ ਨੇ। ਇਹਨਾਂ ਨੂੰ ਛੁਰੀ ਕਾਂਟੇ ਨਾਲ ਨਹੀਂ ਖਾਣਾ ਆਉਂਦਾ....ਇਹ ਪਿੰਡ ਦੇ ਗੰਵਾਰ, ਦਿਹਾਤੀ, ਅਨਪੜ੍ਹ ਅਸੱਭਿਅ....ਮੂਰਖ ਲੋਕ ਨੇ....ਸਾਡੀ ਇਨਸਲਟ ਕਰਾਉਣਗੇ।" ਉਸਦੀ ਗੱਲ ਭਜਨੇ ਅਤੇ ਮੇਲੋ ਨੇ ਸੁਣ ਲਈ ਸੀ ਪਰ ਉਹਨਾਂ ਨੇ ਸੁਣੀ ਅਣਸੁਣੀ ਕਰਨ ਵਿੱਚ ਹੀ ਭਲਾਈ ਸਮਝੀ।

ਖੈਰ ਰੋਟੀ ਖਾ ਲਈ ਗਈ। ਬੱਚਿਆਂ ਨੂੰ "ਸਿਰਫ਼ ਹੱਥਾਂ ਨਾਲ" ਖਾਧੇ ਗਏ ਖਾਣੇ ਦਾ ਕੋਈ ਆਨੰਦ ਨਾ ਆਇਆ। ਉਹਨਾਂ ਭਾਣੇ ਇਹ ਖਾਣਾ ਗਰੀਬ ਅਤੇ ਪਿਛੜੇ ਲੋਕ ਹੀ ਖਾਂਦੇ ਨੇ। ਉਹਨਾਂ ਵਰਗੇ ਮਾਡਰਨ ਪੜ੍ਹੇ ਲਿਖੇ ਤੇ ਅਮੀਰ ਲੋਕ ਹੱਥਾਂ ਦੀਆਂ ਉਂਗਲੀਆਂ ਦੀ ਬਜਾਇ ਛੁਰੀ ਕਾਂਟਿਆਂ ਨਾਲ ਵਿਦੇਸ਼ੀ ਖਾਣਾ ਹੀ ਖਾਂਦੇ ਨੇ.....ਵਿੱਚ ਵਿੱਚ ਨੂੰਹ ਪੁੱਤ ਤੇ ਪੋਤੇ ਪੋਤੀਆਂ ਨਫ਼ਰਤ ਤੇ ਗਿਲਾਨੀ ਭਰੀਆਂ ਨਜ਼ਰਾਂ ਨਾਲ ਉਹਨਾਂ ਨੂੰ ਘੂਰਦੇ ਵੀ ਰਹੇ।

ਰੋਟੀ ਖਾ ਲੈਣ ਤੋਂ ਬਾਦ ਵੇਟਰ ਨੇ ਬਿਲ ਦੇ ਨਾਲ ਨਾਲ ਨਿੰਬੂ ਦੇ ਟੁਕੜਿਆਂ ਵਾਲੇ ਗਰਮ ਪਾਣੀ ਦੀਆਂ ਕਟੋਰੀਆਂ ਲਿਆ ਕੇ ਮੇਜ਼ ਤੇ ਧਰ ਦਿੱਤੀਆਂ। ਬੱਚੇ ਅਜੇ ਮਾਂ ਬਾਪ ਨਾਲ ਅੰਗਰੇਜ਼ੀ ਵਿੱਚ ਗੱਲਾਂ ਹੀ ਕਰ ਰਹੇ ਸਨ ਕਿ ਅਣਭੋਲ ਅਤੇ ਸਿੱਧੇ ਸਾਦੇ ਬਜ਼ੁਰਗਾਂ ਨੇ ਕਟੋਰੀਆਂ ਵਿੱਚ ਨਿੰਬੂ ਨਿਚੋੜ ਕੇ ਕਟੋਰੀਆਂ ਮੂੰਹ ਨੂੰ ਲਾ ਲਈਆਂ।

ਦਲਬੀਰ ਦੇ ਟੱਬਰ ਨੇ ਬਜ਼ੁਰਗਾਂ ਦੀ ਇਸ ਮੂਰਖਤਾ ਭਰੀ ਹਰਕਤ ਨੂੰ ਵੇਖ ਕੇ ਮੱਥੇ ਤੇ ਹੱਥ ਮਾਰਿਆ। ਵੱਡਾ ਮੁੰਡਾ ਕੜਕਿਆ,

"ਤੁਸੀਂ ਪਿੰਡ ਦੇ ਅਨਪੜ੍ਹ ਮੂਰਖ ਈ ਰਹੇ....ਤੁਹਾਨੂੰ ਐਨੀ ਵੀ ਅਕਲ ਨਹੀਂ ਕਿ ਇਹ ਨਿੰਬੂ ਤੇ ਗਰਮ ਪਾਣੀ ਹੱਥ ਸਾਫ ਕਰਨ ਲਈ ਦਿੱਤਾ ਗਿਆ ਸੀ ਨਾ ਕਿ ਪੀਣ ਲਈ....ਨਿੰਬੂ ਵਾਲੇ ਕੋਸੇ ਪਾਣੀ ਨਾਲ ਹੱਥਾਂ ਨੂੰ ਲੱਗੀ ਸਬਜ਼ੀ ਦੀ ਬਦਬੋ ਚਲੀ ਜਾਂਦੀ ਐ...ਪਰ ਤੁਸੀਂ ਗੰਵਾਰਾਂ ਨੇ ਸਭ ਦੇ ਸਾਹਮਣੇ ਸਾਡੀ ਇਨਸਲਟ ਕਰਵਾ ਦਿੱਤੀ। ਪਾਗਲ ਕਿਤੋਂ ਦੇ....।"

ਬਜ਼ੁਰਗਾਂ ਨੂੰ ਨਿੰਬੂ ਵਾਲਾ ਪਾਣੀ ਪੀਂਦਿਆਂ ਤਾਂ ਕਿਸੇ ਨੇ ਨਹੀਂ ਸੀ ਦੇਖਿਆ ਪਰ ਮੁੰਡੇ ਦੀ ਉੱਚੀ ਆਵਾਜ਼ ਵਾਲੀ ਡਾਂਟ ਸੁਣ ਕੇ ਸਾਰੇ ਹਾਲ ਵਿੱਚ ਬੈਠੇ ਲੋਕਾਂ ਦਾ ਧਿਆਨ

ਖਿੱਚਿਆ ਗਿਆ। ਬਜ਼ੁਰਗਾਂ ਨੂੰ ਤਾਂ ਸਮਝ ਈ ਨਹੀਂ ਸੀ ਆ ਰਹੀ ਕਿ ਉਹਨਾਂ ਨੇ ਕੀ ਗੁਨਾਹ ਕਰ ਦਿੱਤਾ ਹੈ। ਮੁੰਡਾ ਵੀ ਮਹਿਮਾਨਾਂ ਨੂੰ ਦੱਸ ਰਿਹਾ ਸੀ,

"ਇਹਨਾਂ ਗੰਵਾਰ ਬੁੱਢਿਆਂ ਨੇ ਸਾਡੀ ਨੱਕ ਕਟਵਾ ਦਿੱਤੀ ਐ....ਇਹਨਾਂ ਨੂੰ ਮੈਨਰਜ਼ ਈ ਨਹੀਂ ਸਿਖਾਏ ਕਿਸੇ ਨੇ...."

ਮਹਿਮਾਨਾਂ ਨੇ ਬੜੀ ਮੁਸ਼ਕਲ ਨਾਲ ਬੱਚੇ ਨੂੰ ਚੁੱਪ ਕਰਾਇਆ। ਮੇਮ ਸਾਹਬ ਅਜੇ ਵੀ ਕੌੜ ਨਜ਼ਰਾਂ ਨਾਲ ਉਹਨਾਂ ਵੱਲ ਝਾਕ ਰਹੀ ਸੀ। ਅੱਜ ਬਜ਼ੁਰਗਾਂ ਨੂੰ ਐਨੀ ਸ਼ਰਮ ਆ ਰਹੀ ਸੀ ਕਿ ਉਹਨਾਂ ਨੂੰ ਨਿਘਰਨ ਲਈ ਧਰਤੀ ਵਿਓੜ ਨਹੀਂ ਸੀ ਦੇ ਰਹੀ। ਮਹਿਮਾਨਾਂ ਦੇ ਰੋਕਦਿਆਂ-ਰੋਕਦਿਆਂ ਬਜ਼ੁਰਗ ਉਸੇ ਸ਼ਾਮ ਪਿੰਡ ਪਰਤ ਗਏ। ਸਾਰੇ ਰਾਹ ਭਜਨਾ ਮੇਲੋ ਨੂੰ ਧੀਰ ਬੰਨ੍ਹਾਉਂਦਾ ਆਇਆ ਬਈ ਕੋਈ ਗੱਲ ਨੀ...ਨਿਆਣੇ ਅੱਜ ਕੱਲ੍ਹ ਸਾਰਿਆਂ ਦੇ ਈ ਐਂ ਕਰਦੇ ਨੇ। ਤੂੰ ਦਿਲ ਨੂੰ ਨਾ ਲਾ ਬਹੁਤੀ ਗੱਲ।

ਆਥਣ ਹੋਈ ਤੋਂ ਬੇਬੇ ਬਾਪੂ ਨੂੰ ਘਰੇ ਆਏ ਦੇਖ ਕੇ ਛੋਟਾ ਮੁੰਡਾ ਫਤਹਿਜੀਤ ਬਹੁਤ ਹੈਰਾਨ ਹੋਇਆ। ਪੈਰੀਂ ਹੱਥ ਲਾਉਂਦਾ ਹੋਇਆ ਬੋਲਿਆ, "ਬਾਪੂ...ਤੁਸੀਂ ਤਾਂ....ਤੁਸੀਂ ਤਾਂ.... ਅਜੇ ਰਹਿਣਾ ਸੀ ਬੀਰੇ ਕੋਲ...।" ਤੇ ਉਧਰ ਬੀਰੇ ਦੇ ਟੱਬਰ ਹੱਥੋਂ ਬੇਇੱਜ਼ਤ ਹੋ ਕੇ ਆਏ ਭਜਨੇ ਨੇ ਫਤਹਿ ਦੇ ਸਵਾਲ ਦਾ ਜਵਾਬ ਦੇਣ ਦੀ ਬਜਾਇ ਜ਼ਿੰਦਗੀ 'ਚ ਪਹਿਲੀ ਵਾਰੀ ਖਰ੍ਹਵੀ ਆਵਾਜ਼ 'ਚ ਹੁਕਮ ਸੁਣਾਇਆ,

"ਫਤਹਿ....ਤੈਂ ਕੱਲ੍ਹ ਤੋਂ ਕਾਲਜ ਨੀ ਜਾਣਾ....ਬੱਸ ਮੇਰੇ ਨਾਲ ਖੇਤਾਂ 'ਚ ਕੰਮ ਕਰਿਆ ਕਰ....।"

ਬਾਪੂ ਦਾ ਇਹ ਅਟਪਟਾ ਹੁਕਮ ਸੁਣ ਕੇ ਫਤਹਿ ਦੰਗ ਰਹਿ ਗਿਆ....ਕਿਉਂਕਿ ਉਹਦੇ ਬਾਪੂ ਜੀ ਤਾਂ ਉਹਨੂੰ ਪੜ੍ਹਾਈ ਤੋਂ ਇਲਾਵਾ ਕੋਈ ਕੰਮ ਕਰਨ ਈ ਨਹੀਂ ਸਨ ਦਿੰਦੇ। ਹਮੇਸ਼ਾ ਇਹੀ ਹੱਲਾਸ਼ੇਰੀ ਦਿੰਦੇ ਕਿ ਫਤਹਿ ਤੂੰ ਬੀਰੇ ਨਾਲੋਂ ਉਚਾਈਆਂ ਛੋਹਣੀਆਂ ਨੇ....ਪਰ...ਅੱਜ ਬਾਪੂ ਨੂੰ ਕੀ ਹੋ ਗਿਆ?

ਫਤਹਿ ਟੇਢੀਆਂ ਅੱਖਾਂ ਨਾਲ ਮਾਂ-ਬਾਪ ਨੂੰ ਤੱਕ ਰਿਹਾ ਸੀ। ਫੇਰ ਬੜਾ ਨਿਮਾਣਾ ਜਿਹਾ ਹੋ ਕੇ ਬੋਲਿਆ, "ਬਾਬੂ ਜੀ ਤੁਸੀਂ ਕੀ ਕਹਿ ਰਹੇ ਓਂ....?"

"ਹਾਂਅ ਮੈਂ ਠੀਕ ਈ ਕਹਿ ਰਿਹਾ....ਆਂ.....ਕੋਈ ਲੋੜ ਨੀ ਪੜ੍ਹਾਈ ਕਰਨ ਦੀ....ਜੇ ਪੜ੍ਹਾਈ ਬੰਦੇ ਨੂੰ ਆਹੀ ਮੈਨਰਸ ਸਖਾਉਂਦੀ ਐ....ਤਾਂ ਬੰਦਾ ਅਨਪੜ੍ਹ ਈ ਚੰਗਾ। ਜਿਹੜੀ ਪੜ੍ਹਾਈ ਬੰਦੇ ਦਾ ਦਮਾਗ ਐਨਾ ਖਰਾਬ ਕਰ ਦੇਵੇ ਕਿ ਉਸ ਨੂੰ ਆਪਣੇ ਬਜ਼ੁਰਗਾਂ ਦੀ ਪੱਗ ਉਤਾਰਨ ਤੋਂ ਵੀ ਗੁਰੇਜ਼ ਨਾ ਰਹੇ ਤਾਂ ਅਹੀ ਜੀ ਪੜ੍ਹਾਈ ਨੂੰ ਦੂਰੋਂ ਸਲਾਮ....।" ਭਜਨੇ ਨੇ ਮੁੰਡੇ ਵੱਲ ਦੇਖੇ ਬਿਨਾਂ ਈ ਮੰਜੇ ਤੇ ਬਹਿੰਦਿਆਂ ਕਿਹਾ।

"ਬਾਪੂ ਜੀ ਪੜ੍ਹਾਈ ਤਾਂ ਬੰਦੇ ਨੂੰ ਸਲੀਕਾ ਸਿਖਾਉਂਦੀ ਐ। ਮੈਨਰਜ਼ ਸਿਖਾਉਂਦੀ ਐ।" ਫਤਹਿ ਹੋਰ ਵੀ ਨਿਮਰਤਾ ਨਾਲ ਬੋਲਿਆ।

"ਮੈਨੂੰ ਅਹੇ ਜੇ ਸਲੀਕੇ ਦੀ ਤੇ ਅਹੇ ਜੇ ਮੈਨਰਾਂ ਦੀ ਬਿਲਕੁਲ ਲੋੜ ਨੀ....ਤੈਨੂੰ ਪਤੈ ਤੇਰੇ ਭਰਾ ਦੇ ਘਰੇ ਸਾਡੇ ਨਾਲ ਕੀ ਹੋਇਆ?? ਜੇ ਤੂੰ ਉਥੇ ਹੁੰਦਾ ਤਾਂ ਦੇਖਦਾ....ਕੱਲ੍ਹ ਦੇ ਛੋਕਰੂ ਨੇ ਭਰੀ ਸਭਾ 'ਚ ਮਾਪਿਆਂ ਦੇ ਸਾਹਮਣੇ ਕਿਮੇ ਸਾਡੀ ਲਾਹ ਪਾਹ ਕੀਤੀ....ਤੇਰੀ ਬੇਬੇ ਨਾਲ ਜੱਗੋਂ ਤੇਰ੍ਹਵੀਂ ਕੀਤੀ। ਨਾਲੇ ਪਤੈ ਤੈਨੂੰ....ਉਹਨਾਂ ਨੇ ਕੁੱਤੇ ਦਾ ਨਾਉਂ ਸੋਮੀ ਰੱਖਿਐ....

ਸੋਮੀ....ਸੋਮੀ ਤੇਰੇ ਨਾਨੇ ਦਾ ਨਾ ਸੀਗ੍ਹਾ...ਉਹਨੂੰ ਬਗਾਨੀ ਧੀ ਨੂੰ ਤਾਂ ਕੀ ਕਹੀਏ....ਦਲਬੀਰ ਨੂੰ ਤਾਂ ਪਤਾ ਸੀ ਬਈ ਮੇਰੇ ਨਾਨੇ ਦਾ ਨਾਉਂ.....।"

ਕਹਿੰਦਿਆਂ ਕਹਿੰਦਿਆਂ ਭਜਨੇ ਦਾ ਗੱਚ ਭਰ ਆਇਆ।

ਹੋਟਲ 'ਚ ਹੋਈ ਬੀਤੀ ਘਟਨਾ ਸਗਵੀਂ ਦੀ ਸਗਵੀਂ ਉਹਦੀਆਂ ਅੱਖਾਂ ਮੂਹਰੇ ਆ ਗਈ। ਅਜੇ ਵੀ ਪੋਤੇ ਦੇ ਚੀਕਦੇ ਬੋਲ ਉਹਦੇ ਕੰਨਾਂ 'ਚ ਚੁਭ ਰਹੇ ਸਨ।

"ਲੋਕਾਂ ਨੇ ਬਥੇਰਾ ਸਮਝਾਇਆ...ਬਈ ਨਾ ਮਿੱਟੀ ਨਾਲ ਮਿੱਟੀ ਹੋ ਕੇ ਮੁੰਡਿਆਂ ਨੂੰ ਪੜ੍ਹਾ....ਕਿਸੇ ਨਾਲ ਸੀਰੀ ਰਲਾ ਦੇ ਪਰ ਮੈਂ ਸੋਚਿਆ ਬਈ ਚਲ ਕੋਈ ਨਾ....ਨਿਆਣਿਆਂ ਦੀ ਜੂਨ ਬਦਲ ਜੂ....ਨਹੀਂ ਤਾਂ ਸਾਰੀ ਉਮਰ ਜ਼ਿਮੀਂਦਾਰਾਂ ਕੋਲੋਂ ਗਾਲ੍ਹਾਂ ਈ ਖਾਂਦੇ ਰਹਿਣਗੇ......ਮਖਿਆ ਮੇਰੇ ਜੁਆਕ ਪੜ੍ਹ ਲਿਖ ਕੇ ਚੰਗੇ ਇਨਸਾਨ ਬਣਨਗੇ...ਹੁਣ ਮੈਂ ਪਛਤਾਉਨਾ...ਬਈ ਜੇ ਲੋਕਾਂ ਦੀ ਮੰਨੀ ਹੁੰਦੀ ਤਾਂ....ਤਾਂ ਮੇਰੀ ਅਲਾਦ ਮੇਰੇ ਨਾਲ ਹਾਅ ਕੁਸ ਨਾ ਕਰਦੀ....ਪਰ...।" ਝੱਗੇ ਦੇ ਲੜ ਨਾਲ ਅੱਖਾਂ ਪੂੰਝਦਿਆਂ ਭਜਨਾ ਪਿਛਲੀ ਹੋਈ ਬੀਤੀ ਜ਼ਿੰਦਗੀ ਨੂੰ ਯਾਦ ਕਰ ਕੇ ਪਛਤਾ ਰਿਹਾ ਸੀ। ਫੇਰ ਆਪੇ ਈ ਬਹੁਤ ਹੌਲੀ ਬੋਲਿਆ,

"ਜਦੋਂ ਜ਼ਿਮੀਂਦਾਰਾਂ ਨੇ ਬਲ੍ਹਦ ਬਰਾਬਰ ਹਲਾਂ 'ਚ ਜੋਤਿਆ ਹੁੰਦਾ....ਕਜਾਤ ਕਜਾਤ ਕਹਿ ਕੇ ਮਾਂ ਭੈਣ ਇੱਕ ਕਰੀ ਰੱਖਦੇ ਫੇਰ ਇਸਨੂੰ ਮੈਨਰਾਂ ਦੀ ਸੋਝੀ ਆਉਂਦੀ....।"

ਰਾਤ ਗਈ ਤੱਕ ਘਰ ਵਿੱਚ ਉਦਾਸ ਚੁੱਪ ਛਾਈ ਰਹੀ। ਮੇਲੋ ਨੇ ਸਿਰ ਦੇ ਵਾਲਾਂ ਦਾ ਕਸ ਕੇ ਜੂੜਾ ਬਣਾਇਆ ਤੇ ਹੱਥ ਧੋ ਕੇ ਰੋਟੀ ਬਣਾਉਣ ਲੱਗ ਪਈ। ਪਤਾ ਨੀ ਰੋਟੀ ਬਣਾਉਂਦੀ ਬਣਾਉਂਦੀ ਦੇ ਮਨ 'ਚ ਕੀ ਆਈ....ਉਹਨੇ ਭਜਨੇ ਨੂੰ ਬੁਲਾ ਕੇ ਹੱਥ 'ਚ ਕੜਛੀ ਫੜਾਉਂਦਿਆਂ ਕਿਹਾ,

"ਦੇਖੀਂ ਤਾਂ ਮਾੜਾ ਜਿਆ ਦਲਬੀਰ ਦੇ ਬਾਪੂ....ਕਿਤੇ ਦਾਲ 'ਚ ਕੋਈ ਵਾਲ ਤਾਂ ਨੀ ਹੈਗਾ....ਧਿਆਨ ਨਾਲ....।"

ਭਜਨੇ ਦੀ ਭੁੱਬ ਨਿਕਲ ਗਈ....ਉਹਨੇ ਮੇਲੋ ਦੇ ਦੋਵੇਂ ਹੱਥ ਫੜ ਕੇ ਮੱਥੇ ਨੂੰ ਲਾਏ ਤੇ ਬੋਲਿਆ,

"ਮੇਲੋ....ਕਿਉਂ ਪਾਗਲ ਹੋਈ ਐਂ....ਦਲਬੀਰ ਦੀ ਬਹੂ ਨੇ ਤੈਨੂੰ ਜਲੀਲ....।"

ਮੇਲੋ ਨੇ ਭਜਨੇ ਦੇ ਮੂੰਹ ਉਤੇ ਹੱਥ ਧਰ ਦਿੱਤਾ। ਬੇਬੇ ਤੇ ਬਾਪੂ ਦਾ ਬਦਲਿਆ ਰਵੱਈਆ ਦੇਖ ਕੇ ਫਤਹਿ ਸਮਝ ਗਿਆ ਕਿ ਐਤਕੀਂ ਬੀਰੇ ਦੇ ਟੱਬਰ ਨੇ ਬੇਬੇ ਤੇ ਬਾਪੂ ਨਾਲ ਕੁਝ ਵਧੇਰੇ ਈ ਬਦਤਮੀਜ਼ੀ ਕੀਤੀ ਐ ਕਿਉਂਕਿ ਨਿੱਕੀਆਂ ਮੋਟੀਆਂ ਗੱਲਾਂ ਨੂੰ ਤਾਂ ਉਹ ਗੌਲਦੇ ਈ ਨਹੀਂ।

ਬਾਪੂ ਦਾ ਭਰਿਆ ਗੱਚ ਅਤੇ ਬੇਬੇ ਦੇ ਚਿਹਰੇ ਦੀ ਉਦਾਸੀ ਦੇਖ ਕੇ ਫਤਹਿ ਅੰਦਰ ਤੱਕ ਝੰਜੋੜਿਆ ਗਿਆ। ਅਖੀਰ ਬਾਪੂ ਦਾ ਹੱਥ ਫੜ ਕੇ ਬਹੁਤ ਈ ਧੀਮੀ ਆਵਾਜ਼ 'ਚ ਬੋਲਿਆ,

"ਬਾਪੂ....ਮੈਨੂੰ ਪਤੈ ਥੋਡੇ ਨਾਲ ਬੀਰਾ ਤੇ ਉਹਦਾ ਪਰਿਵਾਰ ਬਹੁਤ ਧੱਕਾ ਕਰਦਾ ਐ....ਥੋਡੀ ਸਾਦਗੀ ਦਾ ਨਜਾਇਜ਼ ਫਾਇਦਾ ਉਠਾਉਂਦੇ ਨੇ....ਤੁਸੀਂ ਆਪਣੀ ਥਾਂ ਠੀਕ ਓਂ....ਤੇ ਮੈਨੂੰ ਪੜ੍ਹਾਈ ਛੱਡਣ ਲਈ ਠੀਕ ਈ ਆਖ ਰਹੇ ਓਂ.... ਤੁਸੀਂ ਬੀਰੇ ਨੂੰ ਪੜ੍ਹਾ ਲਿਖਾ ਕੇ ਐਸ ਕਾਬਲ ਬਣਾ ਦਿੱਤਾ ਕਿ ਉਹਨਾਂ ਨੂੰ ਆਪਣਾ ਸਟੇਟਸ ਮਾਂ ਬਾਪ ਤੋਂ ਉਤੇ ਨਜ਼ਰ

ਆਉਣ ਲੱਗ ਪਿਆ....ਤੁਸੀਂ ਖੂਨ ਪਸੀਨਾ ਇੱਕ ਕਰ ਕੇ ਉਹਨਾਂ ਨੂੰ ਪੜ੍ਹਾਇਆ ਲਿਖਾਇਆ...ਤੇ ਬੀਰਾ ਵੱਡਾ ਆਫੀਸਰ ਬਣ ਕੇ ਆਪਣੇ ਦੇਵਤਿਆਂ ਵਰਗੇ ਮਾਂ ਬਾਪ ਦੀਆਂ ਕੁਰਬਾਨੀਆਂ ਵੀ ਭੁੱਲ ਗਿਆ.....ਪਰ ਬਾਪੂ....।" ਬਾਪੂ ਦਾ ਹੱਥ ਘੁੱਟ ਕੇ ਫੜਦਾ ਹੋਇਆ ਫਤਹਿ ਥੋੜ੍ਹਾ ਰੁਕ ਕੇ ਬੋਲਿਆ, "ਬਾਪੂ....ਬਾਪੂ....ਬਾਪੂ ਜੀ....ਪਰ ਪੰਜੇ ਉਂਗਲਾਂ ਇਕਸਾਰ ਤਾਂ ਨੀ ਹੁੰਦੀਆਂ.....ਇੱਕ ਬਰਾਬਰ ਨਹੀਂ ਹੁੰਦੀਆਂ....ਤੁਸੀਂ ਇਹ ਕਿਮੇਂ ਸੋਚ ਲਿਆ ਕਿ ਪੜ੍ਹਾਈ ਬੰਦੇ ਦਾ ਦਿਮਾਗ ਖਰਾਬ ਕਰਦੀ ਐ।....ਬੰਦੇ ਨੂੰ ਬਦਤਮੀਜ਼ ਬਣਾ ਦਿੰਦੀ ਐ...ਮੇਰੇ ਤੇ ਭਰੋਸਾ ਕਰੋ...ਮੈਂ ਥੋਡੇ ਨਾਲ ਕਦੇ ਬੀਰੇ ਵਾਂਗ ਨਹੀਂ ਕਰੂੰਗਾ...ਮੇਰੇ ਉਤੇ ਭਰੋਸਾ ਕਰੋ....ਵਿਸ਼ਵਾਸ ਕਰ ਕੇ ਤਾਂ ਦੇਖੋ....ਇਕ ਬਾਰ....ਬਾਪੂ ਪੜ੍ਹਾਈ ਤਾਂ ਬੰਦੇ ਨੂੰ ਮੈਨਰਜ਼ ਸਿਖਾਉਂਦੀ ਐ...ਹੁਣ ਇਹ ਬੰਦੇ 'ਤੇ ਨਿਰਭਰ ਕਰਦੈ ਬਈ ਉਹ ਮੈਨਰਜ਼ ਸਿੱਖਦਾ ਹੈ ਜਾਂ ਨਹੀਂ.....ਬਾਪੂ ਜੀ ਮੈਨੂੰ ਤੁਸੀਂ ਕਹੋਗੇ ਤਾਂ ਮੈਂ ਅੱਜ ਈ ਪੜ੍ਹਾਈ ਛੱਡ ਕੇ ਥੋਡੇ ਨਾਲ ਖੇਤਾਂ ਵਿੱਚ ਕੰਮ ਕਰਨ ਲੱਗ ਜੂੰ.....ਪਰ ਇੱਕ ਵਾਰੀ...ਬਾਪੂ ਜੀ ਪੰਜੇ ਉਂਗਲਾਂ....।"

ਪੁੱਤ ਦੀ ਗੱਲ ਸੁਣ ਕੇ ਬਾਪੂ ਦੂਜੇ ਹੱਥ ਦੀਆਂ ਉਂਗਲਾਂ ਵੇਖਣ ਲੱਗ ਪਿਆ....ਕਿ ਸੱਚਮੁੱਚ ਪੰਜੇ ਉਂਗਲਾਂ ਇਕਸਾਰ ਤਾਂ ਨਹੀਂ ਹਨ...ਬਾਪੂਦੇਖ ਰਿਹਾ ਸੀ ਕਿ ਵਾਕਈ ਪੰਜੇ ਉਂਗਲਾਂ ਇਕਸਾਰ ਨਹੀਂ ਹਨ....।

ਮਿੱਟੀ ਨਾਲੋਂ ਟੁੱਟਿਆ ਬੰਦਾ

ਮੰਗਲ ਨੇ ਸਾਰੀ ਰਾਤ ਅੱਖਾਂ ਥਾਣੀਂ ਲੰਘਾਅ ਦਿੱਤੀ।

ਉਂਜ ਉਹ ਕੱਲ੍ਹ ਪਿੰਡ ਜਾਣ ਲਈ ਤਿਆਰ ਵੀ ਹੋਇਆ ਪਰ ਤਸੀਲਦਾਰ ਮੁੰਡੇ ਨੇ ਬਾਪੂ ਨੂੰ ਇੱਕ ਰਾਤ ਹੋਰ ਰਹਿਣ ਲਈ ਆਪਣਾ ਅਫਸਰੀ ਹੁਕਮ ਚਾੜ੍ਹ ਦਿੱਤਾ। ਮੰਗਲ ਤਾਂ ਉਈਂ ਨੀ ਤਸੀਲਦਾਰ ਪੁੱਤ ਮੂਹਰੇ ਕਦੇ ਬੋਲਿਆ ਤੇ ਅੱਜ ਤਾਂ ਉਹ ਬਾਪੂ ਨੂੰ ਰੁਕਣ ਲਈ ਕਹਿ ਰਿਹਾ ਸੀ।

ਬਾਪੂ ਨੇ ਪੁੱਤ ਦਾ ਹੁਕਮ ਸੁਣ ਕੇ ਨਾ ਚਾਹੁੰਦਿਆਂ ਹੋਇਆਂ ਵੀ ਸਿਰੋਂ ਪੱਗ ਲਾਹ ਕੇ ਪਰਨਾ ਲਪੇਟ ਲਿਆ।

ਊਂ ਤਾਂ ਕੱਲ੍ਹ ਸਵੇਰ ਦੀ ਈ ਬੱਦਲਵਾਈ ਹੋ ਰਹੀ ਸੀ ਪਰ ਐਨੀ ਜ਼ਿਆਦਾ ਬਰਸਾਤ ਆਵੇਗੀ ਇਹ ਉਹਨੂੰ ਉਮੀਦ ਨਹੀਂ ਸੀ। ਬਸਾਖੀ ਤੋਂ ਪਹਿਲਾਂ ਤਾਂ ਕਿਸਾਨ ਕੋਲ ਸਾਹ ਲੈਣ ਦੀ ਵੀ ਫੁਰਸਤ ਨਹੀਂ ਸੀ ਹੁੰਦੀ ਤੇ ਦਿਹਾੜੀ ਭੰਨਣੀ ਤਾਂ ਬਹੁਤ ਦੂਰ ਦੀ ਗੱਲ ਐ।

ਦਰਅਸਲ ਮੰਗਲ ਦੇ ਪੋਤੇ ਪੋਤੀਆਂ ਛੁੱਟੀਆਂ ਬਿਤਾਉਣ ਪਿੰਡ ਗਏ ਹੋਏ ਸਨ ਤੇ ਕੱਲ੍ਹ ਸ਼ਾਮੀਂ ਉਹ ਇਹਨਾਂ ਨੂੰ ਛੱਡਣ ਆਇਆ ਸੀ।

ਐਨੀ ਵੱਡੀ ਕੋਠੀ ਸੀ ਤਸੀਲਦਾਰ ਮੁੰਡੇ ਕੋਲ ਕਿ ਉਹਦੇ ਕਿੰਨੇ ਈ ਕਮਰੇ ਤਾਂ ਰੋਜ਼ ਖੁੱਲ੍ਹਦੇ ਤੱਕ ਨਹੀਂ ਸਨ ਪਰ ਮੰਗਲ ਜਦੋਂ ਵੀ ਆਪਣੇ ਮੁੰਡੇ ਕੋਲ ਆਉਂਦਾ ਤਾਂ ਉਹ ਗੈਰਜ ਵਿੱਚ ਰਹਿਣ ਨੂੰ ਤਵੱਜੋ ਦਿੰਦਾ।

ਊਂ ਕਦੇ ਨੂੰਹ ਪੁੱਤ ਨੇ ਸ਼ਿੱਦਤ ਨਾਲ ਉਹਨੂੰ ਕਿਹਾ ਵੀ ਨਹੀਂ ਸੀ ਕਿ ਉਹ ਕੋਠੀ ਦੇ ਕਿਸੇ ਕਮਰੇ 'ਚ ਰਹਿ ਲਵੇ ਤੇ ਬਾਪੂ ਸਿਆਣਾ ਸੀ....ਸਭ ਕੁਝ ਸਮਝਦਾ ਸੀ। ਨਾਲੇ ਆਪਣੀ ਇੱਜ਼ਤ ਪੱਤ ਦਾ ਆਦਮੀ ਆਪੇ ਖਿਆਲ ਕਰੇ....।

ਊਂ ਵੀ ਮੰਗਲ ਦਾਨਾ ਸਾਨਾ ਆਦਮੀ ਸੀ। ਉਹ ਮਹਿਸੂਸ ਕਰਦਾ ਸੀ ਕਿ ਉਹਦਾ ਅਨਪੜ੍ਹ, ਪੇਂਡੂ ਅਤੇ ਸਿੱਧ ਪੱਧਰਾ ਕਿਸਾਨ ਹੋਣਾ ਉਹਦੇ ਤਸੀਲਦਾਰ ਮੁੰਡੇ ਦੇ ਮਾਡਰਨ ਪਰਿਵਾਰ ਲਈ ਨਮੋਸ਼ੀ ਵਾਲੀ ਗੱਲ ਸੀ। ਉਹ ਕਦੇ ਬਾਪੂ ਦੀ ਕਿਸੇ ਨਾਲ ਜਾਣ ਪਛਾਣ ਨਹੀਂ ਸਨ ਕਰਾਉਂਦੇ। ਉਹ ਝਕਦੇ ਸਨ ਕਿ ਲੋਕੀਂ ਕੀ ਕਹਿਣਗੇ ਬਈ ਉਹਨਾਂ ਦਾ ਬਾਪੂ ਉਜੱਡ ਗਵਾਰ ਜਿਹਾ ਆਦਮੀ ਹੈ।

ਨਾਲੇ ਮੰਗਲ ਚਾਦਰਾ ਕੁੜਤਾ ਪਾ ਕੇ ਰੱਖਦਾ ਹੈ। ਬਾਪੂ ਦਾ ਪਹਿਰਾਵਾ ਉਹਨਾਂ ਨੂੰ ਉਕਾ ਈ ਅਜੀਬ ਲੱਗਦਾ। ਪਿਛਲੇ ਸਾਲ ਉਹਦੇ ਮੁੰਡੇ ਨੇ ਉਸ ਨੂੰ ਦੁੱਧ ਚਿੱਟੇ ਕੁੜਤੇ ਪਜਾਮੇ ਸੰਵਾ ਕੇ ਦਿੱਤੇ ਸਨ। ਪਰ ਉਸ ਨੇ ਕਦੇ ਕੁੜਤਾ ਪਜਾਮਾ ਪਹਿਨਿਆ ਈ ਨਹੀਂ ਸੀ ਤੇ ਪਹਿਲੀ ਵਾਰੀ ਪਜਾਮਾ ਪਹਿਨ ਕੇ ਤੁਰਨ ਵਿੱਚ ਉਸ ਨੂੰ ਔਖ ਮਹਿਸੂਸ ਹੋਈ ਸੀ। ਉਹਨੂੰ ਆਪਣੀਆਂ

ਅੱਡ ਅੱਡ ਨਜ਼ਰ ਆਉਂਦੀਆਂ ਲੱਤਾਂ ਓਪਰੀਆਂ ਓਪਰੀਆਂ ਲੱਗੀਆਂ।

ਨਾਲੇ ਉਹਦੇ ਪੋਤੇ ਉਹਨੂੰ ਹਮੇਸ਼ਾ ਟੋਕਦੇ ਕਿ ਬਾਪੂ ਤੂੰ ਸਾਡੇ ਦੋਸਤਾਂ ਦੇ ਸਾਹਮਣੇ ਨਾ ਆਇਆ ਕਰ। ਉਹਨਾਂ ਦੇ ਦਾਦੇ ਤਾਂ ਅਫਸਰ ਲੋਕ ਨੇ ਪਰ ਮੰਗਲ ਨੇ ਪੋਤਿਆਂ ਦੀ ਗੱਲ ਦਾ ਕਦੇ ਬੁਰਾ ਨਹੀਂ ਸੀ ਮਨਾਇਆ। ਉਹ ਜਾਣਦਾ ਸੀ ਕਿ ਇਹ ਸਭ ਜ਼ਮਾਨੇ ਦੇ ਰੰਗ ਨੇ। ਚਾਰੇ ਪਾਸੇ ਘੋੜੇ ਆਲਾ ਫਿਰਿਆ ਹੋਇਐ...।

ਉਂਜ ਉਹ ਆਪਣੇ ਮੁੰਡੇ ਕੋਲ ਆਉਂਦਾ ਵੀ ਘੱਟ ਈ ਸੀ। ਏਥੇ ਆ ਕੇ ਉਹਦਾ ਦਮ ਘੁਟਦਾ ਸੀ। ਉਹਨੂੰ ਘੁਟਣ ਮਹਿਸੂਸ ਹੁੰਦੀ ਸੀ।

ਤੇ ਹੁਣ ਉਹ ਪਛਤਾ ਰਿਹਾ ਸੀ। ਚੰਗੀ ਭਲੀ ਮੇਹਰੂ ਕਿਆਂ ਦੀ ਕੰਬਾਈਨ ਆਉਂਦੀ ਸੀ। ਰਾਤੋ ਰਾਤ ਉਹਨੇ ਕਣਕ ਸਾਂਭ ਕੇ ਔਹ ਮਾਰਨੀ ਸੀ। ਐਵੇਂ ਆ ਗਿਆ ਜੁਆਕਾਂ ਨੂੰ ਛੱਡਣ....ਨਾਲੇ ਮੌਸਮ ਐਸ ਤਰ੍ਹਾਂ ਪਲਟੀ ਖਾਊਗਾ...ਇਹ ਤਾਂ ਉਹਦੇ ਚਿੱਤ ਚੇਤੇ ਈ ਨਹੀਂ ਸੀ।

ਹੁਣ ਮੰਗਲ ਪਛਤਾ ਰਿਹਾ ਸੀ। ਸੋਚ ਰਿਹਾ ਸੀ ਕਿ ਨਿਆਣਿਆਂ ਨੂੰ ਤਾਂ ਡਰਾਈਵਰ ਲੈ ਆਉਂਦਾ। ਐਤਕੀਂ ਬੜੀ ਭਰਵੀਂ ਫਸਲ ਹੋਈ ਸੀ। ਅੰਬਾਂ ਨੂੰ ਬੂਰ ਵੀ ਰੱਜ ਕੇ ਪਿਆ ਸੀ। ਕਿਸਾਨ ਸੋਚ ਰਹੇ ਸਨ ਕਿ ਐਤਕੀਂ ਤਾਂ ਉਹਨਾਂ ਦੇ ਰੋਣੇ ਧੋਣੇ ਧੋਤੇ ਜਾਣਗੇ.....ਪਰ ਐਨੀ ਚੰਗੀ ਕਿਸਮਤ ਕਿੱਥੇ ਕਿਸਾਨ ਦੀ।

ਨਾਲੇ ਜੇ ਉਹ ਕੋਠੀ ਦੇ ਕਿਸੇ ਹੋਰ ਕਮਰੇ 'ਚ ਸੁੱਤਾ ਹੁੰਦਾ ਜਿੱਥੇ ਪੱਕੀ ਛੱਤ ਹੁੰਦੀ ਤਾਂ ਸ਼ਾਇਦ ਮੀਂਹ ਦਾ ਖੜਕਾ ਐਨਾ ਜ਼ਿਆਦਾ ਨਾ ਸੁਣਾਈ ਦਿੰਦਾ। ਪਰ ਗੈਰੇਜ ਦੀ ਟੀਨਾਂ ਵਾਲੀ ਛੱਤ ਉਤੇ ਤਾਂ ਮੀਂਹ ਕਾੜ ਕਾੜ ਵੱਜ ਰਿਹਾ ਸੀ। ਤੇ ਮੰਗਲ ਨੂੰ ਇਹ ਕਾੜ ਕਾੜ ਸਿੱਧੀ ਆਪਣੀ ਛਾਤੀ ਵਿੱਚ ਵੱਜਦੀ ਮਹਿਸੂਸ ਹੋ ਰਹੀ ਸੀ।

ਨਾਲੇ ਹਾਅ ਜਿਹੜੇ ਬੇ ਮੌਸਮੇ ਗੜ੍ਹੇ ਪੈਣੇ ਸ਼ੁਰੂ ਹੋ ਗਏ ਸਨ ਇਹਨਾਂ ਨੇ ਤਾਂ ਮੰਗਲ ਦੇ ਕੰਨ ਉੱਕਾ ਟੌਣੇ ਕਰ ਦਿੱਤੇ। ਕਿਨੀਓ ਦੇਰ ਉਹ ਕੰਨਾਂ 'ਚ ਉਂਗਲਾਂ ਦਈ ਬੈਠਿਆ ਰਿਹਾ। ਉਂਜ ਮੰਗਲ ਬੜਾ ਦਲੇਰ ਸੀ ਪਰ ਰਾਤੀਂ ਉਹ ਜੁਆਕਾਂ ਵਾਂਗ ਹੁਬਕੀਆਂ ਲੈ ਕੇ ਰੋਂਦਾ ਰਿਹਾ। ਉਹਦਾ ਧਿਆਨ ਸੋਨੇ ਰੰਗੀ ਕਣਕ ਵੱਲ ਹੀ ਸੀ ਜਿਹੜੀ ਮੀਂਹ ਨਾਲ ਖਰਾਬ ਹੁੰਦੀ ਉਹ ਸਾਫ ਦੇਖ ਰਿਹਾ ਸੀ।

ਬਣੀ ਆਲੇ ਖੇਤ ਤਾਂ ਮਾੜੀ ਜਹੀ ਬਰਸਾਤ ਨਾਲ ਵੀ ਜਲ ਥਲ ਹੋ ਜਾਂਦੇ ਸਨ ਤੇ ਉਧਰ ਨਿਆਈਆਂ ਵਾਲੀ ਧਰਤੀ ਵੈਸੇ ਨੀਮੀਂ ਸੀ। ਉਹਦੀਆਂ ਅੱਖਾਂ ਅੱਗੋਂ ਪਾਣੀ 'ਚ ਵਿਛੀ ਹੋਈ ਕਣਕ ਪਰ੍ਹੇ ਨਹੀਂ ਸੀ ਹੋ ਰਹੀ!

ਉਹਨੂੰ ਰਹਿ ਰਹਿ ਕੇ ਮੁੱਖੇ ਦੀ ਕਿੱਕਰ ਨਾਲ ਲਟਕੀ ਲਾਸ਼ ਯਾਦ ਆ ਰਹੀ ਸੀ। ਵਿਚਾਰਾ ਮੁੱਖਾ-ਪਿਛਲੇ ਸਾਲ ਬਰਸਾਤ ਨਾ ਹੋਣ ਕਰਕੇ ਫਸਲ ਮਾਰੀ ਗਈ ਸੀ ਤੇ ਉਧਰੋਂ ਜੌੜੀਆਂ ਧੀਆਂ ਦੇ ਵਿਆਹ ਲਈ ਸ਼ਾਹੂਕਾਰ ਕੋਲੋਂ ਲਿਆ ਕਰਜ਼ਾ....ਟਰੈਕਟਰ ਦੀ ਕਿਸ਼ਤ....ਬੈਂਕ ਦਾ ਲੋਨ.....ਤੇ ਵਿਚਾਰੇ ਨੇ ਆਪਣੀ ਓ ਪੱਗ ਕਿੱਕਰ ਦੇ ਡਾਹਣੇ 'ਚ ਫਰ੍ਹਾਅ ਕੇ ਗਲ ਫਰਾਹਾ ਲੈ ਲਿਆ ਸੀ।

ਸਵੇਰੇ ਜਦੋਂ ਉਹ ਖੇਤਾਂ 'ਚ ਜਾਣ ਲੱਗਿਆ ਤਾਂ ਕਿੱਕਰ ਨਾਲ ਲਟਕੀ ਸੁੱਖੇ ਦੀ ਲਾਸ਼ ਦੇ ਸਿਰ ਉਤੇ ਕਾਂ ਬੈਠਾ ਉਹਨੂੰ ਨਿਰਾ ਜਮਦੂਤ ਨਜ਼ਰ ਆਇਆ ਸੀ....ਤੇ ਜਿਹੜਾ

ਕੁੱਤਾ ਮੁੱਖੀ ਦੇ ਪੈਰਾਂ ਨੂੰ ਚੱਟਣ ਡਿਹਾ ਸੀ ਉਹਦੀ ਮਨਸ਼ਾ ਵੀ ਮੰਗਲ ਸਮਝ ਗਿਆ ਸੀ।

ਰੌਲਾ ਪਾ ਕੇ ਉਹਨੇ ਲੋਕਾਂ ਨੂੰ ਕੱਠਿਆਂ ਕੀਤਾ ਤੇ ਫੇਰ ਛੇ ਫੁੱਟੇ ਸਾਂਢ ਵਰਗੇ ਮੁੱਖੀ ਦੀ ਲਾਸ਼ ਨੂੰ ਚਾਰ ਜਣਿਆਂ ਨੇ ਜੂੱਫਾ ਮਾਰ ਕੇ ਹੇਠ ਲਾਹਿਆ ਸੀ। ਮੁੱਖੀ ਦੀਆਂ ਅੱਡੀਆਂ ਤੇ ਬਾਹਰ ਨਿਕਲੀਆਂ ਅੱਖਾਂ ਲੋਕਾਂ ਦੇ ਲੱਖ ਕੋਸ਼ਿਸ਼ ਕਰਨ ਤੇ ਵੀ ਬੰਦ ਨਹੀਂ ਸਨ ਹੋ ਰਹੀਆਂ। ਜਿਵੇਂ ਅਜੇ ਜਗਤ ਤਮਾਸ਼ਾ ਦੇਖਣ ਦੀ ਇੱਛਾ ਰੱਖਦੀਆਂ ਹੋਈਆਂ ਸਭਨਾਂ ਦਾ ਮੂੰਹ ਚਿੜਾ ਰਹੀਆਂ ਹੋਣ।

ਤੇ ਹੁਣ ਗੈਰੇਜ ਦੀ ਟੀਨ ਵਾਲੀ ਛੱਤ ਉਤੇ ਬਰਸਾਤ ਦੀ ਦਗੜ ਦਗੜ ਸੁਣ ਕੇ ਮੰਗਲ ਨੂੰ ਲੱਗਿਆ ਕਿ ਉਹ ਵੀ ਓਸੇ ਕਿੱਕਰ ਨਾਲ....।

ਪਰ ਉਹਦੀ ਪੱਗ ਤਾਂ ਅੰਦਰ ਕਿਸੇ ਹੋਰ ਕਮਰੇ 'ਚ ਪਈ ਸੀ। ਰਾਤੀਂ ਉਹ ਪੱਗ ਚੱਕਣੀ ਭੁੱਲ ਈ ਗਿਆ ਸੀ ਤੇ ਹੁਣ ਉਹਦੇ ਕੋਲ ਫਾਹੇ ਲੱਗਣ ਨੂੰ ਪੱਗ ਵੀ ਨਹੀਂ ਸੀ....ਉਹਨੂੰ ਇਹ ਵੀ ਪਛਤਾਵਾ ਹੋ ਰਿਹਾ ਸੀ ਕਿ ਉਹਦੀ ਘਸਮੈਲੀ ਜਿਹੀ ਪੱਗ ਉਹਦੇ ਮੁੰਡੇ ਦੀ ਕੋਠੀ ਦੇ ਇੱਕ ਕਮਰੇ 'ਚ ਬੱਜ ਲੱਗੀ ਪਈ ਐ....ਊਂ ਮੰਗਲ ਇਹੋ ਜਿਹੀ ਗਲਤੀ ਘੱਟ ਈ ਕਰਦਾ ਹੁੰਦਾ ਸੀ ਪਰ ਕਦੇ ਕਦੇ ਹੋ ਈ ਜਾਂਦੀ.....।

ਉਹਦਾ ਮੁੰਡਾ ਕਦੇ ਕਦੇ ਆਖਦਾ ਹੁੰਦਾ ਸੀ ਕਿ ਬਾਪੂ ਛੱਡ ਖਹਿੜਾ ਜ਼ਮੀਨ ਦਾ....ਊਈਂ ਰੱਤ ਸੁੱਕੀ ਰਹਿੰਦੀ ਐ....ਜੇ ਮੀਂਹ ਵੱਧ ਪੈ ਗਿਆ ਤਾਂ ਮਰੇ ਜੇ ਨਾ ਪਿਆ ਤਾਂ ਮੁਸੀਬਤ-ਅਖੇ ਆਪਣੀ ਬੇਚ ਬਾਚ ਕੇ ਸ਼ਹਿਰ 'ਚ ਪਲਾਟ ਲੈ ਲਓ। ਮੌਜਾਂ ਈ ਮੌਜਾਂ। ਨਾਲੇ ਐਨੀ ਆਮਦਨ ਤਾਂ ਸਾਲ 'ਚ ਸਾਰੀ ਫਸਲ 'ਚੋਂ ਨੀ ਹੁੰਦੀ ਜਿੰਨੀ ਪਲਾਟਾਂ ਦੀ ਕੀਮਤ ਵਧ ਜਾਂਦੀ ਐ ਪਰ ਮੰਗਲ ਲਈ ਇਹ ਪਾਪ ਸੀ। ਜ਼ਮੀਨ ਕਿਸਾਨ ਦੀ ਮਾਂ ਹੁੰਦੀ ਐ। ਭਲਾ ਕੋਈ ਆਪਣੀ ਮਾਂ ਨੂੰ ਵੇਚ ਸਕਦੈ ਕਿਤੇ? ਉਹ ਮੁੰਡੇ ਦੀ ਕਹੀ ਕੰਨਾਂ ਮੁੱਢ ਮਾਰ ਜਾਂਦਾ ਪਰ ਅੱਜ ਉਹਨੂੰ ਲੱਗਿਆ ਸ਼ਾਇਦ ਮੁੰਡਾ ਠੀਕ ਈ ਕਹਿੰਦੈ....।

ਪਰ ਜੇ ਆਇੰ ਸਾਰੇ ਕਿਸਾਨ ਜ਼ਮੀਨਾਂ ਬੇਚ ਬੇਚ ਕੇ ਸ਼ਹਿਰਾਂ 'ਚ ਜਾ ਵੜੇ ਤਾਂ ਅਨਾਜ ਕਿੱਥੋਂ ਆਊ? ਦੁਨੀਆਂ ਨੂੰ ਪੇਟ ਭਰਨ ਨੂੰ ਰੋਟੀ ਕਿਵੇਂ ਮਿਲੂ?

ਟੀਨ ਦੀ ਛੱਤ ਉਤੇ ਬਰਸਾਤ ਹੋਰ ਵੀ ਤੇਜ਼ ਬਰਸਣ ਲੱਗ ਗਈ। ਉਹਨੇ ਦਰਵਾਜ਼ਾ ਖੋਹਲ ਕੇ ਬਾਹਰ ਦੇਖਿਆ ਬਈ ਕਿੰਨੀ ਕੁ ਬਰਸਾਤ ਹੋਈ ਐ ਪਰ ਬਾਹਰ ਤਾਂ ਪਾਣੀ ਖੜ੍ਹਿਆ ਈ ਨਹੀਂ ਸੀ। ਇਹ ਕਿਹੜਾ ਪਿੰਡ ਸੀ ਬਈ ਮੀਂਹ ਦਾ ਪਾਣੀ ਥਾਏਂ ਰੁਕਿਆ ਰਹਿੰਦਾ। ਇਹ ਤਾਂ ਤਸੀਲਦਾਰ ਦੀ ਕੋਠੀ ਸੀ। ਮੀਂਹ ਦਾ ਪਾਣੀ ਨਾਲ ਦੀ ਨਾਲ ਵਹਿ ਜਾਂਦਾ ਸੀ। ਉਹਦੇ ਮੂੰਹੋਂ ਅਚਨਚੇਤ ਈ ਨਿਕਲ ਗਿਆ।

"ਚਲ ਮੰਗਲ ਸਿਆਂ....ਉਥੇ ਜਾ ਕੇ ਕਿਹੜਾ ਤੈਂ ਕਣਕ ਤੇ ਚਾਦਰਾ ਤਾਣ ਲੈਣਾ 'ਤੀ....ਦੇਖੀ ਜਾਊ ਜਿਹੜੀ ਪਿੰਡ ਨਾਲ ਹੋਊ....ਤੂੰ ਕਿਹੜਾ ਕੱਲੈਂ....ਤੇਰੇ ਬਰਗੇ ਕਰੋੜਾਂ ਕਰਸਾਨ ਨੇ....।"

ਪਰ ਉਹਦੇ ਬੋਲਾਂ ਨੇ ਉਹਨੂੰ ਢਾਰਸ ਦੇਣ ਦੀ ਬਜਾਏ ਸਗੋਂ ਉਹਦੀ ਹੋਰ ਵੀ ਸੱਤਿਆ ਕੱਢ ਦਿੱਤੀ। ਦਾਹੜੀ 'ਚ ਉਂਗਲਾਂ ਫੇਰਦਿਆਂ ਉਹਨੇ ਸੋਚਿਆ ਬਈ ਮੁੰਡਾ ਤਾਂ ਤਸੀਲਦਾਰ ਬਣ ਕੇ ਊਈਂ ਰੱਬ ਨੂੰ ਬਛੇਰੂ ਦੱਸਦੈ....ਹਲੇ ਕੁੜੀਆਂ ਬਿਆਹੁਣ ਜੋਕਰੀਆਂ ਨੇ...ਛੋਟੇ ਮੁੰਡੇ ਦੀ ਪੜ੍ਹਾਈ ਅੱਧ ਬਚਾਲੇ ਐ.....ਕਹਿੰਦੈ ਬਈ ਮੈਂ ਇੰਜੀਨੀਅਰੀ ਕਰਨੀ

ਐ....ਫੇਰ ਮੈਂ ਥੋਡੀ ਸੇਬਾ ਕਰਿਆ ਕਰੂੰ....ਸਾਰੀ ਤਨਕਾਹ ਥੋਡੇ ਹੱਥਾਂ 'ਚ ਫੜਾ ਦਿਆ ਕਰੂੰ... ਕਹਿੰਦਾ ਤਾਂ ਹੈ ਬਈ ਮੈਂ ਨੀ ਬੜੇ ਬੀਰ ਮੰਗੂੰ ਕਰਦਾ....ਪਰ ਕੀ ਪਤਾ....ਹਲੇ ਗਰਜ ਐ ਤਾਂ ਕਰ ਕੇ ਲੱਲੇ ਭੱਬੇ ਮਾਰਦੈ....ਲੱਖ ਰੁਪੱਈਆ ਸਾਲ ਦੀ ਫੀਸ ਜਾਊ....ਕੁੜੀਆਂ ਨੂੰ ਭਾਵੇਂ ਅੱਜੇ ਤੋਰ ਦਿਓ....ਤਸੀਲਦਾਰ ਨੂੰ ਆਉਂਦੀਆਂ ਨੇ ਗੱਲਾਂ....ਪੈਸਾ ਕਦੇ ਤਲੀ ਤੇ ਨੀ ਧਰਿਆ....ਕੰਜੂਸ ਐਨਾ ਬਈ ਆਵਦਾ ਬੁਖਾਰ ਬੀ ਨਾ ਦੇਵੇ ਕਿਸੇ ਨੂੰ....ਉਲਟਾ ਮੇਰੇ ਕੋਲੋਂ ਖੋਹ ਖਿੰਜ ਕਰਦਾ ਰਹੂ....ਅਖੇ ਮੈਂ ਤਾਂ ਸਰਕਾਰੀ ਸਕੂਲਾਂ 'ਚ ਪੜ੍ਹਾਈ ਕਰੀ ਐ....ਮੇਰੀ ਪੜ੍ਹਾਈ ਦਾ ਖਰਚਾ ਈ ਕਿਹੜਾ ਹੋਇਐ....ਪਰ ਇਹਨੂੰ ਭੜੂਏ ਨੂੰ ਕੌਣ ਸਮਝਾਵੇ ਬਈ ਜੇ ਤੂੰ ਪੜ੍ਹਾਈ ਨਾ ਕਰਦਾ ਤਾਂ ਮੇਰੇ ਨਾਲ ਖੇਤੀ ਪੱਤੀ 'ਚ ਹੱਥ ਬਟਾਉਂਦਾ....ਪਰ....।

ਦਰਵਾਜ਼ਾ ਖੜਕਿਆ....ਉਹ ਜਿਵੇਂ ਗਹਿਰੀ ਨੀਂਦ 'ਚੋਂ ਜਾਗਿਆ ਹੋਵੇ। ਬਾਹਰ ਡਰਾਈਵਰ ਖੜ੍ਹਾ ਸੀ....ਮੰਗਲ ਦੇ ਪੈਰਾਂ ਕੰਨੀ ਝੁਕਦਿਆਂ ਬੋਲਿਆ,

"ਬਾਪੂ ਜੀ ਮੈਂ ਪਟਿਆਲੇ ਜਾਣੈ....ਰਾਹ 'ਚ ਸੋਨੂੰ ਤਾਰਦਾ ਜਾਊਂ....ਕਿੱਥੇ ਬੱਸਾਂ 'ਚ ਧੱਕੇ ਖਾਂਦੇ ਫਿਰੋਗੇ....ਤਿਆਰ ਹੋ ਜੋ.....।"

ਅੰਨ੍ਹਾ ਕੀ ਭਾਲੇ ਦੋ ਨੈਣ। ਮੰਗਲ ਤਾਂ ਇਹੀ ਚਾਹ ਰਿਹਾ ਸੀ। ਉਹਨੇ ਨਾਹੁਣ ਧੋਣ ਦੀ ਖੇਚਲ ਨਾ ਕੀਤੀ। ਉਹ ਛੇਤੀ ਤੋਂ ਛੇਤੀ ਪਿੰਡ ਅੱਪੜਨਾ ਚਾਹੁੰਦਾ ਸੀ। ਉਹਦਾ ਚਿੱਤ ਕਣਕ ਉਤੇ ਵਿਛ ਜਾਣ ਨੂੰ ਕਰ ਰਿਹਾ ਸੀ। ਉਹਦਾ ਜੀ ਕਰ ਰਿਹਾ ਸੀ ਬਈ ਉਹ ਕਣਕ ਨੂੰ ਬੁੱਕਲ 'ਚ ਲੈ ਲਵੇ....ਉਹਨੇ ਦਬੜਸੱਟ ਚਾਹ ਅੰਦਰ ਸੁੱਟੀ ਤੇ ਫੇਰ ਝਕਦਾ ਝਕਦਾ ਆਪਣੇ ਮੁੰਡੇ ਕੋਲੋਂ ਜਾਣ ਦੀ ਇਜ਼ਾਜਤ ਲੈਣ ਕੋਠੀ 'ਚ ਚਲਿਆ ਗਿਆ। ਉਹਦੇ ਨੂੰਹ ਪੁੱਤ ਅਤੇ ਬੱਚੇ ਕਿਤੇ ਜਾਣ ਵਾਸਤੇ ਤਿਆਰ ਹੋ ਰਹੇ ਸਨ। ਬਾਪੂ ਨੇ ਆਪਣੀ ਹੋਂਦ ਜਤਾਉਣ ਲਈ ਖੰਘੂਰਾ ਮਾਰਿਆ।

"ਆ ਜੋ ਬਾਪੂ ਜੀ....ਤਿਆਰ ਹੋ ਗੇ? ਔਹ ਥੋਡੀ ਪੱਗ ਧਰੀ ਐ....।" ਬਾਪੂ ਨੇ ਦੇਖਿਆ ਕਿ ਪੱਗ ਦਾ ਇੱਕ ਲੜ ਪਾਲਤੂ ਕੁੱਤਾ ਮੂੰਹ 'ਚ ਲਈ ਖੇਲ੍ਹ ਰਿਹਾ ਸੀ। ਉਹਨੇ ਚੁੱਪ ਕਰ ਕੇ ਉੱਘੜੀ ਦੁੱਘੜੀ ਜਿਹੀ ਪੱਗ ਬੰਨ੍ਹੀ ਤੇ ਬਾਹਰ ਜਾਣ ਲਈ ਕਾਹਲੀ ਕਾਹਲੀ ਕਦਮ ਪੁੱਟੇ।

"ਦਰਅਸਲ ਬਾਪੂ ਜੀ....ਅੱਜ ਮੌਸਮ ਵਧੀਆ ਹੋਇਆ ਪਿਐ...ਰਾਤ ਬੜੀ ਮਜ਼ੇਦਾਰ ਬਾਰਸ਼ ਹੁੰਦੀ ਰਹੀ....ਮੈਂ ਤਾਂ ਬਾਹਰ ਨਿਕਲ ਕੇ ਬਾਰਸ 'ਚ ਭਿੱਜਦਾ ਰਿਹਾ...ਬਹੁਤ ਗਰਮੀ ਹੋ ਗਈ ਸੀਗ੍ਹੀ...ਸ਼ੁਕਰ ਐ ਬਰਸਾਤ ਨੇ ਮੌਸਮ ਠੰਢਾ ਕੀਤੈ....ਗਰਮੀ ਨੇ ਤਾਂ ਅੱਤ ਈ ਚੱਕ 'ਤੀ ਸੀ....ਏ ਸੀ 'ਚ ਵੀ ਪਸੀਨਾ ਆਉਂਦਾ ਸੀ....ਹੁਣ ਬੱਚੇ ਪਿਕਨਿਕ ਤੇ ਜਾਣ ਦਾ ਪ੍ਰੋਗਰਾਮ ਬਣਾ ਰਹੇ ਨੇ.....ਬਰਸਾਤ ਵੀ ਥੋੜ੍ਹੀ ਰੁਕੀ ਐ...ਪ੍ਰਮਾਤਮਾ ਕਰੇ ਚਾਰ ਪੰਜ ਦਿਨ ਬਰਸਾਤ ਲਗਾਤਾਰ ਹੁੰਦੀ ਰਹੇ.....ਤਾਂ ਕਿਤੇ ਜਾ ਕੇ ਗਰਮੀ ਘਟ ਹੋਵੇ...ਨਹੀਂ ਤਾਂ...।

"ਨਹੀਂ...ਈਂ....ਈਂ....ਈਂ....ਈਂ।" ਬਾਪੂ ਚੀਕਿਆ ਤੇ ਉਹਨੇ ਮੁੰਡੇ ਦੇ ਮੂੰਹ ਉਤੇ ਹੱਥ ਧਰਨਾ ਚਾਹਿਆ-ਪਰ ਪਤਾ ਨੀ ਉਹਦਾ ਹੱਥ ਮੁੰਡੇ ਦੇ ਮੂੰਹ ਤੇ ਜਾਣ ਦੀ ਬਜਾਏ ਆਪਣੇ ਈ ਮੱਥੇ ਤੇ ਕਿਉਂ ਜਾ ਵੱਜਿਆ-ਪੱਥਰ ਵਾਂਗ। ਬਾਪੂ ਨੂੰ ਸਮਝ ਨਹੀਂ ਸੀ ਆ ਰਹੀ ਕਿ ਇੱਕ ਕਿਸਾਨ ਦਾ ਪੁੱਤ ਹੋ ਕੇ ਉਹਦਾ ਮੁੰਡਾ ਕਿਸਾਨ ਦਾ ਦਰਦ ਕਿਉਂ ਨੀ ਸਮਝਦਾ....ਆਪਣੀ ਮਿੱਟੀ ਨਾਲੋਂ ਟੁੱਟਿਆ ਹੋਇਆ ਖੁਦਗਰਜ਼ ਆਦਮੀ-ਇਹ ਕਿਹਾ ਜਾ ਬੰਦੈ.....ਮਿੱਟੀ ਨਾਲੋਂ ਟੁੱਟਿਆ ਹੋਇਆ.....

ਬਿਰਧ ਆਸ਼ਰਮ

"ਭਾਈ ਸ਼ਾਬ....ਬੱਸ ਆੜੈ ਤੈ ਚਾਲ ਕੈ...ਧੁਰ ਪਿਪਲੀ ਜਾ ਕੈ ਰੁਕੈਗੀ...ਕਹੀਂ ਕੋਈ ਲੀਲੋਂ ਖੇੜੀ ਕਾ ਚੜ੍ਹ ਲਿਆ ਹੋ ਬੀਚ ਮਾਂਹ ਕੋ...." ਖਚਾਖਚ ਭਰੀ ਹੋਈ ਬੱਸ ਦੀ ਪਿਛਲੀ ਬਾਰੀ ਥਾਈਂ ਚੜ੍ਹਦਿਆਂ ਬੱਸ ਦੇ ਕੰਡਕਟਰ ਨੇ ਆਪਣੇ ਵੱਲੋਂ ਇਕ ਫਰਮਾਨ ਜਿਹਾ ਜਾਰੀ ਕੀਤਾ।

"ਏ ਬੇਟੇ...ਮੰਨੈ ਤੋ ਲੀਲੋਂ ਖੇੜੀ ਏ ਜਾਣਾ ਸੈ.....ਮੰਨੇ ਤਾਰ ਦੀਏ ਉੜੈ.....ਭਗੁਆਨ ਤੰਨੈ ਰਾਜੀ ਰਾਖੈ....." ਠੇਠ ਹਰਿਆਣਵੀ ਲਿਬਾਸ ਪਾਈ ਬੈਠੀ ਇਕ ਬੁੱਢੀ ਔਰਤ ਨੇ ਤਰਲਾ ਲੈਂਦਿਆਂ ਕੰਡਕਟਰ ਨੂੰ ਕਿਹਾ।

"ਨਾ ਤਾਈ...ਯੂ ਕੋਨੀ ਰੁਕੈ ਲੀਲੋਖੇੜੀ....ਤੂੰ ਇਬੇ ਤਲੈ ਹੋ ਲੇ.....ਫੇਰ ਬਾਦ ਮੈਂ ਲਫੜਾ ਕਰੇਗੀ....ਚਾਲ ਤਾਉਲੀ ਤਲੈ ਨੈ ਉਤਰ ਲੇ....." ਕੰਡਕਟਰ ਨੇ ਖਰਵ੍ਹੀਂ ਜਿਹੀ ਆਵਾਜ਼ ਵਿੱਚ ਬੁੱਢੀ ਨੂੰ ਚੇਤਾਵਨੀ ਦਿੱਤੀ।

"ਬੇਟੇ ਮੈਂ ਬੁੱਢੀਆ ਬੜੀ ਦਿੱਕਤ ਸੇ ਤੋ ਬੱਸ ਮੈਂ ਚੜ੍ਹੀ ਸੂੰ....ਉਪਰ ਤੇ ਸ਼ਾਮਾਨ ਬੀ ਸੈ 'ਤਾਰ ਦੀਏ ਮਾਂ ਨੈ ਮੇਰਾ ਬੇਟਾ...." ਬੁੱਢੀ ਨੇ ਫੇਰ ਤਰਲਾ ਲਿਆ।

"ਤਾਈ ਕਿਉਂ ਭੇਜਾ ਚਾਟਣ ਲਾਗ ਰੀ ਸੈ.....ਕਹਿ ਦੀਆ ਨਾਅ ਅਕ ਲੀਲੋ ਖੇੜੀ ਬੱਸ ਕਾ ਸਟਾਪ ਕੋਨੀ....ਤੂੰ ਤਲੈ ਚਾਲ....." ਕੰਡਕਟਰ ਨੇ ਹੋਰ ਵੀ ਰੁਖਾਈ ਨਾਲ ਕਿਹਾ।

"ਬੇਟੇ ਯੂ ਤੇਰੀ ਗਾਡੀ ਜਾਵੈ ਤੋ ਲੀਲੋਖੇੜੀ ਹੋ ਕੈ ਏ ਗੀ.....ਮਾੜਾ ਹਾਅ ਰੋਕ ਕੈ ਮੰਨੈ ਪਟਕ ਦੀਏ ਤਲੈ ਨੈ....ਮੈਂ ਬੁੱਢੀਆ ਕੇ ਬਾਰ ਬਾਰ ਬੱਸਾਂ ਮੈਂ ਚੜ੍ਹ ਸਕੂੰ ਸੂੰ.....ਭਗੁਆਨ ਤੇਰੇ ਜਾਕਤਾਂ ਨੇ ਰਾਜ਼ੀ ਰਾਖੈ...." ਬੁੱਢੀ ਨੇ ਐਨਕ ਨੂੰ ਥਾਂ ਸਿਰ ਟਿਕਾਉਂਦਿਆਂ ਅਸੀਸ ਦਿੱਤੀ।

"ਤਾਈ ਬਾਤ ਨੀਊਂ ਸੈ....ਅਕ ਯਾ ਗਾਡੀ ਤਰਾਉੜੀ ਖਤਮ ਹੁੰਦਿਆਂ ਏ ਧਰਤੀ ਤੇ ਉਪਰ ਉਠਕੈ ਅਸਮਾਨ ਮੈਂ ਉਡਣ ਲਾਗ ਜਿਆ ਗੀ....ਅਰ ਨੀਲੋਖੇੜੀ ਪਾਰ ਕਰਦਿਆਂ ਏ ਧਰਤੀ ਪੈ ਆ ਜਿਆ 'ਗੀ....ਇਸਕੇ ਚੱਕੇ ਨੀਲੋਖੇੜੀ ਕੀ ਸੜਕ ਪੈ ਕੋਨੀ ਭਾਜਤੇ...." ਕੰਡਕਟਰ ਨੇ ਟਿਕਾ ਟਿਕਾ ਕੇ ਕਿਹਾ ਤੇ ਉਹਦੀ ਗੱਲ ਸੁਣ ਕੇ ਬੱਸ ਵਿਚਲੀਆਂ ਸੁਆਰੀਆਂ ਜ਼ੋਰ ਦੀ ਹੱਸ ਪਈਆਂ।

ਇੱਕ ਤੀਹਾਂ ਕੁ ਸਾਲਾਂ ਦੀ ਸਮਾਰਟ ਜਿਹੀ ਔਰਤ ਭੀੜ ਨੂੰ ਚੀਰਦੀ ਖਿੜਕੀ ਕੋਲ ਆਈ ਤੇ ਬੜੀ ਮੁਸ਼ਕਲ ਰਸਤਾ ਬਣਾਉਂਦੀ ਹੋਈ ਬਾਰੀ 'ਚੋਂ ਦੀ ਛਾਲ ਮਾਰ ਕੇ ਹੇਠਾਂ ਉਤਰ ਗਈ।

ਕੰਡਕਟਰ ਨੇ ਤਿਰਛੀ ਨਜ਼ਰ ਨਾਲ ਉਸ ਔਰਤ ਨੂੰ ਵੇਖਿਆ ਤੇ ਗਰਦਨ ਘੁੰਮਾ ਕੇ ਬੋਲਿਆ,

"ਕੇ ਬਾਤ ਮੈਡਮ ਜੀ, ਜਾਣਾ ਨੀ ਕੇ?"

"ਜਾਣਾ ਤਾਂ ਹੈ ਪਰ ਤੁਸੀਂ ਕਹਿਨੇ ਓਂ ਕਿ ਲੀਲੋਖੇੜੀ ਬੱਸ ਨੇ ਰੁਕਣਾ ਨੀ।" ਕਹਿੰਦਿਆਂ ਹੋਇਆਂ ਉਹ ਔਰਤ ਕੰਡਕਟਰ ਦਾ ਪ੍ਰਤੀਕਰਮ ਭਾਂਪਣ ਲਈ ਰੁਕ ਗਈ।

"ਆ ਜੋ....ਆ ਜੋ....ਜਿਬ ਯਾ ਤਾਈ ਏ ਕੋਨੀ ਉਤਰਦੀ ਤਲੈ, ਤੋ ਆਪ ਨੈ ਬੀ ਤਾਰ ਦੀਊਂਗਾ....ਆਜੋ...." ਉਹੀ ਕੰਡਕਟਰ, ਜਿਹੜਾ ਉਸ ਹਰਿਆਣਵੀ ਬੁੱਢੀ ਨੂੰ ਖਾਉਂ ਪਾੜੂੰ ਕਰ ਰਿਹਾ ਸੀ, ਏਸ ਔਰਤ ਨੂੰ ਬਹੁਤ ਈ ਹਲੀਮੀ ਨਾਲ ਬੋਲਿਆ।

ਜਦੋਂ ਉਹ ਔਰਤ ਬੱਸ ਵਿੱਚ ਚੜ੍ਹਨ ਲੱਗੀ ਤਾਂ ਕੰਡਕਟਰ ਨੇ ਆਪਣੇ ਵਾਲੀ ਸੀਟ ਤੋਂ ਇੱਕ ਉੱਕਾ ਬੁੱਢੇ ਆਦਮੀ ਨੂੰ ਉਠਾਉਂਦਿਆਂ ਕਿਹਾ, ਜਿਸਦੇ ਹੱਥ ਕੰਬ ਰਹੇ ਸਨ,

'ਤਾਊ....ਤੂੰ ਖੜਿਆ ਹੋ ਲੇ....ਯਾਹ ਮੇਰੀ ਸ਼ੀਟ ਸੈ...." ਤੇ ਉਸ ਔਰਤ ਨੂੰ ਮੁਖਾਤਬ ਹੁੰਦਿਆਂ ਬੋਲਿਆ।

"ਮੈਡਮ ਜੀ ਆਪ ਆੜੈ ਆ ਕੈ ਬੈਠ ਜੋ....।"

ਕੰਬਦੇ ਤੇ ਡਿੱਗਦੇ ਢਹਿੰਦੇ ਜਿਸਮ ਨੂੰ ਲੈ ਕੇ ਆਪਣੀ ਡੰਗੋਰੀ ਸੰਭਾਲਦਿਆਂ ਬੁੱਢਾ ਉਠਣ ਲੱਗਾ ਤਾਂ ਉਹਦੇ ਨਾਲ ਵਾਲਾ ਆਦਮੀ ਖੜ੍ਹਾ ਹੁੰਦਿਆਂ ਬੋਲਿਆ,

"ਤਾਊ ਤੂੰ ਐਥੇ ਆ ਜਾ ਮੇਰੀ ਸੀਟ ਤੇ....ਸਰਕ ਕੇ,....ਆਹ ਕੰਨੈਕਟਰ ਦੀ ਸੀਟ ਤਾਂ ਰਾਖਵੀਂ ਹੁੰਦੀ ਐ....ਤੇਰੇ ਬਰਗਿਆਂ ਦੇ ਬਹਿਣ ਲਈ ਨੀ ਹੁੰਦੀ ਆਹ ਸੀਟ....ਆਹ ਤਾਂ....।" ਅੱਗੋ ਉਹ ਆਦਮੀ ਉਸ ਔਰਤ ਨੂੰ ਘੂਰ ਘੂਰ ਕੇ ਵੇਖਦਿਆਂ ਚੁੱਪ ਕਰ ਗਿਆ।

ਉਸ ਬੁੱਢੇ ਨੂੰ ਉਸ ਆਦਮੀ ਦੀ ਸਾਰੀ ਗੱਲ ਤਾਂ ਭਾਵੇਂ ਸਮਝ ਨਾ ਆਈ ਪਰ ਉਹ ਚੁੱਪ ਚੁਪੀਤਾ ਲੜਖੜਾਉਂਦਾ ਹੋਇਆ ਨਾਲ ਵਾਲੀ ਸੀਟ ਉਤੇ ਸਰਕ ਕੇ ਬੈਠ ਗਿਆ। ਝਕਦੀ ਝਕਦੀ ਉਹ ਔਰਤ ਵੀ ਕੰਡਕਟਰ ਵਾਲੀ ਸੀਟ ਉਤੇ ਬੈਠ ਗਈ।

ਉਧਰ ਡਰਾਈਵਰ ਨੇ ਹੇਠਾਂ ਖੜ੍ਹੇ ਖੜ੍ਹੇ ਨੇ ਬੀੜੀ ਸੁਲਗਾਈ ਤੇ ਇੱਕ ਲੰਮਾ ਕਸ਼ ਖਿੱਚਦਾ ਹੋਇਆ ਝੱਟ ਖਿੜਕੀ ਖੋਹਲ ਕੇ ਆਪਣੀ ਸੀਟ ਉੱਤੇ ਬੈਠ ਗਿਆ।

ਉਹਨੇ ਬੱਸ ਸਟਾਰਟ ਕਰਨ ਲਈ ਦੋ ਤਾਰਾਂ ਦਾ ਕੰਨੈਕਸ਼ਨ ਜਿਹਾ ਜੋੜਿਆ ਤੇ ਬੱਸ ਬੜੀ ਭਿਆਨਕ ਆਵਾਜ਼ ਕੱਢਦੀ ਆਪਣੀ ਥਾਂ ਖੜ੍ਹੀਓ ਖੜ੍ਹੀ ਟੱਪਣ ਲੱਗ ਪਈ ਪਰ ਇਹ ਸਟਾਰਟ ਕੋਈ ਨਾ ਹੋਈ।

ਦੋਬਾਰਾ ਫਿਰ ਡਰਾਈਵਰ ਨੇ ਇਹਨਾਂ ਤਾਰਾਂ ਨੂੰ ਆਪਸ ਵਿੱਚ ਜੋੜਿਆ ਤਾਂ ਬੜੀ ਦੇਰ ਤੱਕ ਖਰੂਦ ਪੱਟਦੀ ਤੇ ਖੜ੍ਹ-ਖੜ੍ਹ ਕਰਦੀ ਬੱਸ ਆਖਰ ਸਟਾਰਟ ਹੋ ਗਈ।

ਬੱਸ ਦੀ ਭੈੜੀ ਹਾਲਤ ਨੂੰ ਵੇਖ ਕੇ ਉਹ ਔਰਤ, ਜਿਹੜੀ ਕੰਡਕਟਰ ਵਾਲੀ ਸੀਟ ਤੇ ਬੈਠੀ ਸੀ ਤੇ ਜਿਸਦਾ ਨਾਂ ਕੀਰਤ ਸੀ, ਸੋਚ ਰਹੀ ਸੀ ਕਿ ਉਹ ਏਸ ਛਕੜੇ ਵਿੱਚ ਊਈਂ ਚੜ੍ਹੀ। ਉਹਨੂੰ ਚਾਹੀਦਾ ਸੀ ਕਿ ਉਹ ਜੀ. ਟੀ. ਰੋਡ ਤੋਂ ਬੱਸ ਲੈਂਦੀ।

ਜੀ. ਟੀ. ਰੋਡ ਤੇ ਹਵਾ ਨਾਲ ਗੱਲਾਂ ਕਰਦੀਆਂ ਬੱਸਾਂ ਮਿਲ ਜਾਂਦੀਆਂ ਨੇ ਪਰ ਉਹਨੇ ਦਿੱਲੀ ਤੋਂ ਕਰਨਾਲ ਦੀ ਬੱਸ ਲਈ ਸੀ ਕਿਉਂਕਿ ਏਥੇ ਕਰਨਾਲ ਉਹਦੀ ਇੱਕ ਸਹੇਲੀ ਸੀ ਜਿਸ ਨੂੰ ਮਿਲ ਕੇ ਉਸ ਨੇ ਲੇਡੀਜ਼ ਕਲੱਬ ਸ਼ੁਰੂ ਕਰਨਾ ਸੀ। ਪਹਿਲਾਂ ਉਹਨੇ ਸੋਚਿਆ ਕਿ ਉਹ ਨਿਰਮਲ ਕੁਟੀਆ ਵਾਲੇ ਚੌਕ ਤੇ ਜਾਂ ਆਈ. ਟੀ. ਆਈ ਵਾਲੇ ਚੌਂਕ ਚਲੀ ਜਾਵੇਗੀ ਤੇ ਉਥੋਂ ਮਿੰਟ ਮਿੰਟ ਨੀਲੋਂ ਖੇੜੀ ਲਈ ਬੱਸਾਂ ਮਿਲ ਜਾਂਦੀਆਂ ਨੇ ਪਰ ਹੁਣ ਉਹ ਕਰਨਾਲ ਬੱਸ ਸਟੈਂਡ ਤੇ ਫਸ ਗਈ ਸੀ।

ਬੜੀ ਦੇਰ ਤੱਕ ਅੰਬਾਲਾ ਵੱਲ ਜਾਣ ਵਾਲੀ ਕੋਈ ਬੱਸ ਨਾ ਆਈ ਤੇ ਮਜਬੂਰਨ ਉਹਨੂੰ ਏਸ ਖਚੜਾ ਬੱਸ ਵਿੱਚ ਚੜ੍ਹਨਾ ਪੈ ਗਿਆ ਸੀ। ਉਤੋਂ ਕੰਡਕਟਰ ਦੇ ਨਖਰੇ, ਅਖੇ ਨੀਲੋਖੇੜੀ ਨੀ ਰੁਕਣਾ ਅਸੀਂ। ਪਤਾ ਨੀ ਏਹ ਨੀਲੋਖੜੀ ਤੱਕ ਅੱਪੜਦੀ ਵੀ ਹੈ ਜਾਂ ਰਾਹ 'ਚ ਈ ਨਾ ਖਰਾਬ ਹੋ ਜੇ।

ਡਰਾਈਵਰ ਦੀ ਦੇਖਾ ਦੇਖੀ ਕਈ ਹੋਰ ਜਣਿਆਂ ਨੇ ਵੀ ਬੀੜੀਆਂ ਸੁਲਗਾ ਲਈਆਂ। ਬੱਸ ਬੜੀ ਖਤਰਨਾਕ ਆਵਾਜ਼ ਕਰਦੀ ਹੋਈ ਆਪਣੀ ਥਾਂ ਤੋਂ ਝਟਕਾ ਖਾ ਕੇ ਅੱਗੇ ਹੋਈ ਤਾਂ ਕੰਡਕਟਰ ਨੇ ਜ਼ੋਰ ਦੀ ਆਵਾਜ਼ ਮਾਰਦਿਆਂ ਬਾਹਰ ਖੜ੍ਹੀਆਂ ਸਵਾਰੀਆਂ ਨੂੰ ਸੰਬੋਧਨ ਕੀਤਾ,

"ਹਾਂ ਬਈ ਪੀਪਲੀ, ਅੰਬਾਲਾ....ਸਾਬਾਦ....ਚੰਡੀਗੜ੍ਹ....।" ਬੜਾ ਗੰਦਾ ਧੂੰਆਂ ਛੱਡਦੀ ਬੱਸ ਕਰਨਾਲ ਬੱਸ ਅੱਡੇ ਤੋਂ ਬਾਹਰ ਨਿਕਲੀ। ਉਸ ਹਰਿਆਣਵੀ ਬੁੱਢੀ ਨੇ ਵੀ ਕਮੀਜ਼ ਦੀ ਜੇਬ ਵਿੱਚੋਂ ਬੀੜੀਆਂ ਦਾ ਬੰਡਲ ਤੇ ਮਾਚਸ ਕੱਢ ਕੇ ਇਕ ਬੀੜੀ ਨੂੰ ਦੋਹਾਂ ਹੱਥਾਂ ਦੀਆਂ ਹਥੇਲੀਆਂ ਨਾਲ ਥੋੜੀ ਦੇਰ ਪੋਲਾ ਪੋਲਾ ਕਰ ਕੇ ਬੀੜੀ ਸੁਲਗਾ ਲਈ।

ਕਰਨਾਲ ਤੋਂ ਨੀਲੋਖੇੜੀ ਦਾ ਪੈਂਡਾ ਤਾਂ ਭਾਵੇਂ ਅਠਾਰਾਂ ਵੀਹ ਮੀਲ ਹੀ ਸੀ ਪਰ ਰਾਹ ਵਿੱਚ ਪੈਂਦੇ ਟੋਲ ਟੈਕਸ ਬੈਰੀਅਰ ਤੇ ਲੰਮੇ ਲੰਮੇ ਜਾਮ ਸਦਕਾ ਅਤੇ ਬੱਸ ਦੇ ਰਾਹ ਵਿੱਚ ਪੈਂਚਰ ਹੋ ਜਾਣ ਸਦਕਾ ਇਹ ਬੱਸ ਡੇਢ ਘੰਟੇ ਵਿੱਚ ਨੀਲੋਖੇੜੀ ਪਹੁੰਚੀ।

ਕੀਰਤ ਨੇ ਤੇ ਬੁੱਢੀ ਨੇ ਵੇਖਿਆ ਕਿ ਨੀਲੋਖੇੜੀ ਆ ਕੇ ਤਾਂ ਅੱਧੀ ਬੱਸ ਖਾਲੀ ਹੋ ਗਈ ਤੇ ਇਹ ਕੰਡਕਟਰ ਕਰਨਾਲ ਖੜ੍ਹਾ ਊਈਂ ਝੱਖ ਮਾਰੀ ਜਾਂਦਾ ਸੀ ਕਿ ਬੱਸ ਨੀਲੋਖੇੜੀ ਨੀ ਰੁਕਣੀ....ਨੀਲੋਖੇੜੀ ਦਾ ਨਾ ਚੜ੍ਹ ਜਿਉ ਕੋਈ।

ਸਾਰੇ ਪੌਲੀਟੈਕਨਿਕ ਦੇ ਵਿਦਿਆਰਥੀ ਉਤਰੇ, ਸਵਾਰੀਆਂ ਉਤਰੀਆਂ ਤੇ ਉਸ ਹਰਿਆਣਵੀ ਤਾਈ ਦੇ ਮਗਰ ਮਗਰ ਕੀਰਤ ਵੀ ਉੱਤਰ ਗਈ।

ਬੁੱਢੀ ਕੋਲ ਕਈ ਨਿੱਕੀਆਂ ਨਿੱਕੀਆਂ ਗੰਢਾਂ ਪੰਡੋਕਲੀਆਂ ਸਨ ਜਿਹਨਾਂ ਨੂੰ ਲਾਹੁੰਦਿਆਂ ਲਾਹੁੰਦਿਆਂ ਦੋ ਮਿੰਟ ਲੱਗ ਗਏ।

ਬੁੱਢੀ ਸ਼ਾਇਦ ਆਪਣੇ ਕਿਸੇ ਰਿਸ਼ਤੇਦਾਰ ਨੂੰ ਮਿਲਣ ਜਾ ਰਹੀ ਸੀ। ਜਿਹਨਾਂ ਵਾਸਤੇ ਉਹ ਨਿੱਕਾ ਨਿੱਕਾ ਕਿੰਨਾ ਸਾਰਾ ਸਾਮਾਨ ਇਹਨਾਂ ਗਠੜੀਆਂ ਵਿੱਚ ਬੰਨ੍ਹਕੇ ਲਿਆਈ ਸੀ।

ਉਹਨੇ ਨਵਾਂ ਨੁੱਕ ਹਰਿਆਣਵੀ ਘੱਗਰਾ, ਦੁੱਧ ਵਰਗੀ ਚਿੱਟੀ ਕਮੀਜ਼ ਤੇ ਪੈਰੀਂ ਵਧੀਆ ਜੁੱਤੀ ਪਾਈ ਹੋਈ ਸੀ।

ਹੱਥਾਂ ਪੈਰਾਂ ਵਿੱਚ ਘੱਟੋ-ਘੱਟ ਪਾਈਆ ਪਾਈਆ ਪੱਕੇ ਚਾਂਦੀ ਦੇ ਕੜੇ, ਸਿਰ ਉਤੇ ਚਰਮਖ ਜੂੜੀ ਤੇ ਜੂੜੇ ਦੇ ਅੱਗੇ ਚਮਕਦਾ ਹੋਇਆ ਬੋਰਲਾ ਪਾਈ ਉਹ ਬੁੱਢੀ ਬੜੀ ਸੋਹਣੀ ਲੱਗ ਰਹੀ ਸੀ।

ਉਹਨੂੰ ਉਤਰਦੀ ਵੇਖ ਕੇ ਕੀਰਤ ਨੇ ਉਹਦੀ ਉਮਰ ਦਾ ਅੰਦਾਜ਼ਾ ਲਾਉਣਾ ਚਾਹਿਆ ਤੇ ਉਹਨੂੰ ਲੱਗਿਆ ਕਿ ਇਹ ਬੁੱਢੀ ਸੱਠ ਸਾਲ ਤੋਂ ਘੱਟ ਉਮਰ ਦੀ ਨਹੀਂ ਹੋ ਸਕਦੀ।

ਪਰ ਉਹਦੇ ਮੂੰਹ ਉੱਤੇ ਇਕ ਰੌਣਕ ਸੀ ਤੇ ਇੱਕ ਤਸੱਲੀ। ਕੀਰਤ ਨੇ ਸੋਚਿਆ ਕਿ ਉਹ ਹਾਲੇ ਤੀਹਾਂ ਸਾਲਾਂ ਦੀ ਸਾਰੀ ਹੋਈ ਐ ਤੇ ਉਹਦੇ ਮੂੰਹ ਉਤੇ ਇਸ ਬੁੱਢੀ ਦੇ ਚਿਹਰੇ ਵਾਲੀ ਰੌਣਕ ਨਹੀਂ ਹੈ।

ਉਹ ਤਾਂ ਸਾਰਾ ਦਿਨ ਮੂੰਹ ਉੱਤੇ ਲਿੱਪਾ ਪੋਚੀ ਕਰਨ ਦੇ ਬਾਦ ਮਾੜੀ ਮੋਟੀ ਠੀਕ ਲਗਦੀ ਐ। ਹਫ਼ਤੇ ਦੇ ਹਫ਼ਤੇ ਫੇਸ਼ਲ ਕਰਾਉਂਦੀ ਐ, ਮਹਿੰਗੇ ਤੋਂ ਮਹਿੰਗਾ ਮੇਕਅੱਪ ਕਰਦੀ ਐ। ਜੇ ਉਹ ਐਨੇ ਲਟੋਟਣ ਨਾ ਕਰੇ ਤਾਂ ਸ਼ਾਇਦ ਉਹ ਏਸ ਬੁੱਢੀ ਨਾਲੋਂ ਵੀ ਵੱਧ ਉਮਰ ਦੀ ਜਾਪੇ।

ਬੱਸ ਤੋਂ ਉੱਤਰ ਕੇ ਉਹਨੇ ਪਰਸ ਵਿੱਚੋਂ ਮੋਬਾਈਲ ਕੱਢ ਕੇ ਆਪਣੇ ਘਰ ਵਾਲੇ ਨੂੰ ਫ਼ੋਨ ਕੀਤਾ ਕਿ ਉਹ ਨੀਲੋਖੇੜੀ ਬੱਸ ਸਟਾਪ ਤੇ ਖੜ੍ਹੀ ਐ ਤੇ ਉਹਨੂੰ ਆ ਕੇ ਲੈ ਜਾਵੇ। ਪਰ ਫ਼ੋਨ ਉਹਦੇ ਘਰ ਵਾਲੇ ਨੇ ਨਹੀਂ ਸਗੋਂ ਉਹਦੇ ਚਪੜਾਸੀ ਨੇ ਚੁੱਕਿਆ।

ਉਹਨੇ ਦੱਸਿਆ ਕਿ ਸਾਹਬ ਦੀ ਵੱਡੇ ਸਾਹਬ ਨਾਲ ਮੀਟਿੰਗ ਚੱਲ ਰਹੀ ਐ ਉਹ ਜਿਵੇਂ ਈ ਬਾਹਰ ਆਉਣਗੇ ਮੈਂ ਸੁਨੇਹਾ ਦੇ ਦਿਆਂਗਾ। ਉਹਨੇ ਇਹ ਵੀ ਦੱਸਿਆ ਕਿ ਮੀਟਿੰਗ ਖਤਮ ਹੋਣ ਵਾਲੀ ਐ।

ਫ਼ੋਨ ਪਰਸ ਵਿੱਚ ਪਾ ਕੇ ਉਹ ਇਕ ਜੂਸ ਵਾਲੇ ਖੋਖੇ ਦੇ ਬਾਹਰ ਇੱਕ ਦਰਖਤ ਦੀ ਛਾਵੇਂ ਆ ਕੇ ਖੜ੍ਹੀ ਹੋ ਗਈ।

ਉਹਨੇ ਵੇਖਿਆ ਕਿ ਉਸ ਬੁੱਢੀ ਨੇ ਦੋ ਤਿੰਨ ਚੱਕਰ ਲਾ ਕੇ ਸਾਰੀਆਂ ਗਠੜੀਆਂ ਲਿਆ ਕੇ ਉਸੇ ਦਰਖਤ ਦੀ ਛਾਂ ਵਿੱਚ ਰੱਖ ਲਈਆਂ ਹਨ।

ਬੁੱਢੀ ਵੀ ਸ਼ਾਇਦ ਕਿਸੇ ਨੂੰ ਉਡੀਕ ਰਹੀ ਸੀ। ਭਾਰੇ ਜਿਹੇ ਘੇਰੇ ਵਾਲੇ ਲਹਿੰਗੇ ਨੂੰ 'ਕੱਠਾ ਕਰ ਕੇ ਉਹ ਕਿਨਾਰੇ ਪਏ ਇੱਕ ਸਟੂਲ ਉਤੇ ਬੈਠ ਗਈ। ਉਹਦੀ ਠੋਡੀ ਉਤੇ ਖੁਣਿਆ ਪੰਜ ਦਾਣਾ ਬੜਾ ਉਭਰਿਆ ਉਭਰਿਆ ਨਜ਼ਰ ਆ ਰਿਹਾ ਸੀ।

ਬੁੱਢੀ ਦੇ ਬੋਰਲੇ ਦੇ ਸ਼ੀਸ਼ੇ ਵਿੱਚੋਂ ਕੀਰਤ ਨੂੰ ਆਪਣਾ ਮੂੰਹ ਨਜ਼ਰ ਆਇਆ ਤਾਂ ਉਹਨੂੰ ਮੀਰਾ ਦੀ ਉਹ ਕਹਾਣੀ ਯਾਦ ਆ ਗਈ।

ਕਹਿੰਦੇ ਨੇ ਇਕ ਵਾਰੀ ਕਿਸੇ ਗੋਪੀ ਨੂੰ ਉਹਦੀ ਸੱਸ ਨੇ ਬਹੁਤ ਭਲਾ ਬੁਰਾ ਕਿਹਾ ਕਿ ਤੂੰ ਸਾਰਾ ਦਿਨ ਕੀ ਓਸ ਗਵਾਲੇ ਨਾਲ ਗਲੀਆਂ ਕੱਛਦੀ ਫਿਰਦੀਂ ਐ। ਤੈਨੂੰ ਘਰ ਦੀ ਇੱਜ਼ਤ ਲਾਜ ਦਾ ਰਤਾ ਵੀ ਖਿਆਲ ਨਹੀਂ? ਹੋਰ ਵੀ ਪਤਾ ਨੀ ਕਈ ਕੁਝ ਸੱਸ ਨੇ ਆਪਣੀ ਨੂੰਹ ਨੂੰ ਕਿਹਾ।

ਸੱਸ ਦਾ ਮੂੰਹ ਦਰਵਾਜ਼ੇ ਵੱਲ ਸੀ ਤੇ ਗੋਪੀ ਦੀ ਦਰਵਾਜ਼ੇ ਵੱਲ ਪਿੱਠ ਸੀ। ਅਚਾਨਕ ਦਰਵਾਜ਼ੇ ਵਿੱਚ ਆਣ ਖੜ੍ਹੇ ਕ੍ਰਿਸ਼ਨ ਦੀ ਸ਼ਕਲ ਉਸ ਗੋਪੀ ਨੂੰ ਸੱਸ ਦੇ ਬੋਰਲੇ ਵਿਚੋਂ ਸਾਫ ਨਜ਼ਰ ਆ ਰਹੀ ਸੀ।

ਹੁਣ ਜਿਉਂ ਜਿਉਂ ਸੱਸ ਉਹਨੂੰ ਡਾਂਟੇ ਗੋਪੀ ਹੋਰ ਜ਼ੋਰ ਦੀ ਹੱਸੇ। ਸੱਸ ਨੇ ਗੋਪੀ ਨੂੰ ਪੁੱਛਿਆ ਕਿ

"ਕਿਉਂ ਰੀ ਬਹੂਅੜ ਤੂੰ ਕਿਉਂ ਕਰ ਹਸਤੀ
ਤਨੈ ਪੜੈ ਰੀ ਸਾਸ ਕੀ ਡਾਂਟ"
"ਤੇਰੇ ਰੀ ਬੋਰਲੇ ਮਾਹ ਕਰਿਸ਼ਨ ਕਨ੍ਹੱਈਆ
ਸਾਸੜ ਮਾਰੀ ਜਾਹ ਖੜੀ ਖੜੀ ਡਾਂਟ।"

ਤੇ ਫਿਰ ਗੋਪੀ ਨੇ ਆਪਣੀ ਸੱਸ ਨੂੰ ਬਾਹੋਂ ਫੜ ਕੇ ਖਿੱਚਦਿਆਂ ਆਪਣੇ ਨਾਲ ਉਹਦੀ ਥਾਂ ਬਦਲ ਲਈ ਸੀ। ਜਦੋਂ ਸੱਸ ਨੇ ਨੂੰਹ ਦੇ ਇਸ਼ਾਰੇ ਉੱਤੇ ਉਹਦੇ ਬੋਰਲੇ ਵਿੱਚ

ਤੱਕਿਆ ਤਾਂ ਉਥੇ ਉਹਨੂੰ ਕ੍ਰਿਸ਼ਨ ਦੇ ਵਿਰਾਟ ਸਰੂਪ ਦੇ ਦਰਸ਼ਨ ਹੋਏ। ਬੁੱਢੀ ਸੱਸ ਤੱਕਦੀ ਦੀ ਤੱਕਦੀ ਰਹਿ ਗਈ।

ਕੀਰਤ ਨੇ ਵੀ ਬੁੱਢੀ ਦੇ ਬੋਰਲੇ ਵਿਚੋਂ ਦਿਸ ਰਹੇ ਆਪਣੇ ਚਿਹਰੇ ਨੂੰ ਤੱਕਿਆ ਤਾਂ ਤੱਕਦੀ ਦੀ ਤੱਕਦੀ ਰਹਿ ਗਈ। ਸੋਚ ਰਹੀ ਸੀ ਕਿ ਬੁੱਢੀ ਜੁਆਨੀ ਪਹਿਰੇ ਕਿੰਨੀ ਖ਼ੂਬਸੂਰਤ ਰਹੀ ਹੋਣੀ ਐ।

"ਆਂ ਏ ਬੇਟੀ ਕੇ ਟੈਮ ਹੋ ਰਿਹਾ ਸੈ?" ਉਸ ਬੁੱਢੀ ਨੇ ਕੀਰਤ ਨੂੰ ਪੁੱਛਿਆ।

"ਤਾਈ ਤਿੰਨ ਬੱਜਣ ਨੂੰ ਪੰਜ ਮਿੰਟ ਰਹਿੰਦੇ ਨੇ।" ਕੀਰਤ ਨੇ ਸੋਨੇ ਦੀ ਚੇਨ ਵਾਲੀ ਵਿਦੇਸ਼ੀ ਘੜੀ ਵਿਚੋਂ ਦੇਖ ਕੇ ਟਾਈਮ ਦੱਸਿਆ।

"ਏ ਬੇਟੀ ਮੇਰਾ ਛੋਰਾ ਤੋ ਧੱਕੇ ਖਾ ਕੈ ਉਲਟਾ ਹੋ ਲੀਆ ਹੋਗਾ....ਬੱਸ ਨੈ ਏ ਕਮਾਲ ਕਰੀ ਆਜ ਤੋ....ਘਣੀ ਵਾਰ ਲਾ ਦੀ ਰਾਹ ਮੈਂ....।" ਉਹ ਉਦਾਸ ਜਿਹਾ ਹੋ ਕੇ ਬੋਲੀ।

"ਕਿਉਂ ਤਾਈ ਤੈਨੂੰ ਕਿਸੇ ਨੇ ਲੈਣ ਆਉਣਾ ਸੀ?"

"ਹਾਂ ਏ ਬੇਟੀ....ਮੇਰਾ ਛੋਰਾ ਸੈ ਆੜੈ....ਪ੍ਰੈਸ ਮਾ ਲਾਗ ਰਿਆ ਸੈ.....ਉਸ ਨੈ ਬਿਉਰਾ ਸੈ ਅਕ ਮਾਂ ਆਵੈਗੀ ਆਜ....ਪਰ ਕੇ ਬੇਰਾ ਮੇਰੀ ਬਾਟ ਜੋਹ ਕੈ ਘਰਾਂ ਨੈ ਚਾਲਿਆ ਗਿਆ ਹੋ....।"

ਪਲ ਕੁ ਰੁਕ ਕੇ ਅੰਮਾਂ ਫੇਰ ਬੋਲੀ

"ਏ ਬੇਟੀ ਮੈਂ ਰਹੂੰ ਕੋ ਆੜੈ ਈ ਸੂੰ......ਪਰ ਦਸ 'ਕ ਦਿਨਾਂ ਖਾਤਰ ਗਾਮ ਮੈਂ ਚਾਲੀ ਗਈ ਥੀ.....ਮੇਰੀ ਬਹੂ ਬਹੁਤ ਭਾਗਮਾਨ ਸੈ....ਮੇਰੀ ਘਣੀ ਸੇਵਾ ਕਰੈ ਹੈ....।"

"ਪ੍ਰੈਸ ਕਲੋਨੀ ਜਾਣੈ ਤੁਸੀਂ?" ਕੀਰਤ ਨੇ ਟਾਈਮ ਪਾਸ ਕਰਨਾ ਸੀ, ਸੋ ਉਹਨੇ ਸੋਚਿਆ ਕਿ ਚਲੋ ਜਦੋਂ ਤੱਕ ਉਹਦਾ ਘਰ ਵਾਲਾ ਉਹਨੂੰ ਲੈਣ ਨਹੀਂ ਆ ਜਾਂਦਾ, ਉਹ ਏਸ ਤਾਈ ਨਾਲ ਗੱਪਾਂ ਮਾਰੇ।

"ਆਹੋ.....ਪ੍ਰੈਸ ਕਲੋਨੀ ਮਾ ਏ ਜਾਣਾ ਸੈ....ਪਰ ਮੰਨੈ ਤੋ ਬਿਉਰਾ ਏ ਕੋਨੀ ਅਕ ਕਿੰਘੈ ਨੇ ਰਾਸਤਾ ਸੈ।" ਬੁੱਢੀ ਦੇ ਚਿਹਰੇ ਉਤੇ ਨਿਰਾਸ਼ਾ ਦੀ ਝਲਕ ਸੀ।

ਕੀਰਤ ਦੇ ਮੋਬਾਈਲ ਦੀ ਘੰਟੀ ਖੜਕੀ। ਉਹਨੇ ਪਰਸ ਵਿਚੋਂ ਮੋਬਾਈਲ ਕੱਢ ਕੇ ਵੇਖਿਆ, ਉਹਦੇ ਘਰ ਵਾਲੇ ਦਾ ਫ਼ੋਨ ਸੀ।

"ਹੈਲੋ।"

"ਹਾਂ ਕੀਰਤ ਮੇਰੀ ਮੀਟਿੰਗ ਸੀ....ਤੈਨੂੰ 'ਡੀਕਣਾ ਪਿਆ....ਬੱਸ ਮੈਂ ਦਸਾਂ ਪੰਦਰਾਂ ਮਿੰਟਾਂ ਤੱਕ ਆਇਆ।"

"ਓ...ਕੇ...ਓ....ਕੇ...।"

ਕੀਰਤ ਸੋਚ ਰਹੀ ਸੀ ਕਿ ਚਲ ਬੁੱਢੀ ਨਾਲ ਗੱਲਾਂ ਕਰ ਕੇ ਟਾਈਮ ਚੰਗੀ ਤਰ੍ਹਾਂ ਪਾਸ ਹੋ ਜਾਣਾ ਹੈ।

"ਕੋਈ ਨਾ ਤਾਈ....ਜੇ ਤੈਨੂੰ ਲੈਣ ਕੋਈ ਨਾ ਪਹੁੰਚਿਆ ਤਾਂ ਮੈਂ ਤੈਨੂੰ ਤੇਰੇ ਮੁੰਡੇ ਦੇ ਘਰ ਛੱਡ ਦਿਆਂਗੀ....ਮੈਂ ਵੀ ਉਧਰ ਈ ਜਾਣੈ....।"

"ਏ ਬੇਟੀ ਤੇਰਾ ਭਲਾ ਹੋ.....ਮੰਨੈ ਤੋ ਕੁਛੇ ਬੇਰਾ ਕੋਨੀ....ਕਿਤਨਾ ਮਕਾਨ ਕਾ ਨੰਬਰ ਸੈ.....ਕਿਤਣਾ ਕਲੋਨੀ ਸੈ....।"

"ਕੋਈ ਨਾ....ਤੈਨੂੰ ਆਪਣੇ ਛੋਹਰੇ ਦਾ ਨਾਉਂ ਤਾਂ ਪਤਾ ਹੋਣੈ....ਨਾਉਂ ਤੋਂ ਈ ਘਰ ਲੱਭ ਲਾਂਗੇ....।"

ਉਂਜ ਕੀਰਤ ਕਹਿਣਾ ਚਾਹੁੰਦੀ ਸੀ ਕਿ ਜੇ ਤੇਰੇ ਪੁੱਤ ਨੂੰ ਤੇਰੀ ਐਨੀ ਵੀ ਕਦਰ ਨੀ, ਤਾਂ ਜ਼ਰੂਰੀ ਉਹਦੇ ਕੋਲ ਜਾ ਕੇ ਧੱਕੇ ਖਾਣੇ ਨੇ? ਅੱਗੋਂ ਭਾਵੇਂ ਉਹ ਘਰ ਨੂੰ ਤਾਲਾ ਮਾਰ ਕੇ ਕਿਧਰੇ ਤੁਰ ਈ ਗਿਆ ਹੋਵੇ ਕਿ ਅੱਜ ਬੁੱਢੜੀ ਨੇ ਆਉਣੈ।

"ਆਂਹ ਏ ਬੇਟੀ....ਛੋਹਰੇ ਕਾ ਨਾਉਂ ਤੋ ਯਾਦ ਸੈ....ਸੇਓ ਰਾਮ ਸੈ....ਉਸਕਾ ਨਾਮ....ਬਹੂ ਕਾ ਫੂਲਮਤੀ....ਬਡੇ ਪੋਤੇ ਕਾ ਰਾਜੀਬ ਅਰ ਛੋਟੇ ਕਾ ਬਬਲੂ....." ਬੁੱਢੀ ਨੇ ਸਾਰੇ ਟੱਬਰ ਦਾ ਨਾਉਂ ਦੱਸ ਦਿੱਤਾ। ਕੀਰਤ ਨੇ ਮਸਾਂ ਮਸਾਂ ਹਾਸੀ ਰੋਕੀ।

"ਚਲ ਠੀਕ ਐ ਤਾਈ.....ਮੈਂ ਆਪਣੇ ਡਰਾਈਵਰ ਨੂੰ ਤੇਰੇ ਨਾਲ ਭੇਜ ਦੂੰਗੀ....।" ਕੀਰਤ ਨੇ ਬੁੱਢੀ ਨੂੰ ਕਹਿ ਤਾਂ ਦਿੱਤਾ ਪਰ ਫੇਰ ਸੋਚਿਆ ਕਿ ਏਸ ਅਨਪੜ੍ਹ ਖੜੂਸ ਨੂੰ ਨਾ ਕੋਈ ਅਤਾ ਨਾ ਪਤਾ। ਭਲਾ ਜੇ ਅੱਗੇ ਏਹਦੇ ਮੁੰਡੇ ਦੇ ਘਰੇ ਤਾਲਾ ਵੱਜਿਆ ਮਿਲਿਆ ਤਾਂ ਕਿਤੇ ਊਈਂ ਨਾ ਬੁੱਢੀ ਦੱਧ ਲੱਗ ਜੇ....ਨਾਲੇ ਕਿਸੇ ਦੇ ਘਰ ਦੀ ਕਹਾਣੀ ਦਾ ਕਿਸੇ ਨੂੰ ਕੀ ਪਤਾ? ਕੀ ਪਤਾ ਏਹਦਾ ਮੁੰਡਾ ਟਾਲਣ ਸਦਕਾ ਈ ਨਾ ਲੈਣ ਆਇਆ ਹੋਵੇ। ਤੇ ਬੁੱਢੀ ਊਈਂ ਆਪਣੇ ਮੁੰਡੇ ਕੋਲ ਧੱਕੇ ਨਾਲ ਰਹਿਣ ਨੂੰ ਫਿਰਦੀ ਹੋਵੇ।

ਨਾਲੇ ਹਾਅ ਬੁੱਢੇ ਬੁੱਢੀਆਂ ਤਾਂ ਊਈਂ ਬੰਦੇ ਨੂੰ ਬਲਾਮਾਂ ਚਿੰਬੜੇ ਹੋਏ ਹੁੰਦੇ ਨੇ। ਇਹ ਤਾਂ ਕਾਨੂੰਨ ਈ ਬਣ ਜਾਣਾ ਚਾਹੀਦੈ ਕਿ ਬੱਸ ਪੰਜਾਹ ਸਾਲਾਂ ਤੋਂ ਬਾਦ ਬੰਦਿਆਂ ਦੇ ਰਹਿਣ ਸਹਿਣ ਦਾ ਇੰਤਜ਼ਾਮ ਸਰਕਾਰ ਈ ਕਰੇ। ਫੇਰ ਤਾਂ ਹਿੰਦੁਸਤਾਨ ਊਈਂ ਸੁਰਗ ਬਣ ਜੇ। ਅੱਧੀਆਂ ਟੈਨਸ਼ਨਾਂ ਤਾਂ ਊਈਂ ਖਤਮ ਹੋ ਜਾਣ। ਫੇਰ ਬੰਦੇ ਨੂੰ ਇਹਨਾਂ ਬੁੱਢੜਿਆਂ ਨੂੰ ਆਨੀਂ ਬਹਾਨੀਂ ਘਰੋਂ ਕੱਢਣ ਦੀ ਖੇਚਲ ਵੀ ਨਾ ਕਰਨੀ ਪਵੇ।

ਨਾਲੇ ਕੀਰਤ ਏਹ ਵੀ ਸੋਚ ਰਹੀ ਸੀ ਕਿ ਉਂਜ ਤਾਂ ਭਾਵੇਂ ਉਹਦਾ ਘਰ ਵਾਲਾ ਆਪਣੇ ਮਾਂ ਬਾਪ ਦਾ ਇੱਕੋ ਇੱਕ ਮੁੰਡਾ ਹੈ ਤੇ ਸਾਰੀ ਜਾਇਦਾਦ ਦੀ ਉਹ ਇਕੱਲੀ ਮਾਲਕ ਹੈ। ਜੇ ਉਹਦੇ ਦਿਉਰ ਜੇਠ ਹੁੰਦੇ ਤਾਂ ਉਹ ਉਹਦੀ ਜਾਇਦਾਦ ਵਿਚੋਂ ਹਿੱਸਾ ਵੰਡਾਉਂਦੇ।

ਪਰ ਉਹਨੂੰ ਇਕ ਤਰ੍ਹਾਂ ਇਹ ਵੀ ਲਗਦਾ ਸੀ ਕਿ ਜੇ ਉਹਦੇ ਦਿਉਰ ਜੇਠ ਹੁੰਦੇ ਤਾਂ ਉਹ ਉਹਦੇ ਸੱਸ ਸਹੁਰੇ ਨੂੰ ਵੰਡ ਵੰਡ ਕੇ ਰੱਖਦੇ। ਦੋਵੇਂ ਸਾਰੀ ਉਮਰ ਉਸੇ ਦੇ ਪੱਲੇ ਨਾ ਪਏ ਰਹਿੰਦੇ। ਉਹ ਵੀ ਕੋਈ ਚਾਰ ਦਿਹਾੜੇ ਆਜ਼ਾਦੀ ਦੀ ਜ਼ਿੰਦਗੀ ਜੀ ਸਕਦੀ।

ਉਹਦੇ ਸੱਸ ਸਹੁਰੇ ਨੂੰ ਦੁਨੀਆਂ ਭਰ ਦੀਆਂ ਤਾਂ ਬੀਮਾਰੀਆਂ ਲੱਗੀਆਂ ਹੋਈਆਂ ਸਨ। ਉਹਨਾਂ ਨੇ ਆਹ ਨੀ ਖਾਣਾ, ਆਹ ਨੀ ਪੀਣਾ....ਇਹਦਾ ਪ੍ਰਹੇਜ਼....ਉਹਦਾ ਪ੍ਰਹੇਜ਼...।

ਬੱਸ ਉਹ ਤਾਂ ਉਹਨਾਂ ਵਾਸਤੇ ਉਬਲੀਆਂ ਸਬਜ਼ੀਆਂ ਬਣਾਉਂਦੀ ਬਣਾਉਂਦੀ ਹੀ ਦੁਖੀ ਹੋ ਗਈ ਸੀ। ਜੇ ਕਿਤੇ ਉਹਨਾਂ ਦਾ ਕਿਸੇ ਰੈਸਟੋਰੈਂਟ ਵਿੱਚ ਜਾ ਕੇ ਖਾਣਾ ਖਾਣ ਦਾ ਪ੍ਰੋਗਰਾਮ ਬਣਦਾ ਤਾਂ ਉਹਦਾ ਅੱਧਾ ਮਜ਼ਾ ਤਾਂ ਊਈਂ ਕਿਰਕਿਰਾ ਹੋ ਜਾਂਦਾ ਕਿਉਂਕਿ ਰੋਟੀ ਤਾਂ ਉਸ ਦਿਨ ਵੀ ਸੱਸ ਸਹੁਰੇ ਲਈ ਬਣਾ ਕੇ ਈ ਜਾਣਾ ਪੈਂਦਾ ਸੀ।

ਉਹਦੇ ਸੱਸ ਸਹੁਰੇ ਨੂੰ ਤਲਿਆ ਮਨ੍ਹਾਂ ਸੀ, ਮਸਾਲੇ ਮਨ੍ਹਾਂ ਸਨ, ਨਮਕ ਮਨ੍ਹਾਂ ਸੀ। ਬੱਸ ਉਬਲੀਆਂ ਸਬਜ਼ੀਆਂ ਖਾਂਦੇ ਸਨ ਉਹ। ਕੀਰਤ ਨੂੰ ਲੱਗਦਾ ਕਿ ਜੇ ਉਹਨਾਂ ਦੀ ਰੋਟੀ ਦਾ ਟਟਵੈਰ ਕਰ ਕੇ ਈ ਰੈਸਟੋਰੈਂਟ ਜਾਣੈ ਤਾਂ ਕੀ ਫਾਇਦਾ?

ਕਦੇ ਕਦੇ ਉਹ ਸੋਚਦੀ ਕਿ ਉਹਨਾਂ ਕੋਲ ਗੁਜ਼ਾਰੇ ਜੋਗਾ ਸਭ ਕੁਝ ਹੈ। ਜੇ ਉਹਦੇ ਦਿਉਰ ਜੇਠ ਹੁੰਦੇ ਤਾਂ ਘੱਟੋ-ਘੱਟ ਜੇ ਚਾਰ ਚਾਰ ਮਹੀਨੇ ਵੀ ਉਹ ਵੰਡ ਵੰਡ ਕੇ ਬੁੱਢੇ ਬੁੱਢੀ ਨੂੰ ਰੱਖਦੇ ਤਾਂ ਉਹਨੂੰ ਥੋੜ੍ਹਾ ਸਹਾਰਾ ਲੱਗ ਜਾਂਦਾ। ਪਰ ਹੁਣ ਤਾਂ ਇਹਨਾਂ ਬੁੱਢੜਿਆਂ ਨੇ ਕਿਤੇ ਜਾਣਾ ਨਾ ਮਰਨਾ।

ਸਾਰਾ ਦਿਨ ਦਵਾਈਆਂ ਈ ਨੀ ਖਤਮ ਹੁੰਦੀਆਂ। ਇਹ ਤਾਂ ਚਲੋ ਉਹਦਾ ਘਰ ਵਾਲਾ ਨੌਕਰੀ 'ਚ ਐ ਤੇ ਸਾਰੀਆਂ ਦਵਾਈਆਂ ਦੀ ਰੀਇੰਮਬਰਸਮੈਂਟ ਹੋ ਜਾਦੀ ਐ। ਜੇ ਕਿਤੇ ਪੱਲਿਉਂ ਦਵਾਈਆਂ ਲਿਆ ਕੇ ਦੇਣੀਆਂ ਪੈਣ ਫੇਰ ਤਾਂ ਉਹ ਊਈਂ ਖੁੰਘਲ ਹੋ ਜਾਣ।

ਕਦੇ ਕਦੇ ਤਾਂ ਉਹ ਸਾਰਾ ਦਿਨ ਸਿਰ ਉਤੇ ਪੱਲਾ ਕਰ ਕਰ ਕੇ ਦੁਖੀ ਹੋ ਜਾਂਦੀ। ਉਹਦੀਆਂ ਸਾਰੀਆਂ ਸਹੇਲੀਆਂ ਬੜੀਆਂ ਮਾਡਰਨ ਡਰੈਸਾਂ ਪਾਉਂਦੀਆਂ, ਪਰ ਉਹ ਤਾਂ ਤਰਸਦੀਓ ਰਹਿ ਗਈ ਸੀ ਇਹਨਾਂ ਆਧੁਨਿਕ ਪੁਸ਼ਾਕਾਂ ਨੂੰ।

ਮਿਸਿਜ਼ ਵਰਮਾ ਤੇ ਮਿਸਿਜ਼ ਨਾਡੀਆਵਾਲਾ ਤਾਂ ਕਵੱਲੀਆਂ ਮੋਟੀਆਂ ਹੋਣ ਦੇ ਬਾਵਜੂਦ ਵੀ ਤੰਗ ਪੈਂਟਾਂ ਪਾਈ ਰੱਖਦੀਆਂ। ਰੋਜ਼ ਕਿੱਟੀ ਪਾਰਟੀ 'ਚ ਤੁਰੀਆਂ ਰਹਿੰਦੀਆਂ ਪਰ ਉਹਦੇ ਵਾਸਤੇ ਤਾਂ ਇਹ ਬੁੱਢਾ ਬੁੱਢੀ ਵਾਧੂ ਦੇ ਪਹਿਰੇਦਾਰ ਬਣੇ ਹੋਏ ਸਨ। ਨਾ ਮਰਦੇ ਸਨ ਤੇ ਨਾ ਮਗਰੋਂ ਲਹਿੰਦੇ ਸਨ। ਚੱਤੋ ਪਹਿਰ ਦੇ ਪਹਿਰੇਦਾਰ।

ਉਹ ਕਿੱਥੇ ਜਾਂਦੀ ਐ, ਕੀਹਨੂੰ ਕੀ ਦਿੰਦੀ ਐ, ਕੀਹਨੂੰ ਕੀ ਬੋਲਦੀ ਐ, ਕੀਹਦੇ ਕੀਹਦੇ ਨਾਲ ਭਾਈਚਾਰਾ ਰੱਖਦੀ ਐ, ਸਾਰੀ ਖਬਰ ਰੱਖਦੇ। ਬੱਸ ਇੱਕ ਉਹਦੀਓ ਜ਼ਿੰਦਗੀ ਖ਼ਰਾਬ ਸੀ ਹੋਰ ਤਾਂ ਸਾਰੀਆਂ ਸੁਖੀ ਵਸਦੀਆਂ ਸਨ।

ਉਹਦੀ ਸੱਸ ਦਾ ਦੂਰੋਂ ਨੇੜਿਉਂ ਲਗਦਾ ਇੱਕ ਭਰਾ ਵੀ ਐਥੇ ਏਸੇ ਪ੍ਰੈਸ ਵਿੱਚ ਨੌਕਰੀ ਕਰਦਾ ਸੀ। ਉਹ ਹਫਤੇ ਵਿੱਚ ਦੋ ਵਾਰੀ ਤਾਂ ਜ਼ਰੂਰ ਉਹਦੇ ਸੱਸ ਸਹੁਰੇ ਦੀ ਖਬਰਸਾਰ ਲੈਣ ਆਇਆ ਰਹਿੰਦਾ ਸੀ।

ਉਹ ਹਮੇਸ਼ਾ ਕੀਰਤ ਨੂੰ ਸਮਝੌਤੀਆਂ ਦਿੰਦਾ ਰਹਿੰਦਾ.... "ਬਈ ਦੇਖ ਕੀਰਤ....ਮੇਰੀ ਭੈਣ ਤੇ ਜੀਜੇ ਨੇ ਸਾਰੀ ਉਮਰ ਢਿੱਡ ਬੰਨ੍ਹ ਕੇ ਥੋਡੇ ਲਈ ਜਾਇਦਾਦ ਬਣਾਈ ਐ....ਇਹ ਸਾਰੀ ਜਾਇਦਾਦ ਥੋਨੂੰ ਈ ਦੇ ਕੇ ਜਾਣਗੇ....ਇਹਨਾਂ ਦਰਵੇਸ਼ਾਂ ਦੀ ਸੇਵਾ ਕਰਿਆ ਕਰੋ....ਸੇਵਾ...।" ਤੇ ਕੀਰਤ ਦਾ ਜੀਅ ਕਰਦਾ ਕਿ ਉਹ ਕਹੇ ਬਈ ਇਹ ਕੋਈ ਸਾਡੇ ਸਿਰ ਹਸਾਨ ਥੋੜ੍ਹਾ ਈ ਐ। ਸਾਰੀ ਦੁਨੀਆਂ ਦੇ ਲੋਕ ਆਪਣੇ ਮੁੰਡਿਆਂ ਦੇ ਨਾਂ ਈ ਕਰਦੇ ਨੇ ਜਾਇਦਾਦ, ਹੋਰ ਕਿਤੇ ਛਾਤੀ ਤੇ ਧਰ ਕੇ ਤਾਂ ਨੀ ਲੈ ਜਾਂਦੇ.....।

ਪਰ ਉਹ ਚੁੱਪ ਚਾਪ ਸੁਣਦੀ ਰਹਿੰਦੀ।

ਜਾਇਦਾਦ ਤਾਂ ਅਖੀਰ ਨੂੰ ਉਹਨਾਂ ਨੂੰ ਈ ਮਿਲਣੀ ਸੀ। ਹੋਰ ਕਿਤੇ ਬੁੱਢਾ ਕਿਸੇ ਗੁਆਂਢੀ ਨੂੰ ਦਾਨ ਕਰ ਜਾਂਦਾ? ਨਾਲੇ ਉਹ ਕਿਹੜਾ ਨਾਲ ਲੈ ਕੇ ਜੰਮਿਆ ਸੀ ਜਾਇਦਾਦ? ਉਹਨੂੰ ਵੀ ਤਾਂ ਉਹਦੇ ਮਾਂ ਬਾਪ ਈ ਵਿਰਾਸਤ 'ਚ ਦੇ ਕੇ ਗਏ ਹੋਣੇ ਨੇ। ਉਹਨਾਂ ਨੇ ਵੀ ਐਵੇਂ ਅੱਗੋਂ ਸਾਨੂੰ ਦੇਣੀ ਸੀ।

ਹਰਿਆਣਵੀ ਬੁੱਢੀ ਨੇ ਜੇਬ ਵਿਚੋਂ ਨਸਵਾਰ ਦੀ ਡੱਬੀ ਕੱਢ ਕੇ ਚੁਟਕੀ ਭਰ ਭਰ ਕੇ ਨਸਵਾਰ ਲਈ ਤੇ ਜ਼ੋਰ ਜ਼ੋਰ ਦੀ ਦੋ ਤਿੰਨ ਛਿੱਕਾਂ ਮਾਰੀਆਂ।

ਡੱਬੀ ਬੰਦ ਕਰ ਕੇ ਜੇਬ ਵਿੱਚ ਪਾਉਂਦਿਆਂ ਬੁੱਢੀ ਨੇ ਅੱਖਾਂ ਉਤੇ ਹੱਥ ਧਰ ਕੇ ਬੜੇ

ਧਿਆਨ ਨਾਲ ਅੱਖਾਂ ਫਾੜ ਫਾੜ ਕੇ ਸੜਕ ਉਤੇ ਤੁਰੇ ਜਾਂਦੇ ਰਾਹੀਆਂ ਵੱਲ ਤੱਕਿਆ ਤੇ ਮਾਯੂਸ ਜਿਹੀ ਹੁੰਦਿਆਂ ਸੋਚਿਆ ਕਿ ਉਹ ਕਿਸੇ ਇਹੋ ਜਿਹੀ ਥਾਵੇਂ ਬੈਠ ਜਾਂਦੀ, ਜਿੱਥੇ ਉਹਦੇ ਮੁੰਡੇ ਨੂੰ ਉਹ ਦੂਰੋਂ ਈ ਨਜ਼ਰੀਂ ਪੈ ਜਾਂਦੀ ਉਹਦਾ ਮੁੰਡਾ ਕਿਤੇ ਉਹਨੂੰ ਸੜਕ ਉਤੇ ਈ ਨਾ ਵੇਖਦਾ ਰਹੇ। ਤੇ ਉਹੀ ਹੋਇਆ।

ਉਹਦਾ ਮੁੰਡਾ, ਉਹਦੀ ਨੂੰਹ ਤੇ ਦੋਵੇਂ ਪੋਤੇ ਨੀਲੋਖੇੜੀ ਜੀ. ਟੀ. ਰੋਡ ਉਤੇ ਖੜ੍ਹੇ ਹਰ ਬੱਸ ਵਿਚੋਂ ਉਤਰਨ ਵਾਲੀਆਂ ਸਵਾਰੀਆਂ ਵਿਚੋਂ ਆਪਣੀ ਮਾਂ ਨੂੰ ਲੱਭਣ ਦੀ ਕੋਸ਼ਿਸ਼ ਕਰ ਰਹੇ ਸਨ।

ਦੋਵੇਂ ਨਿੱਕੇ ਮੁੰਡੇ ਹਰ ਬੱਸ ਦੇ ਆਉਣ ਨਾਲ ਸੁਚੇਤ ਹੋ ਜਾਂਦੇ ਕਿ ਬੜੀ ਮਾਂ ਏਸ ਬੱਸ ਵਿੱਚ ਤਾਂ ਜ਼ਰੂਰ ਆਈ ਹੋਵੇਗੀ। ਤੇ ਹਰ ਵਾਰੀ ਉਹ ਮਾਯੂਸ ਹੋ ਕੇ ਪਿੱਛੇ ਹੋ ਜਾਂਦੇ।

ਬੱਸ ਇੱਕ ਵਾਰੀ ਉਹ ਸਾਰੇ ਜਣੇ ਪਾਣੀ ਪੀਣ ਲਈ ਜ਼ਰੂਰ ਚਲੇ ਗਏ ਸਨ ਤੇ ਸ਼ਾਇਦ ਪਿੱਛੋਂ ਈ ਮਾਂ ਆ ਗਈ ਸੀ। ਉਹਨਾਂ ਦੇ ਵਾਪਸ ਮੁੜਨ ਤੋਂ ਪਹਿਲਾਂ ਈ ਉਹ ਏਸ ਖੋਖੇ ਦੇ ਬਾਹਰ ਆ ਕੇ ਬਹਿ ਗਈ ਸੀ।

ਉਹਦੇ ਨੂੰਹ ਪੁੱਤ ਪ੍ਰੇਸ਼ਾਨ ਹੋ ਰਹੇ ਸਨ। ਉਹ ਸੋਚ ਰਹੇ ਸਨ ਕਿ ਬੇਸ਼ੱਕ ਮਾਂ ਅੱਗੇ ਵੀ ਬੱਸਾਂ ਦਾ ਸਫਰ ਕਰਦੀ ਹੁੰਦੀ ਐ ਪਰ ਹੈ ਤਾਂ ਅਣਜਾਣ ਈ ਤੇ ਨਾਲੇ ਪਿੰਡ ਦੀ ਰਹਿਣ ਵਾਲੀ।

ਕੀ ਪਤਾ ਗਲਤੀ ਨਾਲ ਕਿਸੇ ਹੋਰ ਪਾਸੇ ਜਾਣ ਵਾਲੀ ਬੱਸ ਵਿੱਚ ਈ ਨਾ ਬੈਠ ਗਈ ਹੋਵੇ। ਫੇਰ ਉਹ ਸੋਚਦੇ ਕਿਤੇ ਬੱਸ ਦਾ ਐਕਸੀਡੈਂਟ ਈ ਨਾ ਹੋ ਗਿਆ ਹੋਵੇ। ਬਾਰ ਬਾਰ ਉਹ ਘੜੀ ਵੇਖ ਰਹੇ ਸਨ।

ਉਹਦੇ ਮੁੰਡੇ ਨੂੰ ਪ੍ਰੇਸ਼ਾਨ ਦੇਖ ਕੇ ਉਹਦੀ ਨੂੰਹ ਬੋਲੀ,

"ਏ ਜੀ....ਕਈ ਦਫੈ ਬੱਸ ਪਾਂਚਰ ਪੂੰਚਰ ਬੀ ਹੋ ਜਿਆ ਹੈ....ਥਮ ਚਿੰਤਾ ਮਤ ਕਰੋ...ਰਾਮ ਭਲੀ ਏ ਕਰੈਂਗੇ...।"

"ਚਿੰਤਾ ਤੋ ਸਾਚੀ ਸੈ ਫੂਲਮਤੀ....ਮਾਂ ਕਹੀਂ ਧੱਕੇ ਖਾਮਤੀ ਹਾਂਢਤੀ ਰਹੈ...." ਸੇਉ ਰਾਮ ਉਦਾਸ ਜਿਹੇ ਲਹਿਜੇ ਵਿੱਚ ਬੋਲਿਆ।

"ਅਰ ਨੀਊਂ ਕਹੂੰ....ਅਕ ਜਿਬ ਹਮ ਪਾਣੀ ਪੀਣ ਚਾਲੇ ਗਏ ਥੇ ਤੋ ਕੇ ਬੇਰਾ ਪਾਛੇ ਤੇ ਮਾਂ ਆ ਲੀ ਹੋ ਅਰ ਕਹੀਂ ਛਾਮ ਮਾਂਹ ਬੈਠ ਗਈ ਹੋ....?"

ਇਹ ਤਾਂ ਸੇਉ ਰਾਮ ਨੂੰ ਧਿਆਨ ਈ ਨਹੀਂ ਸੀ ਆਇਆ। ਉਹਨੇ ਅੱਡੀਆਂ ਚੱਕ ਚੱਕ ਕੇ ਦੂਰ ਤੱਕ ਵੇਖਿਆ ਪਰ ਮਾਂ ਤਾਂ ਕਿਤੇ ਨਜ਼ਰ ਨਹੀਂ ਸੀ ਆ ਰਹੀ।

ਫੇਰ ਉਹ ਅਨਮਨੀ ਜਿਹੀ ਨਾਲ ਨੀਲੋਖੇੜੀ ਬੱਸ ਅੱਡੇ ਤੇ ਬਣੀਆਂ ਦੁਕਾਨਾਂ ਵੱਲ ਨੂੰ ਮੁੜ ਪਿਆ। ਉਹਨੇ ਸੋਚਿਆ ਕਿ ਕਿਤੇ ਮਾਂ ਕਿਸੇ ਖੋਖੇ ਦੀ ਓਟ 'ਚ ਈ ਨਾ ਬੈਠੀ ਹੋਵੇ।

ਤੇ ਜਦੋਂ ਉਹਨੂੰ ਇੱਕ ਖੋਖੇ ਦੇ ਬਾਹਰ ਧਰੇ ਸਟੂਲ ਉਤੇ ਦਰਖਤ ਦੀ ਛਾਵੇਂ ਮਾਂ ਬੈਠੀ ਨਜ਼ਰ ਆਈ ਤਾਂ ਉਹ ਖਿੜ ਗਿਆ।

"ਅਰੇ ਫੂਲਮਤੀ....ਜਾਕਤਾਂ ਨੈ ਲੇ ਆ....ਮਾਂ ਤੋ ਸਾਚੀ ਓ ਆਈ ਬੈਠੀ ਸੈ....ਤਾਵਲੀ ਆ ਜਿਆ।" ਉਥੋਂ ਖੜ੍ਹੇ ਖੜ੍ਹੇ ਨੇ ਈ ਸੇਓ ਰਾਮ ਨੇ ਆਪਣੀ ਪਤਨੀ ਨੂੰ ਕਿਹਾ।

ਦੋਹਾਂ ਮੁੰਡਿਆਂ ਦਾ ਹੱਥ ਫੜ ਕੇ ਫੂਲਮਤੀ ਕਾਹਲੀ ਕਾਹਲੀ ਆਪਣੇ ਘਰ ਵਾਲੇ ਨਾਲ ਆ ਰਹੀ ਸੀ।

"ਕਿਤ ਸੈ ਮਾਂ?" ਘੁੰਡ ਜ਼ਰਾ ਉੱਚਾ ਕਰਦਿਆਂ ਫੂਲਮਤੀ ਨੇ ਪੁੱਛਿਆ।

"ਵਾਹ ਬੈਠੀ ਸੈ ਜੂਸ ਦੀ ਦੁਕਾਨ ਕੇ ਬਾਹਰ....।"

ਭੱਜਦੇ ਆਉਂਦੇ ਦੋਵੇਂ ਮੁੰਡੇ ਬੁੱਢੀ ਦਾਦੀ ਨੂੰ ਜੱਫੀ ਪਾ ਕੇ ਲਾਡ ਲਡਾਉਣ ਲੱਗ ਪਏ।

ਫੂਲਮਤੀ ਨੇ ਪੂਰਾ ਇਕ ਮਿੰਟ ਸੱਸ ਦੇ ਪੈਰਾਂ ਨੂੰ ਦੱਬਦਿਆਂ ਪੈਰੀਂ ਹੱਥ ਲਾਏ। ਸੇਉ ਰਾਮ ਨੇ ਵੀ ਮਾਂ ਨੂੰ ਖੜ੍ਹੀ ਕਰਦਿਆਂ ਕਿਹਾ,

"ਆਂ ਏ ਮਾਂ....ਤੂੰ ਕਿਤਣੀ ਦੇਰ ਤੇ ਆਈ ਬੈਠੀ ਸੈ....ਹਮ੍ਹ ਤੋ ਘੰਟੇ ਕੇ ਉੜੇ ਜੀ. ਟੀ. ਰੋੜ ਪੈ ਖੜ੍ਹੇ ਹੋ ਕੈ ਤੇਰੀ ਬਾਟ ਜੋਹੈਂ ਤੇ.....ਅਰ ਤੂੰ ਨਾ ਬੇਰਾ....ਕਿਬ ਸੀ ਕੁ ਮਹਾਰੇ ਧੋਰੈ ਤੇ ਲਿਕੜ'ਗੀ?"

"ਏ ਬੇਟੇ ਮੰਨੈ ਤੋ ਦੀਖਿਆ ਏ ਨੀ ਕੋਈ....ਫੇਰ ਮੈਂ ਨੀਊਂ ਸੋਚੂੰ ਅਕ ਬੱਸ ਨੈਂ ਘਣੀ ਵਾਰ ਕਰ 'ਦੀ....ਕੇ ਬੇਰਾ ਥਮ ਬਾਟ ਜੋਹ ਕੈ ਘਰਾਂ ਨੈ ਚਾਲੇ ਗਏ ਹੋ....।" ਬੁੱਢੀ ਨੇ ਬਹੁਤ ਈ ਹਲੀਮੀ ਨਾਲ ਆਪਣੇ ਬੇਟੇ ਦੇ ਸਿਰ ਤੇ ਹੱਥ ਧਰਦਿਆਂ ਕਿਹਾ।

"ਏ ਮਾਂ....ਜਿਬ ਮਾਨ੍ਹੈ ਬੇਰਾ ਥਾ ਆਕ ਤੂੰ ਆਣ ਲਾਗ ਰੀ ਸੈ....ਤੋ ਮੈਂ ਲਿਉਂ ਬਿਨਾਂ ਕਿਆਂਤੇ ਜਾਊਂ ਥਾ....ਮੈਂ ਕੇ ਇਤਣਾ ਏ ਬਾਵਲਾ ਸੂੰ....?"

"ਏ ਮਾਂ ਹਮ ਤੋ ਬਸ ਘੜੀ ਕੀ ਘੜੀ ਪਾਣੀ ਪੀਣ ਚਾਲੇ ਗਏ ਥੇ। ਮੈਂ ਤੋ ਬਤ੍ਹੇਰਾ ਕਹਿਤੀ ਰਹੀ ਅਕ ਬਾਰੀ ਬਾਰੀ ਤੇ ਜਾਉ....ਕਹੀਂ ਮਾਂ ਆ ਜਿਆ ਪਾਛੇ ਤੇ....ਪਰ ਯੂ ਤੇਰਾ ਬੇਟਾ ਏ ਕੋਨੀ ਮਾਨਿਆ....ਬੋਲਿਆ ਅਕ ਤਾਵਲੀ ਸੀ ਉਲਟੇ ਆ ਲਿਆਂਗੇ....ਅਰ ਲੇ ਵਾਹੇ ਬਾਤ ਹੂਈ....ਜਿਸਕਾ ਮੰਨੈ ਖਟਕਾ ਥਾ....." ਬਹੂ ਸੱਸ ਦੀਆਂ ਗੱਠਾਂ ਸਾਂਭਦੀ ਹੋਈ ਬੋਲੀ।

"ਏ ਰੇ ਬੇਟੇ....ਇਸ ਮਾਂ ਘੀ ਸੈ....ਧਿਆਨ ਤੇ ਪਕੜੀਉ....." ਇੱਕ ਗੱਠ ਵੱਲ ਇਸ਼ਾਰਾ ਕਰਦੀ ਮਾਂ ਬੋਲੀ।

"ਏ ਰੀ ਮਾਂ...! ਕੇ ਤੂੰ ਸਾਰੀ ਹਾਣ ਮਾਰ੍ਹੀਓ ਸੇਵਾ ਕਰਤੀ ਰਹੈ ਸੈ.... ਆਪ ਬੀ ਕਦੇ ਕੁਸ ਖਾ ਪੀ ਲਿਆ ਕਰ....ਕਿੱਲੋ ਤੂੰ ਦੂਧ ਲੇਵੇ ਹੈ ਅਰ ਉਸ ਮਾਂਹ ਤੇ ਬੀ ਮਲਾਈ 'ਤਾਰ ਕੈ ਮਾਰ੍ਹੇ ਖਾਤਰ ਘੀ ਬਣਾ ਦੇ ਹੈ....ਆਪਣਾ ਬੀ ਧਿਆਨ ਕਰਿਆ ਕਰ ਥੋੜ੍ਹਾ....।" ਉਹਦੀ ਨੂੰਹ ਨੇ ਮਿੱਠੀ ਮਿੱਠੀ ਡਾਂਟ ਮਾਰਦਿਆਂ ਸੱਸ ਨੂੰ ਸ਼ਿਕਵਾ ਜਿਹਾ ਕੀਤਾ।

"ਬੇਟੀ ਮੰਨੈ ਕੇ ਤਗੜੀ ਹੋ ਕੈ ਇਬ ਹਲਾਂ ਆਗੈ ਜੁਤਣਾ ਸੈ.....ਬਾਲਕ ਖਾਇਆ ਕਰੈਂ ਘੀ ਦੂਧ....ਥਾਰੀ ਖਾਣ ਪੀਣ ਕੀ ਉਮਰ ਸੈ.....।"

"ਅਰ ਮਾਂ ਇਬ ਤੂੰ ਮੇਰੀ ਏਕ ਬਾਤ ਸੁਣ ਲੇ.....ਇਬ ਹਮ ਤੰਨੈ ਉਲਟੀ ਕੋਨੀ ਜਾਣ ਦਿੰਦੇ ਗਾਮ ਮੈਂ....ਤੰਨੈ ਸਾਰੀਏ ਉਮਰ ਬਾਲਕਾਂ ਕੀ ਸੇਵਾ ਕਰੀ....ਆਪਣਾ ਬੇਟਾ ਪੜ੍ਹਾਇਆ ਲਿਖਿਆਇਆ....ਆਪਣੇ ਪਾਂਇਆਂ ਪੈ ਖੜ੍ਹਾ ਕਰ ਦੀਆ....ਇਬ ਮਾਰ੍ਹਾ ਕੇ ਫਰਜ਼ ਨੀ ਬਣਤਾ ਤੇਰੀ ਸੇਵਾ ਕਰਨ ਕਾ....? ਅਰ ਉੜੈ ਗਾਮ ਮਾਹ ਲੋਗ ਲੁਗਾਈਆਂ ਬੀ ਕੇ ਕਹਿੰਦੇ ਹੋਂਗੇ....ਅਕ ਇਸ ਬੁੱਢੀਆ ਕੇ ਬਹੂ ਬੇਟੇ ਅੱਛੇ ਸੈਂ....ਮਾਂ ਕੀ ਬਾਤੇ ਕੋਨੀ ਬੁਝੈਂ....ਇਬ ਕੇ ਤੇਰੀ ਉਮਰ ਰਹਿ ਗੀ ਸੈ ਕਾਮ ਧੰਧਾ ਕਰਣ ਕੀ....ਇਬ ਤੂੰ ਆੜੈ ਬੈਠੀ ਮੌਜ ਲੇ ....ਧੁਲਿਆ ਲੱਤਾ ਮਿਲੇਗਾ....ਗਰਮ ਰੋਟੀ ਮਿਲੇਗੀ....ਬੱਸ ਤੂੰ ਆੜੈ ਮਾਰ੍ਹੇ ਧੋਰੈ ਰਹਿ......।"

ਫੂਲਮਤੀ ਆਪਣੀ ਸੱਸ ਨੂੰ ਕਹਿ ਰਹੀ ਸੀ।

"ਬੇਟੀ ਮੈਂ ਤੋ ਦਸ ਦਿਨ ਈ ਲਾ ਕੈ ਆਗੀ....ਥਾਰੇ ਧੋਰੈ ਈ ਤੋ ਰਹੂੰ ਸੂੰ...ਮੇਰਾ ਬੀ ਉੜੈ ਜੀ ਕੋਨੀ ਲਗਿਆ ਥਾਰੇ ਬਿਨਾ।"

"ਬੱਸ ਇਬ ਦਸ ਦਿਨ ਬਾਸਤੈ ਬੀ ਨੀ ਜਾਣਾ....ਹਮ ਤੋ ਅਕੇਲੇ ਈ ਰਹਿ ਜੈਂ ਹੈਂ ਆਪ ਕੇ ਬਗੈਰ....ਘਰ ਸੁੰਨਾ ਸੁੰਨਾ ਸਾ ਲਾਗੈ....ਨਿਉ ਹੋ ਜੈ ਜੀਕਰ ਘਰ ਮਾਂ ਰੌਣਕ ਏ ਨਾ ਰਹਿ ਰੀ ਹੋ....।"

"ਏ ਬੇਟੀ ਜਿਸ ਦਿਨ ਤੇਰੀ ਮਾਂ ਨੈ ਤੂੰ ਜਰਮੀ ਵਾ ਤੋ ਦਿਨ ਕਤਈ ਭਾਗ ਵਾਲਾ ਥਾ....ਨਹੀਂ ਤੋ ਆਜ ਕਾਲ ਕੇ ਜਮਾਨੇ ਕੀ ਬਹੂਆਂ ਤੋਂ ਉਈਂ ਨੀ ਸਾਸ ਸੁਸਰੇ ਕੀ ਬਾਤ ਬੂਝਤੀਂ....ਅਰ ਬੁੱਢਿਆਂ ਨੈ ਆਸ਼ਰਮਾਂ ਮੈਂ ਗੇਰ ਆਮੈਂ....।" ਬੁੱਢੀ ਨੇ ਫੂਲਮਤੀ ਦੇ ਸਿਰ ਤੇ ਪਿਆਰ ਨਾਲ ਹੱਥ ਫੇਰਦਿਆਂ ਕਿਹਾ।

"ਮਾਂ ਅਗਰ ਹਮ ਆਪਨੈ ਆਸ਼ਰਮ ਮਾਂਹ ਛੋਡ ਦੇਂਗੇ ਤੋ ਮਾਰ੍ਹੇ ਬਾਲਕ ਵੀ ਨਿਊ ਈ ਕਰੈਂਗੇ....ਵਾ ਹਮਨੈ ਆਸ਼ਰਮਾਂ ਮੈਂ ਫੈਂਕ ਦੇਂਗੇ.....ਯਾ ਬੁਢਾਪਾ ਤੋ ਸਭਨਾਂ ਪੈ ਈ ਆਣਾ ਸੈ।"

ਰਿਕਸ਼ਾ ਵਿੱਚ ਸਾਰਾ ਸਾਮਾਨ ਰੱਖ ਕੇ ਬੁੱਢੀ ਦੇ ਮੁੰਡੇ ਦੇ ਆਪਣੀ ਮਾਂ ਤੇ ਪਤਨੀ ਨੂੰ ਰਿਕਸ਼ਾ ਵਿੱਚ ਬਿਠਾਇਆ ਤੇ ਆਪ ਦੋਹਾਂ ਬੱਚਿਆਂ ਨੂੰ ਸਾਈਕਲ ਤੇ ਬਿਠਾ ਕੇ ਉਥੋਂ ਚੱਲ ਪਿਆ।

ਕੀਰਤ ਖੜ੍ਹੀ-ਖੜ੍ਹੀ ਸਭ ਕੁਝ ਸੁਣ ਰਹੀ ਸੀ।

ਸਭ ਕੁਝ ਦੇਖ ਰਹੀ ਸੀ....।

ਉਹ ਆਪਣੇ ਸੱਸ ਸਹੁਰੇ ਨੂੰ ਰੋਹਤਕ ਦੇ ਇੱਕ ਅਜਿਹੇ ਬਿਰਧ ਆਸ਼ਰਮ ਵਿੱਚ ਛੱਡ ਕੇ ਆ ਰਹੀ ਸੀ ਜਿਸ ਵਿੱਚ ਗਰੀਬ ਘਰਾਂ ਦੇ ਬਜ਼ੁਰਗ ਈ ਨਹੀਂ ਛੱਡੇ ਹੁੰਦੇ, ਸਿਰਫ ਲਾਵਾਰਿਸ ਬਜ਼ੁਰਗ ਈ ਨਹੀਂ ਛੱਡੇ ਹੁੰਦੇ ਸਗੋਂ ਅਮੀਰ ਅਮੀਰ ਘਰਾਂ ਨੇ ਵੀ ਆਪਣੇ ਬਜ਼ੁਰਗ ਉਥੇ ਛੱਡੇ ਹੋਏ ਹੁੰਦੇ ਨੇ।

ਇਹ ਲੋਕ ਆਸ਼ਰਮ ਵਾਲਿਆਂ ਨੂੰ ਪੈਸੇ ਭੇਜਦੇ ਰਹਿੰਦੇ ਨੇ ਤੇ ਸੇਵਾ ਆਸ਼ਰਮ ਦੇ ਕਰਮਚਾਰੀ ਜਾਂ ਸੇਵਾਦਾਰ ਈ ਕਰਦੇ ਨੇ।

ਇਹਨਾਂ ਬਜ਼ੁਰਗਾਂ ਦੇ ਮੁੰਡੇ ਤੇ ਬਾਕੀ ਪਰਿਵਾਰ ਦੇ ਮੈਂਬਰ ਵੱਡੀਆਂ ਵੱਡੀਆਂ ਨੌਕਰੀਆਂ ਉਤੇ ਲੱਗੇ ਹੋਏ ਹੁੰਦੇ ਨੇ ਪਰ ਉਹ ਇੰਨੇ ਵਿਅਸਤ ਹੁੰਦੇ ਨੇ ਕਿ ਉਹ ਆਪਣੇ ਬਜ਼ੁਰਗਾਂ ਦੀ ਦੇਖ ਭਾਲ ਨੀ ਕਰ ਸਕਦੇ।

ਅਜੇ ਪਿਛਲੇ ਹਫਤੇ ਈ ਡਾ. ਰਾਘਵ ਆਪਣੀ ਡਾ. ਪਤਨੀ ਨੀਰਜਾ ਨਾਲ ਆਪਣੇ ਬੁੱਢੇ ਮਾਂ ਬਾਪ ਅਤੇ ਦਾਦੇ ਨੂੰ ਏਸੇ ਆਸ਼ਰਮ ਵਿੱਚ ਛੱਡ ਕੇ ਆਏ ਸਨ।

ਉਹਨਾਂ ਨੇ ਹੀ ਆ ਕੇ ਕੀਰਤ ਨੂੰ ਤੇ ਉਹਦੇ ਘਰ ਵਾਲੇ ਨੂੰ ਇਹ ਕਰਤੂਤ ਦੱਸੀ ਸੀ। ਆਪਣੇ ਵੱਲੋਂ ਉਹਨਾਂ ਨੇ ਆਪਣੀ ਸਮਝਦਾਰੀ, ਬਹਾਦਰੀ ਤੇ ਮਾਡਰਨਪੁਣੇ ਦਾ ਬਖਾਨ ਕੀਤਾ ਸੀ।

ਡਾ. ਨੀਰਜਾ ਦੇ ਮੂੰਹ ਉਤੇ ਇਕ ਬੇਫਿਕਰੀ ਦੀ ਝਲਕ ਸੀ, ਇੱਕ ਆਜ਼ਾਦੀ ਦਾ ਅਹਿਸਾਸ। ਡਾ. ਰਾਘਵ ਕਹਿ ਰਿਹਾ ਸੀ,

"ਸਗੋਂ ਮੈਂ ਤਾਂ ਕਹਿਨਾਂ ਕਿ ਸਾਡੀ ਸਰਕਾਰ ਨੂੰ ਇਹੋ ਜਿਹੇ ਆਸ਼ਰਮ ਹਰ ਸ਼ਹਿਰ 'ਚ ਬਣਾ ਦੇਣੇ ਚਾਹੀਦੇ ਨੇ.....ਬਈ ਜਿਹੜੇ ਲੋਕ ਮਾਂ ਬਾਪ ਦੀ ਸੇਵਾ ਕਰਾਉਣ ਲਈ ਪੈਸੇ ਦੇਣ ਨੂੰ ਤਿਆਰ ਨੇ ਉਹਨਾਂ ਦੀ ਲੋਕਾਂ ਨੂੰ ਤੇ ਸਰਕਾਰ ਨੂੰ ਕਦਰ ਕਰਨੀ ਚਾਹੀਦੀ ਐ....ਅਸੀਂ ਬਜ਼ੁਰਗਾਂ ਦੇ ਭਲੇ ਲਈ ਉਹਨਾਂ ਬਿਰਧ ਆਸ਼ਰਮ 'ਚ ਛੱਡ ਕੇ ਆਏ ਆਂ....ਨਾਲੇ ਉੱਥੇ ਅਸੀਂ ਏਸ ਕਰਕੇ ਥੋੜ੍ਹਾ ਛੱਡ ਕੇ ਆਏ ਆਂ ਆਪਣੇ ਬਜ਼ੁਰਗਾਂ ਨੂੰ ਕਿ ਏਥੇ ਉਹ ਫਾਲਤੂ ਸੀਗੇ.....ਸਗੋਂ ਉੱਥੇ ਉਹਨਾਂ ਦਾ ਆਪਣੇ ਹਮ ਉਮਰ ਲੋਕਾਂ ਨਾਲ ਜੀਅ ਲੱਗਿਆ ਰਹੂ.....ਉਹਨਾਂ ਦਾ ਟਾਈਮ ਪਾਸ ਚੰਗਾ ਹੋ ਜੂ.....ਕੀਰਤ ਜੀ ਉੱਥੇ ਤਾਂ ਟੇਸਟ ਅਨੁਸਾਰ ਆਸ਼ਰਮ ਵਾਲਿਆਂ ਨੇ ਵੱਖ-ਵੱਖਰੇ ਕਲੱਬ ਵੀ ਬਣਾਏ ਹੋਏ ਨੇ.... ਜੀਹਦਾ ਜਿਹੋ ਜਿਹਾ ਟੇਸਟ ਐ....ਉਸੇ ਦੇ ਮੁਤਾਬਕ ਅਗਲਾ ਕਲੱਬ ਜਾਇਨ ਕਰ 'ਲੇ......ਬਈ ਬਜ਼ੁਰਗ ਬੜੇ ਖੁਸ਼ ਸੀਗੇ ਉੱਥੇ। ਕਮਾਲ ਦਾ ਆਸ਼ਰਮ ਬਣਾਇਐ ਉਹ.....ਸਾਡੇ ਬੀਜੀ, ਪਾਪਾ ਜੀ ਤੇ ਦਾਦਾ ਤਾਂ ਉਥੇ ਬਹੁਤ ਈ ਖੁਸ਼ ਨੇ....ਉਰੇ ਤਾਂ ਉਹ ਵਿਚਾਰੇ ਸਾਰਾ ਦਿਨ ਘਰੇ ਬੈਠੇ ਬੈਠੇ ਬੋਰ ਈ ਹੋ ਜਾਂਦੇ ਸੀਗੇ...ਨਾਲੇ ਸਾਡੀ ਦੋਹਾਂ ਦੀ ਲਾਈਫ਼ ਬਹੁਤ ਬਿਜ਼ੀ ਐ.....ਕਦੇ ਨਾਈਟ ਕਦੇ ਐਮਰਜੈਂਸੀ, ਕਦੇ ਕੁਸ, ਕਦੇ ਕੁਸ਼....ਏਥੇ ਉਹ ਬਹੁਤ ਨੈਗਲੈਕਟਿਡ ਹੋ ਗੇ ਸੀਗੇ......ਹੁਣ ਫੋਨ ਕੀਤੈ ਦੋ ਵਾਰੀ.....ਬੜੇ ਖੁਸ਼ ਨੇ......।" ਆਖਰੀ ਵਾਕ ਬੋਲਦਿਆਂ ਇੱਕ ਸ਼ਰਮਿੰਦਗੀ ਤੇ ਝੂਠ ਦੀ ਝਲਕ ਡਾ. ਰਾਘਵ ਦੇ ਮੂੰਹ ਤੋਂ ਸਾਫ਼ ਝਲਕ ਰਹੀ ਸੀ।

"ਨਾਲੇ ਪਤਾ ਕੀ ਐ ਭੈਣ ਜੀ....? ਬਜ਼ੁਰਗਾਂ ਨੂੰ ਘਰ ਦੀ ਰਖਵਾਲੀ ਲਈ ਬੰਨ੍ਹ ਕੇ ਬਠਾ ਲੈਣਾ ਵੀ ਉਹਨਾਂ ਨਾਲ ਇਨਸਾਫ ਨਹੀਂ 'ਗਾ....ਉਹ ਵਿਚਾਰੇ ਕਿਉਂ ਨਾ ਆਪਣੀ ਮਰਜ਼ੀ ਨਾਲ ਰਹਿਣ....ਮੈਂ ਤਾਂ ਸੋਚਦੀਆਂ ਕਿ ਅਸੀਂ ਇੰਡੀਅਨ ਆਪਣੇ ਬਜ਼ੁਰਗਾਂ ਨੂੰ ਨਾਲ ਰੱਖ ਕੇ ਉਂਜ ਈ ਬੇਇਨਸਾਫ਼ੀ ਕਰਦੇ ਆਂ....।" ਇਹ ਨੀਰਜਾ ਕਹਿ ਰਹੀ ਸੀ।

ਤੇ ਜਦੋਂ ਉਹ ਦੋ ਤਿੰਨ ਵਾਰੀ ਕੀਰਤ ਨੂੰ ਤੇ ਉਹਦੇ ਘਰ ਵਾਲੇ ਨੂੰ ਕਹਿ ਕੇ ਗਏ ਕਿ ਤੁਸੀਂ ਵੀ ਬੀਜੀ ਤੇ ਬਾਪੂ ਜੀ ਨੂੰ ਉੱਥੇ ਛੱਡ ਕੇ ਦੇਖੋ ਤਾਂ ਪਤਾ ਨੀ ਕਿਉਂ ਉਹ ਪਤੀ ਪਤਨੀ ਆਪਣੇ ਮਾਂ-ਬਾਪ ਨੂੰ "ਰੋਹਤਕ ਬਿਰਧ ਆਸ਼ਰਮ" ਰੋਹਤਕ ਵਿੱਚ ਛੱਡਣ ਲਈ ਤਿਆਰ ਹੋ ਗਏ ਸਨ।

ਉਹਨਾਂ ਨੇ ਆਪਣੇ ਬੁੱਢੇ ਮਾਂ ਬਾਪ ਨੂੰ ਕਈ ਤਰ੍ਹਾਂ ਦੇ ਸਬਜ਼ਬਾਗ ਦਿਖਾ ਕੇ ਆਸ਼ਰਮ ਜਾਣ ਲਈ ਮਨਾਇਆ ਸੀ। ਉਹਨਾਂ ਨੂੰ ਕਿਹਾ ਸੀ ਕਿ ਉਥੇ ਪੀ. ਜੀ. ਆਈ ਹੈ, ਵੱਡਾ ਹਸਪਤਾਲ ਹੈ, ਵੱਡੇ ਵੱਡੇ ਡਾਕਟਰ ਹਨ। ਤੇ ਏਸ ਹਸਪਤਾਲ ਦੇ ਡਾਕਟਰ ਰੋਜ਼ ਬਿਰਧ ਆਸ਼ਰਮ ਦੇ ਬਜ਼ੁਰਗਾਂ ਨੂੰ ਚੈੱਕ ਅੱਪ ਕਰਨ ਲਈ ਆਉਂਦੇ ਹਨ।

ਕੀਰਤ ਦੇ ਘਰ ਵਾਲੇ ਨੇ ਮੂੰਹ ਨੀਵਾਂ ਪਾਈ ਕਿਹਾ ਸੀ ਕਿ "ਤੁਸੀਂ ਹਾਰਟ ਪੈਸ਼ੈਂਟ ਓਂ...ਥੋੜਾ ਬੀ. ਪੀ. ਹਾਈ ਰਹਿੰਦੈ, ਜੋੜਾਂ 'ਚ ਦਰਦ ਐ ਨਾਲੇ ਰੀੜ੍ਹ ਦੀ ਹੱਡੀ 'ਚ ਜਰਕ ਮਾਰਦੀ ਐ....ਬਈ ਉੱਥੇ ਘੱਟੋ ਘੱਟ ਥੋਡਾ ਇਲਾਜ ਤਾਂ ਵਧੀਆ ਹੋਊ.....ਫੇਰ ਪੈਸਾ ਟਕਾ ਤਾਂ ਅਸੀਉਂ ਭੇਜਣੈ.....।"

ਉਹ ਆਪਣੇ ਚੁੱਪ ਚੁਪੀਤੇ ਦਰਵੇਸ਼ਾਂ ਮਾਂ ਬਾਪ ਨਾਲ ਅੱਖ ਨਹੀਂ ਸੀ ਮਿਲਾ ਸਕਿਆ।

ਰਿਕਸ਼ਾ ਕੀਰਤ ਦੀਆਂ ਅੱਖਾਂ ਤੋਂ ਓਝਲ ਹੋ ਗਿਆ ਸੀ। ਉਹਦੇ ਘਰ ਵਾਲੇ ਨੇ ਆਪਣੇ ਡਰਾਈਵਰ ਕੋਲੋਂ ਜੀਪ ਰੁਕਵਾਈ ਤੇ ਜ਼ੋਰ ਦੀ ਆਵਾਜ਼ ਮਾਰੀ ਪਰ ਕੀਰਤ ਆਪਣੀ

ਥਾਂ ਉਵੇਂ ਈ ਖੜ੍ਹੀ ਰਹੀ। ਡਰਾਈਵਰ ਨੇ ਬੜੀ ਦੇਰ ਤੱਕ ਹਾਰਨ ਵਜਾਇਆ ਪਰ ਕੀਰਤ ਤਾਂ ਜਿਵੇਂ ਕਿਧਰੇ ਹੋਰ ਈ ਗੁਆਚ ਗਈ ਸੀ।

ਉਹ ਸੋਚ ਰਹੀ ਸੀ ਕਿ ਜੇ ਇੱਕ ਮਜ਼ਦੂਰ ਪਰਿਵਾਰ ਆਪਣੇ ਬਜ਼ੁਰਗਾਂ ਦੀ ਸੇਓ ਰਾਮ ਵਾਂਗ ਸੇਵਾ ਕਰ ਸਕਦਾ ਹੈ ਤਾਂ ਭਲਾ ਉਹਨਾਂ ਨੇ ਕਿਉਂ ਆਪਣੇ ਬਜ਼ੁਰਗ ਆਸ਼ਰਮ ਵਿੱਚ ਭੇਜੇ। ਆਪਣੇ ਸੱਸ ਸਹੁਰੇ ਦੀਆਂ ਉਦਾਸ ਉਦਾਸ ਅੱਖਾਂ ਅਜੇ ਵੀ ਕੀਰਤ ਨੂੰ ਯਾਦ ਸਨ। ਜਦੋਂ ਉਹਨੇ ਆਉਂਦੀ ਵਾਰੀ ਆਪਣੇ ਸੱਸ ਸਹੁਰੇ ਨੂੰ ਪੈਸੇ ਫੜਾਏ ਸਨ ਤਾਂ ਉਹਦੇ ਸਹੁਰੇ ਨੇ ਦੋਵੇਂ ਹੱਥ ਜੋੜ ਕੇ ਪੈਸੇ ਲੈਣ ਤੋਂ ਮੂਕ ਨਾਂਹ ਕਰ ਦਿੱਤੀ ਸੀ ਤੇ ਚੁੱਪ ਦੇ ਚੁੱਪ ਦੋਵੇਂ ਅੰਦਰ ਚਲੇ ਗਏ ਸਨ।

"ਕੀ ਗੱਲ ਮੈਂ ਕਦੋਂ ਦਾ ਬਲਾਈ ਜਾਨਾਂ...." ਉਹਦੇ ਪਤੀ ਨੇ ਉਹਦੇ ਨੇੜੇ ਆ ਕੇ ਕਿਹਾ।

"ਹੈਂ....ਹਾਂ.....ਨਹੀਂ....ਹਾਂ....ਮੈਨੂੰ ਰੋਹਤਕ ਦੀ ਬੱਸ ਬਿਠਾ ਦਿਉ।"

"ਰੋਹਤਕ ਦੀ ਬੱਸ? ਕਿਉਂ ਬੀ ਜੀ ਤੇ ਬਾਪੂ ਜੀ ਨੂੰ ਛੱਡ ਕੇ ਨੀ ਆਈ?"

"ਛੱਡਿਆਈ....ਤੇ ਹੁਣ ਲੈਣ ਜਾਣੈ....ਨਾਲੇ ਤੁਸੀਂ ਵੀ ਚੱਲੋ....।"

"ਮੈਂ ਕਿਮੇਂ ਜਾ ਸਕਦਾਂ....ਨਾਲੇ ਗੱਲ ਤਾਂ ਦੱਸ.....ਅਜੇ ਹੁਣ ਤਾਂ ਤੂੰ ਛੱਡ ਕੇ ਆਈ ਐਂ.....ਹੁਣੇ ਲੈਣ ਜਾਣ ਆਲੀ ਗੱਲ ਮੈਨੂੰ ਸਮਝ ਨੀ ਆਈ.....ਤੂੰ ਠੀਕ ਤਾਂ ਹੈਂ....?" ਉਹਦੇ ਮੱਥੇ ਉੱਤੇ ਹੱਥ ਧਰਦਿਆਂ ਉਹਦੇ ਪਤੀ ਨੇ ਪੁੱਛਿਆ।

"ਬੱਸ ਗਲਤੀ ਹੋ ਗੀ.....ਆਪਣੇ ਬਜ਼ੁਰਗ ਨੇ....ਉਰੇ ਕੀ ਲੈਂਦੇ ਸੀਗ੍ਹੇ ਆਪਣੇ ਕੋਲੋਂ....ਬਚਾਰੇ ਕਦੇ ਕੁਸ਼ ਬੋਲੇ ਈ ਨੀ ਘੱਟ ਵੱਧ.....ਫੇਰ ਮੈਨੂੰ ਬੱਸ ਬਠਾ ਦਿਓ....।" ਆਪਣੇ ਪਤੀ ਦਾ ਹੱਥ ਫੜ ਕੇ ਉਹਨੇ ਤਰਲਾ ਲਿਆ।

"ਲੋਕ ਤਾਂ ਗਰੀਬ ਹੁੰਦਿਆਂ ਵੀ ਆਪਣੇ ਮਾਪਿਆਂ ਦੀ ਸੇਵਾ ਕਰੀ ਜਾਂਦੇ ਨੇ....ਤੇ ਪਤਾ ਨੀ ਕਿਉਂ ਮੈਂ ਡਾ. ਰਾਘਵ ਦੀਆਂ ਗੱਲਾਂ 'ਚ ਆ ਗਈ....ਉਧਰ ਜੇ ਮੇਰੀ ਭਰਜਾਈ ਮੇਰੇ ਮਾਂ-ਬਾਪ ਨੂੰ...." ਕੀਰਤ ਦੀਆਂ ਅੱਖਾਂ ਡਬਡਬਾ ਗਈਆਂ।

"ਮੈਨੂੰ ਬੱਸ ਬੈਠਾ ਦਿਓ ਰੋਹਤਕ ਦੀ....।"

ਕੰਮ ਪਿਆਰਾ ਜਾਂ ਚੰਮ?

ਪਿਛਲੇ ਤਿੰਨ ਦਿਨਾਂ ਤੋਂ ਘਰ 'ਚ ਚੁੱਲ੍ਹਾ ਨਹੀਂ ਸੀ ਬਲਿਆ। ਕਪੂਰੀ ਉਹਨਾਂ ਸਾਰੇ ਜ਼ਿਮੀਂਦਾਰਾਂ ਦੇ ਘਰੀਂ ਗੇੜਾ ਮਾਰ ਆਈ ਸੀ ਜਿਹਨਾਂ ਨਾਲ ਉਹਦੇ ਘਰ ਵਾਲੇ ਬਰਕਤ ਨੇ ਸੀਰ ਕੀਤਾ ਸੀ। ਪਰ ਕਿਸੇ ਨੇ ਉਸਨੂੰ ਕਣਕ ਉਧਾਰੀ ਦੇਣ ਦੀ ਹਾਮੀ ਨਹੀਂ ਸੀ ਭਰੀ।

ਸ਼ਾਇਦ ਸਾਰਿਆਂ ਨੂੰ ਪਤਾ ਸੀ ਕਿ ਹੁਣ ਕਿਹੜਾ ਬਰਕਤ ਕੋਲੋਂ ਸੀਰੀ ਵਾਲਾ ਕੰਮ ਕੀਤਾ ਜਾਣੈ। ਤੇ ਫੇਰ ਨਕਾਰੇ ਬੰਦੇ ਨੂੰ ਕਣਕ ਦੇਣੀ ਕਿੱਧਰ ਦੀ ਅਕਲਮੰਦੀ ਐ। ਉਹ ਵੀ ਤੇਰਵ੍ਹੇਂ ਮਹੀਨੇ। ਚਲ ਹਾੜੀ ਦਾ ਸੀਜਨ ਹੋਵੇ ਤਾਂ ਬੀ ਬੰਦਾ ਟੈਮ ਬੇਟੈਮ ਗਰੀਬ ਆਦਮੀ ਦੀ ਮਦਦ ਕਰ ਦੇਵੇ ਪਰ ਹੁਣ ਐਸ ਮਹੀਨੇ ਤਾਂ.....।

ਨਾਲੇ ਬਰਕਤ ਦੇ ਮੁੰਡੇ ਕਿਤੇ ਜਾ ਕੇ ਦਸਾਂ ਸਾਲਾਂ ਨੂੰ ਸੀਰ ਕਰਨ ਜੋਗੇ ਹੋਣਗੇ। ਨਾਲੇ ਕੀ ਪਤਾ ਸਰਕਾਰ ਦੀਆਂ ਨੀਤੀਆਂ ਦਾ? ਇੱਕ ਤਾਂ ਉਹ ਮਜ੍ਹਬੀ ਉਤੋਂ ਨਕਾਰਾ ਹੋਏ ਬਾਪ ਦੇ ਮੁੰਡੇ....ਅਪਾਹਜ ਹੋਏ ਵੇ ਦੇ ਕਿਤੇ ਸਕੂਲਾਂ ਸਕਾਲਾਂ ਦੇ ਚੱਕਰ 'ਚ ਪੈ ਗੇ ਤਾਂ ਇਹ ਆਸ ਬੀ ਜਾਂਦੀ ਰਹਿਣੀ ਐ।

ਪੈਰੋਂ ਵਾਹਣੀ ਉਹ ਕਿੰਨਿਆਂ ਈ ਘਰਾਂ ਦੇ ਜਾਕੇ ਮੁੜ ਆਈ ਸੀ। ਮੀਸਣਿਆਂ ਕੇ ਬੂਹੇ ਮੂਹਰਿਉਂ ਲੰਘਦੀ ਨੇ ਉਹਨੇ ਗਜ਼ ਲੰਬਾ ਹੌਕਾ ਲਿਆ ਤੇ ਫੇਰ ਆਪ ਮੁਹਾਰੇ ਈ ਉਹਦੇ ਮੂੰਹੋਂ ਬਦ ਦੁਆ ਨਿਕਲ ਗਈ, "ਔਂਛਿਆ...ਰੱਬ ਦੇ ਬੰਦਿਓ...ਥੋਨੂੰ ਕਿਧਰੇ ਢੋਈ ਨਾ ਮਿਲੇ....। ਥੋਡੀ ਮੜ੍ਹੀ ਤੇ ਦੀਵਾ ਬਾਲਣ ਆਲਾ ਕੋਈ ਨਾ ਬਚੇ....।"

ਤੇ ਗਹਾਂ ਭੀੜੀ ਜਿਹੀ ਬੀਹੀ ਵਿਚ ਵਗਦੀ ਗੰਦੀ ਨਾਲੀ ਤੋਂ ਬੋਚ ਬੋਚਕੇ ਪੈਰ ਧਰਦੀ ਉਹ ਖੋਈ ਖੋਈ ਜਿਹੀ ਤੁਰੀ ਜਾ ਰਹੀ ਸੀ।

ਪਤਾ ਨੀ ਅੱਖਾਂ 'ਚ ਆਏ ਹੰਝੂਆਂ ਸਦਕਾ ਉਹਨੂੰ ਟੋਇਆ ਨਜ਼ਰ ਨਾ ਆਇਆ...ਪਤਾ ਨੀ ਘੁੰਡ ਕੱਢਿਆ ਹੋਣ ਕਰਕੇ ਤੇ ਪਤਾ ਨੀ ਉਹਨੂੰ ਰੱਬੋਂ ਈ ਚੱਕਰ ਆ ਗਿਆ। ਉਹ ਧੜੰਮ ਚੀਕ ਵਾਲੇ ਟੋਏ 'ਚ ਜਾ ਗਿਰੀ। ਕੋਠੇ ਦੇ ਬਨੇਰੇ ਤੇ ਬੈਠੀ ਬਟੇਰੇ ਮਾਰਨਿਆਂ ਦੀ ਬੁੜ੍ਹੀ ਨੇ ਉਤੋਂ ਈ ਰੌਲਾ ਪਾਉਂਦੀ ਨੇ ਕਿਹਾ,

"ਬੇ ਕੀ ਨਾਉਂ ਐ ਤੇਰਾ? ਭਜਨਿਆ...ਵੇ ਛਿੰਦਿਆ....ਵੇ ਕੋਈ ਸੁਣਦੈ?? ਬਰਕਤ ਦੀ ਬਹੂ ਗਿਰ ਗੀ ਬੇ...ਚੱਕਿਓ ਮਾੜਾ ਜਾ ਆ ਕੇ ਬੇ...ਬੇ ਕੋਈ ਬਹੁੜਿਓ ਬੇ....।"

"ਬੂ ਨੀ ਭਾਈਆਂ ਦੀਓ....ਇਹ ਤਾਂ ਬੇਹੋਸ਼ ਹੋਈ ਪਈ ਐ" ਘਰਾਂ 'ਚੋਂ ਨਿਕਲਦੀਆਂ ਤੀਵੀਆਂ ਨੇ ਉਸਨੂੰ ਅਹਿਲ ਪਈ ਦੇਖ ਕੇ ਕਿਹਾ। ਇੱਕ ਦੋ-ਜਣੀਆਂ ਨੇ ਉਹਨੂੰ ਖਿੱਚ ਕੇ ਸੁੱਕੀ ਥਾਵੇਂ ਕੀਤਾ ਪਰ ਫੇਰ ਸਾਰੀਆਂ ਨੇ ਉਸਨੂੰ ਚੀਕ ਨਾਲ ਲਿੱਬੜੀ ਦੇਖ ਕੇ ਤੇ ਨੀਵੀਂ ਜਾਤ ਦੀ ਹੋਣ ਕਰਕੇ ਸੂਗ ਜਿਹੀ ਮੰਨਦਿਆਂ ਧੁੜਧੁੜੀ ਲਈ ਤੇ ਇੱਕ ਦੂਜੇ ਦੇ

ਮੂੰਹ ਕੰਨੀ ਵੱਖਣ ਲੱਗ ਪਈਆਂ। ਜਿਵੇਂ ਕਹਿ ਰਹੀਆਂ ਹੋਣ ਕਿ ਇਹਦੀ ਦੰਦਲ ਕੌਣ ਭੰਨੇ? ਕੌਣ ਏਹਦੇ ਮੂੰਹ 'ਚ ਉਂਗਲੀ ਪਾਵੇ?

ਐਨੇ ਨੂੰ ਜਾਗੋ ਝਿਊਰੀ ਅੱਗੇ ਹੁੰਦਿਆਂ ਬੋਲੀ, "ਊਆਂ ਈ ਨੀ ਸਿਤਮ ਆਇਐ? ਕੁੜੇ ਕੀ ਖੜ੍ਹੀਆਂ ਖੜ੍ਹੀਆਂ ਮੁਤਰ ਮੁਤਰ ਝਾਕੀਂ ਜਾਨੀਓਂ....ਤੁਸੀਂ ਤਾਂ ਹੋਰ ਇਹਦੇ ਸਰਹਾਣੇ ਖੜ੍ਹੀਆਂ ਹੋਕੇ ਹੁੰਮ ਕਰਾ 'ਤਾ....ਏਹਨੂੰ ਕੀ ਗੋਹਾ ਲੱਗਿਐ? ਬਈ ਤੁਸੀਂ ਏਹਦੀ ਦੰਦਲ ਭੰਨੋ....।"

ਉਸਨੇ ਖੁੱਲ੍ਹੇ ਪੌਂਹਚਿਆਂ ਵਾਲੀ ਸਲਵਾਰ ਨੂੰ 'ਕੱਠੀ ਕਰ ਕੇ ਤੇ ਬੋਚ ਕੇ ਬੈਠਦਿਆਂ ਉਹਦੇ ਮੂੰਹ 'ਚ ਉਂਗਲ ਪਾਈ.....ਉਹਦੀ ਦੰਦਲ ਖੋਹਲਣ ਦੀ ਕੋਸ਼ਿਸ਼ ਕੀਤੀ....ਪਰ ਦੰਦਲ ਤਾਂ ਉਹਨੂੰ ਪਈਓ ਨੀ ਸੀ....ਉਹ ਤਾਂ ਊਈਂ ਬੇਹੋਸ਼ ਹੋ ਗਈ ਸੀ....ਸ਼ਾਇਦ ਭੁੱਖੀ ਸੀ ਤਾਂ ਕਰਕੇ।

"ਲੈ ਮਾੜਿਆਂ ਦੇ ਮਾੜੇ ਈ ਭਾਗ...ਪਹਿਲਾਂ ਘਰ ਆਲਾ ਆਝਾ ਹੋ ਗਿਆ....ਹੁਣ ਆਪ ਗਿਰ ਗੀ...ਕਪੂਰੀ? ਨੀ ਕਪੂਰੀ?? ਕੁੜੇ ਕਪੂਰੀ?? ਬਾਈ ਕੀ ਹੋਇਆ ਤੈਨੂੰ....।" ਜਾਗੋ ਨੇ ਉਹਨੂੰ ਝੰਜੋੜ ਝੰਜੋੜ ਕੇ ਹਲਾਉਂਦਿਆਂ ਪੁੱਛਿਆ। ਬਾਕੀ ਔਰਤਾਂ ਤਾਂ ਖੈਰ ਪੈਰ ਜੇ ਮਲਦੀਆਂ ਖੜ੍ਹੀਆਂ ਰਹੀਆਂ। ਕਪੂਰੀ ਨੇ ਅੱਖਾਂ ਖੋਹਲੀਆਂ.....ਤੇ ਜਾਗੋ ਦਾ ਸਹਾਰਾ ਲੈ ਕੇ ਬੈਠੇ ਹੁੰਦਿਆਂ ਗਿਰਨ ਸਦਕਾ ਲੱਗੀ ਸੱਟ ਦੀ ਚੀਸ ਮਹਿਸੂਸ ਕਰਦਿਆਂ ਆਪਣੇ ਲਿੱਬੜੇ ਹੋਏ ਪੈਰ ਦੇਖੇ ਤਾਂ ਉਹਨੂੰ ਘਿਣ ਜੀ ਆਈ। ਜਾਗੋ ਉਹਦੀਆਂ ਹਥੇਲੀਆਂ ਝੱਸ ਰਹੀ ਸੀ।

ਬਾਕੀ ਔਰਤਾਂ ਨੇ ਨੱਕ ਉਤੇ ਚੁੰਨੀਆਂ ਧਰ ਲਈਆਂ ਕਿਉਂਕਿ ਨਾਲੀ ਦਾ ਖੜ੍ਹਿਆਂ ਪਾਣੀ ਕਪੂਰੀ ਦੇ ਗਿਰਨ ਸਦਕਾ ਹਿੱਲ ਗਿਆ ਸੀ ਤੇ ਬੋਅ ਮਾਰਨ ਲੱਗ ਗਿਆ ਸੀ। ਉਹਨਾਂ ਨੇ ਨੱਕ ਤੇ ਚੁੰਨੀਆਂ ਧਰ ਕੇ ਉਂਜ ਵੀ ਇੱਕ ਇੱਕ ਹੱਥ ਵਿਅਸਤ ਕਰ ਲਿਆ ਤਾਂ ਜੋ ਕਪੂਰੀ ਦੀ ਕੋਈ ਸੇਵਾ ਈ ਨਾ ਕਰਨੀ ਪੈ ਜਾਵੇ।

ਕੁਝ ਦੇਰ ਬਾਅਦ ਕਪੂਰੀ ਨੇ ਪਾਣੀ ਮੰਗਿਆ। ਜਾਗੋ ਜਾ ਕੇ ਆਪਣੇ ਘਰੋਂ ਪਾਣੀ ਦਾ ਗਲਾਸ ਭਰ ਕੇ ਲਿਆਈਕਪੂਰੀ ਨੇ ਗਲਾਸ ਭਿੱਟੇ ਜਾਣ ਦੇ ਡਰੋਂ ਚੁੰਨੀ ਦੇ ਪੱਲੇ ਨਾਲ ਫੜ ਕੇ ਓਕ ਨਾਲ ਪਾਣੀ ਪੀਣ ਲਈ ਉਂਜਲਾ ਮੂੰਹ ਨੂੰ ਲਾਇਆ ਤਾਂ ਜਾਗੋ ਝੱਟ ਬੋਲੀ,

"ਕਪੂਰੀਏ ਮੂੰਹ ਲਾ ਕੇ ਈ ਪੀ ਲੈ ਪਾਣੀ....ਕਿਤੇ ਨੀ ਗਲਾਸ ਭਿੱਟੀਂਦਾ....ਤੂੰ ਬੀ ਸਾਡੇ ਬਰਗੀ ਈ ਐਂ.....ਜਿਹੇ ਜੇ ਹੱਡ ਮਾਸ ਦੇ ਅਸੀਂ ਬਣੇ ਵੇ ਐਂ ਉਹੋ ਜੇ ਦੀ ਤੂੰ ਬਣੀ ਬੀ ਐਂ....ਹੈਂਅ! ਸਾਨੂੰ ਕਿਤੇ ਨਿਆਰੀਓ ਹਿੰਗ ਲੱਗੀ ਬੀ ਐ?"

ਅੱਡੀਆਂ ਅੱਖਾਂ ਨਾਲ ਜਾਗੋ ਕੰਨੀ ਝਾਕਦੀ ਕਪੂਰੀ ਨੇ ਗਲਾਸ 'ਚੋਂ ਪਾਣੀ ਪੀ ਲਿਆ....ਮੂੰਹ ਲਾ ਕੇ ਈ।

ਫੇਰ ਆਲ ਮਾਲ ਜੀ ਹੋਈ ਕਪੂਰੀ ਉਠੀ ਤੇ ਜਾਗੋ ਦੇ ਵਿਹੜੇ 'ਚ ਲੱਗੀ ਟੂਟੀ ਤੋਂ ਪੈਰ ਧੋਤੇ....ਚਿੱਕੜ ਨਾਲ ਲਿੱਬੜੇ ਹੋਏ ਕੱਪੜੇ ਵੀ ਧੋਏ।

ਜਾਗੋ ਨੇ ਉਹਦੇ ਬੈਠਣ ਲਈ ਬੋਰੀ ਦਾ ਇੱਕ ਟੁਕੜਾ ਵਿਛਾ ਦਿੱਤਾ ਤੇ ਆਪ ਮੂਧੇ ਪਏ ਤਸਲੇ ਤੇ ਬਹਿ ਗਈ।

"ਚਾਚੀ ਤੈਂ ਮੇਰੇ ਮੂੰਹ 'ਚ ਹੱਥ ਪਾ ਕੇ ਦੰਦਲ ਭੰਨੀ....ਨਾਲੇ ਮੈਨੂੰ ਆਪਣੇ ਗਲਾਸ 'ਚ ਪਾਣੀ ਪਿਲਾਇਆ....ਪ੍ਰਮਾਤਮਾ ਤੈਨੂੰ ਐਨਾ ਦੇਵੇ ਬਈ ਤੂੰ ਧਰ ਧਰ ਭੁੱਲੇਂ....।" ਤੇ ਉਹਨੇ ਜਾਗੋ ਦੇ ਪੈਰੀਂ ਹੱਥ ਲਾਏ।

"ਲੈ ਦੱਸ ਬੋਲੀ ਨਾ ਸਿਆਣੀ...ਹੁਣ ਮਰਦੇ ਬੰਦੇ ਨੂੰ ਬਚਾਉਣਾ ਨੀ ਹੁੰਦਾ? ਤੂੰ ਭਲਾਂ ਦੀ ਕਾਹਤੋਂ ਮੇਰੇ ਪੈਰ ਫੜਦੀ ਐਂ?" ਜਾਗੋ ਨੇ ਉਹਦਾ ਸਿਰ ਪਲੋਸਦਿਆਂ ਕਿਹਾ।

ਕਿੰਨੀ ਦੇਰ ਕਪੂਰੀ ਜਾਗੋ ਦੇ ਪੈਰਾਂ ਵੱਲ ਦੇਖਦੀ ਰਹੀ। ਉਹਨੂੰ ਉਦਾਸ ਬੈਠੀ ਦੇਖ ਕੇ ਜਾਗੋ ਨੇ ਦੁਬਾਰਾ ਪੁੱਛਿਆ, "ਨਾ ਭਲਾ ਊਂ ਤੇਰਾ ਪੈਰ ਪੂਰ ਤਿਸ੍ਹਲਿਆ ਤੀ 'ਕ ਊਈਂ ਘਮੇਰਨੀ ਆਗੀ 'ਤੀ...ਡੋਲੇ ਖਾ ਖਾ ਤਾਂ ਤੁਰਦੀ ਐਂ ਤੂੰ....ਤੇਰੇ ਨਾਲ ਤਾਂ ਕਰਮਾਂ ਨੇ ਬਲਾਈਂ ਮਾੜੀ ਕੀਤੀ।"

"ਬੱਸ ਚਾਚੀ ਪਤਾ ਈ ਨੀ ਲੱਗਿਆ ਬਈ ਘਮੇਰਨੀ ਆਈ ਐ 'ਕ?" ਉਂਜ ਉਹਦਾ ਜੀਅ ਕੀਤਾ ਕਿ ਕਹੇ ਬਈ ਕੱਲ੍ਹ ਦੀ ਰੋਟੀ ਖਾਧੀ ਵੀ ਐ...ਭੁੱਖੇ ਢਿੱਡ ਚੱਕਰ ਆ ਗਿਆ ਸੀਗ੍ਹਾ....।

"ਊਂ ਥੋਡੇ ਲਾਣੇਦਾਰਾਂ ਨੇ ਕਰੀ ਮਾੜੀ....ਨਾਲੇ ਆਹ ਜ਼ਿਮੀਂਦਾਰ ਸੀਰੀਆਂ ਸਾਂਝੀਆਂ ਦਾ ਚੰਮ ਖਾਣ ਜੋਕਰੇ ਈ ਨੇ...ਲੋੜ ਪੈਣ ਤੇ ਨੀ ਬਾਂਹ ਫੜਾਉਂਦੇ....ਊਂ ਤੇਰਾ ਚਾਚਾ ਕਹਿੰਦਾ ਤਾਂ ਸੀਗ੍ਹਾ ਬਈ ਬਰਕਤ ਨੂੰ ਕਚੈਹਰੀ 'ਚ ਦਰਖਾਸ ਦੇਣੀ ਚਾਹੀਦੀ 'ਤੀ.....।"

"ਚਾਚੀ ਦਰਖਾਸ ਦੇਣ ਜੋਗੇ ਹੁੰਦੇ ਤਾਂ ਕਹਾਣੀਓ ਕੀ 'ਤੀ....ਇਹ ਤਾਂ ਸੱਤਿਆਮਾਨ ਊਈਂ ਨੀ ਉੱਤਾ ਬਾਚਦਾ ਕਿਸੇ ਗੱਲ ਦਾ..... ਮੈਨੂੰ ਹੁਣ ਕੀ ਪਤਾ ਕਿਮੇ ਦਰਖਾਸ ਦਈਂਦੀ ਐ....ਫੇਰ ਫੈਸਲੇ ਕਰਨ ਆਲੇ ਬੀ ਉਪਰ ਗਠੜੀ ਨੋਟਾਂ ਦੀ ਭਾਲਦੇ ਨੇ ... ਬਿਨਾਂ ਪੈਸੇ ਦੇ ਕੌਣ ਪੁੱਛਦੈ ਗਰੀਬਾਂ ਨੂੰ....ਨਾਲੇ ਸਪਾਰਸ ਬੀ ਚਾਹੀਦੀ ਐ..... ਸਾਨੂੰ ਤਾਂ ਇਹਨਾਂ ਨੇ ਊਈਂ ਨੀ ਰਾਹ ਦੇਣਾ....।" ਕਪੂਰੀ ਦੀਆਂ ਅੱਖਾਂ ਵਿਚਲੀ ਉਦਾਸੀ ਉਹਦੇ ਬੋਲਾਂ ਵਿੱਚ ਵੀ ਸੀ।

"ਆਹੋ ਭਾਈ.....ਗੱਲ ਤਾਂ ਸਿਆਣੀ ਐ.....ਚੱਲ ਰੱਬ ਲੇਖੇ ਥੋੜ੍ਹੇ ਬਹੁਤੇ ਪੈਸੇ ਈ ਦੇ ਦੰਦੇ....ਊਂ ਜਾਣੀ ਬਰਕਤ ਹੈ ਦਰਬੇਸ....ਸਵੇਰੇ ਉੱਠ ਕੇ ਰੱਬ ਦਾ ਨੌਂ ਲੈਣ ਤੋਂ ਪਹਿਲਾਂ ਯਾਦ ਕਰਨ ਜੋਕਰੈ....ਚੰਦਰਾ ਆਝਾ ਹੋ ਕੇ ਬੈਠ ਗਿਆ। ਤੂੰ ਦੇਖਦੀ ਜਾਈਂ ਪੈਣਗੇ ਇਹਨਾਂ ਕੰਜਰਾਂ ਦੇ ਬੀ ਕੀੜੇ.....ਗਰੀਬ ਦੀ ਹਾਅ ਲੈ ਬੈਠੂ....ਉਰੇ ਈ ਲੇਖੇ ਦੇਣਗੇ.....।" ਜਾਗੋ ਨੇ ਪਰ੍ਹਾਂ ਭਾਂਡਿਆਂ 'ਚ ਠੁੰਗਾਂ ਮਾਰਦੀ ਮੁਰਗੀ ਨੂੰ ਤਾੜੀ ਮਾਰਕੇ ਛਛਕੀਰਦਿਆਂ ਕਿਹਾ।

"ਪਰ ਚਾਚੀ ਇਹਦੇ ਨਾਲ ਸਾਡਾ ਤਾਂ ਕੁਸ ਨੀ ਸੰਮਰਨਾ....ਮੈਂ ਤਾਂ ਕਹਿਨੀ ਆਂ ਰੱਬ ਇਹਨਾਂ ਨੂੰ ਬੀ ਰਾਜ਼ੀ ਰੱਖੇ....ਸਾਡੇ ਭਾਗ ਸਾਡੇ ਨਾਲ਼।"

ਧਰਤੀ ਤੇ ਦੋਵੇਂ ਹੱਥ ਟੇਕ ਕੇ ਖੜ੍ਹੀ ਹੁੰਦੀ ਕਪੂਰੀ ਬੋਲੀ। ਗਿੱਲੇ ਕੱਪੜਿਆਂ ਨੂੰ ਛੰਡਦੀ ਹੋਈ ਉਹ ਘਰ ਨੂੰ ਤੁਰ ਪਈ। ਬੀਹੀ ਦੇ ਮੋੜ ਤੇ ਉਹੀ ਤੀਮੀਆਂ ਅਜੇ ਤੱਕ ਖੜ੍ਹੀਆਂ ਸਨ ਜਿਹਨਾਂ ਨੇ ਕਪੂਰੀ ਨੂੰ ਹੱਥ ਤੱਕ ਨਹੀਂ ਸੀ ਲਾਇਆ। ਹੁਣ ਉਹ ਕੱਚੀਆਂ ਜਿਹੀਆਂ ਹੋਈਆਂ ਘੁੰਡ ਕੱਢੀ ਜਾਂਦੀ ਕਪੂਰੀ ਨੂੰ ਦੇਖਦੀਆਂ ਰਹੀਆਂ ਪਰ ਕਪੂਰੀ ਬਿਨਾਂ ਰੁਕੇ ਸਿੱਧੀ ਚਮੈੜ੍ਹੀ ਵੱਲ ਨੂੰ ਤੁਰੀ ਗਈ।

ਉਂਜ ਕਪੂਰੀ ਨੂੰ ਖੁਦ ਵੀ ਸਮਝ ਨਹੀਂ ਸੀ ਆ ਰਹੀ ਕਿ ਉਸਨੂੰ ਚੱਕਰ ਆਇਐ ਜਾਂ ਉਹਦਾ ਪੈਰ ਫਿਸਲਿਆ ਹੈ। ਗਿੱਲੇ ਕੱਪੜਿਆਂ ਨਾਲ ਉਸਨੂੰ ਸੁੰਨ ਜਿਹਾ ਚੜ੍ਹ ਗਿਆ।

ਉਹਦਾ ਖਾਲੀ ਹੱਥੀਂ ਘਰ ਵੜਨ ਨੂੰ ਜੀਅ ਨਹੀਂ ਸੀ ਕਰ ਰਿਹਾ। ਨਿਆਣੇ ਡੀਕ ਰਹੇ ਹੋਣਗੇ ਬਈ ਸਾਡੀ ਬੀਬੀ ਖਾਣ ਬਾਸਤੇ ਕੁਸ ਲੈ ਕੇ ਆਊਗੀ। ਉਂਜ ਜਦੋਂ ਉਹ ਜਾਗੋ ਦੇ

ਘਰ ਬੈਠੀ ਸੀ ਤਾਂ ਉਹਦਾ ਬਾਰ ਬਾਰ ਮਨ ਕੀਤਾ ਸੀ ਕਿ ਜਾਗੋ ਨੂੰ ਕਹੇ ਬਈ ਚਾਚੀ ਅਸੀਂ ਤਾਂ ਸਾਰਾ ਟੱਬਰ ਕੱਲ੍ਹ ਦੇ ਭੁੱਖੇ ਐਂ...ਕੁਸ ਖਾਣ ਨੂੰ ਦੇ ਦੇ ਪਰ ਇਹ ਕਹਿਣ ਵਾਸਤੇ ਉਹਦੀ ਜ਼ਮੀਰ ਨਹੀਂ ਸੀ ਮੰਨੀ। ਬਈ ਜੇ ਹਾਂਡੀ ਦਾ ਮੂੰਹ ਚੌੜਾ ਹੋਵੇ ਤਾਂ ਕੁੱਤਾ ਤਾਂ ਘੱਟੋ ਘੱਟ ਸ਼ਰਮ ਕਰੇ। ਇੱਕ ਤਾਂ ਬਚਾਰੀ ਨੇ ਮੈਨੂੰ ਚੱਕ ਕੇ ਹੋਸ਼ 'ਚ ਲਿਆਂਦਾ ਤੇ ਨਾਲੇ ਮੇਰੀ ਸੇਵਾ ਕਰੀ। ਹੁਣ ਮੈਂ ਇਹਦੇ ਕੋਲ ਮੰਗ ਪਾ ਬੈਠਾਂ...!! ਫੇਰ ਕਪੂਰੀ ਨੂੰ ਜਾਗੋ ਦੇ ਘਰ ਦੀ ਹਾਲਤ ਵੀ ਪਤਾ ਈ ਸੀ। ਉਹ ਤਾਂ ਆਪ ਲੋਕਾਂ ਦਾ ਪਾਣੀ ਭਰ ਭਰ ਕੇ ਗੁਜ਼ਾਰਾ ਕਰਦੀ ਐ। ਕੀ ਪਤਾ ਉਹਦੇ ਘਰ ਵੀ ਦੋ ਟਾਈਮ ਰੋਟੀ ਪੱਕਦੀ ਐ ਜਾਂ ਨਹੀਂ। ਇਹ ਸੋਚ ਕੇ ਉਹ ਚੁੱਪ ਈ ਰਹੀ ਸੀ।

ਬਰਕਤ ਪਹਿਰ ਦਾ ਉਸਨੂੰ ਡੀਕ ਰਿਹਾ ਸੀ। ਦੋਵੇਂ ਨਿਆਣੇ ਭੁੱਖੇ ਭਾਣੇ ਵਿਰਲਾਪ ਕਰ ਕੇ ਭੁੰਜੇ ਈ ਸੌਂ ਗਏ ਸਨ। ਉਹਨਾਂ ਦੇ ਮੂੰਹ ਉਤੇ ਹੰਝੂਆਂ ਦੀਆਂ ਘਰਾਲਾਂ ਦੇ ਨਿਸ਼ਾਨ ਪਏ ਹੋਏ ਸਨ।

ਘਰ ਵਿੱਚ ਬੜੀ ਮਨਹੂਸ ਜਿਹੀ ਚੁੱਪ ਛਾਈ ਹੋਈ ਸੀ। ਵਿਹੜੇ ਵਿੱਚ ਬੰਨ੍ਹੀ ਮੁਰਦਲੀ ਜਿਹੀ ਵੱਛੀ ਨੇ ਉਹਨੂੰ ਦੇਖ ਕੇ ਪੂੰਛ ਹਿਲਾਈ ਤੇ ਉਹਦੇ ਵੱਲ ਉਦਾਸ ਉਦਾਸ ਨਜ਼ਰਾਂ ਨਾਲ ਤੱਕਿਆ ਜਿਵੇਂ ਕਹਿ ਰਹੀ ਹੋਵੇ ਕਿ ਮੈਂ ਵੀ ਥੋਡੇ ਵਾਂਗ ਕੱਲ੍ਹ ਦੀ ਭੁੱਖੀ ਆਂ।

ਕਪੂਰੀ ਨੂੰ ਗਿੱਲੇ ਕੱਪੜਿਆਂ 'ਚ ਦੇਖ ਕੇ ਬਰਕਤ ਨੇ ਸੋਚਿਆ ਕਿ ਸ਼ਾਇਦ ਉਹ ਮੀਸਣਿਆਂ ਦੇ ਪਸ਼ੂਆਂ ਨੂੰ ਪਾਣੀ ਧਾਣੀ ਪਲਾਉਂਦੀ ਭਿੱਜ ਗਈ ਹੋਣੀ ਐਂ।

ਪਰ ਉਸਨੂੰ ਖਾਲੀ ਹੱਥ ਆਉਂਦੀ ਦੇਖ ਕੇ ਬਰਕਤ ਨੇ ਅੱਖਾਂ ਫਾੜ ਕੇ ਉਹਦੇ ਵੱਲ ਸੁਆਲੀਆ ਨਜ਼ਰਾਂ ਨਾਲ ਦੇਖਿਆ ਜਿਵੇਂ ਪੁੱਛ ਰਿਹਾ ਹੋਵੇ ਕਿ ਕਣਕ ਕਿੱਥੇ ਐ??

"ਨਿਆਣੇ ਸੌਂ ਗੇ? ਮੈਨੂੰ ਤਾਂ....ਮੈਂ ਤਾਂ ਉਥੇ ਈ....ਉਹ ਤਾਂ....." ਕਪੂਰੀ ਕੋਲੋਂ ਕੋਈ ਵੀ ਵਾਕ ਚੱਜ ਨਾਲ ਨਾ ਬੋਲ ਹੋਇਆ। ਉਂਜ ਉਹ ਰਾਹ ਵਿੱਚ ਸੋਚ ਕੇ ਵੀ ਨਹੀਂ ਆਈ ਸੀ ਕਿ ਘਰ ਜਾ ਕੇ ਕੀ ਕਹੂਗੀ। ਇਹ ਗੱਲ ਉਹਨੂੰ ਸੁੱਝੀਓ ਨੀ ਸੀ।

ਉਹਦੇ ਥਿੜਕੇ ਥਿੜਕੇ ਬੋਲਾਂ ਤੋਂ ਬਰਕਤ ਸਭ ਕੁਝ ਸਮਝ ਗਿਆ। ਨਾਲੇ ਉਹ ਏਹਨਾਂ ਜ਼ਿਮੀਂਦਾਰਾਂ ਨੂੰ ਬਚਪਨ ਤੋਂ ਦੇਖਦਾ ਆ ਰਿਹਾ ਸੀ। ਉਹਨੂੰ ਪਤਾ ਸੀ ਕਿ ਬਿਨਾਂ ਮਤਲਬ ਤੋਂ ਤਾਂ ਏਹ ਲੋਕ ਆਪਣੀ ਸਕੀ ਮਾਂ ਨੂੰ ਮਾਂ ਨਾ ਕਹਿਣ ਸਾਡੀ ਚੂਹੜੇ ਚੱਪਿਆਂ ਦੀ ਤਾਂ ਗੱਲ ਈ ਦੂਰ ਦੀ ਐ। ਇਹ ਲੋਕ ਵੋਟਾਂ ਲੈਣ ਵੇਲੇ ਜਾਂ ਕੰਮ ਲੈਣ ਵੇਲੇ ਈ ਸਾਡੇ ਨੇੜੇ ਲੱਗਦੇ ਨੇ। ਫੇਰ ਨੀ ਇਹ ਸਾਡੀ ਬਾਤ ਪੁੱਛਦੇ।

ਨਾ ਬਰਕਤ ਨੇ ਕਪੂਰੀ ਨੂੰ ਕੁਸ਼ ਪੁੱਛਿਆ ਤੇ ਨਾ ਕਪੂਰੀ ਨੇ ਬਰਕਤ ਨੂੰ ਕੁਸ਼ ਦੱਸਿਆ। ਬੱਸ ਕਪੂਰੀ ਪਾਸਾ ਜਿਹਾ ਵੱਟ ਕੇ ਅੰਦਰ ਕੋਠੜੀ ਵਿੱਚ ਚਲੀ ਗਈ। ਕਿੰਨੀਓਂ ਦੇਰ ਭੁੰਜੇ ਬੈਠੀ ਰੋਂਦੀ ਰਹੀ...। ਫੇਰ ਆਪੇ ਸੋਚਿਆ ਕਿ ਭੁੰਜੇ ਬੈਠ ਕੇ ਰੋਣਾ ਵੀ ਬਦਸ਼ਗਨੀ ਹੁੰਦੀ ਐ। ਉਈਂ ਕਿਉਂ ਬਦਸ਼ਗਨੀ ਕਰਨੀ ਐ। ਤੇ ਝੱਗੇ ਦੇ ਲੜ ਨਾਲ ਅੱਖਾਂ ਪੂੰਝਦੀ ਉਹ ਉਠ ਕੇ ਬਾਹਰ ਆ ਗਈ।

ਬਰਕਤ ਅੱਖਾਂ ਉਤੇ ਬਾਂਹ ਧਰੀ ਪਿਆ ਸੀ ਪਰ ਕਪੂਰੀ ਨੂੰ ਪਤਾ ਸੀ ਕਿ ਉਹ ਰੋ ਰਿਹਾ ਐ ਤੇ ਉਹਨੇ ਆਪਣੇ ਹੰਝੂ ਛੁਪਾਉਣ ਲਈ ਅੱਖਾਂ ਉਤੇ ਬਾਂਹ ਧਰੀ ਹੋਈ ਐ।

ਬਰਕਤ ਨੇ ਔਖਾ ਹੋ ਕੇ ਪਾਸਾ ਪਰਤਿਆ। ਮੰਜੇ ਦੀ ਬਾਹੀਂ ਨਾਲ ਟਿਕਾ ਕੇ ਧਰੀਆਂ ਬਸਾਖੀਆਂ ਹੇਠਾਂ ਡਿੱਗ ਪਈਆਂ। ਕਪੂਰੀ ਨੇ ਬਸਾਖੀਆਂ ਚੁੱਕੀਆਂ ਤੇ ਉਹਦਾ ਜੀਅ

ਕੀਤਾ ਕਿ ਉਹ ਇੱਕ ਬਸਾਖੀ ਆਪਣੇ ਸਿਰ ਵਿੱਚ ਮਾਰ ਲਵੇ। ਫੇਰ ਪਤਾ ਨੀ ਉਸਨੂੰ ਕੀ ਸੁੱਝਿਆ ਉਹਨੇ ਇਹ ਬਸਾਖੀਆਂ ਆਪਣੀਆਂ ਕੱਛਾਂ ਵਿੱਚ ਅੜਾ ਕੇ ਉੱਕਾ ਅਪਾਹਜਾਂ ਵਾਂਗ ਚੱਲਣਾ ਸ਼ੁਰੂ ਕਰ ਦਿੱਤਾ। ਉਹ ਸਾਰੇ ਵਿਹੜੇ ਵਿੱਚ ਚੱਕਰ ਲਾ ਕੇ ਆਈ। ਬਰਕਤ ਦਾ ਕਿੰਨੇ ਈ ਦਿਨਾਂ ਦਾ ਡੱਕ ਕੇ ਰੱਖਿਆ ਰੋਣ ਭੁੱਬਾਂ ਬਣ ਵਹਿ ਤੁਰਿਆ। ਉਹ ਪਾਗਲਾਂ ਵਾਂਗ ਰੋ ਰਿਹਾ ਸੀ ਤੇ ਕਪੂਰੀ ਨੇ ਚੁੱਪ ਕਰ ਕੇ ਬਸਾਖੀਆਂ ਮੰਜੇ ਦੇ ਸਰਹਾਣੇ ਨਾਲ ਟਿਕਾ ਦਿੱਤੀਆਂ ਤੇ ਬਰਕਤ ਨੂੰ ਹੌਲੀ ਜਿਹੇ ਬੋਲੀ,

"ਊਂ ਤਾਂ ਜਾਣੀ ਦਾ ਚਿੱਤ ਤਾਂ ਕਰਦਾ 'ਤੀ ਬਈ ਆਹ ਇੱਕ ਫੌਹੜੀ ਜੀ ਚੱਕ ਕੇ ਆਪਣਾ ਸਿਰ ਪਾੜ 'ਲਾਂ....ਪਰ ਇਹਦੇ ਜੋਕਰੀ ਬੀ ਬਾਹਾਂ 'ਚ ਤਾਗਤ ਨੀ ਸੀਗ੍ਹੀ....।" ਉਹਦੀ ਗੱਲ ਕੱਟ ਕੇ ਨਿਆਣਿਆਂ ਵਾਂਗ ਰੋਂਦਿਆਂ ਬਰਕਤ ਨੇ ਕਿਹਾ, "ਉਏ ਭਾਗਮਾਨੇ....ਆਹ ਫੌਹੜੀਆਂ ਤਾਂ ਮੈਨੂੰ ਈ ਚੱਕਣੀਆਂ ਭੈਜਲ ਹੋ ਰਹੀਆਂ ਨੇ....ਤੂੰ ਕਾਹਤੋਂ ਸੁੱਖੀ ਸਾਂਦੀ ਇਹਨਾਂ ਨਾਲ ਤੁਰ ਕੇ ਦੇਖਣ ਲੱਗ 'ਪੀ...ਫੁੱਟੇ ਲੇਖਾਂ ਆਲੀਏ....ਨੀ ਤੂੰ ਰੱਬ ਕੋਲੋਂ ਸੁੱਖ ਮੰਗ....ਦੋ ਬਖਤ ਮਿਲਤੇ.....।"

ਤੇ ਕਪੂਰੀ ਭਮੰਤਰੀ ਜਿਹੀ ਬਰਕਤ ਵੱਲ ਝਾਕ ਰਹੀ ਸੀ। ਊਂ ਭਲਾ ਦੀ ਉਹ ਟੌਹੜੀਆਂ ਨਾਲ ਕਾਹਨੂੰ ਪੁਰਨ ਲੱਗ ਪਈ ਸੀਗ੍ਹੀ? ਜਿਵੇਂ ਉਹਨੂੰ ਕੋਈ ਕਮਲ ਈ ਪੈ ਗਿਆ ਹੁੰਦੈ। ਆਇੰ ਚੰਗਾ ਭਲਾ ਬੰਦਾ ਭਲਾ ਕਾਸਨੂੰ ਆਹੇ ਜੇ ਕੰਮ ਕਰਦੈ....। ਉਹਨੂੰ ਲੱਗਿਆ ਜਿਵੇਂ ਸੱਚੀਂ ਪਾਗਲ ਹੋ ਗਈ ਸੀ।

ਸਿਰ ਨੂੰ ਇੱਧਰ ਉੱਧਰ ਝਟਕਦਿਆਂ ਉਹਨੇ ਹੋਸ਼ ਪਰਤਾਉਣ ਦੀ ਕੋਸ਼ਿਸ਼ ਕੀਤੀ। ਭੁੰਜੇ ਸੁੱਤੇ ਪਏ ਨਿਆਣੇ ਉਹਨੂੰ ਮੁਰਦੇ ਨਜ਼ਰ ਆਏ। ਉਹਨੇ ਨਿਆਣਿਆਂ ਦੀ ਛਾਤੀ ਟੋਹ ਕੇ ਦੇਖੀ ਬਈ ਇਹਨਾਂ ਦੀ ਸਾਹ ਚੱਲਦੀ ਐ ਜਾਂ ਨਹੀਂ।

ਉਹਨੂੰ ਨਿਆਣਿਆਂ ਦਾ ਬਲਾਈਂ ਮੋਹ ਆਇਆ। ਉਹਨੇ ਬੱਚਿਆਂ ਨੂੰ ਚੱਕ ਕੇ ਇੱਕ ਢਿੱਲੀ ਜਿਹੀ ਮੰਜੀ ਉੱਤੇ ਲਿਟਾ ਦਿੱਤਾ। ਬਰਕਤ ਨੇ ਉਹਦਾ ਮੋਢਾ ਫੜ ਕੇ ਘੁੱਟਿਆ। ਅੱਜ ਉਹ ਆਪਣੀ ਬੇਬਸੀ ਉੱਤੇ ਰੋ ਰਿਹਾ ਸੀ। ਉਹਦੇ ਜਿਉਂਦੇ ਜੀ ਉਹਦਾ ਟੱਬਰ ਭੁੱਖਾ ਭਾਣਾ ਸੌਂ ਗਿਆ ਸੀ। ਜੇ ਉਹ ਠੀਕ ਹੁੰਦਾ ਤਾਂ ਇਹ ਦਿਹਾੜੇ ਤਾਂ ਨਾ ਦੇਖਣੇ ਪੈਂਦੇ।

ਟੁਕੜਿਆਂ ਵਿੱਚ ਟੁੱਟਿਆ ਹੋਇਆ ਹਾਉਕਾ ਲੈ ਕੇ ਉਸਨੇ ਕਪੂਰੀ ਨੂੰ ਕਿਹਾ, "ਚੱਲ ਆਇੰ ਕਰ ਜਿਹੜੇ ਆਲੂ ਭੁੰਨ ਕੇ ਘੜੇ 'ਚ ਧਰੇ ਪਏ ਨੇ ਉਹੀ ਚੱਕ ਲਿਆ...ਲੂਣ ਬੁਰਕ ਕੇ ਖਾ ਲੈਨੇ ਆਂ...ਲੱਪ-ਲੱਪ ਨਿਆਣਿਆਂ ਨੂੰ ਦੇ ਦੇ 'ਠਾਲ ਕੇ....।"

"ਲੈ ਨਰੀਹੇ ਆਲੂ ਤਾਂ ਬਾਦੀ ਕਰਨਗੇ....ਨਾਲੇ ਊਂ ਬੀ ਸੁੱਕੇ ਪਏ ਹੋਣਗੇ...." ਆਪਣੀਆਂ ਅੱਖਾਂ ਨੂੰ ਫੈਲਾਅ ਕੇ ਹੰਝੂਆਂ ਨੂੰ ਅੰਦਰੇ ਸਮਾਉਣ ਦੀ ਕੋਸ਼ਿਸ਼ ਕਰਦੀ ਕਪੂਰੀ ਬੋਲੀ।

"ਲੈ ਆਪਾਂ ਨੂੰ ਗਰੀਬਾਂ ਨੂੰ ਬਾਦੀ ਕੀ ਕਰਾਵੇ? ਇਹ ਤਾਂ ਬੜੇ ਲੋਕਾਂ ਦੇ ਚੋਚਲੇ ਹੁੰਦੇ ਨੇ....ਲਿਆ ਤੂੰ ਘੜਾ ਚੁੱਕ ਕੇ....ਭੁੱਖ ਨਾਲ ਢਿੱਡ ਪਿੱਛੇ ਜਾ ਲੱਗਿਆ.....।"

ਕਪੂਰੀ ਅਧਮਰੀ ਜਿਹੀ ਅੰਦਰੋਂ ਘੜੇ 'ਚ ਭੁੰਨ ਕੇ ਧਰੇ ਆਲੂ ਚੱਕ ਲਿਆਈ ਤੇ ਖੁਰਚ ਖੁਰਚ ਕੇ ਉਹਨਾਂ ਦਾ ਜਲਿਆ ਹੋਇਆ ਛਿਲਕਾ 'ਤਾਰ ਕੇ ਤਾਂਸੀ 'ਚ ਧਰਦੀ ਗਈ। ਉੱਤੇ ਲੂਣ ਭੁੱਕ ਕੇ ਉਹਨੇ ਭਰੀਆਂ ਅੱਖਾਂ ਨਾਲ ਤਾਂਸੀ ਬਰਕਤ ਮੂਹਰੇ ਕਰ ਦਿੱਤੀ। ਬਰਕਤ ਨੇ ਮੁੱਠੀ ਭਰਕੇ ਆਲੂ ਚੱਕ ਲਏ।

ਕਪੂਰੀ ਘੋਥਲ ਘੋਥਲ ਕੇ ਨਿਆਣਿਆਂ ਨੂੰ ਜਗਾਉਣ ਲੱਗ ਪਈ। ਅੱਧਸੁੱਤੇ ਨਿਆਣਿਆਂ ਨੇ ਚੁੱਪ ਚੁਪੀਤੇ ਆਲੂ ਖਾਣੇ ਸ਼ੁਰੂ ਕਰ ਦਿੱਤੇ ਪਰ ਇਹ ਬਕਲੇ ਬਕਲੇ ਆਲੂ ਬੱਚਿਆਂ ਦੇ ਹਲਕ ਤੋਂ ਹੇਠਾਂ ਨਹੀਂ ਸਨ ਉਤਰ ਰਹੇ। ਬੱਤ ਜਿਹੇ ਲੈਂਦਿਆਂ ਬੱਚਿਆਂ ਨੇ ਔਖੇ ਸੌਖੇ ਆਲੂ ਨਘਾਰੇ ਤੇ ਮਾਂ ਦੀਆਂ ਰੁਆਂਸੀਆਂ ਰੁਆਂਸੀਆਂ ਅੱਖਾਂ ਦੇਖਦੇ ਹੋਏ ਚੁੱਪ ਚੁਪੀਤੇ ਲੇਟ ਗਏ।

ਆਲੂਆਂ ਦੀ ਫਸਲ ਚੱਕਣ ਤੋਂ ਬਾਅਦ ਖੇਤਾਂ ਵਿੱਚ ਨਿੱਕੇ ਨਿੱਕੇ ਗੰਢਿਆਂ ਦੇ ਆਕਾਰ ਦੇ ਗਿਰੇ ਹੋਏ ਆਲੂ ਕੱਠੇ ਕਰ ਕੇ ਕਪੂਰੀ ਤੇ ਕਪੂਰੀ ਵਰਗੀਆਂ ਹੋਰ ਗਰੀਬ ਔਰਤਾਂ ਭੁੰਨ ਲੈਂਦੀਆਂ ਸਨ ਤਾਂ ਜੋ ਆੜੇ ਵਕਤ ਵਿੱਚ ਇਹ ਕੰਮ ਆ ਸਕਣ ਪਰ ਇਹ ਤਾਂ ਮਰਦਿਆਂ ਦੇ ਤਰਲੇ ਸਨ....ਫਿੱਕੇ ਆਲੂ ਊਈਂ ਮੂੰਹ 'ਚ ਫੁੱਲ ਜਾਂਦੇ ਸਨ।

ਆਲੂ ਖਾ ਕੇ ਤੇ ਪਾਣੀ ਦਾ ਗਲਾਸ ਪੀ ਕੇ ਬਰਕਤ ਮੰਜੇ ਤੋਂ ਲੱਤ ਲਮਕਾਕੇ ਬੈਠ ਗਿਆ। ਉਹਦੀ ਕੱਟੀ ਹੋਈ ਦੂਸਰੀ ਲੱਤ ਦੇ ਪਜਾਮੇ ਦੀ ਮੂਹਰੀ ਹਵਾ 'ਚ ਝੂਲਦੀ ਹੋਈ ਦੇਖ ਕੇ ਕਪੂਰੀ ਨੂੰ ਹੌਲ ਜਿਹਾ ਪਿਆ। ਉਹਨੇ ਪਜਾਮੇ ਦੀ ਇਹ ਲਟਕਦੀ ਹੋਈ ਮੂਹਰੀ ਕੱਠੀ ਕਰ ਕੇ ਬਰਕਤ ਦੇ ਪੱਟ ਹੇਠ ਦੱਬ ਦਿੱਤੀ ਪਰ ਹੁਣ ਸਿਰਫ਼ ਇੱਕ ਲੱਤ ਲਮਕੀ ਹੋਈ ਦੇਖ ਕੇ ਕਪੂਰੀ ਨੂੰ ਊਈਂ ਚੱਕਰ ਆ ਗਿਆ।

ਉਹ ਉਠ ਕੇ ਪਰ੍ਹਾਂ ਬੱਛੀ ਕੋਲ ਜਾਕੇ ਖੜ੍ਹੀ ਹੋ ਗਈ। ਬੱਛੀ ਉਹਦੇ ਖਾਲੀ ਹੱਥਾਂ ਨੂੰ ਚੱਟਣ ਲੱਗੀ ਤਾਂ ਕਪੂਰੀ ਦਾ ਦਿਲ ਕੀਤਾ ਕਿ ਆਲੂਆਂ ਦਾ ਇੱਕ ਉਂਜਲਾ ਉਹ ਬੱਛੀ ਨੂੰ ਵੀ ਖੁਆ ਦੇਵੇ।

"ਬੱਛੀ ਬਾਸਤੇ ਤਾਂ ਖੱਬਲ ਦਾ ਰੁੱਗ ਬੱਢ ਲਿਆਉਂਦੀ ਕਿਤੋਂ....ਇਹ ਅਣਬੋਲਦਾ ਧਨ ਬੀ ਸਾਡੇ ਨਾਲ ਈ ਫਾਹੇ ਲੱਗ ਗਿਆ...." ਬਸਾਖੀਆਂ ਨੂੰ ਥਾਂ ਸਿਰ ਟਿਕਾਉਂਦਾ ਹੋਇਆ ਬਰਕਤ ਬੋਲਿਆ ਪਰ ਕਪੂਰੀ ਨੂੰ ਲੱਗਿਆ ਜਿਵੇਂ ਉਹ ਕਿਤਿਉਂ ਬਹੁਤ ਡੂੰਘਿਓਂ ਬੋਲਿਆ ਹੋਵੇ...ਕਿਸੇ ਖੂਹ 'ਚੋਂ...।

ਹੁਣ ਉਹ ਬਰਕਤ ਨੂੰ ਕੀ ਦੱਸੇ ਬਈ ਉਹ ਤਾਂ ਚੱਕਰ ਖਾ ਕੇ ਗਿਰ ਪਈ ਸੀ। ਉਹਨੂੰ ਖੱਬਲ ਕਿਧਰੋਂ ਸੁਝ ਸਕਦਾ ਸੀ ਪਰ ਉਹਨੇ ਚੁੱਪ ਚੁਪੀਤੀ ਨੇ ਈ ਬੱਛੀ ਦੀ ਰੱਸੀ ਖੋਹਲ ਦਿੱਤੀ ਤੇ ਉਸਨੂੰ ਦਰਵਾਜ਼ਾ ਟਪਾ ਕੇ ਬਾਹਰ ਛੱਡ ਆਈ ਤਾਂ ਜੋ ਬੱਛੀ ਨਿਆਈਆਂ 'ਚੋਂ ਘਾਹ ਚੁਗ ਕੇ ਢਿੱਡ ਭਰ ਲਵੇ।

ਇਹ ਬਰਕਤ ਮੀਸਣਿਆਂ ਦੇ ਪਿਛਲੇ ਪੰਦਰਾਂ ਸਾਲਾਂ ਤੋਂ ਸੀਰੀ ਰਲਿਆ ਆ ਰਿਹਾ ਸੀ। ਮੇਰਾ ਤੇ ਈਮਾਨਦਾਰ....ਉਹਦੇ ਗੁਣਾਂ ਸਦਕਾ ਈ ਮੀਸਣਿਆਂ ਦਾ ਟੱਬਰ ਉਹਨੂੰ ਕਿਸੇ ਹੋਰ ਨਾਲ ਸੀਰੀ ਨਹੀਂ ਸੀ ਰਲਣ ਦਿੰਦਾ। ਬਰਕਤ ਆਪਣੇ ਮਾਲਕਾਂ ਦੇ ਖੇਤਾਂ 'ਚ ਦੇਹ ਤੋੜ ਕੇ ਕੰਮ ਕਰਦਾ ਸੀ। ਸਾਰੀ ਚੀਜ਼ ਵਸਤ ਦੀ ਸਾਂਝ ਸੰਭਾਲ ਕਰਦਾ ਤੇ ਆਪਣੇ ਘਰ ਵਾਂਗ ਉਹਨਾਂ ਦੇ ਘਰ ਦੀ ਨਿਗਰਾਨੀ ਕਰਦਾ।

ਉਹਨੇ ਬਾਕੀ ਸੀਰੀਆਂ ਸਾਂਝੀਆਂ ਵਾਂਗ ਨਾ ਤਾਂ ਕਦੇ ਕੰਮ ਤੋਂ ਜੀ ਚੁਰਾਇਆ ਸੀ ਤੇ ਨਾ ਹੀ ਕੋਈ ਨੁਕਸਾਨ ਹੋਣ ਦਿੱਤਾ ਸੀ। ਲੋਕ ਉਸਨੂੰ ਮੀਸਣਿਆਂ ਨਾਲੋਂ ਵੱਧ ਪੈਸੇ ਦੇ ਕੇ ਸੀਰੀ ਰਲਾਉਣਾ ਚਾਹੁੰਦੇ ਪਰ ਬਰਕਤ ਹਮੇਸ਼ਾ ਕਹਿੰਦਾ, "ਬਈ ਨਮਕ ਹਰਾਮੀ ਨੀ ਕਰ ਸਕਦਾ ਮੈਂ....ਬੱਸ ਮੈਂ ਤਾਂ ਉਥੇ ਈ ਠੀਕ ਆਂ....ਜਹੀ ਜੀ ਦਾਲ ਰੋਟੀ ਮਿਲੀ ਜਾਂਦੀ ਐ....ਠੀਕ

ਐ....ਬਹੁਤਾ ਲਾਲਚ ਬੀ ਠੀਕ ਨੀ ਹੁੰਦਾ....ਉਹ ਕੀ ਕਹਿਣਗੇ ਬਈ ਦੋ ਪੈਸੇ ਦੇ ਲਾਲਚ ਮਗਰ ਸਾਨੂੰ ਛੱਡ ਗਿਆ....ਆਹ ਪਿਛਾਹ ਮਾਨਗੀ ਨੀਂ ਹੁੰਦੀ ਮੈਥੋਂ....।"

ਪਰ ਮੀਸਣਿਆਂ ਨੂੰ ਬਰਕਤ ਨਾਲ ਅੰਦਰੋਂ ਕੋਈ ਹਮਦਰਦੀ ਨਹੀਂ ਸੀ। ਬੱਸ ਉਹਦੀ ਮਿਹਨਤ, ਈਮਾਨਦਾਰੀ ਅਤੇ ਚੰਗੇ ਸੁਭਾਅ ਸਦਕਾ ਉਹ ਉਸਨੂੰ ਛੱਡਣ ਨੂੰ ਰਾਜ਼ੀ ਨਹੀਂ ਸਨ। ਕਿਉਂਕਿ ਜੇ ਉਹ ਬਰਕਤ ਨੂੰ ਦਿਲੋਂ ਪਿਆਰ ਕਰਦੇ ਤਾਂ ਪੰਦਰਾਂ ਸਾਲਾਂ 'ਚ ਉਹਦੇ ਭਾਂਡੇ ਆਲੇ 'ਚ ਈ ਨਾ ਧਰੇ ਹੁੰਦੇ। ਉਹ ਘਰ ਦੇ ਭਾਂਡਿਆਂ ਨੂੰ ਹੱਥ ਲਾ ਸਕਦਾ....ਉਹਨਾਂ ਨੂੰ ਛੂਹ ਸਕਦਾ....ਉਹਦੇ ਹੱਥ ਲੱਗਣ ਨਾਲ ਭਾਂਡੇ ਭਿੱਟੇ ਨਾ ਜਾਂਦੇ....ਪਰ ਇਹਨਾਂ ਮਾਮਲਿਆਂ 'ਚ ਉਹ ਸੀਰੀ ਦਾ ਸੀਰੀ ਸੀ...ਅਛੂਤ....।

ਉਂਜ ਕਦੇ ਕਦੇ ਬਰਕਤ ਨੂੰ ਸਮਝਣ ਵਿੱਚ ਬੜੀ ਦਿੱਕਤ ਆਉਂਦੀ ਕਿ ਇਹਨਾਂ ਜ਼ਿਮੀਂਦਾਰਾਂ ਦੀ....ਉੱਚੀ ਜਾਤ ਵਾਲਿਆਂ ਦੀ ਕਿਹੜੀ-ਕਿਹੜੀ ਚੀਜ਼ ਸਾਡੇ ਹੱਥ ਲੱਗਣ ਨਾਲ ਭਿੱਟੀ ਜਾਂਦੀ ਐ ਤੇ ਕਿਹੜੀ ਕਿਹੜੀ ਨਹੀਂ। ਗੜਵੀ ਨੂੰ ਉਹ ਸਿੱਧਾ ਹੱਥ ਨਹੀਂ ਸੀ ਲਾ ਸਕਦਾ ਪਰ ਗੜਵੀ 'ਚ ਪਾਏ ਬੰਗਣੇ ਨੂੰ ਫੜ ਕੇ ਉਹ ਗੜਵੀ ਚੁੱਕ ਸਕਦਾ ਸੀ। ਮੰਜੇ ਨੂੰ ਉਹ ਛੂਹ ਸਕਦਾ ਸੀ....ਮੰਜੇ ਚੱਕ ਕੇ ਅੰਦਰ ਬਾਹਰ ਕਰ ਸਕਦਾ ਸੀ ਪਰ ਉਹ ਬਿਸਤਰਿਆਂ ਨੂੰ ਹੱਥ ਨਹੀਂ ਸੀ ਲਾ ਸਕਦਾ। ਬਿਸਤਰੇ ਨੂੰ ਉਹਦੇ ਹੱਥਾਂ ਤੋਂ ਭਿੱਟ ਚੜ੍ਹ ਸਕਦੀ ਸੀ। ਜਰਮ ਲੱਗ ਸਕਦੇ ਸਨ।

ਉਹ ਬੰਗਣੇ ਤੋਂ ਗੜਵੀ ਫੜਦਿਆਂ ਹਰ ਵਾਰੀ ਸੋਚਦਾ ਕਿ ਗੜਵੀ ਨੂੰ ਕੇਰਾਂ ਤਾਂ ਗਰਦਨ ਤੋਂ ਫੜ ਲਵੇ...ਉਰੇ ਕਿਹੜਾ ਕੋਈ ਦੇਖਦੈ....ਪਰ ਉਹਨੇ ਕਦੇ ਆਇੰ ਕੀਤਾ ਨਹੀਂ ਸੀ।

ਕਦੇ ਕਦੇ ਉਹ ਮਜ਼ਾਕ ਵਿੱਚ ਕਹਿੰਦਾ, "ਲਾਣੇਦਾਰਨੀਏ ਜਿਹੜੇ ਮੰਜੇ ਨੂੰ ਮੇਰੇ ਹੱਥ ਲੱਗੇ ਨੇ, ਬਿਸਤਰੇ ਨੇ ਉਹਦੇ ਉਤੇ ਈ ਬਿਛਣੈ....ਮੈਂ ਮੰਜਾ ਛੂਹ ਲਿਆ ਤੇ ਬਿਸਤਰੇ ਨੇ ਮੇਰਾ ਛੂਹਿਆ ਵਿਆ ਮੰਜਾ ਛੂਹ ਲੈਣੈ...ਭਿੱਟ ਤਾਂ ਇਹਨੂੰ ਬੀ ਚੜ੍ਹ ਈ ਜਾਣੀ ਐ।" ਪਰ ਲਾਣੇਦਾਰਨੀ ਕੱਚੀ ਜਿਹੀ ਹੋਈ ਖੜ੍ਹੀ ਰਹਿੰਦੀ।

ਏਸੇ ਤਰ੍ਹਾਂ ਉਹ ਕਣਕ ਚੱਕੀ ਤੇ ਸਿੱਟਣ ਜਾ ਸਕਦਾ ਸੀ। ਆਟਾ ਚੱਕ ਕੇ ਲਿਆ ਸਕਦਾ ਸੀ....ਆਟਾ ਹੱਥਾਂ ਨਾਲ ਤੋ ਤੋ ਕੇ ਮੱਟੀਆਂ 'ਚ ਭਰ ਸਕਦਾ ਸੀ ਪਰ ਮੱਟੀਆਂ 'ਚ ਪਾਉਣ ਤੋਂ ਬਾਦ ਉਹ ਇਹਨੂੰ ਹੱਥ ਨਹੀਂ ਸੀ ਲਾ ਸਕਦਾ। ਹੁਣ ਇਹ ਉਹਦੇ ਹੱਥ ਲਾਇਆਂ ਭਿੱਟਿਆ ਜਾਣਾ ਸੀ। ਇਹਨਾਂ ਬੜੇ ਲੋਕਾਂ ਦੀਆਂ ਇਹ ਗੱਲਾਂ ਉਸਨੂੰ ਸਮਝ ਨਹੀਂ ਸਨ ਲੱਗਦੀਆਂ।

ਇਹ ਗੱਲ ਵੱਖਰੀ ਐ ਕਿ ਉਸਨੂੰ ਪਿੰਡ ਦੇ ਬਾਕੀ ਸੀਰੀਆਂ ਸਾਂਝੀਆਂ ਨਾਲੋਂ ਉਹਦੇ ਲਾਣੇਦਾਰ ਥੋਹੜਾ ਸਹੀ ਤਰੀਕੇ ਨਾਲ ਪੇਸ਼ ਆਉਂਦੇ ਸਨ। ਪਰ ਇਹ ਸਭ ਉਹਨਾਂ ਦਾ ਰਹਿਮੋ ਕਰਮ ਨਹੀਂ ਸੀ ਸਗੋਂ ਬਰਕਤ ਦੇ ਗੁਣਾਂ ਦਾ ਪ੍ਰਤਾਪ ਸੀ ਸਾਰਾ।

ਬਰਕਤ ਨੂੰ ਆਪਣੇ ਲਾਣੇਦਾਰਾਂ ਦੀਆਂ ਸਾਰੀਆਂ ਰਿਸ਼ਤੇਦਾਰੀਆਂ, ਘਰੋਗੀ ਮਾਮਲੇ ਤੇ ਵਰਤੋਂ ਵਿਹਾਰ ਪਤਾ ਸਨ। ਉਸ ਕੋਲੋਂ ਉਸਦੇ ਲਾਣੇਦਾਰ ਕਿਸੇ ਤਰ੍ਹਾਂ ਦਾ ਲੁਕਾਅ ਛਿਪਾਅ ਵੀ ਨਹੀਂ ਰੱਖਦੇ ਸਨ ਕਿਉਂਕਿ ਉਹਨਾਂ ਨੂੰ ਪਤਾ ਸੀ ਕਿ ਬਰਕਤ ਪੰਦਰਾਂ ਸਾਲਾਂ ਤੋਂ ਉਹਨਾਂ ਦੇ ਘਰ ਈ ਰਹਿ ਰਿਹੈ.....ਏਸ ਨੇ ਕਿੱਥੇ ਜਾਣੈ। ਨਾਲੇ ਊਂ ਬੀ ਉਹਨਾਂ ਨੂੰ ਪਤਾ ਸੀ ਕਿ ਬਰਕਤ

ਘਰ ਦੀ ਗੱਲ ਬਾਹਰ ਨਹੀਂ ਕਰਦਾ....ਉਹਦੇ ਸੁਭਾਅ 'ਚ ਇਹ ਗੱਲ ਸ਼ਾਮਲ ਹੀ ਨਹੀਂ ਸੀ। ਉਹ ਜਾਣਦੇ ਸਨ ਕਿ ਬਰਕਤ ਵਫਾਦਾਰ ਐ ਪੂਰਾ...ਨਮਕ ਹਰਾਮੀ ਨੀ ਕਰ ਸਕਦਾ।

ਉਂਜ ਕਦੇ ਕਦਾਈਂ ਉਸਨੂੰ ਪੱਤੀ ਦੇ ਬਾਕੀ ਲੋਕ ਕਹਿੰਦੇ ਹੁੰਦੇ ਸਨ ਕਿ ਤੇਰੇ ਲਾਣੇਦਾਰਾਂ ਨੂੰ ਕੰਮ ਪਿਆਰਾ ਹੈ ਚੰਮ ਨਹੀਂ। ਬਈ ਤੂੰ ਚਾਰ 'ਕ ਦਿਨ ਘੇਸਲ ਮਾਰਕੇ ਦੇਖ....। ਤੈਨੂੰ ਕਿੰਨੇ ਮੇਵੇ ਖਵਾਉਂਦੇ ਨੇ ਉਹ....ਪਰ ਬਰਕਤ ਹਮੇਸ਼ਾ ਹੱਸ ਕੇ ਟਾਲ ਦਿੰਦਾ।

ਉਹਨੂੰ ਯਾਦ ਹੈ ਕਿ ਪਿਛਲੇ ਸਾਲ ਚਿੜੀਮਾਰਾਂ ਕੇ ਉਹਨੂੰ ਮੀਸਣਿਆਂ ਨਾਲੋਂ ਡੂਢੇ ਪੈਸੇ ਦੇ ਕੇ ਸੀਰੀ ਰੱਖਣ ਲਈ ਮੰਨ ਗਏ ਸਨ ਤੇ ਜਦ ਉਨ੍ਹਾਂ ਨੂੰ ਇਸ ਗੱਲ ਦਾ ਪਤਾ ਚੱਲਿਆ ਸੀ ਤਾਂ ਉਹ ਚਿੜੀਮਾਰਾਂ ਨਾਲ ਡਾਂਗਮ ਡਾਂਗੀ ਹੋ ਗਏ ਸਨ ਤੇ ਗੱਲ ਵਧਣ ਦੇ ਡਰੋਂ ਬਰਕਤ ਦੋਹਾਂ ਧਿਰਾਂ ਦੇ ਬਚਾਲੇ ਜਾਕੇ ਖੜ੍ਹਾ ਹੋ ਗਿਆ ਸੀ ਤੇ ਹੱਥ ਜੋੜ ਕੇ ਬੋਲਿਆ ਸੀ,

"ਓ....ਹੋ...ਬਈ ਸਰਦਾਰੋ....ਤੁਸੀਂ ਊਈਂ ਕਾਸਨੂੰ ਮੇਰੇ ਪਿੱਛੇ ਆਪਸ 'ਚ ਖੂਨ ਖਰਾਬਾ ਕਰਨ ਲੱਗੇ ਓਂ....ਆਇੰ ਕਰੋ.....ਮੈਨੂੰ ਈ ਲੜਾਈ ਦੀ ਜੜ ਨੂੰ ਮਾਰ ਕੇ ਪਾਸੇ ਕਰੋ....।" ਐਨ ਕੋਡਾ ਹੋ ਕੇ ਖੜ੍ਹੇ ਹੁੰਦਿਆਂ ਉਹ ਦੋਹਾਂ ਧਿਰਾਂ ਨੂੰ ਮੁਖ਼ਾਤਬ ਹੋਇਆ ਸੀ, "ਲੈ ਮਾਰੋ ਡਾਂਗ ਮੇਰੀ ਪਿੱਠ 'ਤੇ....ਮਾਰੋ.....ਮਾਰੋ ....।" ਫੇਰ ਕਿੰਨੀਓਂ ਦੇਰ ਉਹ ਝੁਕਕੇ ਖੜ੍ਹਿਆ ਰਿਹਾ ਸੀ ਪਰ ਦੋਵੇਂ ਧਿਰਾਂ ਉਹਦੀ ਬਗਲ 'ਚ ਖੜ੍ਹੀਆਂ ਗਾਲਮ ਗਾਲੀ ਹੁੰਦੀਆਂ ਰਹੀਆਂ ਸਨ। ਮੀਸਣੇ ਉਹਦੇ ਉਤੇ ਆਪਣਾ ਜਮਾਂਦਰੂ ਹੱਕ ਜਤਾ ਰਹੇ ਸਨ ਤੇ ਚਿੜੀਮਾਰ ਡੂਢੇ ਪੈਸੇ ਦੇ ਕੇ ਇਸ ਹੱਕ ਉਤੇ ਲਾਠੀ ਮਾਰਨ ਨੂੰ ਫਿਰਦੇ ਸਨ। ਗਾਲਮ ਗਾਲੀ ਹੋਈਆਂ ਦੋਵੇਂ ਧਿਰਾਂ ਝੁਕਣ ਨੂੰ ਤਿਆਰ ਨਹੀਂ ਸਨ।

ਬਰਕਤ ਨੇ ਹੱਥ ਜੋੜ ਕੇ ਖੜ੍ਹੇ ਹੁੰਦਿਆਂ ਉਹਨਾਂ ਨੂੰ ਅਗਲੀ ਸਲਾਹ ਦਿੱਤੀ ਸੀ, "ਚੱਲ ਫੇਰ ਜੇ ਤੁਸੀਂ ਮੈਨੂੰ ਮਾਰਨ ਤੋਂ ਝਿਜਕਦੇ ਓਂ ਤਾਂ ਆਇੰ ਕਰੋ...ਮੇਰੇ ਦੋ ਹਿੱਸੇ ਕਰ ਲਓ.... ਇੱਕ ਤੁਸੀਂ ਲੈ ਜੋ....ਇੱਕ ਤੁਸੀਂ.....।" ਬਾਰੀ ਬਾਰੀ ਉਹਨੇ ਹੱਥ ਨਾਲ ਦੋਹਾਂ ਧਿਰਾਂ ਵੱਲ ਨਿਸ਼ਾਨਾ ਸੇਧਦਿਆਂ ਕਿਹਾ ਸੀ। ਚਾਰੇ ਪਾਸੇ ਹਾਸੜ ਮੱਚ ਗਈ।

ਮਾਹੌਲ ਥੋੜ੍ਹਾ ਸਾਵਾਂ ਹੋਇਆ ਵੇਖ ਕੇ ਮੀਸਣਿਆਂ ਦਾ ਬੁੜ੍ਹਾ ਉਹਨੂੰ ਬਾਹੋਂ ਫੜ ਕੇ ਘਰੇ ਲੈ ਗਿਆ ਸੀ। ਚਿੜੀਮਾਰ ਖੜ੍ਹੇ ਦੇਖਦੇ ਈ ਰਹਿ ਗਏ। ਤੇ ਜਿਵੇਂ ਕੋਈ ਮਾਂ ਆਪਣੇ ਬੱਚੇ ਨੂੰ ਬਾਹੋਂ ਧੂਹਕੇ ਲੈ ਜਾਂਦੀ ਐ....ਉਹਦਾ ਲਾਣੇਦਾਰ ਉਸਨੂੰ ਆਇੰ ਘੜੀਸ ਕੇ ਲੈ ਗਿਆ ਸੀ।

ਬਰਕਤ ਵੀ ਬਿਨਾਂ ਹੀਲ ਹੁੱਜਤ ਕੀਤਿਆਂ ਇੱਕ ਅਗਿਆਕਾਰ ਬੱਚੇ ਵਾਂਗ ਉਹਦੇ ਨਾਲ ਨਾਲ ਤੁਰਦਾ ਗਿਆ। ਬੱਸ ਲਾਣੇਦਾਰ ਈ ਸਾਰਾ ਰਾਹ ਅਵਾ ਤਵਾ ਬੋਲਦਾ ਤੁਰੀ ਗਿਆ।

ਉਂਜ ਜੇ ਕੋਈ ਹੋਰ ਜੀ ਘੜੀ ਹੁੰਦੀ ਤਾਂ ਬਰਕਤ ਜ਼ਰੂਰ ਕਹਿੰਦਾ ਬਈ ਤਾਇਆ ਮੇਰੇ ਜਿਸਮ ਦੀ ਤੈਨੂੰ ਭਿੱਟ ਚੜ੍ਹ ਜਾਣੀ ਐ.....ਮੇਰੇ ਸਰੀਰ ਦੇ ਕੀੜੇ ਤੇਰੇ ਹੱਥਾਂ ਨੂੰ ਚੰਬੜ ਜਾਣਗੇ....ਪਰ ਅੱਜ ਨਹੀਂ....ਅੱਜ ਮੌਕਾ ਨਹੀਂ।

ਲਾਣੇਦਾਰ ਬੋਲਦਾ ਗਿਆ, "ਸਾਲੇ ਆਏ ਨੇ ਬਹੁਤੇ ਪੈਂਡਾਂ ਆਲੇ....ਬਰਕਤ ਦੇ ਲਗਬੰਤੀ....ਬਈ ਹੋਰ ਥੋਹੜੀ ਜਨਤਾ ਤੁਰੀ ਫਿਰਦੀ ਐ ਚਮੈੜ੍ਹੀ 'ਚ....ਇਕ ਬਰਕਤ ਈ ਥਿਆਇਐ ਥੋਨੂੰ....ਦੇਣਗੇ ਇਹ ਡੂਢੇ ਪੈਸੇ....ਤੁਸੀਂ ਕੀ ਸੋਚਦੇ ਓਂ ਬਈ ਬਰਕਤ ਉਰੇ ਭੁੱਖਾ ਮਰਦੈ?"

ਤੇ ਫੇਰ ਉਹ ਬਰਕਤ ਨੂੰ ਮੁਖਾਤਿਬ ਹੁੰਦਿਆਂ ਬੋਲਿਆ ਸੀ, "ਨਾਲੇ ਤੂੰ ਬੀ ਸੁਣ ਲੈ ਕੰਨ ਖੋਲ੍ਹ ਕੇ....ਪੰਦਰਾਂ ਸਾਲਾਂ 'ਚ ਤੂੰ ਘਰ ਦਾ ਈ ਜੀਅ ਬਣ ਗਿਐਂ.....ਜੇ ਬਿਨਾਂ ਪੁੱਛਿਆਂ ਪੂੰਛ ਚੱਕ ਕੇ ਕਿਧਰੇ ਗਿਐਂ ਤਾਂ ਗਿਟੇ ਬੱਢ ਦੂੰ ਤੇਰੇ....ਖਬਰਦਾਰ ਜੇ ਇਹਨਾਂ ਲੋਕਾਂ ਦੀਆਂ ਗੱਲਾਂ 'ਚ ਆਇਆ ਤਾਂ.....ਮੈਨੂੰ ਦੱਸ ਤੈਨੂੰ ਉਰੇ ਕੀ ਤਖਲੀਪ ਐ....ਮੈਂ ਬੈਠਿਆਂ ਤੇਰੇ ਸਿਰ 'ਤੇ।

"ਤਾਇਆ ਮੈਂ ਭਲਾ ਤੈਨੂੰ ਛੱਡ ਕੇ ਕਿਤੇ ਜਾ ਸਕਦਾ ਆਂ....ਤੂੰ ਮੇਰਾ ਮਾਈ ਬਾਪ....ਤੇਰੇ ਬਿਨਾਂ ਮੈਂ ਕਾਸੇ ਜੋਗਾ ਹਾਂ ਬੀ ਨੀ....ਨਾਲੇ ਤੈਨੂੰ ਛੱਡ ਕੇ ਜਾਣਾ ਹੁੰਦਾ ਤਾਂ ਚੁੱਪ ਚੁਪੀਤਾ ਚਲਿਆ ਨਾ ਜਾਂਦਾ! ਹੈਂਅ....?"

"ਬੱਸ ਮੱਲਾ....ਤੈਨੂੰ ਕੰਨ ਕਰ 'ਤੇ....ਇਹ ਚਿੜੀਮਾਰ ਬਲੈਕੀਏ ਨੇ....ਫੀਮ ਭੁੱਕੀ ਦਾ ਧੰਦਾ ਕਰਦੇ ਨੇ ਅੰਦਰ ਖਾਤੇ.....ਸਾਰਾ ਟੱਬਰ ਨਸੇੜੀ ਹੋਇਆ ਫਿਰਦੈ....ਨਾਲ ਤੈਨੂੰ ਬੀ ਗਾਂਝਾ ਲੈਣਗੇ.....ਇਹਨਾਂ ਨੇ ਕੇਰਾਂ ਆਪਣੇ ਸਾਂਝੀ ਕੋਲੋਂ ਬੰਦਾ ਮਰਵਾ ਕੇ ਬਚਾਰਾ ਅੰਦਰ ਕਰਾ 'ਤਾ ਸੀਗ੍ਹਾ....ਬਚਾਰਾ ਹੱਡ ਰਗੜ ਰਗੜ ਕੇ ਮਰਿਆ....ਇਹ ਤਾਂ ਸਾਫ ਨਿਕਲ ਗੇ......ਆਹ ਕੋਈ ਪੰਜ ਛੇ ਸਾਲਾਂ ਦਾ ਬਾਕਿਆ ਹੋਣਾ। ਇਹਨਾਂ ਨੇ ਸਾਂਝੀ ਨਾਲ ਜੱਗੋਂ ਤੇਰ੍ਹਵੀਂ ਕੀਤੀ।" ਬੋਲਦਾ ਬੋਲਦਾ ਬੁੱਢਾ ਰੁਕ ਗਿਆ। ਸ਼ਾਇਦ ਉਹਨੂੰ ਯਾਦ ਆ ਗਿਆ ਕਿ ਬਰਕਤ ਵੀ ਤਾਂ ਪਿੰਡ ਈ ਰਹਿੰਦੈ....ਜੇ ਭਲਾ ਕੋਈ ਇਹੋ ਜਿਹੀ ਵੱਡੀ ਘਟਨਾ ਵਾਪਰੀ ਹੁੰਦੀ ਤਾਂ ਏਸਨੂੰ ਨਾ ਪਤਾ ਹੁੰਦਾ? ਇਹ ਕਿਤੇ ਬਲੈਤ ਰਹਿੰਦੈ....?

"ਤਾਏ ਮੈਂ ਤਾਂ ਤੇਰੇ ਸਾਹਮਣੇ ਖੇਤ 'ਚੋਂ ਘਰ ਤੇ ਘਰੋਂ ਖੇਤ....ਠੀਕ ਐ ਨਾ....? ਮੈਂ ਤਾਂ ਕਦੇ ਪਿੰਡ 'ਚ ਕਿਸੇ ਦੀ ਸੁਣਦਾ ਈ ਨੀ....।" ਉਂਜ ਉਹ ਕਹਿਣਾ ਚਾਹੁੰਦਾ ਸੀ ਕਿ ਜਦੋਂ ਤੇਰੀ ਘੜੀ ਹੋਈ ਕਹਾਣੀ ਵਾਪਰੀ ਤਾਂ ਭਲਾ ਦੀ ਮੈਂ ਕਿਹੜਾ ਪਾਕਿਸਤਾਨ ਗਿਆ ਹੋਇਆ ਸੀਗ੍ਹਾ....ਪਰ ਉਹਨੇ ਕਿਹਾ ਨਾ।

"ਨਾਲੇ ਇਹ ਲੋਕ ਪਹਿਲਾਂ ਦਾਣਾ ਪਾਉਣ ਦੀ ਜਗਾੜ 'ਚ ਰਹਿੰਦੇ ਨੇ.....ਮਗਰੋਂ ਫੇਰ ਚੰਮ ਦੂੜ ਕੇ ਖਾਂਦੇ ਨੇ.....ਇਹ ਤਾਂ ਅਸੀਓਂ ਐਂ ਜਿਹੜੇ ਤੈਨੂੰ ਆਪਣੇ ਘਰ ਦੇ ਜੀਅ ਮੰਗਣ ਰੱਖਦੇ ਆਂ....ਨਾਲੇ ਕੁੱਤੇ ਮੰਗਣਾਂ ਦਰ ਦਰ ਫਿਰਨਾ ਵੀ ਠੀਕ ਨੀ....ਇੱਕ ਥਾਂ ਤੇ ਟਿਕ ਕੇ ਰਹੇ ਬੰਦਾ.....ਇੱਕ ਦੂਜੇ ਦੀਆਂ ਆਦਤਾਂ ਤੋਂ ਜਾਣੂ ਹੋ ਜਾਈਦੈ ਇੱਕ ਦੂਸਰੇ ਦੇ ਸਭੌਅ ਦਾ ਭੇਤ ਆ ਜਾਂਦੈ.....ਜੇ ਜੁੱਲੀ ਚੱਕਾਂ ਮੰਗਣ ਦਰ ਦਰ ਡੇਰਾ ਬਦਲਦੇ ਰਹੀਏ ਤਾਂ ਊਂ ਬੀ ਇਨਸਾਨ ਦੀ ਇੱਜ਼ਤ ਘਟਦੀ ਐ।"

ਬਰਕਤ ਸੁਣਦਾ ਰਹਿੰਦਾ। ਗੱਲ ਇਹ ਨਹੀਂ ਸੀ ਕਿ ਉਸਨੂੰ ਏਹਨਾਂ ਭਲੋਵੀਆਂ ਦੀ ਸਮਝ ਨਹੀਂ ਸੀ ਲਗਦੀ, ਸਗੋਂ ਅਸਲੀ ਗੱਲ ਤਾਂ ਇਹ ਸੀ ਕਿ ਉਹ ਰਮਲਾ ਕਮਲਾ ਬਣਿਆ ਰਹਿਣ ਵਿੱਚ ਈ ਭਲਾਈ ਸਮਝਦਾ ਸੀ ਕਿਉਂਕਿ ਉਹ ਜਾਣਦਾ ਸੀ ਕਿ ਜਿੱਥੇ ਵੀ ਜਾਣੈ, ਕੰਮ ਕਰ ਕੇ ਈ ਖਾਣੈ।

ਨਾਲੇ ਉਰੇ ਉਹ ਘਰ ਦਾ ਤੇ ਘਰ ਦੇ ਜੀਆਂ ਦਾ ਭੇਤੀ ਵੀ ਹੋ ਗਿਆ ਸੀ ਪਰ ਉਸਨੂੰ ਆਪਣੇ ਮਾਲਕਾਂ ਦਾ ਪਰਛਾਵੇਂ ਵਾਂਗ ਪੈੜ ਦੱਬੀ ਰੱਖਣਾ ਚੰਗਾ ਨਹੀਂ ਸੀ ਲੱਗਦਾ। ਐਂ ਉਹ ਬੰਨ੍ਹਿਆ ਬੰਨ੍ਹਿਆ ਮਹਿਸੂਸ ਕਰਦਾ ਸੀ ਜਿਵੇਂ ਉਹਨਾਂ ਦਾ ਰਖਵਾਲੀ ਕਰਨਾ ਬਰਕਤ ਦੇ ਹੱਥ ਠਰੇ ਜਿਹੇ ਪਾਈ ਰੱਖਦਾ ਸੀ।

ਬਰਕਤ ਉਸ ਦਿਨ ਲਾਣੇਦਾਰ ਦੀ ਅਪਣੱਤ ਤੋਂ ਬਹੁਤ ਪ੍ਰਭਾਵਿਤ ਹੋਇਆ ਸੀ। ਉਹਨੂੰ ਲੱਗਿਆ ਕਿ ਉਹਦੇ ਲਾਣੇਦਾਰ ਉਹਨੂੰ ਬਹੁਤ ਪਿਆਰ ਕਰਦੇ ਨੇ....ਉਹਨੂੰ ਆਪਣਾ ਸਮਝਦੇ ਨੇ....ਪਰ ਗਲਤ ਸੋਚਦਾ ਸੀ ਬਰਕਤ ਸ਼ਾਇਦ.....।

ਭਲਾ ਕੋਈ ਜਿਮੀਂਦਾਰ, ਸੀਰੀ ਨੂੰ ਏਸ ਤਰ੍ਹਾਂ ਦਾ ਪਿਆਰ ਕਰੇ....ਇਤਿਹਾਸ ਵਿੱਚ ਸ਼ਾਇਦ ਈ ਕੋਈ ਇਹੋ ਜਿਹੀ ਅਲੋਕਾਰ ਘਟਨਾ ਘਟੀ ਹੋਵੇ।

ਪਰ ਬੇਸਮਝ ਬਰਕਤ ਇਹ ਸਭ ਰਾਜਨੀਤੀ ਕਿਵੇਂ ਸਮਝ ਸਕਦਾ ਸੀ। ਉਹ ਤਾਂ ਉਸ ਦਿਨ ਤੋਂ ਬਾਦ ਸਗੋਂ ਦੇਹ ਤੋੜ ਕੇ ਕੰਮ ਕਰਨ ਲੱਗ ਪਿਆ ਸੀ। ਸਾਰੀ ਸਾਰੀ ਰਾਤ ਜੀਰੀ ਨੂੰ ਪਾਣੀ ਲਾਉਂਦਾ....ਸਾਰਾ ਸਾਰਾ ਦਿਨ ਕਮਲਿਆਂ ਵਾਂਗ ਕੰਮ ਕਰਦਾ ਰਹਿੰਦਾ.....ਉਹਦੇ ਹੱਥ ਛਿੱਲੇ ਜਾਂਦੇ ਪਰ ਉਹ ਫੇਰ ਵੀ ਲੱਗਿਆ ਰਹਿੰਦਾ। ਪਸ਼ੂਆਂ ਨੂੰ ਰਜਾ ਕੇ ਰੱਖਦਾ.....ਪਸ਼ੂ ਤਾਂ ਪਸ਼ੂ ਉਹ ਤਾਂ ਮਾਲਕ ਦੇ ਕੁੱਤਿਆਂ ਨੂੰ ਵੀ ਕਦੇ ਕਦੇ ਆਪਣੀਆਂ ਰੋਟੀਆਂ ਖਵਾ ਦਿੰਦਾ ਹੁੰਦਾ ਸੀ। ਉਹ ਨਾ ਕਦੇ ਧੁੱਪ ਦੇਖਦਾ ਨਾ ਛਾਉਂ....।

ਪਰ ਇੱਕ ਗੱਲ ਉਹ ਮਹਿਸੂਸ ਕਰ ਰਿਹਾ ਸੀ ਕਿ ਮੀਸਣਿਆਂ ਦਾ ਵੱਡਾ ਮੁੰਡਾ ਬਘੇਲ ਸਿੰਘ ਅੱਜ ਕੱਲ੍ਹ ਉਹਦੇ ਨਾਲ ਪਰ੍ਛਾਵੇਂ ਵਾਂਗ ਰਹਿੰਦਾ ਸੀ। ਉਹਦਾ ਵਿਸਾਹ ਜਿਹਾ ਨਾ ਖਾਂਦਾ ਬਈ ਨਾ-ਜਾਣੀਏ ਕੋਈ ਚਿੜੀਮਾਰਾਂ ਜਿਹਾ ਵਰਗਲਾਕੇ ਉਹਨੂੰ ਲੈ ਈ ਜਾਵੇ! ਬਈ ਕੀ ਪਤਾ ਆਲ ਜਾਤ ਪੈਸੇ ਦੇ ਲਾਲਚ 'ਚ ਆ ਕੇ ਅਗਲੇ ਨਾਲ ਜਾ ਰਲੇ। ਪੈਸੇ ਦਾ ਲਾਲਚ ਤਾਂ ਬੜੇ ਬੜੇ ਰਿਸ਼ੀ ਮੁਨੀਆਂ ਦਾ ਮਨ ਡੁਲਾ ਦਿੰਦਾ ਹੈ ਤੇ ਬਰਕਤ ਸੋਚਦਾ ਬਘੇਲ ਉਹਦਾ ਖਿਆਲ ਰੱਖਦੈ।

ਪਿਛਲੇ ਸਾਲ ਬਘੇਲ ਸਿੰਘ ਨੇ ਚੰਡੀਗੜ੍ਹ ਨਾਰੀ ਨਿਕੇਤਨ ਜਾਣਾ ਸੀ। ਇਲਾਕੇ ਦੇ ਮੋਹਤਬਰ ਬੰਦਿਆਂ ਨੂੰ ਸੱਦ ਕੇ ਮੀਟਿੰਗ ਬੁਲਾਈ ਜਾਣੀ ਸੀ ਜਿਸ ਵਿੱਚ ਲੋਕਾਂ ਨੂੰ ਜਾਗਰੂਕ ਕਰਨਾ ਸੀ ਕਿ ਜੇਕਰ ਉਹਨਾਂ ਦੇ ਪਿੰਡ 'ਚ ਕੋਈ ਔਰਤ ਦਹੇਜ ਪ੍ਰਥਾ ਦੀ ਸ਼ਿਕਾਰ ਹੈ, ਭਰੂਣ ਹੱਤਿਆ ਦਾ ਵਿਰੋਧ ਕਰਨਾ ਚਾਹੁੰਦੇ ਹੋ ਜਾਂ ਕੋਈ ਔਰਤ ਘਰੇਲੂ ਝਗੜਿਆਂ ਤੋਂ ਦੁਖੀ ਹੈ ਤਾਂ ਉਨ੍ਹਾਂ ਵਾਸਤੇ ਰੋਟੀ, ਕੱਪੜਾ, ਰਿਹਾਇਸ਼, ਸਲਾਹ ਮਸ਼ਵਰਾ, ਕਾਨੂੰਨੀ ਸਹਾਇਤਾ, ਸਿਹਤ ਸੇਵਾਵਾਂ, ਪ੍ਰੌੜ ਸਿੱਖਿਆ, ਵਿਵਸਾਇਕ-ਹਸਤਕਲਾ ਸਿਖਲਾਈ, ਸਵੈ ਰੁਜ਼ਗਾਰ ਲਈ ਕਰਜ਼ ਵਿਵਸਥਾ ਅਤੇ ਭਾਵਨਾਤਮਕ ਸਹਾਰਾ ਦੇਣ ਵਰਗੀਆਂ ਸਹੂਲਤਾਂ ਸੁਵਿਧਾਵਾਂ ਮੁਫਤ ਮੁਹੱਈਆ ਕਰਾਈਆਂ ਜਾਂਦੀਆਂ ਸਨ।

ਤੇ ਪਿੰਡਾਂ ਦੇ ਏਹਨਾਂ ਮੋਹਤਬਰ ਬੰਦਿਆਂ ਨੂੰ ਹਦਾਇਤ ਕੀਤੀ ਗਈ ਸੀ ਕਿ ਉਹ ਆਪਣੇ ਨਾਲ ਗਰੀਬ ਅਤੇ ਖਾਸ ਕਰ ਦਲਿਤ ਤਬਕੇ ਦੇ ਲੋਕਾਂ ਨੂੰ ਵੱਧ ਤੋਂ ਵੱਧ ਗਿਣਤੀ ਵਿੱਚ ਨਾਲ ਲੈ ਕੇ ਆਉਣ ਕਿਉਂਕਿ ਸਰਕਾਰ ਚਾਹੁੰਦੀ ਸੀ ਕਿ ਉਸ ਵੱਲੋਂ ਚਲਾਏ ਗਏ ਨਾਰੀ ਨਿਕੇਤਨਾ ਅਤੇ ਬਾਲ ਅਤੇ ਮਹਿਲਾ ਵਿਕਾਸ ਨਿਗਮ ਦੁਆਰਾ ਚਲਾਏ ਗਏ ਜਾਗਰੂਕਤਾ ਅਭਿਆਨ ਦੇ ਤਹਿਤ ਦਿੱਤੀਆਂ ਜਾ ਰਹੀਆਂ ਸੁਵਿਧਾਵਾਂ ਸਾਰੀਆਂ ਪੀੜਤ ਔਰਤਾਂ ਨੂੰ ਮੁਹੱਈਆ ਕਰਾਈਆਂ ਜਾਣ।

ਬਘੇਲ ਸਿੰਘ ਬਰਕਤ ਅਤੇ ਕਪੂਰੀ ਨੂੰ ਉਚੇਚਾ ਆਪਣੀ ਟਰਾਲੀ 'ਚ ਬਠਾ ਕੇ ਲੈ ਕੇ ਗਿਆ ਸੀ। ਉਥੇ ਜਾ ਕੇ ਜਦੋਂ ਬਘੇਲ ਸਿੰਘ ਨੇ ਬਰਕਤ ਅਤੇ ਕਪੂਰੀ ਨੂੰ ਆਪਣੇ ਬਗਲ ਵਾਲੀਆਂ ਕੁਰਸੀਆਂ ਉਤੇ ਬੈਠਣ ਲਈ ਕਿਹਾ ਤਾਂ ਉਹਨਾਂ ਨੂੰ ਇਹ ਗੱਲ ਬੜੀ ਅਲੋਕਾਰ

ਲੱਗੀ। ਉਹ ਭਲਾ ਆਪਣੇ ਅੰਨ ਦਾਤੇ ਦੇ ਬਰਾਬਰ ਕਿਵੇਂ ਬੈਠ ਸਕਦੇ ਸਨ? ਕਿੰਨੀ ਦੇਰ ਤੱਕ ਤਾਂ ਉਹ ਜੱਕੋ ਤੱਕੀ 'ਚ ਪਏ ਰਹੇ ਕਿ ਬੈਠਣ ਜਾਂ ਨਾ....ਫੇਰ ਜਿਵੇਂ ਉਹਨਾਂ ਦੇ ਕੰਨਾਂ ਨੂੰ ਵਿਸ਼ਵਾਸ ਈ ਨਾ ਹੋ ਰਿਹਾ ਹੋਵੇ।

ਅਖੀਰ ਬਘੇਲ ਦੇ ਬਾਰ-ਬਾਰ ਕਹਿਣ ਤੇ ਉਹ ਸੁੰਗੜੇ ਸੁੰਗੜੇ ਕੁਰਸੀਆਂ ਉਤੇ ਬੈਠ ਗਏ। ਬਰਕਤ ਦੇਖ ਰਿਹਾ ਸੀ ਕਿ ਉਰੇ ਤਾਂ ਸਾਰੇ ਅਮੀਰ ਗਰੀਬ ਬਰਾਬਰ ਦੀਆਂ ਕੁਰਸੀਆਂ ਤੇ ਬੈਠੇ ਸਨ।

ਕੋਈ ਭੇਦਭਾਵ ਨਹੀਂ।

ਕੋਈ ਵਿਤਕਰਾ ਨਹੀਂ।

ਕੋਈ ਭਿੱਟ ਨਹੀਂ।

ਕੋਈ ਛੂਆਛੂਤ ਨਹੀਂ।

ਤੇ ਬਘੇਲ ਨੇ ਤਾਂ ਉਹਨਾਂ ਦੋਹਾਂ ਨੂੰ ਬਿਲਕੁਲ ਆਪਣੇ ਬਰਾਬਰ ਵਾਲੀਆਂ ਕੁਰਸੀਆਂ ਤੇ ਬਿਠਾਇਆ ਸੀ। ਕਿੱਡੇ ਮਾਣ ਵਾਲੀ ਗੱਲ ਸੀ ਇਹ ਉਹਨਾਂ ਲਈ। ਇੱਕ ਸੀਰੀ ਵਾਸਤੇ ਇਸ ਨਾਲੋਂ ਵੱਡਾ ਇਨਾਮ ਹੋਰ ਕੋਈ ਨੀ ਹੋ ਸਕਦਾ ਸ਼ਾਇਦ।

ਉਥੇ ਉਹਨਾਂ ਨੇ ਪਲਾਸਟਿਕ ਦੇ ਗਲਾਸਾਂ 'ਚ ਚਾਹ ਪੀਤੀ। ਬਘੇਲ ਨੇ ਆਪ ਟਰੇਅ ਤੋਂ ਚੱਕ ਕੇ ਦੋਹਾਂ ਨੂੰ ਚਾਹ ਫੜਾਈ। ਇਹ ਗਲਾਸ ਕਮਾਲ ਦੇ ਸਨ। ਇਹ ਭਿੱਟੇ ਨਹੀਂ ਸਨ ਜਾ ਸਕਦੇ। ਭਿੱਟ ਤਾਂ ਸਿਰਫ ਤਾਂਬੇ, ਪਿੱਤਲ ਤੇ ਕਾਂਸੀ ਦੇ ਭਾਂਡਿਆਂ ਨੂੰ ਈ ਚੜ੍ਹਦੀ ਐ....।

ਉਥੇ ਵੱਡੇ ਵੱਡੇ ਅਫ਼ਸਰਾਂ ਨੇ ਬੜਾ ਖੋਹਲ ਕੇ ਸਮਝਾਇਆ ਕਿ ਜੇ ਕਿਸੇ ਔਰਤ ਨੂੰ ਉਹਦੇ ਸਹੁਰੇ ਦਾਜ ਪਿੱਛੇ ਤੰਗ ਕਰਦੇ ਹੋਣ.....ਘਰ ਵਾਲਾ ਸਰੀਰਕ ਜਾਂ ਮਾਨਸਿਕ ਤੌਰ ਉੱਤੇ ਪੜਤਾੜਿਤ ਕਰਦਾ ਹੋਵੇ ਤਾਂ ਉਹ ਔਰਤ ਏਥੇ ਨਾਰੀ ਨਿਕੇਤਨ ਵਿੱਚ ਆ ਕੇ ਰਹਿ ਸਕਦੀ ਹੈ। ਉਸਦੀ ਹਰ ਤਰ੍ਹਾਂ ਨਾਲ ਸਹਾਇਤਾ ਕੀਤੀ ਜਾਵੇਗੀ।

ਉਹਨੂੰ ਰੋਜ਼ੀ ਰੋਟੀ ਦੇ ਸਾਧਨ ਮੁਹੱਈਆ ਕਰਾਏ ਜਾਣਗੇ।

ਕਾਨੂੰਨੀ ਸਹਾਇਤਾ ਮੁਫਤ ਦਿੱਤੀ ਜਾਵੇਗੀ....ਤੇ ਹੋਰ ਵੀ ਕਈ ਤਰ੍ਹਾਂ ਦੀਆਂ ਸਹੂਲਤਾਂ ਦਿੱਤੀਆਂ ਜਾਣਗੀਆਂ। ਉਹ ਆਪਣੇ ਬੱਚਿਆਂ ਸਮੇਤ ਇੱਥੇ ਆ ਕੇ ਫਰੀ ਰਹਿ ਸਕਦੀ ਹੈ ਤੇ ਸੁਰੱਖਿਅਤ ਵੀ।

ਇਸ ਮੀਟਿੰਗ ਵਿੱਚ ਜਾ ਕੇ ਬਰਕਤ ਅਤੇ ਕਪੂਰੀ ਬਘੇਲ ਸਿੰਘ ਦੇ ਉੱਕਾ ਮੁਰੀਦ ਹੋ ਗਏ। ਕਿੰਨੇ ਈ ਦਿਨ ਦੋਵੇਂ ਜਣੇ ਬਘੇਲ ਸਿੰਘ ਦੇ ਆਪਣੇ ਨਾਲ ਪਿਆਰ, ਹਮਦਰਦੀ ਅਤੇ ਬਰਾਬਰੀ ਦੀ ਭਾਵਨਾ ਬਾਰੇ ਗੱਲਾਂ ਕਰਦੇ ਰਹੇ। ਕਿਵੇਂ ਬਘੇਲ ਸਿੰਘ ਨੇ ਉਹਨਾਂ ਨੂੰ ਆਪਣੇ ਬਰੋਬਰ ਬਿਠਾਇਆ ਸੀ। ਤੇ ਕਿਵੇਂ ਆਪਣੇ-ਹੱਥੀਂ ਚਾਹ ਦੇ ਗਲਾਸ ਚੱਕ ਚੱਕ ਕੇ ਫੜਾਏ ਸਨ।

ਪਰ ਉਹਨਾਂ ਨੂੰ ਕੀ ਪਤਾ ਸੀ ਕਿ ਇਹਦੇ ਪਿੱਛੇ ਬਘੇਲ ਸੂੰ ਦੀ ਕਿਹੜੀ ਰਾਜਨੀਤੀ ਸੀ। ਉਸਨੇ ਤਾਂ ਇਕ ਤੀਰ ਨਾਲ ਕਈ ਸ਼ਿਕਾਰ ਮਾਰਨੇ ਸਨ।

ਬਾਲ ਅਤੇ ਮਹਿਲਾ ਵਿਕਾਸ ਨਿਗਮ ਦੇ ਮੈਨੇਜਿੰਗ ਡਾਇਰੈਕਟਰ ਨੂੰ ਭੀੜ 'ਕੱਠੀ ਕਰ ਕੇ ਖੁਸ਼ ਕਰਨਾ ਸੀ। ਪਿੰਡ 'ਚ ਆਪਣੇ ਬਾਰੇ ਭੱਲ ਬਣਾਉਣੀ ਸੀ ਬਈ ਮੀਸਣੇ ਗਰੀਬ

ਗੁਰਬਿਆਂ ਦੇ ਲਗਵੰਤੀ ਨੇ....ਹਮਾਇਤੀ ਨੇ ਤੇ ਸਭ ਤੋਂ ਵੱਧ ਕਮਾਊ ਬਰਕਤ ਉਤੇ ਪ੍ਰਭਾਵ ਪਾਉਣਾ ਸੀ ਬਈ ਦੇਖ.....ਦੇਖ.....ਦੇਖ ਤੂੰ ਕਿੰਨਾ ਮੇਰਾ ਆਪਣਾ ਹੈਂ!

ਤੇ ਇਹ ਪ੍ਰਭਾਵ ਦੇ ਕੇ ਉਹ ਬਰਕਤਾਂ ਨੂੰ ਉੱਕਾ ਖਰੀਦ ਲੈਣਾ ਚਾਹੁੰਦਾ ਸੀ ਉਹਨੂੰ ਅਹਿਸਾਸ ਹੇਠਾਂ ਦੱਬ ਕੇ ਕਿਸੇ ਹੋਰ ਨਾਲ ਸੀਰ ਕਰਨ ਤੋਂ ਰੋਕਣ ਦਾ ਜੁਗਾੜ ਕਰ ਲਿਆ ਸੀ ਉਸਨੇ।

ਪਰ ਵਿਚਾਰਾ ਬਰਕਤ ਤੇ ਵਿਚਾਰੀ ਕਪੂਰੀ....!!

ਅੰਦਰਲੀਆਂ ਗੱਲਾਂ ਕਿਵੇਂ ਸਮਝ ਸਰਦੇ ਸਨ? ਉਹਨਾਂ ਕੋਲ ਏਨੀ ਪੈਨੀ ਦ੍ਰਿਸ਼ਟੀ ਕਿੱਥੇ ਸੀ? ਉਹਨਾਂ ਨੂੰ ਤਾਂ ਨੰਗੀ ਅੱਖ ਨਾਲ ਬਘੇਲ ਦਾ ਉਤਲਾ ਚਿਹਰਾ ਈ ਨਜ਼ਰ ਆਉਂਦਾ ਸੀ।

ਤੇ ਮੀਟਿੰਗ ਤੋਂ ਆ ਕੇ ਉਹ ਕਿੰਨੇ ਈ ਦਿਨ ਨਸ਼ਿਆਏ ਰਹੇ। ਮਾਲਕ ਦੇ ਬਰਾਬਰ ਬੈਠਣ ਦਾ ਨਸ਼ਾ, ਮਾਲਕ ਹੱਥੋਂ ਪਲਾਸਟਿਕ ਦੇ ਗਲਾਸ ਵਿੱਚ 'ਅਦਬ' ਨਾਲ ਪੀਤੀ ਚਾਹ ਦਾ ਨਸ਼ਾ! ਤੇ ਅਫਸਰਾਂ ਵੱਲੋਂ ਗਰੀਬ ਮਜ਼ਦੂਰਾਂ ਤੇ ਲਾਚਾਰ ਔਰਤਾਂ ਦੀ ਸਹਾਇਤਾ ਕਰਨ ਵਰਗੀ ਗੱਲ ਸੁਣਨ ਦਾ ਨਸ਼ਾ!

ਬਰਕਤ ਨੂੰ ਉਂਜ ਇਹ ਤਾਂ ਨਹੀਂ ਸੀ ਪਤਾ ਕਿ ਸਰਕਾਰ ਕਿਸਦੀ ਹੈ? ਕੌਣ ਪ੍ਰਧਾਨ ਮੰਤਰੀ ਹੈ? ਕੌਣ ਰਾਸ਼ਟਰਪਿਤਾ ਹੈ? ਕੌਣ ਮੁੱਖ ਮੰਤਰੀ....ਕੌਣ ਕੀ ਤੇ ਕੌਣ ਕੀ? ਪਰ ਜੋ ਵੀ ਸਰਕਾਰ ਨਾਂ ਦੀ ਚੀਜ਼ ਸੀ ਉਹਨੇ, ਬਰਕਤ ਦੀਆਂ ਨਜ਼ਰਾਂ ਵਿੱਚ, ਔਰਤਾਂ ਉਤੇ ਇਹ ਉਪਕਾਰ ਕਰ ਕੇ ਕਮਾਲ ਕਰ ਦਿਖਾਈ ਸੀ।

ਬਈ ਇਹੋ ਜਿਹੀ ਸਰਕਾਰ ਦੇ ਬੱਚੇ ਜਿਊਣ.....ਜਿਸਨੇ ਨਿਆਸਰੀਆਂ, ਪੜਤਾੜਿਤ ਤੇ ਗਰੀਬ ਔਰਤਾਂ ਵਾਸਤੇ ਐਨੀਆਂ ਸਹੂਲਤਾਂ ਦੇ ਦਿੱਤੀਆਂ ਸਨ। ਰਹਿਣ ਖਾਣਾ ਫਰੀ.....ਰੁਜ਼ਗਾਰ ਦੇ ਸਾਧਨ ਮੁਹੱਈਆ ਕਰਾਉਣੇ....ਸਾਰਾ ਖਰਚਾ ਓਟ ਲੈਣਾ....ਕਿਆ ਬਾਤ ਹੈ.....ਇਹੋ ਜੀ ਸਰਕਾਰ ਦੀਆਂ ਤਾਂ ਜੜਾਂ ਪਤਾਲ ਤੱਕ ਪਹੁੰਚ ਜਾਣ।

ਫੇਰ ਸਭਨਾਂ ਤੋਂ ਵੱਡਾ ਉਪਕਾਰ ਤਾਂ ਬਘੇਲ ਸਿੰਘ ਦਾ ਸੀ ਜਿਸਨੇ ਉਹਨਾਂ ਨੂੰ ਇਹ ਦੁਨੀਆਂ ਦਿਖਾ ਦਿੱਤੀ ਸੀ ਨਹੀਂ ਤਾਂ ਉਹ ਕਿੱਥੇ ਜਾ ਸਕਦੇ ਸਨ ਚੰਡੀਗੜ੍ਹ ਵਰਗੇ ਸ਼ਹਿਰ 'ਚ। ਉਥੇ ਤਾਂ ਉਹ ਊਈਂ ਰੁਲ ਜਾਂਦੇ। ਚੰਡੀਗੜ੍ਹ ਕਿਤੇ ਛੋਟਾ ਮੋਟਾ ਸ਼ਹਿਰ ਐ? ਉਹ ਤਾਂ ਊਈਂ ਨਾ ਰੁਲੇ ਥਿਆਉਂਦੇ। ਭਲਾ ਹੋਵੇ ਬਘੇਲ ਸਿੰਘ ਦਾ....ਧਰ ਧਰ ਭੁੱਲੇ......।

ਪਰ ਏਸ ਮੀਟਿੰਗ ਤੋਂ ਬਾਅਦ ਮਹੀਨਾ ਕੁ ਬਾਦ ਈ ਇੱਕ ਅਜੀਬ ਹਾਦਸਾ ਵਾਪਰ ਗਿਆ।

ਬਰਕਤ ਜੀਰੀ ਨੂੰ ਪਾਣੀ ਲਾ ਰਿਹਾ ਸੀ। ਬਾਸਮਤੀ ਦੀ ਖੁਸ਼ਬੋ ਕਰ ਕੇ ਅਕਸਰ ਸੱਪ ਜੀਰੀ 'ਚ ਆ ਜਾਂਦੇ ਸਨ। ਅੱਧੀ ਕੁ ਰਾਤ ਨੂੰ ਬਰਕਤ ਨੱਕਾ ਮੋੜਨ ਗਿਆ ਤਾਂ ਉਹਦਾ ਪੈਰ ਇੱਕ ਜ਼ਹਿਰੀਲੇ ਸੱਪ ਦੀ ਪੂੰਛ ਤੇ ਟਿਕ ਗਿਆ। ਸੱਪ ਨੇ ਉਹਦੀ ਪਿੰਜਣੀ ਤੇ ਡੰਗ ਮਾਰਿਆ।

ਬਰਕਤ ਸਮਝ ਗਿਆ ਕਿ ਉਸਨੂੰ ਸੱਪ ਨੇ ਡੱਸ ਲਿਐ। ਉਹ ਸਿੱਧਾ ਬਘੇਲ ਸਿੰਘ ਦੇ ਘਰ ਪਹੁੰਚਿਆ। ਬਘੇਲ ਸਿੰਘ ਨੇ ਸੋਚਿਆ ਕਿ ਕਿੱਥੇ ਰਾਤ ਨੂੰ ਖੱਜਲ ਖੁਆਰ ਹੋਵਾਂਗੇ, ਦਿਨ ਚੜ੍ਹੇ ਸ਼ਹਿਰ ਲੈ ਜਾਵਾਂਗੇ ਤੇ ਉਸਨੇ ਦਾਦੇ ਪੜਦਾਦੇ ਦੇ ਦੱਸੇ ਨੁਸਖੇ ਮੁਤਾਬਕ ਪੀਸੀਆਂ ਹੋਈਆਂ ਮਿਰਚਾਂ ਦੀ ਲੱਪ ਜ਼ਖ਼ਮ ਨੂੰ ਟੱਕ ਮਾਰ ਕੇ ਬੰਨ੍ਹ ਦਿੱਤੀ।

ਬਰਕਤ ਪੀੜ ਨਾਲ ਕੁਰਲਾ ਰਿਹਾ ਸੀ। ਉਹਦੀਆਂ ਬਹੁੜੀਆਂ ਨਿਕਲ ਰਹੀਆਂ ਸਨ। ਬਘੇਲ ਨੇ ਉਸਨੂੰ ਕਿਹਾ ਕਿ ਦਾਰੂ ਦੀ ਘੁੱਟ ਲਾ ਲੈ....ਦਿਨ ਚੜ੍ਹਦਿਆਂ ਈ ਆਪਾਂ ਡਾਕਟਰ ਕੋਲ ਚੱਲਾਂਗੇ ਪਰ ਬਰਕਤ ਨੇ ਸ਼ਰਾਬ ਨੂੰ ਮੂੰਹ ਨਾ ਲਾਇਆ। ਉਹਨੇ ਤਾਂ ਸ਼ਰਾਬ ਕਦੇ ਮੂੰਹ ਈ ਨਹੀਂ ਸੀ ਧਰੀ।

ਤੇ ਰੱਬ ਰੱਬ ਕਰਦਿਆਂ ਬਰਕਤ ਨੇ ਰਾਤ ਕੱਟੀ। ਸਵੇਰੇ ਜਦੋਂ ਉਹ ਬਰਕਤ ਨੂੰ ਲੈ ਕੇ ਹਸਪਤਾਲ ਗਏ ਤਾਂ ਬਰਕਤ ਦੀ ਲੱਤ ਜ਼ਹਿਰ ਨਾਲ ਉੱਕਾ ਕਾਲੀ ਹੋ ਗਈ ਸੀ। ਡਾਕਟਰ ਨੇ ਕਿਹਾ ਕਿ ਲੱਤ ਕੱਟਣੀ ਪੈਣੀ ਐ ਕਿਉਂਕਿ ਜੇ ਲੱਤ ਨਾ ਕੱਟੀ ਤਾਂ ਜ਼ਹਿਰ ਸਾਰੇ ਸਰੀਰ ਵਿੱਚ ਫੈਲ ਜਾਵੇਗਾ।

ਡਾਕਟਰ ਬਰਕਤ ਨੂੰ ਡਾਂਟ ਰਿਹਾ ਸੀ ਬਈ ਉਸੇ ਵੇਲੇ ਕਿਉਂ ਨਾ ਆਇਆ....ਤਾਜ਼ੇ ਡੰਗ ਦਾ ਤਾਂ ਸੌ ਇਲਾਜ ਸੀ ਹੁਣ ਲੱਤ ਵੱਢਣ ਤੋਂ ਬਿਨਾਂ ਕੋਈ ਚਾਰਾ ਈ ਨਹੀਂ ਹੈ।

ਲੱਤ ਕਟਾ ਕੇ ਤੇ ਐਮਰਜੈਂਸੀ ਵਿਚੋਂ ਵਾਰਡ ਵਿੱਚ ਬੈਡ ਤੇ ਪਾ ਕੇ ਬਘੇਲ ਸਿੰਘ ਪਿੰਡ ਤੁਰ ਗਿਆ ਸੀ। ਕਪੂਰੀ ਨੇ ਪਿੱਟ ਪਿੱਟਕੇ ਬੁਰਾ ਹਾਲ ਕਰ ਲਿਆ ਸੀ। ਦੋਵੇਂ ਬੱਚੇ ਬਾਪ ਦੀ ਹਾਲਤ ਦੇਖ ਕੇ ਫੱਕ ਹੋ ਗਏ ਸਨ। ਜਦੋਂ ਕਪੂਰੀ ਨੂੰ ਉਡੀਕ ਕਰਦਿਆਂ ਚੌਥਾ ਦਿਨ ਹੋ ਗਿਆ ਤਾਂ ਉਸਨੇ ਪਿੰਡੋਂ ਖਬਰ ਲੈਣ ਆਏ ਬੰਦਿਆਂ ਨੂੰ ਸੁਨੇਹਾ ਦਿੱਤਾ ਕਿ ਉਹ ਬਘੇਲ ਨੂੰ ਜਾ ਕੇ ਕਹਿਣ ਬਈ ਬਰਕਤ ਦਾ ਇਲਾਜ ਕਰਾਵੇ....।

ਪਰ ਤਜਰਬੇਕਾਰ ਲੋਕ ਜਾਣਦੇ ਸਨ ਕਿ ਇੱਕ ਲੱਤ ਤੋਂ ਨਕਾਰਾ ਬਰਕਤ ਬਘੇਲ ਸਿੰਘ ਦੇ ਕਿਸ ਕੰਮ ਦਾ?

ਲੋਕਾਂ ਨੇ ਬਰਕਤ ਨੂੰ ਤੇ ਕਪੂਰੀ ਨੂੰ ਬਥੇਰਾ ਚੱਕਿਆ ਕਿ ਉਹਨੂੰ ਬਘੇਲ ਦੇ ਖੇਤਾਂ 'ਚ ਕੰਮ ਕਰਦੇ ਨੂੰ ਸੱਪ ਨੇ ਡੰਗਿਐ, ਉਹ ਉਹਦੇ ਕੋਲੋਂ ਇਵਜਾਨਾ ਲੈਣ ਲਈ ਕਚਹਿਰੀ 'ਚ ਅਰਜ਼ੀ ਪਾਵੇ ਪਰ ਬਰਕਤ ਤਾਂ ਜਿਵੇਂ ਗੂੰਗਾ ਈ ਹੋ ਗਿਆ ਸੀ। ਉਹ ਤਾਂ ਸਿਰਫ ਬੋਲਣ ਵਾਲਿਆਂ ਦੇ ਮੂੰਹ ਵੱਲ ਕਮਲਿਆਂ ਵਾਂਗ ਝਾਕੀ ਜਾਂਦਾ ਸੀ।

ਕਦੇ ਬੈਠਿਆਂ ਬੈਠਿਆਂ ਆਪਣੀ ਕੱਟੀ ਹੋਈ ਲੱਤ ਨੂੰ ਦੇਖ ਦੇਖ ਝੁਰਦਾ ਰਹਿੰਦਾ। ਉਹਨੂੰ ਕਟੀ ਹੋਈ ਲੱਤ ਉੱਤੇ ਅਜੇ ਵੀ ਮਿਰਚਾਂ ਦੀ ਮਿਰਚਾਹਟ ਲੜਦੀ ਮਹਿਸੂਸ ਹੁੰਦੀ ਸੀ....ਡਾਕਟਰ ਉਸਦੀ ਇਹ ਗੱਲ ਸੁਣ ਕੇ ਆਖਦੇ "ਇਹ ਫੈਨਟੇਸੀ ਪੇਨ ਐ....ਕਈ ਵਾਰੀ ਕਟੇ ਹੋਏ ਅੰਗ ਉਤੇ ਬੰਦੇ ਨੂੰ ਖਾਰਸ ਹੁੰਦੀ ਮਹਿਸੂਸ ਹੁੰਦੀ ਐ ਤੇ ਕਈ ਵਾਰੀ ਜਲੂਣ.....ਇਹ ਡਾਕਟਰੀ ਭਾਸ਼ਾ 'ਚ ਫੈਨਟੇਸੀ ਪੇਨ ਕਹੀ ਜਾਂਦੀ ਐ।"

ਬਰਕਤ ਨੂੰ ਯਾਦ ਸੀ ਕਿ ਉਹ ਸੱਪ ਦੇ ਡੰਗਣ ਸਦਕਾ ਘੱਟ ਪ੍ਰੇਸ਼ਾਨ ਰਿਹਾ ਸੀ ਚਾਕੂ ਨਾਲ ਪੱਛ ਮਾਰ ਕੇ ਭੁੱਕੀਆਂ ਮਿਰਚਾਂ ਦੀ ਮਿਰਚਾਹਟ ਸਦਕਾ ਵੱਧ ਪ੍ਰੇਸ਼ਾਨ ਰਿਹਾ ਸੀ।

ਉਸ ਦਿਨ ਮਿਰਚਾਂ ਦੀ ਲੱਪ ਬੰਨ੍ਹਕੇ ਬਘੇਲ ਸਿੰਘ ਸੈੜ ਸੈੜ ਕਰਕੇ ਸੌਂ ਗਿਆ ਸੀ...ਆਇੰ ਜਿਵੇਂ ਕੁਝ ਹੋਇਆ ਈ ਨੀ ਹੁੰਦਾ। ਉਂਜ ਜੇ ਸੋਚਿਆ ਜਾਵੇ ਤਾਂ ਹੋਣ ਨੂੰ ਹੋਇਆ ਵੀ ਕੀ ਸੀ?

ਇਕ ਸੀਰੀ ਨੂੰ ਸੱਪ ਨੇ ਡੰਗ ਈ ਲਿਆ ਸੀ....ਊਹਦੀ ਲੱਤ ਈ ਨਕਾਰੀ ਹੋ ਜਾਣੀ ਸੀ ਤੇ ਵੱਧ ਤੋਂ ਵੱਧ ਉਹ ਮਰ ਈ ਜਾਂਦਾ....ਤੇ ਬਰਕਤ ਬਿਨਾਂ ਕਿਹੜਾ ਪਿੰਡ ਸੁੰਨਾ ਹੋ ਚੱਲਿਆ ਸੀ।

ਉਂਜ ਕਈ ਭਲੇ ਲੋਕਾਂ ਨੇ ਬਘੇਲ ਨੂੰ ਕਿਹਾ ਵੀ ਸਹੀ ਬਈ ਬਰਕਤ ਨੇ ਪੰਦਰਾਂ ਸਾਲ ਤੇਰੇ ਨਾਲ ਸੀਰ ਕੀਤੈ....ਹੁਣ ਵਕਤ ਪੈਣ ਤੇ ਉਹਦੀ ਸਹਾਇਤਾ ਕਰ। ਚੱਲ ਲੱਤ ਤਾਂ ਵਿਚਾਰੇ ਦੀ ਵੱਢੀਓ ਗਈ ਘੱਟੋ ਘੱਟ ਖਰਚਾ ਪਾਣੀ ਤਾਂ ਦੇਹ....ਉਹਦਾ ਇਲਾਜ ਤਾਂ ਕਰਾ ਪਰ ਅੱਗੋਂ ਬਘੇਲ ਸਿੰਘ ਆਪਣਾ ਜਾਗੀਰਦਾਰੀ ਪੈਂਤੜਾ ਵਰਤਦਿਆਂ ਬੋਲਿਆ ਸੀ,

"ਉਹ ਕਿਤੇ ਅੰਨ੍ਹਾ 'ਤੀ? ਉਹਨੂੰ ਨਹੀਂ ਸੀ ਦੀਂਹਦਾ ਬਈ ਸੱਪ ਬੈਠੈ....ਹੁਣ ਜੇ ਕਿਸੇ ਨੂੰ ਸੱਪ ਬੀ ਨਜ਼ਰ ਨਾ ਆਬੇ ਤਾਂ ਕੋਈ ਕੀ ਕਰੇ? ਮੈਂ ਕਿਹੜਾ ਸੱਪ ਹੱਥ 'ਚ ਫੜਕੇ ਉਹਦੇ ਲੜ੍ਹਾਤਾਬੰਦਾ ਰਾਤ ਬਰਾਤ ਨੂੰ ਚੌਕਸ ਹੋ ਕੇ ਨੱਕੇ ਮੋੜੇ...." ਉਹਦੀ ਦਲੀਲ ਕਿਧਰੇ ਹੋਰ ਈ ਪਾਸੇ ਵਹਿ ਗਈ ਤਾੜਕੇ ਬਘੇਲ ਸਿੰਘ ਦੀ ਗੱਲ ਕੱਟਦਿਆਂ ਉਹਨਾਂ ਦਾ ਬੁੜ੍ਹਾ ਬੋਲਿਆ, "ਨਾਲੇ ਮੁੱਕਦੀ ਗੱਲ ਆਹ ਐ ਬਈ ਬਰਕਤ ਉਸੇ ਵੇਲੇ ਕਿਉਂ ਨਾ ਆਇਆ? ਉਹ ਤਾਂ ਉਥੇ ਈ ਜਰਦਾ ਖਾ ਕੇ ਪਿਆ ਰਿਹਾ....ਬਈ ਤੂੰ ਨਾਲ ਦੀ ਨਾਲ ਘਰੇ ਆ....ਕਿਤੇ ਦਿਨ ਚੜ੍ਹੇ ਤੇ ਉਹ ਘਰੇ ਆਇਆ....ਅਸੀਂ ਤਾਂ ਤੁਰੰਤ ਟ੍ਰੈਕਟਰ ਟਰਾਲੀ ਲੈ ਕੇ ਭੱਜੇ ਸ਼ਹਿਰ ਨੂੰ.....ਸਾਡਾ ਤਾਂ ਕਿਤੇ ਕੋਈ ਕਸੂਰ ਨੀਂ....।"

"ਤਾਇਆ ਸਾਰਾ ਪਿੰਡ ਜਾਣਦੈ ਬਈ ਬਰਕਤ ਜਰਦਾ ਤਾਂ ਕੀ ਕੋਈ ਬੀ ਨਸ਼ਾ ਨੀ ਕਰਦਾ....ਰੱਬ ਤੋਂ ਡਰ ਕੇ ਗੱਲ ਕਰੋ.....ਚੱਲ ਹੁਣ ਰੱਬ ਲੇਖੇ ਈ ਬਚਾਰੇ ਦੀ ਸਹੈਤਾ ਕਰੋ ਗਰੀਬ ਦੀ.....।" ਕੋਈ ਰਹਿਮ ਦਿਲ ਬੋਲਿਆ।

"ਤੂੰ ਕਿਧਰੋਂ ਆਇਆ ਬਈ ਜੋਸਤੀ.....ਤੈਨੂੰ ਕੀ ਪਤਾ ਬਰਕਤ ਨਸ਼ਾ ਕਰਦਾ ਤੀਗ੍ਹਾ ਜਾਂ ਨਹੀਂ? ਊਈਂ ਉਹਦੀ ਰਈ ਕਰੀਂ ਜਾਨੈਂ....ਰੱਬ ਲੇਖੇ ਤੂੰ ਕਿਉਂ ਨੀ ਕਰ ਦੰਦਾ ਉਹਦੀ ਸਹੈਤਾ....? ਆਇਆ ਬੜਾ ਧਰਮਰਾਜ....।" ਬਘੇਲ ਬੱਘ ਬਘਾ ਕੇ ਪਿਆ। ਅਗਲਾ ਜਣਾ ਚੁੱਪ ਕਰ ਗਿਆ ਕਿਉਂਕਿ ਉਸਨੂੰ ਪਤਾ ਸੀ ਕਿ ਬਗਾਨੀ ਅੱਗ ਨੂੰ ਕਾਸਨੂੰ ਹੱਥ ਸਾੜਨੇ ਨੇ?

ਇਹ ਗੱਲਾਂ ਜਦੋਂ ਬਰਕਤ ਤੱਕ ਪਹੁੰਚੀਆਂ ਤਾਂ ਉਹ ਸਿਰਫ ਮੁਸਕਰਾਇਆ.... ਬੋਲਿਆ ਕੁਝ ਨਾ। ਉਂਜ ਉਸਨੂੰ ਇੱਕ ਵਾਰੀ ਮਣਖ ਜ਼ਰੂਰ ਹੋਇਆ ਕਿ ਉਹ ਚਿੜੀਮਾਰਾਂ ਨਾਲ ਸੀਰੀ ਕਿਉਂ ਨਾ ਰਲ ਗਿਆ? ਨਾਲੇ ਉਹ ਪੈਸੇ ਡੂਢ ਗੁਣੇ ਦਿੰਦੇ ਸਨ। ਪਰ ਹੁਣ ਤਾਂ ਬੀਤ ਗਈ ਨੂੰ ਘੋੜੇ ਨੀ ਰਲਦੇ।

ਉਹਨਾਂ ਕੋਲ ਜੋ ਥੋੜਾ ਬਹੁਤਾ ਪੈਸਾ ਸੀ ਉਹ ਇਲਾਜ ਉਤੇ ਲੱਗ ਗਿਆ ਤੇ ਅੱਗੋਂ ਨਕਾਰੇ ਹੋਏ ਬਰਕਤ ਨੂੰ ਕਿਸੇ ਨੇ ਸੀਰੀ ਨਾ ਰਲਾਇਆ। ਘਰ ਵਿੱਚ ਰੋਟੀ ਦੇ ਵੀ ਲਾਲੇ ਪੈ ਗਏ।

ਕਪੂਰੀ ਨੇ ਕਈ ਵਾਰੀ ਕਿਹਾ ਕਿ ਮੈਂ ਜਾ ਕੇ ਮੀਸਣਿਆਂ ਦੇ ਘਰੋਂ ਕਣਕ ਲੈ ਆਵਾਂ ਜਾਂ ਕੋਈ ਹੋਰ ਖੈਰਾਤ ਪਰ ਬਰਕਤ ਹਮੇਸ਼ਾ ਸਿੱਲ੍ਹੀਆਂ ਅੱਖਾਂ ਕਰ ਕੇ ਆਖਦਾ,

"ਕਪੂਰੀ ਤੈਥੋਂ ਕੁਸ ਲੁਕਿਐ? ਤੂੰ ਦੱਸ ਬਈ ਜਿਹੜੇ ਲਾਣੇਦਾਰ ਮੇਰਾ ਲਾਜ ਤੱਕ ਨਾ ਕਰਾ ਸਕੇ ਸਭ ਕੁਸ ਹੁੰਦਿਆਂ-ਸਹੁੰਦਿਆਂ....ਹੁਣ ਤੂੰ ਉਹਨਾਂ ਦੇ ਘਰੇ ਜਾਕੇ ਗਿੜਗਿੜੀਆਂ ਕੱਢੇਂਗੀ? ਭਲੀਏ ਮਾਣਸੇ ਜੇ ਮੈਂ ਉਹਨਾਂ ਨੂੰ ਬੈਠਿਆਂ ਨੀ ਦਿਖਿਆ ਤਾਂ ਖੜ੍ਹਿਆ ਹੋਇਆ ਜਾਦੇ ਦਿਖੂੰ? ਇਹ ਦੁਨੀਆਂ ਮਤਲਬ ਦੀ ਐ....ਮੈਨੂੰ ਤਾਂ ਲੋਕਾਂ ਨੇ ਬਥੇਰਾ ਕਿਹਾ ਬਈ ਮੈਂ ਇਹਨਾਂ ਮੀਸਣਿਆਂ ਨੂੰ ਛੱਡ ਦਿਆਂ....ਪਰ ਮੈਂ ਕਿਸੇ ਦੀ ਸੁਣੀਓਂ ਨੀ ....ਮੈਨੂੰ ਤਾਂ ਪਿਛਲੇ ਸਾਲ ਚਿੜੀਮਾਰ ਬਥੇਰਾ ਕਹਿੰਦੇ ਰਹੇ.....ਪਰ....।"

ਡੱਕੇ ਨਾਲ ਧਰਤੀ ਉਤੇ ਲਕੀਰਾਂ ਵਾਹੁੰਦੀ ਕਪੂਰੀ ਨੂੰ ਉਹ ਥੋੜਾ ਰੁਕ ਕੇ ਕਹਿੰਦਾ, "ਕਪੂਰੀ ਤੈਨੂੰ ਇੱਕ ਗੱਲ ਹੋਰ ਦੱਸਾਂ? ਮੈਨੂੰ ਜਿਹੜੀਆਂ ਬਸਾਖੀਆਂ ਹਸਪਤਾਲ 'ਚੋਂ ਮਿਲੀਆਂ ਸੀਗੀਆਂ...ਉਹ ਤਾਂ ਪਲਾਸਟਕ ਦੀਆਂ ਤੀਆਂ....ਨਰਮ ਨਰਮ ਚੰਗੇ ਪੇਚਾਂ ਆਲੀਆਂ...ਬੜੀਆਂ ਛੋਟੀਆਂ ਹੋਣ ਆਲੀਆਂ....ਤੇ ਹਾਅ ਜਿਹੜੀਆਂ ਮੈਨੂੰ ਅਨਘੜ ਜੀਆਂ ਮਿਲੀਆਂ ਨੇ....ਹਾਅ ਬੀ ਬਘੇਲ ਨੇ ਈ...ਹੇਰਾ ਫੇਰੀ...ਮੈਨੂੰ ਉਥੇ ਇੱਕ ਦੁਆਈ ਦੇਣ ਆਲਾ ਛੋਟਾ ਡਾਕਟਰ ਦੱਸਦਾ 'ਤੀ.....ਮੈਂ ਉਹਨੂੰ ਕਿਹਾ....ਚਲ ਬਾਈ ਸਿਆਂ...ਭਲਾ ਹੋਬੇ....ਬਘੇਲ ਨੂੰ ਵੀ ਬਾਘਰੂ ਰਾਜ਼ੀ ਰੱਖੇ....ਉਹ ਦੱਸਦਾ 'ਤੀ ਬਘੇਲ ਨੇ ਬਸਾਖੀਆਂ 'ਚੋਂ ਬੀ ਪੈਸੇ ਖਾ ਲੇ....।"

ਫਟੀਆਂ ਫਟੀਆਂ ਅੱਖਾਂ ਨਾਲ ਕਪੂਰੀ ਬਰਕਤ ਦੇ ਹਿੱਲਦੇ ਕੰਬਦੇ ਹੋਠ ਦੇਖ ਰਹੀ ਸੀ ਤੇ ਸੋਚ ਰਹੀ ਸੀ ਕਿ ਇਹ ਬਘੇਲ ਓਦਣ ਮੀਟਿੰਗ ਆਲਾ ਬਘੇਲ ਈ ਐ ਜਾਂ??

"ਹੁਣ ਤੂੰਹੇ ਦੱਸ ਬਈ ਉਹ ਤੈਨੂੰ ਕਣਕ ਦੇਣਗੇ? ਉਹਨਾਂ ਨੂੰ ਪਤੈ ਬਈ ਹੁਣ ਬਰਕਤ ਕੰਮ ਕਰਨੋਂ ਤਾਂ ਗਿਆ....।" ਜਿਵੇਂ ਇੱਕ ਬੱਚੀ ਦੇ ਸਿਰ ਤੇ ਹੱਥ ਧਰ ਕੇ ਹੌਸਲਾ ਦਈਦੈ....ਏਵੇਂ ਬਰਕਤ ਨੇ ਕਪੂਰੀ ਦੇ ਸਿਰ ਤੇ ਹੱਥ ਧਰਿਆ। ਕਪੂਰੀ ਦੇਖ ਰਹੀ ਸੀ ਮਹੀਨਿਆਂ ਵਿੱਚ ਈ ਬਰਕਤ ਦੀ ਦਾਹੜੀ ਵਿੱਚ ਸਫ਼ੈਦੀ ਆ ਗਈ ਸੀ ਤੇ ਉਹ ਕਮਜ਼ੋਰ ਵੀ ਹੋ ਗਿਆ ਸੀ।

ਕਪੂਰੀ ਸੋਚ ਰਹੀ ਸੀ ਕਿ ਗਾਂ ਊਈਂ ਬੇਚੀ....ਘੱਟੋ ਘੱਟ ਦੁੱਧ ਘੀ ਖਵਾਕੇ ਉਹ ਬਰਕਤ ਨੂੰ ਨਰੋਆ ਤਾਂ ਕਰ ਲੈਂਦੀ। ਬਰਕਤ ਨੂੰ ਨਰੋਆ ਕਰਨ ਨਾਲੋਂ ਬਚਾਉਣਾ ਜ਼ਿਆਦਾ ਜ਼ਰੂਰੀ ਸੀ।

ਸ਼ੁਰੂ ਸ਼ੁਰੂ ਵਿੱਚ ਤਾਂ ਬਰਕਤ ਕੋਲੋਂ ਬਸਾਖੀਆਂ ਨਾਲ ਤੁਰ ਈ ਨਹੀਂ ਸੀ ਹੁੰਦਾ ਉਹ ਬਾਰ ਬਾਰ ਸੰਤੁਲਨ ਬਣਾਉਣ ਦੀ ਕੋਸ਼ਿਸ਼ ਕਰਦਾ ਪਰ ਗੱਲ ਬਣਦੀ ਨਾ। ਹੁਣ ਕੋਈ ਪੰਜ ਸੱਤ ਦਿਨਾਂ ਤੋਂ ਉਹ ਬਸਾਖੀਆਂ ਦੇ ਸਹਾਰੇ ਡਿੰਘ ਪੱਟਣ ਜੋਗਾ ਹੋਇਆ ਸੀ। ਕੰਮ ਉਹ ਅਜੇ ਕਰ ਨਹੀਂ ਸੀ ਸਕਦਾ....ਚੂਨ ਭੂਨ ਸਾਰੀ ਇਲਾਜ ਉਤੇ ਲੱਗ ਗਈ ਤੇ ਟੱਬਰ ਰੋਟੀ ਦੀ ਬੁਰਕੀ ਤੋਂ ਵੀ ਮੁਹਤਾਜ ਹੋ ਗਿਆ।

ਭੁੰਨੇ ਹੋਏ ਆਲੂ ਖਾ ਕੇ ਨਿਆਣੇ ਫੇਰ ਸੌਂ ਗਏ। ਡਿੱਗ ਕੇ ਸੱਟ ਲੱਗਣ ਸਦਕਾ ਕਪੂਰੀ ਦਾ ਜਿਸਮ ਟਸ ਟਸ ਕਰ ਰਿਹਾ ਸੀ ਪਰ ਉਹਨੇ ਸੀ ਨਹੀਂ ਸੀ ਕੀਤੀ ਬਈ ਕਿਤੇ ਬਰਕਤ ਨੂੰ ਠੇਸ ਨਾ ਪਹੁੰਚੇ।

ਊਈਂ ਸੋਚ ਸੋਚਕੇ ਦਮਾਗ ਖਰਾਬ ਕਰੂਗਾ ਨਾਲੇ ਕਲਪੂਗਾ....।

ਕਪੂਰੀ ਨੂੰ ਗੁੰਮ ਸੁੰਮ ਬੈਠੀ ਦੇਖ ਕੇ ਬਰਕਤ ਨੇ ਬੜਾ ਲੰਮਾ ਹਾਉਕਾ ਭਰਿਆ ਐਂਜ ਜਿਵੇਂ ਆਪਣੀ ਬੇਬਸੀ ਉਤੇ ਉਦਾਸ ਹੋ ਰਿਹਾ ਹੋਵੇ।

ਤੇ ਉਧਰ ਕਪੂਰੀ ਸੋਚ ਰਹੀ ਸੀ ਕਿ ਕਿੱਥੋਂ ਨਿਆਣਿਆਂ ਨੂੰ ਰੋਟੀ ਜੁੜੇਗੀ? ਮੀਸਣਿਆਂ ਬਾਰੇ ਤਾਂ ਸਾਰੇ ਭਰਮ ਭੁਲੇਖੇ ਦੂਰ ਹੋ ਈ ਗਏ ਸਨ। ਉਂਜ ਉਹ ਸੋਚ ਰਹੀ ਸੀ ਕਿ ਇੱਕ ਵਾਰੀ ਉਹਨਾਂ ਦੇ ਬੂਹੇ ਤੇ ਬੈਠ ਕੇ ਹਾਅ ਦਾ ਨਾਰਾ ਜ਼ਰੂਰ ਮਾਰੇ।

ਖੰਘੂਰਾ ਮਾਰ ਕੇ ਬਰਕਤ ਬੋਲਿਆ, "ਕਪੂਰੀ ਮੇਰੇ ਡਮਾਕ 'ਚ ਕਈ ਦਿਨ ਤੋਂ ਇੱਕ ਗੱਲ ਘੁੰਮ ਰਹੀ ਐ....ਊਂ ਤਾਂ ਖੈਰ....ਖੈਰ....ਦੇਖ ਕਪੂਰੀ....ਊਂ ਤਾਂ....।"

ਉਹ ਸਿਰਾ ਲੱਭ ਰਿਹਾ ਸੀ ਕਿ ਗੱਲ ਕਿਵੇਂ ਤੇ ਕਿੱਥੋਂ ਸ਼ੁਰੂ ਕਰਾਂ ਪਰ ਉਹਦੇ ਕੋਲੋਂ ਚੱਜ ਨਾਲ ਗੱਲ ਸ਼ੁਰੂ ਨਹੀਂ ਸੀ ਹੋ ਰਹੀ। ਕਪੂਰੀ ਨੇ ਸੋਚਿਆ ਕਿ ਬਰਕਤ ਰੋਟੀ ਨਾ ਮਿਲਣ ਸਦਕਾ ਕੋਈ ਗਿਲਾ ਸ਼ਿਕਵਾ ਕਰੇਗਾ। ਉਹ ਮੂੰਹੋਂ ਤਾਂ ਕੁਝ ਨਾ ਬੋਲੀ ਬੱਸ ਮੁਤਰ ਮੁਤਰ ਬਰਕਤ ਵੱਲ ਝਾਕਣ ਲੱਗ ਪਈ, ਜਿਵੇਂ ਇੰਤਜ਼ਾਰ ਕਰ ਰਹੀ ਹੋਵੇ ਕਿ ਉਹ ਕੀ ਕਹੇਗਾ।

"ਦੇਖ ਕਪੂਰੀ ਊਂ ਤਾਂ ਵਾਹਗੁਰੂ ਸਾਖੀ ਐ ਬਈ ਮੈਂ ਤੈਨੂੰ ਕਦੇ ਭੋਰਾ ਪ੍ਰੇਸ਼ਾਨੀ ਨੀ ਦਿੱਤੀ....ਨਾ ਕਦੇ ਕੁਸ ਕਿਹੈ....ਸਮਾਂਦੀ ਮੈਂ ਤਾਂ ਤੈਨੂੰ ਪੂਰਾ 'ਰਾਮ ਦੇਣ ਦੀ ਕੋਸ਼ਿਸ਼ ਕਰਦਾਂ....ਪਰ ਜੇ ਆਪਾਂ ਆਇੰ ਕਰੀਏ ਬਈ ਆਪਾਂ ਜਦੋਂ ਬਘੇਲ ਨਾਲ ਚੰਡੀਗੜ੍ਹ ਗਏ ਤੀਗੇ ਤਾਂ ਉਥੇ ਉਹ ਅਫਸਰ ਕਹਿੰਦੇ ਨੀ ਸੀਗੇ ਬਈ ਪੀੜਤ ਤੀਮੀਆਂ ਆਪਣੇ ਬੱਚਿਆਂ ਨਾਲ ਉਰੇ ਆ ਕੇ ਰਹਿ ਸਕਦੀਆਂ ਨੇ....ਬਈ ਜੇ ਤੂੰ ਮੇਰੇ ਤੇ ਅਲਜ਼ਾਮ ਲਾ ਦਮੇਂ....ਕਿ ਮੈਂ ਤੈਨੂੰ ਬਹੁਤ ਮਾਰਦਾ ਕੁੱਟਦਾਂ......ਦਾਰੂ ਪੀ ਕੇ ਤੈਨੂੰ....ਨਿਆਣਿਆਂ ਨੂੰ ਵੀ....ਆਇੰ ਘੱਟ ਤੋਂ ਘੱਟ ਤੈਨੂੰ ਅਤੇ ਜੁਆਕਾਂ ਨੂੰ ਉਥੇ ਰੋਟੀ ਤਾਂ ਰੱਜਮੀ ਮਿਲ ਜਿਆ ਕਰੂ.....ਮੈਥੋਂ ਤਾਂ ਥੋਡਾ ਸੰਤਾਪ ਦੇਖਿਆ ਨੀ ਜਾਂਦਾ.....ਨਾਲੇ ਮੈਨੂੰ ਕਿਹੜੀ ਕੋਈ ਆਸ ਐ ਸੀਰ ਮਿਲਣ ਦੀ...ਮੈਨੂੰ 'ਧਮਾਣਸ ਨੂੰ ਕੀਹਨੇ ਸੀਰੀ ਰਲਾਉਣੈ....ਤੁਸੀਂ ਤਾਂ ਰਾਮ ਨਾਲ ਰਹੋ....।"

"ਇਹ ਗੱਲ ਤੈਨੂੰ ਸੁੱਝੀ ਬੀ ਕੀਮੇ....? ਮੈਂ ਤੇਰੇ ਤੇ ਅਲਜ਼ਾਮ ਲਾਮਾਂ....ਦੇਬਤੇ ਵਰਗੇ ਆਦਮੀ ਤੇ ..??? ਆਪਣੀ ਭੁੱਖ ਪੂਰੀ ਕਰਨ ਪਿੱਛੇ ਮੈਂ ਰੱਬ ਦੀ ਦੋਖੀ ਬਣਾਂ? ਮੈਂ ਧਰਮਰਾਜ ਨੂੰ ਲੇਖੇ ਨੀ ਦੇਣੇ? ਨਾਲੇ ਬੰਦਿਆ ਰੱਬ ਦਿਆ! ਆਇੰ ਢੇਰੀ ਢਾਇਆਂ ਕੀ ਬਣਦੈ? ਆਪਾਂ ਕਚੈਹਿਰੀ 'ਚ ਅਰਜ਼ੀ ਪਾਮਾਂਗੇ....ਨਾਲੇ ਜੇ ਉਹ ਅਫਸਰ ਘਰ ਦਿਆਂ ਦੀਆਂ ਸਤਾਈਆਂ ਤੀਮੀਆਂ ਦੀ ਮਦਾਤ ਕਰਦੇ ਨੇ ਤਾਂ ਬਘੇਲੇ ਬਰਗਿਆਂ ਦੀ ਸਤਾਈ ਕਪੂਰੀ ਦੀ ਨਾ ਸੁਣਨਗੇ? ਐਨਾ ਬੀ ਨ੍ਹੇਰ ਨੀ ਰਿਹਾ ਹੁਣ....ਮੈਂ ਜਾ ਕੇ ਹਾਕਮਾਂ ਦੇ ਪੇਸ਼ ਹੋਊਂ....ਨਾਲੇ ਪਿੰਡ 'ਚ ਸਾਰੇ ਤਮਾਸਬੀਨ ਈ ਤਾਂ ਨੀ ਕੱਠੇ ਹੋਏ ਵੇ....ਰੱਬ ਦਾ ਰਹਿਮ ਕਰਨ ਆਲੇ ਬੀ ਤਾਂ ਹੋਣਗੇ.....ਕਿਤੋਂ ਤਾਂ ਅਨਸਾਫ ਮਿਲੂਗਾ ਈ। ਇਹ ਤਾਂ ਆਪਾਂ ਈ ਚੁੱਪ ਕਰ ਕੇ ਬੈਠਗੇ....ਤੂੰ ਚਿੰਤਾ ਨਾ ਕਰ.....ਤੜਕਾ ਹੋਣ ਦੇਹ...ਮੈਂ ਕਸਦੀ ਆਂ ਕਮਰ....ਜੇ ਆਪਾਂ ਆਪ ਹਿੰਮਤ ਕਰਾਂਗੇ ਤਾਂ ਕੋਈ ਦੂਸਰਾ ਬੀ ਸਹੈਤਾ ਕਰੂ.....ਮੈਂ ਬਘੇਲ ਦੇ ਖਿਲਾਫ ਕੱਲ੍ਹ ਨੂੰ ਪਾਉਨੀ ਆਂ ਅਰਜ਼ੀ....ਤੂੰ ਹੌਸਲਾ ਰੱਖ....ਹੌਸਲਾ....।"

ਕਪੂਰੀ ਦੀਆਂ ਅੱਖਾਂ 'ਚ ਆਈ ਚਮਕ ਅਤੇ ਸਰੀਰ 'ਚ ਆਈ ਹਿੰਮਤ ਦੇਖ ਕੇ ਬਰਕਤ ਵੀ ਕੰਡੇ ਤੇ ਹੋ ਗਿਆ ਤੇ ਜਿਵੇਂ ਉਹਨੇ ਵੀ ਸਿਰ ਹਿਲਾ ਕੇ ਕਪੂਰੀ ਦੀ ਗੱਲ ਦੀ ਹਾਮੀ ਭਰੀ।

●